ಗೊಜ್ಜವಲಕ್ಕಿ

ಪ್ರಹಸನಗಳು

ಪ್ರಶಾಂತ ಆಡೂರ

ಛಂದ ಪುಸ್ತಕ

GOJJAVALAKKI-
Collection of essays in Kannada by Prashant Adur,
Published by Chanda Pustaka,
I-004, Mantri Paradise, Bannerughatta Road, Bangalore-76
ISBN: 978-81-967248-8-7

ಮೊದಲ ಮುದ್ರಣ: 2014
ಎರಡನೆಯ ಮುದ್ರಣ: 2023

ಮುಖಪುಟ ವಿನ್ಯಾಸ: ವಿನಯ ಕುಮಾರ ಸಾಯ
ಮುಖಪುಟ ಫೋಟೋ: ಪೀವೀ (ವೆಂಕಟೇಶನ್ ಪೆರುಮಾಳ್)
ಒಳಪುಟ ವಿನ್ಯಾಸ: ವಸುಧೇಂದ್ರ
ಒಳಚಿತ್ರಗಳು: ಮಹಾಂತೇಶ ದೊಡ್ಡಮನಿ
ಕರಡು ತಿದ್ದುವಿಕೆ: ಅನಂತ ಹುದೆಂಗಜೆ

ಪುಟಗಳು: 144 ಬೆಲೆ: ₹ 170
ಕಾಗದ: ಎನ್‌ಎಸ್ ಮ್ಯಾಪ್ಲಿತೊ 70 ಜಿಎಸ್‌ಎಂ, 1/8 ಡೆಮಿ

ಪ್ರತಿಗಳಿಗಾಗಿ ಸಂಪರ್ಕಿಸಿ:
ಛಂದ ಪುಸ್ತಕ
ಐ-004, ಮಂತ್ರಿ ಪ್ಯಾರಡೈಸ್
ಬನ್ನೇರುಘಟ್ಟ ರಸ್ತೆ
ಬೆಂಗಳೂರು-76
ಸೆಲ್: 98444 22782
me@vasudhendra.com

ಮುದ್ರಣ:
Pustaka Digital Media Pvt Ltd, Dindigal - 624005

ಪ್ರಶಾಂತ ಆಡೂರ

ಹುಟ್ಟಿದ್ದ 1973ರಾಗ, ಅದು ಮಲೆನಾಡಿನ ಶಿವಮೊಗ್ಗಾದೊಳಗ. ಆದರ ಬೆಳದಿದ್ದು-ಬಲತಿದ್ದು ಎಲ್ಲ ಬಯಲಸೀಮೆ ಹುಬ್ಬಳ್ಳಿ ಒಳಗ. ಕಲತಿದ್ದು ಬಿ.ಎಸ್ಸಿ, ಎಂ.ಬಿ.ಎ. (ಸಿಂಬಾಯ್ಸಿಸ್). ಹುಬ್ಬಳ್ಳ್ಯಾಗ ಒಂದ ಪ್ರಾವೇಟ್ ಕಂಪನಿ ಒಳಗ ಸಿ.ಇ.ಒ. ಅಂತ 16 ವರ್ಷದಿಂದ ನೌಕರಿ. ಕನ್ನಡಾ ಬ್ಲಾಗ್ ಒಳಗ ಆವಾಗ ಇವಾಗ ಅಂಕಣಾ ಬರಿಯೋದು, ತಲ್ಯಾಗ ತಿಳದಾಗ ಒಮ್ಮೆ ಪೇಂಟಿಂಗೂ, ಫೋಟೊಗ್ರಾಫಿ... ಇವು ಸಂಸಾರೇತರ ಹವ್ಯಾಸ. ಹಂಗ ಇನ್ನೂ ಸಂಸಾರದ ಜಂಜಾಟದಾಗ ಟೈಮ್ ಸಿಕ್ಕರ ಊರ ಉಸಾಬರಿ (ಸಮಾಜ ಸೇವಾ)... ಈ ಹಿಂದ 'ಕುಟ್ಟವಲಕ್ಕಿ' ಅನ್ನೋ ಇಂಥಾದ್ದ ಪುಸ್ತಕ ಬರದೀನಿ.

prashantadur@gmail.com | 93791 01596

ನನ್ನ ಪ್ರಹಸನಗಳ ಪಾತ್ರಧಾರಿ
ನನ್ನ ಜೀವನದ ಸೂತ್ರಧಾರಿ
ಪ್ರೇರಣಾಗೆ...
ಪ್ರೇರಣೆಯಿಂದ, ಪ್ರೇರಣೆಗಾಗಿ.

ನಿಮ್ಮ ಜೊತಿ ಒಂದ ನಾಲ್ಕ ಮಾತ...

ಇದು ನನ್ನ ಎರಡನೇ ಪುಸ್ತಕ. ನನ್ನ ಒಂದನೇ ಪುಸ್ತಕ 'ಕುಟ್ಟವಲಕ್ಕಿ' ನೀವೆಲ್ಲ ಓದಿರಿ ಅಂತ ಅನ್ಕೊಂಡೇನಿ. ಹಂಗ ಯಾರರ ಓದಿಲ್ಲ ಅಂದರ ಇನ್ನ ಮ್ಯಾಲೆರ ಓದರಿ. ಅಲ್ಲ, ಹಂಗ ಒಂದನೇದ ಓದಿದ್ದರಿಷ್ಟ ಈ ಎರಡನೇ ಪುಸ್ತಕ ತಿಳೀತದಂತೇನಿಲ್ಲ. ಈಗ ಇದನ್ನ ಓದಿ ಮುಗಿಸಿದ ಮ್ಯಾಲೂ ಅದನ್ನ ರೊಕ್ಕಾ ಕೊಟ್ಟ ತೊಗೊಂಡ ಓದಬಹುದು.

'ಗೊಜ್ಜವಲಕ್ಕಿ' ಇದು ನನ್ನ ಹಾಸ್ಯ ಪ್ರಹಸನಗಳು ಅನ್ನರಿ ಇಲ್ಲ ಲಲಿತ ಪ್ರಬಂಧಗಳು ಅಂತಽರ ಅನ್ನರಿ, ಒಟ್ಟ ನನ್ನ ಲೇಖನಗಳ ಸಂಗ್ರಹ. ಈ ಲೇಖನಗಳು ಉತ್ತರ ಕರ್ನಾಟಕದ ಆಡು ಭಾಷೆಯೊಳಗ ಅವ. ಹಿಂಗಾಗಿ ಒಂದ ಸ್ವಲ್ಪ ಓದಲಿಕ್ಕೆ ತ್ರಾಸ ಆದರೂ ನೀವು ನಾ ನಿಮ್ಮ ಜೊತಿ ಮಾತಾಡಲಿಕತ್ತೇನಿ ಅಂತ ತಿಳ್ಕೊಂಡ ಓದರಿ.

ಹಂಗ ನಾ ಎರಡನೇ ಬುಕ್ ಮಾಡೋಣ ಅಂತ ಕೇಳಿದಾಗ,

'ನಿಂದೇನ ಬಿಡೋ ಯಾರ ಬೇಕಾದರೂ ಪುಸ್ತಕ ಮಾಡ್ತಾರೆ' ಅಂತ ಹೇಳಿ ನನ್ನ ಹುರಿದುಂಬಿಸಿ ಪುಸ್ತಕ ಪ್ರಕಟಿಸುತ್ತಿರುವ 'ಛಂದ'ದ ವಸುಧೇಂದ್ರ ಅವರಿಗೆ ಮತ್ತ ನನಗ ಮೊದಲ ಬಾರಿಗೆ ಬರೀಲಿಕ್ಕೆ ಅವಕಾಶ ಕೊಟ್ಟ ಕೆಂಡಸಂಪಿಗೆಯ ಅಬ್ದುಲ್ ರಶೀದ್ ಅವರಿಗೆ ಧನ್ಯವಾದಗಳು.

ಈ 'ಗೊಜ್ಜವಲಕ್ಕಿ' ಒಳಗಿನ ಭತ್ತ, ಬೆಂಚಳ್ಳು ಆರಿಸಿ ಆರಿಸಿ ಪ್ರಹಸನಗಳನ್ನ ಹಸನ (ತಿದ್ದುಪಡಿ) ಮಾಡಿದ ಅನಂತ ಹುದೆಂಗಜೆಗೆ ಹಾಗೂ ತಮ್ಮ ಬಿಡವಿಲ್ಲದ ಬರವಣಿಗೆಯ ನಡಕ ನನ್ನ ಗೊಜ್ಜವಲಕ್ಕಿ ಓದಿ ಇದರ ಬಗ್ಗೆ ನಾಲ್ಕ ಮಾತಗಳನ್ನ ಬೆನ್ನುಡಿಯಲ್ಲಿ ಬರೆದ ಕೊಟ್ಟ ಜೋಗಿಯವರಿಗೆ ಹೃತ್ಪೂರ್ವಕ ವಂದನೆಗಳು.

ಇನ್ನ ನನ್ನ ಬಹಳಷ್ಟು ಪ್ರಹಸನದ ಪಾತ್ರಧಾರಿ, ನನ್ನ ಪ್ರಬಂಧಗಳ ಜೀವ ಲಹರಿ, ನನ್ನ ಜೀವನದ ಸೂತ್ರಧಾರಿ ಪ್ರೇರಣಾಗ ನಾ ಈ ಪುಸ್ತಕ ಪ್ರೇರಣೆಯಿಂದ ಅರ್ಪಣೆ ಮಾಡಿದ್ದು ಆಕಿ ನನಗ ಕೊಟ್ಟ ಪ್ರೇರಣೆಗಾಗಿ.

ಯಾವುದ ಒಳ್ಳೆ ಕೆಲಸಾ ಮಾಡ್ಬೇಕಾರ ಮೊದ್ಲ ವಿಘ್ನ ನಿವಾರಕ ಗಣಪತಿ ಪೂಜಾ ಮಾಡ್ಬೇಕ ಅಂತಾರಲಾ ಹಂಗ ನಾ ಈ ಪುಸ್ತಕದ ಮೊದ್ಲನೇ ಪೇಜ್ ಒಳಗ ನನ್ನ ಹೆಂಡತಿನ್ನ ನೆನಸಿಗೊಂಡ ಬಿಟ್ಟೇನಿ. ಮುಂದ ಪ್ರಹಸನ ಓದಿದಂಗ ಓದಿದಂಗ ನಾ ಇಷ್ಟ ಏನ್, ನೀವು ಆಕಿನ್ನ ನೆನಸ್ತೀರಿ. ಆ ಮಾತ ಬ್ಯಾರೆ.

ಇನ್ನ ಲಾಸ್ಟ್ ಬಟ್ ನಾಟ್ ಲೀಸ್ಟ್ – ನಮ್ಮ ರಿಷಿಕೇಶ ಬಹಾದ್ದೂರ ದೇಸಾಯಿನ ನೆನಸಬೇಕ – ಅಂವಾ ನಾ ಒಂದನೇ ಪ್ರಹಸನ ಹಾಳ್ಯಾಗ ಬರದ ಓದಿ ಹೇಳಿದಾಗ, ಅಡ್ಡಿಯಿಲ್ಲ ದೋಸ್ತ take trouble of typing ಅಂತ ಹೇಳಿದ್ದಕ್ಕ ನಾ ಇವತ್ತ ಎರಡೆರಡ ಪುಸ್ತಕ ಬರೆಯೋ ಲೆವೆಲ್‌ಗೆ ಬಂದ ನಿಮಗ ಈ trouble of reading ಕೊಟ್ಟಿದ್ದ. ಹಂಗ ಪೂರ್ತಿ ಪುಸ್ತಕ ಓದಿದ ಮ್ಯಾಲೆ ಇಂವಾ ಏನ ಬರದಾನಲೇ? ಯಾಕರ ಓದಿದ್ವಿಪಾ ಅಂತ ಅನಿಸಿದರ ಅದಕ್ಕ ಅವನು ಕಾರಣ.

ಹಂಗ ನನ್ನ ಈ ಪ್ರಹಸನಗಳದಾಗ ಬರೊ ಪಾತ್ರಗಳ ಒಳಗ ನಮ್ಮ ಮನಿ ಮಂದಿದ ಬಿಟ್ಟ ಉಳದೆಲ್ಲ ಪಾತ್ರಗಳು, ಘಟನೆಗಳು ಕಾಲ್ಪನಿಕನ. ಇನ್ನ ಈ ಪ್ರಹಸನಗಳು ಜೀವಂತ, ಜೀವಿಸಿದ್ದ ವ್ಯಕ್ತಿಯನ್ನ ತಲ್ಯಾಗ ಇಟಗೊಂಡ ಬರದದ್ದಂತೂ ಅಲ್ಲ. ಹಿಂಗಾಗಿ ಯಾರೂ ತಪ್ಪ ತಿಳ್ಕೊಳೊ ಆವಶ್ಯಕತೆ ಇಲ್ಲ. ಅದಕ್ಕೂ ಮೀರಿ ಯಾರರ ತಪ್ಪ ತಿಳ್ಕೊಂಡರ ನಾ ಏನ ತಪ್ಪ ತಿಳ್ಕೊಳಂಗಿಲ್ಲ.

ಪ್ರಶಾಂತ ಆಡೂರ

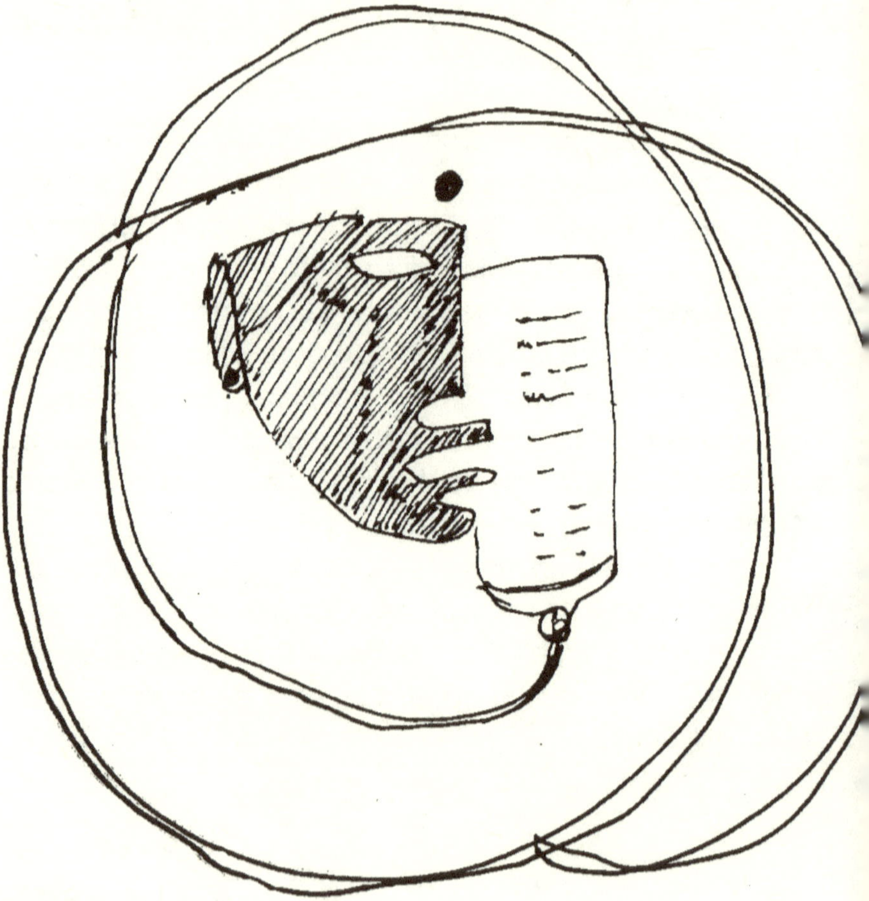

ಪ್ರಹಸನ ಪಟ್ಟಿ

ನಳಾ ಹೋತ ಇನ್ನರ ಯರಕೊಳೊದ ಮುಗಸ...

ಮೊನ್ನೆ ನಮ್ಮ ವೈಶಾಲಿ ಹೆಗಡೆಯವರ 'ಉರ್ಮಿಳಾನ ಸ್ನಾನ ಕಡಿಕೂ ಮುಗಿತೊ ಇಲ್ಲೊ...?' ಅನ್ನೊ ಬರಹ ಓದಿ ನನಗ ನನ್ನ ಹೆಂಡತಿ ಸ್ನಾನದ್ದ ಪುರಾಣಗಳು ನೆನಪಾದವು.

ಹಂಗ ರಾಮಾಯಣದಾಗ ಲಕ್ಷ್ಮಣ ವನವಾಸಕ್ಕ ತನ್ನ ಹೆಂಡತಿ ಉರ್ಮಿಳಾನ್ನ ಬಿಟ್ಟ ಹೋದಾಗ ಆಕಿ ಸಿಟ್ಟಿಗೆದ್ದ 14 ವರ್ಷಗಟ್ಟಲೆ ಖರೇನ ಬಚ್ಚಲದಾಗ ಇದ್ದಳೊ ಇಲ್ಲಾ ಅಂವಾ ಹೋಗಬೇಕಾರ 'ಆಕಿ ಬಚ್ಚಲದಾಗ ಸ್ನಾನಕ್ಕ ಇಳದಾಳ, ಇನ್ನ ಆಕಿ ಹೊರಗ ಬರೋದ ಲೇಟಾಗತದ. ಅಷ್ಟ ಕಾಯಲಿಕ್ಕ ಆಗಂಗಿಲ್ಲಾ, ವನವಾಸಕ್ಕ ಅರ್ಜೆಂಟ್ ಹೋಗಬೇಕು' ಅಂತ ಆಕಿಗೆ ಹೇಳದ ವನವಾಸಕ್ಕ ಹೋದನೊ ಆ ಶ್ರೀರಾಮಚಂದ್ರಗ ಗೊತ್ತ. ಇನ್ನ ಆಕಿ ಗಂಡ ಬಿಟ್ಟಹೋದಾ ಅಂತ ಶಟಗೊಂಡ ಬಚ್ಚಲದಾಗ 14 ವರ್ಷಗಟ್ಟಲೆ ಏನ ಮಾಡಿದ್ಲು ಅನ್ನೊದರ ಬಗ್ಗೆ ತಲಿ ಕೆಡಿಸಿಕೊಳ್ಳಬೇಕಾದವರು ಆ ರಾಮಾಯಣ ಬರದವರು ಇಲ್ಲಾ ಆ ಊರ್ಮಿಳಾನ್ನ ಕಟಗೊಂಡ ಲಕ್ಷ್ಮಣ. ಆದ್ರ ನಾ ನಮ್ಮ ಮನ್ಯಾಗ ಒಬ್ಬಾಕಿ ಊರ್ಮಿಳಾನ್ನ ಕಟಗೊಂಡೇನಿ, ಆಕಿನ್ನ ಹನ್ನೆರಡು ವರ್ಷದಿಂದ ದಿವಸಾ ವನವಾಸದ ಗತೇನ ಅನುಭವಿಸಲಿಕತ್ತೇನಿ, ಇನ್ನ ಆಕಿ ಸ್ನಾನದ ಬಗ್ಗೆ ಒಂದ ನಾಲ್ಕ ಮಾತ ಹೇಳಿಲ್ಲಾಂದ್ರ ನನ್ನ ಮನಸ್ಸಿಗೆ ಸಮಾಧಾನನು ಆಗಂಗಿಲ್ಲಾ. ಹಂಗ ನನ್ನ ಮನಸ್ಸು ಸ್ವಚ್ಛನೂ ಆಗಂಗಿಲ್ಲಾ.

ನಾ ತ್ರೇತಾಯುಗದಾಗ ಏನ್ ರಾಮನ ಪೈಕಿ ಇದ್ದೆನೋ, ರಾವಣನ ಪೈಕಿ ಇದ್ದೆನೋ, ಇಲ್ಲಾ ವಾನರ ಸೈನ್ಯದಾಗ ಸೈನಿಕ ಆಗಿದ್ದೆನೋ ಗೊತ್ತಿಲ್ಲಾ. ಆದ್ರ ನಾ ಈ ಜನ್ಮದಾಗ ಮಾಡ್ಕೊಂಡಿದ್ದ ಮಾತ್ರ ಆ ತ್ರೇತಾಯುಗದ ಲಕ್ಷ್ಮಣನ ಹೆಂಡತೀನ ಇರಬೇಕು ಅಂತ ನನಗ ಅನಸ್ತದ. ಅದ ಯಾಕ ಅಂದ್ರ ನನ್ನ ಹೆಂಡತಿ ಸ್ನಾನ ಮಾಡೋದು ತಾಸಗಟ್ಟಲೇ. ಆ ಉರ್ಮಿಳಾ ಹನಿಮೂನ್‌ಗೆ ಹೋಗೊ ಹೊತ್ತಿನಾಗ ಗಂಡಾ ಆಕಿನ್ನ ಬಿಟ್ಟ ಒಬ್ಬನ ವನವಾಸಕ್ಕ ಹೋದಾ ಅಂತ ಶಟಗೊಂಡ ಬಚ್ಚಲಕ್ಕ

ಹೋದರ ನನ್ನ ಹೆಂಡತಿ ಎದರಿಗೆ ನಾ ದೆವ್ವನಂಗ ಇದ್ದರೂ ದಿವಸಾ ನನ್ನ ಬಿಟ್ಟ ಬಚ್ಚಲಕ್ಕ ತಾಸಗಟ್ಟಲೆ ಒಬ್ಬಕೀನ ಹೋಗ್ತಾಳ. ಇನ್ನ ತಲಿಕೆಟ್ಟ ನಾ 'ನೀ ಬಚ್ಚಲದಾಗಿಂದ ಲಗೂನ ಹೊರಗ ಬರತೀಯೋ ಇಲ್ಲಾ ನಾ ಖರೇನ ವನವಾಸಕ್ಕ ಹೋಗಲೋ' ಅನ್ನಬೇಕ, ಹಂಗ ಮಾಡತಾಳ.

ನಮ್ಮವ್ವಾ ನನ್ನ ಹೆಂಡತಿ ಸ್ನಾನಕ್ಕ ಹೋದಾಗ ಒಮ್ಮೆ –

'ನಿನ್ನ ಉರ್ಮಿಳಾನ ಸ್ನಾನ ಶುರು ಆತೇನಪಾ, ಇನ್ನ ಒಂದ ತಾಸ ಮನಿ ಶಾಂತ ಇರತದ ನೋಡ!'

'ಇವತ್ತs ಬಚ್ಚಲದಿಂದ ಹೊರಗ ಬಾ ಅಂತ ಹೇಳಿಯಿಲ್ಲೋ ನಿನ್ನ ಹೆಂಡತಿಗೆ?'

'ಅಲ್ಲಾ, ತೋಯಿಸಿದ್ದ ಅವಲಕ್ಕಿ ಮಾಡಿದ್ದೆ, ಆರಿ ಹೋಗ್ತಾವ. ಆಕಿದ ಇನ್ನೂ ಬರೋದ ಲೇಟ್ ಇದ್ದರ ಅಲ್ಲೆ ಬಚ್ಚಲದಾಗ ಹಚ್ಚಿದ್ದ ಅವಲಕ್ಕಿ ಒಯ್ದು ಕೊಡತಿ ಏನ್ ನೋಡ, ಬಿಸಿನೀರಾಗ ತೋಯಿಸಿಕೊಂಡ ತಿನ್ನವಳ್ಯಾಕ' ಅಂತ ನಂಗ ಟಿಂಗಲ್ ಮಾಡತಿರತಾಳ.

ನಾ ಮದುವಿ ಆದ ಹೊಸ್ತಾಗಿ ಈಕಿ ಹಿಂಗ ತಾಸಗಟ್ಟಲೇ ಸ್ನಾನ ಮಾಡೋದ ನೋಡಿ 'ಹೋಗಲಿ ಬಿಡು, ಸ್ವಚ್ಛ ಸ್ನಾನ ಮಾಡೋ ಪದ್ಧತಿ ಇರಬೇಕ ಅವರ ಮನ್ಯಾಗ, ಹಂಗ ನಮ್ಮಂಗ ಅರ್ಧಾ ಬಕೇಟನಾಗ ಸ್ನಾನ ಮಾಡಿ ರೂಢಿ ಇರಲಿಕ್ಕಿಲ್ಲಾ' ಅಂತ ಸುಮ್ಮನಿದ್ದೆ. ಮೊದ್ಲ ನಾವ ಬೆಳದ ಬಂದ ಓಣ್ಯಾಗ ವಾರಕ್ಕೊಮ್ಮೆ ನೀರ ಬರತಿತ್ತು. ಹಿಂಗಾಗಿ ನೀರ ಅಗದಿ ನೋಡಿ ಬಳಸ್ತಿದ್ವಿ, ಅದರಾಗ ನೀರ ಜಾಸ್ತಿ ಖರ್ಚ ಆದರ ಮತ್ತ ನಮ್ಮವ್ವ ಬೋರ್ ಹೊಡಸಿ ನಮ್ಮ ಕಡೆಯಿಂದನ ನೀರ ತರಸೋಕಿ ಅಂತ ಇದ್ದ ನೀರಾಗ ಎಲ್ಲಾ ಮುಗಸ್ತಿದ್ವಿ, ಹಂಗ ನಳಾ ಬರೋ ದಿವಸಂತೂ ಮನ್ಯಾಗ ಅಡಗಿಗೆ-ಕುಡಿಲಿಕ್ಕೆ ಅಂತ ಎರಡ ಕೊಡಾ ನೀರ ಬಿಟ್ಟರ ಬಾಕಿ ಎಲ್ಲಾ ಖಾಲಿ ಆಗಿರ್ತಿತ್ತ. ಇನ್ನೇನ ನಳ ಬರತದ ಅಂದ್ರ ನಾವ ಅಗದಿ ಅರಬಿ ಕಳದ ಸ್ನಾನಕ್ಕಂತ ಅಂಗಳದಾಗ ರೆಡಿಯಾಗಿ ನಿಲ್ಲತಿದ್ವಿ. 'ನಳಾ ಬಂದ್ರ ಸ್ವಚ್ಛ ಸ್ನಾನ' ಅನ್ನೊಹಂಗ ಇತ್ತ ಆ ಕಾಲದಾಗ. ಈಗೂ 5-6 ದಿವಸಕ್ಕೊಮ್ಮೆ ನಳಾ ಬರ್ತದ, ಆದ್ರ ನೀರು ಕೂಡಿಸಿ ಇಡಲಿಕ್ಕ ಒಂದ ಅಂಡರ್ ಗ್ರೌಂಡ್ ಟ್ಯಾಂಕ್, ಮ್ಯಾಲೆ ಒಂದ ಓವರ್ ಹೆಡ್ ಟ್ಯಾಂಕ್ ಎಲ್ಲಾ ಅವ. ಆಮ್ಯಾಲೆ ಹಂಗ ನೀರ ಬರಲಿಲ್ಲಾ ಅಂದ್ರು 250 ರೂಪಾಯಿ ಕೊಟ್ಟ ಒಂದ ಟ್ಯಾಂಕರ್ ನೀರ ಹಾಕಿಸಿಕೊಂಡ ದಿವಸಾ ಸ್ನಾನ ಮಾಡೊ ಅಷ್ಟ ದೇವರ ನಮ್ಮನ್ನ ಈಗ ಕೈಹಿಡದಾನ. ಹಿಂಗಾಗಿ ನನ್ನ ಹೆಂಡತಿಗೆ ಸ್ವಚ್ಛ ಸ್ನಾನ ಮಾಡಲಿಕ್ಕೆ ನೀರಿನ ಕೊರತೆ ಏನಿಲ್ಲಾ. ನಾ ಅಂತೂ ಇತ್ತೀಚಿಗೆ ಆಕಿ ಸ್ನಾನಕ್ಕ ಹೋದ ಕೂಡಲೇನ ನೀರಿನ ಮೋಟರ್ ಬಟನ್ ಆನ್ ಮಾಡಿ ಬಿಡತೇನಿ. ಮ್ಯಾಲಿನ ಓವರ್ ಹೆಡ್ ಟ್ಯಾಂಕನಾಗಿಂದ ಎಷ್ಟ ನೀರ ಆಕಿ ಖಾಲಿ ಮಾಡಿದರೂ ನಮ್ಮವ್ವಗ ಗೊತ್ತಾಗಬಾರದು ಅಂತ. ಇಲ್ಲಾಂದರ ನಮ್ಮವ್ವ 'ಮ್ಯಾಲೆ ಟ್ಯಾಂಕನಾಗಿನ ನೀರ ಖಾಲಿ ಆದಮ್ಯಾಲೆ ಬರತಾಳೇನಪಾ ನಿನ್ನ ಹೆಂಡತಿ?' ಅಂತ ರಾಗ ಎಳಿತಾಳ.

ಇನ್ನ ನಳಾ ಬಂದ ದಿವಸಂತೂ ಈಕಿ ಸ್ನಾನಕ್ಕ ಹೋಗಬೇಕಾರ 'ಇಕಾ, ಇವತ್ತ ನಳಾ ಬಂದದ, ನಾ ಯರಕೋಬೇಕು, ನಾ ಬಚ್ಚಲದಾಗಿಂದ ಹೊರಗ ಬರೋದ ಸ್ವಲ್ಪ ಹೆಚ್ಚು ಕಡಿಮಿ ಆಗಬಹುದು. ನೀವ ಒಂದ ಕುಕ್ಕರ ಇಟ್ಟ ಅನ್ನಾ ಹುಳಿ ಇಷ್ಟ ಮಾಡಿ ಬಿಡರಿ ಸಾಕ' ಅಂತ ನಮ್ಮವ್ವಗ ಹೇಳಿ ಒಳಗ ಹೋದರ, ಮುಂದ ನಮ್ಮವ್ವನ ಅನ್ನಾ ಹುಳಿ ಆಗಿ ಗಂಡಸರದೆಲ್ಲಾ ಊಟಾ ಆದರೂ ಈಕಿ ಏನ್ ಹೊರಗ ಬರಂಗಿಲ್ಲಾ, ಕಡಿಕೆ ತಲಿ ಕೆಟ್ಟ ನಮ್ಮವ್ವ 'ನಳಾ ಹೋತ ಇನ್ನರ ಯರಕೋಳೊದ ಮುಗಸಂತ ಹೇಳ ನಿನ್ನ ಹೆಂಡತಿಗೆ' ಅಂತ ಒಂದ ಹತ್ತ ಸರತೆ ಆಕಿಗು ಕೇಳಸೋ ಹಂಗ ಬಚ್ಚಲದ ಬಾಗಲಕ್ಕ ನಿಂತ ಒದರತಾಳ.

ಆದರ ನಾ ಮಾತ್ರ ಬ್ಯಾರೆದಕ್ಕೇನರ ನನ್ನ ಹೆಂಡತಿಗೆ ಕಡಿಮೆ ಮಾಡಿದ್ರು, ಸ್ನಾನದ ನೀರಿಗೆ ಮಾತ್ರ ಇವತ್ತು ಕಡಿಮೆ ಮಾಡಿಲ್ಲಾ ಬಿಡ್ರಿ, ಸುಳ್ಯಾಕ ಹೇಳ್ಬೇಕು? ಹಿಂತಾ ಬರಗಾಲದಾಗೂ ಬ್ಯಾರೆಲ್‌ಗಟ್ಟಲೇ ಸ್ನಾನ ಮಾಡತಾಳ. ನಾ ಒಂದ ದಿವಸನೂ ಆಕಿಗೆ ತಿಂಗಳಾ ನಳದ್ದ ಬಿಲ್ 270 ರೂಪಾಯಿ ಬರತದ ಅಂತ ಅಂದಿಲ್ಲಾ. ಅಲ್ಲಾ, ಮೊದ್ಲ ನಾ 'ಅದ ಹೆಂಗ ಈಕಿ ತಾಸಗಟ್ಟಲೆ ಸ್ನಾನ ಮಾಡತಾಳ, ಅಷ್ಟೊತ್ತ ಸ್ನಾನ ಮಾಡೋ ಅಷ್ಟ ಈಕಿ ಹೊಲಸ ಕೆಲಸಾನರ ಏನ ಮಾಡಿರ್ತಾಳ ಮನ್ಯಾಗ' ಅಂತ ಭಾಳ ವಿಚಾರ ಮಾಡ್ತಿದ್ದೆ. ಮನ್ಯಾಗ ಈಕಿ ಮಾಡೋದ ಒಂದ ನಾಲ್ಕ ಕೆಲಸಾ, ಅದು ನಮ್ಮವ್ವ ಮಾಡಿ ಬಿಟ್ಟಿದ್ದ ಈಕಿ ಮಾಡೋಕಿ, ಹಂತಾಪರಿ ಮೈ ಹೊಲಸ ಆಗೋವಂತಾ ಕೆಲಸಾ ಏನ ನಮ್ಮವ್ವ ಈಕಿಗೆ ಹಚ್ಚತಾಳ ಅಂತ ಅನಸ್ತಿತ್ತು. ಅದರಾಗ ದಿವಸಾ ಒಂದಕ್ಕೂ ಎಮ್ಮಿ ಮೈ ತಿಕ್ಕೊಂಡ ಹಂಗ ತನ್ನ ಮೈ ತಿಕ್ಕೊಂಡ ಸ್ನಾನ ಮಾಡಿದರ ಏನ ಬರ್ತದ ಅಂತ? ಹಂತಾಪರಿ ಮೈ ತಿಕ್ಕೊಂಡ – ತಿಕ್ಕೊಂಡ ವರ್ಷಕ್ಕ ಎರಡ ಮೈ ತಿಕ್ಕೊಳೊ ಕಲ್ಲ, ವಾರಕ್ಕ ಎರಡ ಸಬಕಾರ ಸವಸ್ತಾಳ ಹೊರತು ತಾ ಏನ ಇವತ್ತು ಸವದಿಲ್ಲಾ. ಆಮ್ಯಾಲೆ ಆಕಿ ಎಷ್ಟ ತಿಕ್ಕೊಂಡರು ಇನ್ನೇನ ಆಕಿ ಬಣ್ಣಂತೂ ತಿಳಿ ಆಗಂಗಿಲ್ಲಾ. ಅಕಸ್ಮಾತ್ ಇನ್ನ ತಿಳಿ ಆದರರ ತೊಗಂಡ ಏನ ಮಾಡೋದ ಅದರಿ? ಮದುವಿ ಆಗಿ ತಿರಗಿ ಎರಡ ಮಕ್ಕಳಾಗ್ಯಾವ. ಆದ್ರು ಈಕಿ ತಾಸಗಟ್ಟಲೆ ಬಚ್ಚಲದಾಗ ಏನ ಉದ್ದ ಹುರಿತಾಳೋ ಆ ದೇವರಿಗೆ ಗೊತ್ತ.

ಈಗ ಪುಣ್ಯಾ ಮನ್ಯಾಗ ಎರೆಡೆರಡ ಬಚ್ಚಲರ ಅವ, ಒಂದ ಆಕಿಗೆ ಇನ್ನೊಂದ ಉಳದವರಿಗೆ. ಮೊದ್ಲ ಅಂತೂ ಮನ್ಯಾಗ ಒಂದ ಬಚ್ಚಲಾ, ಅದು ಅಟ್ಯಾಚಡ. ಮುಗದ ಹೋತ, ಈಕಿ ಒಳಗ ಹೋದ್ಲ ಅಂದ್ರ ಉಳದವರದ ಪ್ರೆಶರ್ ದೇವರ ಕಂಟ್ರೋಲ್ ಮಾಡಬೇಕು. ನಾ ಅಂತೂ ಒಂದ ಹತ್ತ ಸರತೆ 'ಪ್ರೇರಣಾ... ಪ್ರೇರಣಾ...' ಅಂತ ಹೊರಗಿಂದ ಬ್ಯಾನಿ ತಿಂತಿದ್ದೆ. ಪಾಪಾ ನಮ್ಮಪ್ಪ–ಅವ್ವಾ ಇತ್ತಲಾಗ ಒದರಲಿಕ್ಕೂ ಆಗಂಗಿಲ್ಲಾ ತಡ್ಕೊಳ್ಳಿಕ್ಕೂ ಆಗಂಗಿಲ್ಲಾ. ಸುಮ್ಮನ ಬಾಯಿ ಮುಚಗೊಂಡ ಚಡಪಡಸತಿದ್ದರು. ಮತ್ತೆಲ್ಲರ್ ಅವರ ಜೋರ್ ಮಾಡಬೇಕು, ಆಮ್ಯಾಲೆ ನನ್ನ ಹೆಂಡತಿ 'ನನಗ ಅತ್ತಿ ಮನ್ಯಾಗ ಸ್ವಚ್ಛಾಗಿ ಸ್ನಾನ ಮಾಡಲಿಕ್ಕೂ ಯಾರೂ ಬಿಡಂಗಿಲ್ಲಾ' ಅಂತ ನಾಲ್ಕ ಮಂದಿ ಮುಂದ ಹೇಳಗಿಳ್ಯಾಳ ಅಂತ ನಮ್ಮವ್ವ ತುಟಿ ಪಿಟ್ಟ ಅಂತಿದ್ದಿಲ್ಲಾ.

ನಾನೂ ನೋಡೆ ನೋಡಿದೆ, ಒಂದ ಮೂರ-ನಾಲ್ಕ ವರ್ಷ ನೋಡಿದ ಮ್ಯಾಲೆ ತಡ್ಕೊಳಿಕ್ಕೆ ಆಗಲಿಲ್ಲಾ.

'ನೀ ಏನ ತಾಸಗಟ್ಟಲೆ ಬಚ್ಚಲದಾಗ ನಟ್ ಕಳತಿಲೇ, ನಾಲ್ಕ ತಂಬಗಿ ನೀರ ಸುರಕೊಂಡ್ ಭಡಾ-ಭಡಾ ಬರಲಿಕ್ಕೆ ಆಗಂಗಿಲ್ಲೇನ?' ಅಂತ ಒದರಲಿಕ್ಕೆ ಶುರು ಮಾಡಿದೆ. ಆಕಿ ಒಂದ ಮಾತ ಹೇಳಿದ್ಲು 'ಇಕಾ, ಬೇಕಾರ ನೀವೆಲ್ಲಾ ಮನಿ ಮಂದಿ ಸ್ನಾನ ಮಾಡಿ ಮುಗಿಸಿದ ಮ್ಯಾಲೆ ನಾ ಬಚ್ಚಲದಾಗ ಇಳಿತೇನಿ, ಹಂಗ ನೀವು ಬಚ್ಚಲದಾಗ ಗಡಿಬಿಡಿ ಮಾಡಿ ಆಮ್ಯಾಲೆ ಒಂದ ಹೋಗಿ ಇನ್ನೊಂದ ಆದರ ಅದಕ್ಕ ನೀವ ಜವಾಬ್ದಾರಿ, ಅಲ್ಲೇರ ಸಮಾಧಾನದಿಂದ ಇರಲಿಕ್ಕೆ ಬಿಡ್ರಿ' ಅಂದ್ಲು. ಅಲ್ಲಾ ಬಚ್ಚಲದಾಗ ಹಂತಾದ ಒಂದ ಹೋಗಿ ಇನ್ನೊಂದ ಆಗೋ ಹಂತಾದು ಏನ ಅದ ಅಂತ ಅನಸ್ತು. ಆಮ್ಯಾಲೆ ನೆನಪಾತ, ಅವನೌನ ನೀರ ಕಾಯಿಸೊ ಗ್ಯಾಸ್ ಗೀಸರ್, ಇಲೆಕ್ಟ್ರಿಕ್ ಹೀಟರ್ ಕಾಯ್ಲ್, ಅರಬಿ ಒಣಾ ಹಾಕೋ ನೈಲನ್ ಹಗ್ಗ, ಬಚ್ಚಲಾ ತೊಳ್ಯೋ ಆ್ಯಸಿಡ್ ಎಲ್ಲಾ ಸುಡಗಾಡಕ್ಕ ಹೋಗೊ ಸಾಮಾನ ಇರೋದ ಆ ಸುಡಗಾಡ ಬಚ್ಚಲಮನ್ಯಾಗ. ಏ ಹೋಗಲಿ ಬಿಡ, ಬಚ್ಚಲದಾಗ ಈಕಿ ಏನರ ಹಾಳಗುಂಡಿಗ್ ಬೀಳವಲ್ಲಾಕ್, ನಮ್ಮ ಅವಸರಕ್ಕ ಮತ್ತೆಲ್ಲರ ಆಕಿ ಬಚ್ಚಲದಾಗ ಒಂದ ಹೋಗಿ ಇನ್ನೊಂದ ಮಾಡ್ಕೊಂಡ ಕಡಿಕೆ ನನ್ನ, ನಮ್ಮವ್ವನ್ನ ಇಬ್ಬರನೂ ಜೇಲನಾಗ ಸಾರ್ವಜನಿಕ ಬಚ್ಚಲದಾಗ ಸ್ನಾನ ಮಾಡೋ ಹಂಗ ಮಾಡಿಗೀಡ್ಯಾಳ ಅಂತ ಸುಮ್ಮನ ಬಿಟ್ಟಬಿಟ್ಟೆ.

ಹಂಗ ಈಕಿ ತಾಸಗಟ್ಟಲೆ ಬಚ್ಚಲದಾಗ ಏನ ಮಾಡತಿದ್ಲು ಅಂದ್ರ, ಮೊದ್ಲ ಎಲ್ಲಾರದೂ ಅರಬಿ ಒಗೆಯೋಕಿ, ಆಮ್ಯಾಲೆ ಬಚ್ಚಲಾ-ಸಂಡಾಸ ತಿಕ್ಕೋಕಿ, ಆಮ್ಯಾಲೆ ತನ್ನ ಹಲ್ಲ ತಿಕ್ಕೊಳ್ಳೊಕಿ, ಎರಡಕ್ಕೂ ಬ್ರಶ್ ಬ್ಯಾರೆ-ಬ್ಯಾರೆನ ಮತ್ತ. ಆಮ್ಯಾಲೆ ಫಿನೈಲ್-ಆ್ಯಸಿಡ್ ಹಾಕಿ ಇಡಿ ಬಾಥ್‌ರೂಮ್ ಸ್ವಚ್ಛ ಮಾಡೋಕಿ, ಬಕೀಟ/ ತಂಬಿಗೆ ಗಲಬರಿಸಿ ಆಮ್ಯಾಲೆ ತನ್ನ ಸ್ನಾನ ಶುರು ಮಾಡೋಕಿ. ದಿವಸಾ ಒಂದಕ್ಕೂ ಇದ ಹಣೆಬರಹ, ಇವತ್ತ ನಮ್ಮ ಮನಿ ಬಾಥ್‌ರೂಮ್ ಆಕಿಕಿಂತಾ ಲಕಾ-ಲಕಾ ಅಂತದ. ಬೇಕಾರ ಬಂದ ನೋಡ್ರಿ. ಅಲ್ಲಾ ಹಿಂಗ ತಾಸಗಟ್ಟಲೇ ಬಾಥ್‌ರೂಮ್ ಬ್ಲಾಕ್ ಮಾಡಕೊಂಡ ಕೂತರ ಹೆಂಗ್ರಿ, ಕೆಲವೊಮ್ಮೆ ಅಂತೂ ಈಕಿ ಹಿಂಗ ಬಾಥ್‌ರೂಮ್‌ಗೆ ಹೋಗೋದಕ್ಕೂ ಯಾರರ ಮನಿಗೆ ಔತಣಾ ಕೊಡಲಿಕ್ಕೆ ಬಂದರು ಅಂದ್ರ, ಈಕಿ ಹೊರಗ ಬರೋತನಕ ಕಾಯೋರ. ಅದರಾಗ ಮನ್ಯಾಗ ನಮ್ಮವ್ವ ಇರಲಾರದಾಗ, ಪಾಪ ಅವರರ ಅರಿಷಣಾ-ಕುಂಕಮಾ ಹಚ್ಚಿ ಹೇಳಿ ಹೋಗಬೇಕು ಅಂತ ಕಾದ-ಕಾಯೋರು. ಕಡಿಕೆ ತಲಿಕೆಟ್ಟ ಇನ್ನ ನನಗ ಅರಿಷಣಾ-ಕುಂಕಮಾ ಹಚ್ಚಿಲಿಕ್ಕೆ ಬರಂಗಿಲ್ಲಾಂತ ನನ್ನ ಕೈಯಾಗ ಬರೆ ಕಾರ್ಡ್ ಕೊಟ್ಟ 'ಹೇಳ್ರಿ ನಿಮ್ಮ ಮನೆಯವರಿಗೆ, ಬಂದ ಒಂದ ತಾಸ ಕಾದ ಹೋದವಿ' ಅಂತ ಹೇಳಿ ಹೋಗೋರು. ಇನ್ನ ಮನಿಗೆ ಬಂದ ಮುತ್ತೈದಿಗೆ ನಾವ ಕುಂಕಮಾ ಕೊಟ್ಟ ಕಳಸಬೇಕಂದರ ನಮ್ಮ ಮನಿ ಮುತ್ತೈದಿ ಬಚ್ಚಲದಾಗ, ನಾನ ಹಂಗ ಮನಿಗೆ ಬಂದ ಮುತ್ತೈದಿಯರಿಗೆಲ್ಲಾ ಅರಿಷಣಾ-ಕುಂಕಮಾ ಹಚ್ಚಲಿಕ್ಕೂ ಬರಂಗಿಲ್ಲಾ. ಮತ್ತ ಅವರನ

ಒಳಗ ದೇವರ ಮನ್ಯಾಗ ಕರದು, ಅಲ್ಲೇ ದೇವರ ಮುಂದಿನ ಪಂಚಪಾಳಾದಾಗಿಂದ ಕುಂಕಮಾ ಹಚಗೊಂಡ ಹೋಗರಿ ಅಂತ ಹೇಳಿ ಕಳಸ್ತಿದ್ದೆ. ಹಿಂತಾವ ಏನಿಲ್ಲಾಂದ್ರು ನನಗ ಒಂದ ಅರವತ್ತ -ಎಪ್ಪತ್ತ ಅನುಭವಾ ಅವ ಬಿಡ್ರಿ. ಅಕಸ್ಮಾತ್ ಈಕಿ ಸ್ನಾನಕ್ಕ ಹೋದಾಗ ನಾ ಏನರ ಮನ್ಯಾಗ ಕಾಣಲಿಲ್ಲಾ ಅಂದರ ಮನಿಗೆ ಬಂದ ಮಂದಿ "ಏನರಿ, ಸೊಸಿ ಜೊತಿ ಮಗಾನೂ ಸ್ನಾನಕ್ಕ ಇಳದಾನ ಏನ್? ಎಷ್ಟೊತ್ತ ಆತು ನಿಮ್ಮ ಸೊಸಿ ಬಚ್ಚಲ ಬಿಟ್ಟ ಬರವಳ್ಳಲಾ" ಅಂತ ನಮ್ಮವ್ವನ ಮುಂದ ಚಾಷ್ಟಿಗೆ ಅಂದೋರು ಇದ್ದಾರ.

ಇನ್ನ ಆಕಿ ಪೈಕಿ ಯಾರದರ ಫೋನ್ ಸ್ನಾನಕ್ಕ ಹೋದಾಗ ಬಂದರ ಮುಗದ ಹೋತ, 'ಒಂದ ಐದ ನಿಮಿಷ ಬಿಟ್ಟ ಮತ್ತ ಮಾಡ್ತೇವಿ' ಅಂತ ಅವರ ಹತ್ತ ಸರತೆ ಫೋನ್ ಮಾಡಿದರೂ ಈಕಿ ಏನ ಬಚ್ಚಲದಾಗಿಂದ ಹೊರಗ ಬಂದಿರಂಗಿಲ್ಲಾ. ಕಡಿಕೆ ಅವರ ತಲಿಕೆಟ್ಟ 'ಆಕಿ ಏನರ ಇವತ್ತ ಹೊರಗ ಬಂದ್ರ ನೀವ ಫೋನ್ ಮಾಡಸರಿ' ಅಂತ ಹೇಳಿರ್ತಾರ. ಈಕಿ ಒಂದ ತಾಸ ಬಿಟ್ಟ ಫೋನ ಮಾಡಿದ ಮ್ಯಾಲೆ ಆ ಕಡೆದವರು 'ಈಗ ಹೇಳಿದ್ರ ನಿಮ್ಮ ಅತ್ತಿ ಮನ್ಯಾಗ ನಿನಗ, ನಾ ಒಂದ ತಾಸ ಹಿಂದ ಫೋನ್ ಮಾಡಿದ್ದೆ' ಅಂತ ಅವರ ನಮ್ಮ ಬಗ್ಗೆ ತಪ್ಪ ತಿಳ್ಕೊಂಡ ಅಂತಾರ. ಅದಕ ನಾ ಆಕಿಗೆ 'ನೀ ಬಚ್ಚಲಕ್ಕ ಹೋಗಬೇಕಾರ ಸುಮ್ಮನ ಮೊಬೈಲ್ ಒಯ್ಯಿ' ಅಂತ ಒಂದ ಹತ್ತ ಸರತೆ ಹೇಳೇನಿ.

ಇಷ್ಟಕ್ಕ ಮುಗಿಯಂಗಿಲ್ಲಾ ಈಕಿ ಸ್ನಾನದ ಹಣಗಲಾ, ನನ್ನವು ಏನಿಲ್ಲಾ ಅಂದ್ರು ಇಷ್ಟ ವರ್ಷದಾಗ 10–15 ಕೊರಿಯರ್ ವಾಪಸ್ ಹೋಗ್ಯಾವ. 'ಡೋರ್ ಓಪನ್, ಬಟ್ ಬಾಥ್‌ರೂಮ್ ಲಾಕ್ಡ್' ಅಂತ ಬರದ ಕೊರಿಯರನವರು ಎಷ್ಟೋ ಕವರ್ ವಾಪಸ್ ಕಳಸಿಬಿಟ್ಟಾರ. ಹಿಂಗಾಗಿ ಈಕಿಗೆ ನಾ ಸ್ಟ್ರಿಕ್ಟ್ ಆಗಿ ಹೇಳಿ ಬಿಟ್ಟೇನಿ; 'ನೀ, ಮನ್ಯಾಗ ಮತ್ತ ಯಾರರ ಇದ್ದಾಗ ಇಷ್ಟ ಸ್ನಾನಕ್ಕ ಹೋಗೋದು' ಅಂತ. ಹಂಗ ಈಕಿ ಸ್ನಾನಕ್ಕ ಹೋದಾಗ ಇತ್ಲಾಗ ಯಾರರ ಇಡಿ ಮನಿ ಕಳವು ಮಾಡಕೊಂಡ ಹೋದರೂ ಆಕಿಗೆ ಗೊತ್ತಾಗಂಗಿಲ್ಲಾ. ಒಂದವೇಳೆ ಹಂಗ ಗೊತ್ತಾದರೂ ಆಕಿ ಸ್ನಾನ ಪೂರ್ತಿ ಮುಗಿಸಿಕೊಂಡ ಒರಿಸಿಕೊಂಡ ಬರೋದರಾಗ ಅವರ ಮತ್ತ ಎರಡ ಆಜು–ಬಾಜು ಮನಿನೂ ಕಳವು ಮಾಡ್ಕೊಂಡ ಹೋಗಿರತಾರ. ಅದಕ್ಕ ನಮ್ಮವ್ವ ಎಲ್ಲರ ಹೊರಗ ಮದುವಿ–ಗಿದುವಿಗೆ ಹೋಗೋದ ಇತ್ತಂದರ 'ನೀ ಸ್ನಾನ ಮುಗಿಸಿಬಿಡವಾ ಮಾರಾಯತಿ, ನಿಂದ ಸ್ನಾನ ಆದ ಮ್ಯಾಲೆ ನಾವ ಹೋಗ್ತೇವಿ. ಸ್ವಲ್ಪ ಲೇಟ ಆದ್ರೂ ಆಗವಲ್ತಾಕ, ಮುಂಜಾನಿ ಅಕ್ಕಿಕಾಳಿಗೆ ಆಗಲಿಲ್ಲಾಂದ್ರು ಮಧ್ಯಾಹ್ನದ ಊಟದ ಹೊತ್ತಿಗೇರ ಹೋಗ್ತೇವಿ' ಅಂತ ಹೇಳ್ತಾಳ. ಹಿಂಗ ನನ್ನ ಹೆಂಡತಿ ಸ್ನಾನದ ಪುರಾಣ ಎಷ್ಟ ಹೇಳಿದರೂ ಮುಗಿಯಂಗಿಲ್ಲಾ, ವಾರಕ್ಕ ಮೂರ–ನಾಲ್ಕ ಮಜಾ–ಮಜಾ ಘಟನೆಗಳು ನಡದ ನಡದಿರತಾವ.

ಹದಿನಾಲ್ಕ ವರ್ಷ ವನವಾಸಕ್ಕ ಹೋದಾಗ ಆ ಲಕ್ಷ್ಮಣ ತನ್ನ ಸ್ನಾನದ ಮನ್ಯಾಗಿನ ಹೆಂಡತಿನ ಎಷ್ಟ ಸರತೆ ನೆನಸಿಕೊಂಡಿದ್ದನೋ ಏನೋ ಗೊತ್ತಿಲ್ಲಾ. ಆದ್ರ ನಾ ಅಂತು ದಿವಸಾ ನನ್ನ ಹೆಂಡತಿ ಸ್ನಾನಕ್ಕ ಹೋದಾಗೊಮ್ಮೆ ಅವನ ಹೆಂಡತಿ ಊರ್ಮಿಳಾನ್ನ ನೆನಿಸೇ ನೆನಿಸಿರ್ತೇನಿ. ನನಗ ಒಮ್ಮೊಮ್ಮೆ ಅನಸ್ತದ, ಬಹುಶಃ ಲಕ್ಷ್ಮಣನೂ ತನ್ನ ಹೆಂಡತಿ

'ಏನ್ ದಿವಸಾ ಇಕಿ ತಾಸಗಟ್ಟಲೇ ಸ್ನಾನಕ್ಕ ಹೋಗ್ತಾಳ' ಅಂತ ತಲಿ ಕೆಟ್ಟ ವನವಾಸಕ್ಕ ಹೋದರೂ ಹೋಗಿರಬೇಕು ಅಂತ.

ಈಗ ನೋಡ್ರಿ. ನಾ ಆಕಿ ಬಚ್ಚಲಕ್ಕ ಹೋದಾಗ ಈ ಲೇಖನಾ ಬರೀಲಿಕ್ಕೆ ಶುರು ಮಾಡಿದ್ದೆ, ಈಗ ಈ ಲೇಖನ ಮುಗೀಲಿಕ್ಕೆ ಬಂದ ನೀವ ಓದೋದು ಮುಗಿಲಿಕ್ಕೆ ಬಂತ, ಆದ್ರ ಈಗ ಬಚ್ಚಲದಾಗಿಂದ ಕ್ಲಿನಿಕ್ ಪ್ಲಸ್ ಶ್ಯಾಂಪೂದ ವಾಸನೆ ಬರಲಿಕತ್ತದ, ಮಿನಿಮಮ್ ಇನ್ನೂ ಅರ್ಧಾ ತಾಸ ಬೇಕ ಆಕಿ ಸ್ನಾನ ಪೂರ್ತಿ ಮುಗಿಲಿಕ್ಕೆ. ಆಕಿ ಏನರ ಹಾಳಗುಂಡಿ ಬೀಳಲಿ ಬಿಡರಿ, ಖರ್ಚ ಆಗೋದು ನೀರು, ಸಬಕಾರ ಇಷ್ಟ ಅಲಾ, ಆಗಲಿ. ಸದ್ಯೇಕ ಈ ಪ್ರಹಸನ ಇಲ್ಲಿಗೆ ಮುಗಸ್ತೇನಿ, ಆಕಿ ಸ್ನಾನಕ್ಕ ಹೋಗಬೇಕಾರ 'ರೀ... ಸ್ನಾನ ಮುಗಸೊದರಾಗ ಗಿರಣಿಗೆ ಹೋಗಿ ಬಂದ, ಕಾಯಿ ಪಲ್ಯೆ ತೊಗೊಂಡ ಬರ್ರಿ' ಅಂತ ಹೇಳಿದ್ಲು. ಮತ್ತ ನಾ ಬರಕೋತ ಕೂತಿದ್ದ ನೋಡಿ 'ಅದ ಏನ ಸುಡಗಾಡ ಬರಕೋತ ಕೂತಿರಿ? ನಿಮಗ ಸ್ನಾನಕ್ಕ ಹೋಗೂ ಮುಂಚೆ ಹೇಳಿದ್ದಿಲ್ಲಾ? ಇಷ್ಟೊತ್ತಿಗೆ ನೀವ ಕಾಯಿಪಲ್ಯೆ ತಂದ ಅರ್ಧಾ ತಾಸ ಆಗಿರ್ತಿತ್ತ, ತಾಸಗಟ್ಟಲೆ ಆ ಸುಡಗಾಡ ಲೇಖನಾ ಬರಿಯೋದ ಒಂದ ಚಟಾ ಹೊಕ್ಕಬಿಟ್ಟದ" ಅಂತ ಬಚ್ಚಲದಾಗಿಂದ ಒದರಕೋತ ಹೊರಗ ಬಂದ್ರು ಬಂದಳ... ಹೇಳಲಿಕ್ಕೆ ಬರಂಗಿಲ್ಲಾ.

ಹಂಗ ಆಕಿ ಸ್ನಾನಕ್ಕ ಹೋದಾಗ ಮಿನಿಮಮ್ ಒಂದ ಎರಡ ಲೇಖನಾ, ಎರಕೊಳ್ಳಬೇಕಾರ ಒಂದ ಸಣ್ಣ ಕಾದಂಬರೀನ ಬರಿಬಹುದು ಬಿಡ್ರಿ. ಇರವಲ್ತಾಕ, ಮುಂದ ಮತ್ತ ಆಕಿ ಸ್ನಾನಕ್ಕ ಹೋದಾಗ ಬರದರಾತ.

ಹಂಗೇನರ ನಿಮ್ಮ ಮನೆಯವರು ಏನರ ನನ್ನ ಹೆಂಡತಿಗತೆ ತಾಸಗಟ್ಟಲೇ ಸ್ನಾನ ಮಾಡ್ತಿದ್ದರ 'ಏ, ಏನಲೇ! ಪ್ರೇರಣಾನ ಸ್ನಾನ ಆತಲಾ ನಿಂದೂ' ಅಂತ ಅಂದಗಿಂದಿರಿ ಮತ್ತ, ಅದಕ್ಕ ಉರ್ಮಿಳಾನ ಸ್ನಾನನ ಅನ್ನರಿ. ಸುಳ್ಳ ನನ್ನ ಹೆಂಡತಿ ಹೆಸರ ಯಾಕ ಬದನಾಮ ಮಾಡ್ತೀರಿ...

ನನ್ನ ಸಾಧನೆಯ 'ಸಮಾವೇಶ'...

ಇದೇನಪಾ ಸಾಧನೆಯ ಸಮಾವೇಶ, ಇಂವಾ ಏನ್ ಜೀವನದಾಗ ಹಂತಾದ ಸಾಧಸಿದಾ ಅಂತ ಸಮಾವೇಶ ಮಾಡ್ಕೊಳಿಕ್ಕೆ ಹೊಂಟಾನ ಅಂತ ಗಾಬರಿ ಆಗಬ್ಯಾಡರಿ. ನಾ ಹಂತಾದ ಏನ್ ಸಾಧಿಸಿಲ್ಲಾ, ಹಂಗ ಸಾಧಸಲಿಕ್ಕು ಹೋಗಂಗಿಲ್ಲಾ. ನನ್ನ ಕಡೆ ಆಗಂಗನ ಇಲ್ಲಾ, ನನ್ನ ಹೆಂಡತಿ ಸಾಧಸಲಿಕ್ಕ ಬಿಟ್ಟರಲಾ ನಾ ಏನರ ಸಾಧಸೋದು? ಹಂಗ ಜೀವನದಾಗ ಸಾಧಸೇ ತೀರಬೇಕು ಅಂದರ ಹೆಂಡತಿನ್ನ ಬಿಡಬೇಕಾಗತದ. ಕಟಗೊಂಡ ಹೆಂಡತಿನ್ನ ಬಿಡೋದು ಒಂದ ದೊಡ್ಡ ಸಾಧನೆನ ಆದರ ಸದ್ಯೇಕ ಅದೇನ ಬ್ಯಾಡ. ಇಷ್ಟ ದಿವಸ ಛಂದಾಗಿ ಹೆಂಡತಿ ಜೊತಿ ಹೊಂದಕೊಂಡ ಇದ್ದೇನಲಾ ಅದ ಒಂದ ದೊಡ್ಡ ಸಾಧನೆ ಅಂತ ಸಮಾಧಾನ ಮಾಡ್ಕೊಂಡ ಸುಮ್ಮನ ಇದ್ದರಾತು.

ಹಂಗರ ಇದ ಯಾ ಸಾಧನೆ ಸಮಾವೇಶದ ಬಗ್ಗೆ ನಾ ಹೇಳಿಕತ್ತೇನಿ ಅಂದರ, ನಾವು ನಮ್ಮ ದೋಸ್ತರ ಸರ್ಕಲ್‌ದಾಗ ಯಾರದರ ಹೆಂಡತಿ ಒಂದನೇದ ಬಸರಾಗಿ, ಸ್ಕ್ಯಾನಿಂಗ್ ಮಾಡಿಸಿ ಕನ್‌ಫರ್ಮ್ ಮಾಡ್ಕೊಂಡ, ಒಂದ ದೀಡ್ ತಿಂಗಳ ಸ್ಟಾರ್ಟಿಂಗ್‌ಗೆ ಬೆಡ್‌ರೆಸ್ಟ್ ತೊಗೊಂಡ ಆಮ್ಯಾಲೆ ಅವರೇನ ಮನ್ಯಾಗ ಕುಬಸಾ ಅಂತ ಮಾಡ್ತಾರಲಾ ಅದಕ್ಕ ಸಾಧನೆ ಸಮಾವೇಶ ಅಂತೇವಿ. ಯಾ ನನ್ನ ಮಗನ ಹೆಂಡತಿ ಹಡಿಯೋಕಿ ಇರತಾಳಲಾ, ಅದು ಆ ಮಗಾ ಮಾಡಿದ್ದ ಸಾಧನೆ. ಅಲ್ಲಾ ಇತ್ತೀಚಿಗೆ ಹೆಂಡತಿಗೆ ಗುಳಗಿ ಚಟಾ ಬಿಡಿಸಿ ಹಡಿಲಿಕ್ಕೆ ಹೂಂ ಅನ್ನಸೋದು ಒಂದ ದೊಡ್ಡ ಸಾಧನೆನ ಬಿಡ್ರಿ.

ಈಗ ಎಲ್ಲಾ ಬಿಟ್ಟ ಅದ ಯಾಕ ನೆನಪಾತು ಅಂದ್ರ ಮೊನ್ನೆ ಒಬ್ಬರ ಮನ್ಯಾಗ ಕುಬಸದ ಆಮಂತ್ರಣ ಬಂದಿತ್ತು. ನಾವು ಗಂಡಾ ಹೆಂಡತಿ ಕುಬಸಕ್ಕ ಹೋಗಿ ಕುಬಸದ (ಜಂಪರ್) ಪೀಸ್ ಉಡಿ ತುಂಬಿ ಊಟಾ ಹೊಡದ ಬಂದ್ವಿ. ಅವರ ಕುಬಸಕ್ಕ ಕರದಿದ್ದ ಮಂದಿ, ರಸ್ತೇದಾಗ ಹಾಕಸಿದ್ದ ಪೆಂಡಾಲ, ಮಾಡಿದ್ದ ಖರ್ಚ ನೋಡಿದರ ಅದರಾಗ ನಮ್ಮಂದೀವ ಮೂರ ಬಾಣೆಂತನಾ ಆಗತಿದ್ವು. ಅಲ್ಲಾ ಅದು ಕೆಲವಬ್ಬರ ಇಂಟರೆಸ್ಟ್ ಮತ್ತ

ಕೆಪ್ಯಾಸಿಟಿ ಬಿಡರಿ. ಯಾರ ತಯಾರ ಮಾಡಲಿಕ್ಕೆ ಎಷ್ಟ ಕಷ್ಟ ಪಟ್ಟಿರಿತಾರ ಅಷ್ಟ ಜೋರಲೆ ಕುಬಸಾ ಸೆಲೆಬ್ರೇಟ ಮಾಡ್ತಾರ. ನಾವೆಲ್ಲಾ ಮನಿ ಪೂರ್ತೇಕ, ಬಳಗದವರ ಒಳಗ ಮಾಡಿ ಮುಗಸ್ತೇವಿ, ಕೆಲವಬ್ಬರ ಊರ ಮಂದಿಗೆ ತೋರಸಲಿಕ್ಕೆ ಮಾಡ್ತಾರ ಇಷ್ಟ. ನಾ ಹಿಂಗ ಅವರ ಮನಿ ಕಾರ್ಯಕ್ರಮ ಮುಗಿಸಿಕೊಂಡ ಬರಬೇಕಾರ ನಂಗ ಹತ್ತ ವರ್ಷದ ಹಿಂದಿನ ನನ್ನ ಸಾಧನೆ ಸಮಾವೇಶಗಳು ನೆನಪಾದ್ವು, ಹಂಗ ನಾ ಹಡಿಲಿಕತ್ತಿದ್ದ ಒಂದ ಆದರೂ ಸಮಾವೇಶಗಳು ಮಾತ್ರ ಭಾಳ ಆದ್ವು, ಬಹುಶಃ ಇಂವಾ ಒಂದs ಹಡಿತಾನ ತೊಗೊ ಎರಡನೇದ ವಿಚಾರ ಮಾಡಲಿಕ್ಕಿಲ್ಲಾ ಅಂತ ನಮ್ಮ ಅತ್ತಿ ಮನೆಯವರು ಭಾರಿ ಭಾರಿ ನಮೂನೆ ನಮೂನೆ ಸಮಾವೇಶ ಅಂದರ ಕುಬಸಾ ಮಾಡಿದರು. ಅವೆಲ್ಲಾ ಒಮ್ಮಿಂದೊಮ್ಮೆಲೆ ನೆನಪಾದವು, ಹಂಗರ ನಿಮ್ಮ ಜೊತಿ ಹಂಚಗೊಂಡರಾತು ಅಂತ ವಿಷಯ ತಗದೆ ಇಷ್ಟ.

ಹಂಗ ಮದುವಿ ಆದಮ್ಯಾಲಿನ ನನ್ನ ಸತತ ಒಂದುವರಿ ವರ್ಷದ ಪ್ರಯತ್ನಕ್ಕ ಫಲಾ ಸಿಕ್ಕದ ಅಂತ ಮೊದ್ಲ ಗೊತ್ತಾಗಿದ್ದ 2002ರ ಏಪ್ರಿಲ್-ಮೇ ತಿಂಗಳದಾಗ. ಒಂದ್ಯಾರಡ ಸರತೆ ನನ್ನ ಹೆಂಡತಿ,

'ಯಾಕೊ ವಾಂತಿ ಬರೋ ಹಂಗ ಆಗಲಿಕತ್ತದ, ತಲಿ ತಿರಗತದ, ಊಟನ ಸೇರವಲ್ತು' ಅಂದಾಗ ನಾ ಆಕಿಗೆ,

'ಬಿಸಲಾಗ ಉಪ್ಪಿನಕಾಯಿ ತಿಂದ ಪಿರಿ-ಪಿರಿ ತಿರಗ್ಯಾಡತಿ, ಪಿತ್ತ ಆಗಲಾರದ ಏನ ಆಗತದ' ಅಂತ ಒಂದ ಬಾಟಲಿ ಜೆಲೋಸಿಲ್ ತಂದ ಕೊಟ್ಟಿದ್ದೆ. 'ಏ, ಅದರ ವಾಸನಿ ಕಂಡರ ಇನ್ನೂ ವಾಕರಕಿ ಬರತದ' ಅಂತ ಅದನ್ನ ತೊಗಂಡಮ್ಯಾಲೆ ಅದರ ಜೊತಿಗೆ ಉಂಡದ್ದು ವೈಕ್ ಮಾಡ್ಕೊಳ್ಳಿಕತ್ಲು. ನಾ ಗಾಬರಿ ಆಗಿ ಯಾ ಬಾಟಲಿ ಕೊಟ್ಟೇನಪಾ ಎಲ್ಲೇರ ಬ್ಯಾರೆ ಯಾವದರ ಬಾಟಲಿ ಕೊಟ್ಟೇನಿನ ಆಕಿಗೆ ಅಂತ ನೋಡಿದರ ಅದ ಕರೆಕ್ಟ ಗುಲಾಬಿ ಬಣ್ಣದ್ದ ಬಾಟಲಿನ ಇತ್ತ. ಅಷ್ಟರಾಗ ನಮ್ಮವ್ವಗ ಬಚ್ಚಲದಾಗ ಏನ ವಾಸನಿ ಬಡೀತೊ ಏನೋ, 'ಏನರ ಆಗಲಿ ಡಾಕ್ಟರಗೆ ತೋರಿಸಿಗೊಂಡ ಬರೋಣ, ಹಿಂಗ ಉಂಡದ್ದೆಲ್ಲಾ ವಾಂತಿ ಮಾಡ್ಕೊಂಡರ ಹೆಂಗ, ಮೊದ್ಲ ತುಟ್ಟಿ ಕಾಲ' ಅಂತ ಅಂದ್ಲು. ನಂಗೂ ಆಕಿ ಹೇಳೋದು ಸರಿ ಅನಸ್ತು, ಕಡಿಕೆ ಅತ್ತಿ ಸೊಸಿ ಇಬ್ಬರು ಹೋಗಿ ತೋರಿಸಿಗೊಂಡ ಬಂದ,

'ಪ್ರಶಾಂತಾ, ನಿನ್ನ ಹೆಂಡತಿ ಗದ್ಲಾ ಹಾಕ್ಯಾಳೋ, ಆಕಿಗೆ ದೀಡ ತಿಂಗಳ ತುಂಬ್ಯಾವ' ಅಂತ ನನ್ನ ಬಾಯಾಗ ಒಂದ ಅರ್ಧಾ ಚಮಚಾ ರೇಶನ್ ಸಕ್ಕರಿ ಹಾಕಿದ್ಲು. ಅಲ್ಲಾ ಅದು ಇಬ್ಬರೂ ಕೂಡೇ ಗದ್ಲಾ ಹಾಕಿದ್ದ. ಆಕಿ ಬಾಯಾಗೂ ಒಂದ ಚೂರ ಹಾಕು ಅಂತ ಹಾಕಿಸಿದೆ. ಅಷ್ಟರಾಗ ನನ್ನ ಹೆಂಡತಿ ತಮ್ಮ ತವರ ಮನಿಗೆ ಫೋನ್ ಹಚ್ಚಿ ಅವರವ್ವಾ ಅಪ್ಪಗ ಸುದ್ದಿ ಮುಟ್ಟಿಸಿದ್ಲು. ಒಟ್ಟ ನಮ್ಮ ಎರಡು ಮನ್ಯಾಗೂ ಎಲ್ಲಾರು ಅಗದಿ ಖುಶ್ ಆಗಿಬಿಟ್ಟರು.

ಮುಂದ ಹಿಂಗ ಒಂದ ತಿಂಗಳಾಗಲಿಕ್ಕೆ ಬಂದಿತ್ತ, ಈಕಿದ ವೈಕ-ವೈಕ ಕಂಟಿನ್ಯೂ ಇತ್ತ. ಆದರೂ ಮ್ಯಾಲೆ ಅದು ಬೇಕ, ಇದು ಬೇಕು ಶುರುವಾಗಿತ್ತ.

ಒಂದ ದಿವಸ 'ರ್ರೀ ನಾಳೆ ಮಧ್ಯಾಹ್ನ ನಮ್ಮವ್ವ ಒಂದ ನಾಲ್ಕ ಮಂದಿನ ಕರಕೊಂಡ ಬಂದ ನಂಗ ಕಳ್ಳ ಕುಬಸಾ ಮಾಡೋರ ಇದ್ದಾರ, ಊಟಕ್ಕ ಬರಬೇಕಾರ ಮಿಶ್ರಾದಾಗ ಏನರ ಸ್ವೀಟ್ ತೊಗಂಡ ಬರ್ರಿ' ಅಂದ್ಲು.

ನಾ ಇಷ್ಟ ದಿವಸ ಕುಬಸಾ ಕೇಳಿದ್ದೆ, ಆದರ ಕಳ್ಳ ಕುಬಸಾ ಕೇಳಿದ್ದಿಲ್ಲಾ. ಹಂಗ ನಮ್ಮ ಮನ್ಯಾಗ ನಂಗ ತಿಳವಳಿಕೆ ಬಂದ ಮ್ಯಾಲೆ ಯಾ ಕುಬಸಾನು ನಡದಿದ್ದಿಲ್ಲಾ, ಇನ್ನ ನಮ್ಮವ್ವ ಚೊಚ್ಚಲ ಬಸರಿದ್ದಾಗ ಕುಬಸಾ ಮಾಡಿದಾಗ ನಾನ ಹೊಟ್ಟ್ಯಾಗಿದ್ದೆ. ಹಿಂಗಾಗಿ ಕಳ್ಳ ಕುಬಸದ ಬಗ್ಗೆ ಗೊತ್ತಿದ್ದಿಲ್ಲಾ.

'ಅಲ್ಲಲೇ, ಕಳ್ಳ ಕುಬಸ ಯಾಕ, ನಾವೇನ ಕಳುವಿಲೇ ಮಾಡೇವೇನ? ಇನ್ನೊಂದ ಎರಡ ತಿಂಗಳ ಬಿಟ್ಟ ಖುಲ್ಲಂ ಖುಲ್ಲಾ ಕುಬಸಾ ಮಾಡವಲ್ಲಾರಕ ತೊಗೊ' ಅಂದೆ.

'ಹಂಗ ಅಲ್ಲರೀ, ಕಳ್ಳ ಕುಬಸಾ ಅಂದ್ರ ತವರಮನಿಯವರು ಮನಿ ಪೂರ್ತೇಕ ಹೊರಗಿನ ಮಂದಿಗೆ ಗೊತ್ತಾಗಲಾರದಂಗ ಮಾಡ್ತಾರ' ಅಂದ್ಲು.

'ತವರಮನಿಯವರು ಮಾಡ್ತಾರ ಅಂದ್ರ ತವರಮನಿ ಒಳಗ ಮಾಡಬೇಕ, ನಮ್ಮನಿಗೆ ಯಾಕ ಬಂದ ಮಾಡ್ತಾರ, ಅದು ನಾಲ್ಕೈದ ಮಂದೀನ ಕರಕೊಂಡ ಬಂದ' ಅಂದೆ.

'ಅಲ್ಲರೀ, ನಂಗ ಡಾಕ್ಟರ್ ಧಡಕಿ ಒಳಗ ಹೋಗಬ್ಯಾಡಾ ಅಂದಾರ, ನಾ ಹೆಂಗ ಆಟೋದಾಗ ಹೋಗಲಿ? ಅದರಾಗ ಆ ನೇಕಾರನಗರದ ರೋಡ್‌ನಾಗ ಹೋಗಿ ಬಿಟ್ಟರ ನಂದ ನಾಳೆ ಡಿಲೇವರಿ ಆಗಿ ಬಿಡತದ, ಮತ್ತ ಒಂದ ಹೋಗಿ ಒಂದ ಆದರ ಯಾರ ಜವಾಬ್ದಾರಿ?' ಅಂದ್ಲು. ಆಕಿ ಹೇಳೋದು ಖರೇನ, ಆ ನೇಕಾರ ನಗರ ರಸ್ತೆದಾಗ ಯಾರರ ದಿಂದಾಗ ಇದ್ದೋರ ಒಂದ ಎರಡ ಸರತೆ ಅಡ್ಯಾಡಿ ಬಿಟ್ಟರ ಡಿಲೇವರಿನ, ಅದು ನಾರ್ಮಲ ಮತ್ತ.

ಅದರಾಗ ಇತ್ತೀಚಿಗೆ ಯಾರದರ ಕನ್ಸೀವ್ ಆಗಿದ್ದ ಕನ್‌ಫರ್ಮ್ ಆಗೋ ಪುರಸತ್ತ ಇಲ್ಲದ ಡಾಕ್ಟರ್ 'ನೀವ ಎರಡ ತಿಂಗಳ ಫುಲ್ ರೆಸ್ಟ್ ಮಾಡಬೇಕು' ಅಂತ ಹೇಳಿ ಹೆದರಿಸಿ ಬಿಡ್ತಾರ, ಅದರಾಗ ಒಂದನೇದ ಇದ್ದಾಗ ನಾವು ಹೆದರಿ ಅವರ ಹೇಳಿದಂಗ ಕೇಳ್ತೇವಿ, ಮನ್ಯಾಗ ಅತ್ತಿ ಸಹಿತ ಎರಡ ತಿಂಗಳ ಏನೋ ಸೊಸಿ ಹಡಿತಾಳ ಅಂತ ಆಕಿಗೆ ಏನೂ ಕೆಲಸಾ ಹಚ್ಚಂಗಿಲ್ಲಾ.

ಆತ ತೊಗೊ ಅದೇನ ಶಾಸ್ತ್ರನೊ ಬಂದ ಮಾಡ್ಕೊಂಡ ಹೋಗವಲ್ಲರಾಕ ಅಂತ ನಾನೂ ಸುಮ್ಮನಾದೆ. ಮರುದಿವಸ ಒಂದ ನಾಲ್ಕೈದ ಮಂದಿ ಹೆಣ್ಣ ಮಕ್ಕಳ ಬಂದ ಕಳ್ಳ ಕುಬಸಾ ಅಂತ ಆರತಿ ಮಾಡಿ ನಮ್ಮ ಮನ್ಯಾಗ ಊಟಾ ಹೊಡದ ಹೋದರು.

ಮುಂದ ಹಿಂಗ ಒಂದ ವಾರ ಆಗಿತ್ತಿಲ್ಲೊ ಮತ್ತ ನಮ್ಮತ್ತಿ ಬರತಾರ ಈ ಸಲಾ ಏಳೆಂಟ ಮಂದಿ ಕರಕೊಂಡ ಬರತಾರ ಅಂತ ಗೊತ್ತಾತ.

'ಏ, ಮತ್ತ ಯಾಕ ಬರತಾರಲೇ, ಅದು ಮಧ್ಯಾಹ್ನ ಊಟದ ಹೊತ್ತಿಗೆ, ಮೊನ್ನೆನ ಬಂದ ಹೋಗ್ಯಾರಲಾ' ಅಂದೆ.

'ರ್ರೀ, ಅವರ ಬಯಕಿ ಊಟಾ ತೊಗೊಂಡ ಬರಲಿಕತ್ತಾರ, ಹಂಗ ಖಾಲಿ ಕೈಲೆ ಏನ ಬರಲಿಕತ್ತಿಲ್ಲಾ, ನಾವ ಬರೇ ಎಂಟತ್ತ ಮಂದಿಗೆ ಒಂದ ಅನ್ನಾ ಹುಳಿ, ಶಾವಿಗೆ ಪಾಯಸಾ, ಒಂದ್ಯಾರಡ ಪಲ್ಯಾ, ಹಪ್ಪಳಾ–ಸಂಡಿಗೆ ಇಷ್ಟ ಮಾಡಿದರಾತ' ಅಂದ್ಲು. ಯಪ್ಪಾ ದೇವರ, ಯಾವಾಗಿಂದ ಈಕಿದ ಇಶ್ಯು ಶುರು ಆಗೇದಲಾ, ಆವಾಗಿಂದ ನಂಗ ಖರೇನ ಯಾಕರ ಈಕಿದ ಶುರು ಆತು ಅನಿಸಿಬಿಟ್ಟಿತ್ತು. ಏನ ಗುಳಗಿ, ಏನ ಟಾನಿಕ್, ಅವನೌನ ಐರನ್ ಅಂತ, ಝಿಂಕ್ ಅಂತ, ಕ್ಯಾಲ್ಸಿಯಮ್ ಅಂತ, ನಾ ಆ ಒಂದ ಕಾಪರ್(ಟಿ) ತಗಿಸಿದ್ದ ತಪ್ಪಿಗೆ ಇಷ್ಟೆಲ್ಲಾ ತಂದ ಕೊಡೊಹಂಗ ಆಗೇದ ಅನಸ್ತು.

ಆತ. ಆಗಿದ್ದ ಆಗಿ ಹೋತ. ತಪ್ಪ ನಂದ ಅಂತ ಸುಮ್ಮನಾದೆ. ಮರುದಿವಸ ನಮ್ಮ ಅತ್ತಿ ಎಂಟ ಮಂದಿ ಕರಕೊಂಡ ನಾಲ್ಕ ಮಂದಿಗೆ ಸಾಲೋ ಅಷ್ಟ ಬಯಕಿ ಊಟಾ ಕಟಗೊಂಡ ಬಂದ ನಮ್ಮ ಮನ್ಯಾಗ ಊಟಾ ಹೊಡದ ಹೋದ್ರ.

ಹಿಂಗ ಒಂದೆರಡ ತಿಂಗಳಾಗಿತ್ತ ಇಲ್ಲೋ ಸಾರ್ವಜನಿಕವಾಗಿ 'ಉದ್ಘಾಟನಾ ಕುಬಸ'ದ ಅನೌನ್ಸಮೆಂಟ್ ಆತ, ಪುಣ್ಯಾಕ ಅದ ಆಕಿ ತವರಮನಿ ಕುಬಸಾ, ಖರ್ಚ ನಂದ ಇದ್ದಿದ್ದಿಲ್ಲಾ. ಒಂದ ಸರತೆ ತವರಮನಿಯವರು ಕುಬಸಾ ಮಾಡಿದ ಮ್ಯಾಲೆ ಬ್ಯಾರೆಯವರು ಅಂದರ ಸಾರ್ವಜನಿಕರು ಕುಬಸಾ ಮಾಡಬಹುದಂತ. ಅದಕ್ಕ ನಾ ಹೇಳಿದ್ದ ಇದು ಉದ್ಘಾಟನಾ ಕುಬಸಾ ಅಂತ.

ನಂಗರ ಈಕಿ ವಾಂತಿ–ಬಯಕಿ ಒಳಗ ಐದ ತಿಂಗಳ ಹೆಂಗ ಹೋತು ಗೊತ್ತ ಆಗಿದ್ದಿಲ್ಲ. ನಮ್ಮ ಬೀಗರು ಅಗದಿ ಉಮೇದಿಲಿ ಇಡಿ ನೇಕಾರನಗರ ಮಂದಿಗೆ ಕರದಿದ್ದರು. ನಾ ಹಿಂತಾ ಕುಬಸದಾಗ ಅಳಿಯಾಗ ಚೈನ್, ಉಂಗುರಾ ಕೊಡ್ತಾರಂತ ಕೇಳಿದ್ದೆ. ಹಿಂಗಾಗಿ ಅಗದಿ ಟಿಪ್ ಟಾಪ್ ಆಗಿ ನಮ್ಮ ಪೈಕಿ ಒಂದ ಹತ್ತ ಮಂದಿಗೆ ಕರಕೊಂಡ ಹೋಗಿದ್ದೆ. ಆಕಿಗೆ ಆರತಿ ಮಾಡಿ ರೇಶ್ಮೆ ಸೀರಿ ಕೊಟ್ಟ,

'ಏ, ಎಲ್ಲಿದ್ದಾನ ಅಂವಾ ಗದ್ಲ ಹಾಕಿದಂವಾ? ಕರೀರಿ ಅವನ್ನೂ. ಇದೆಲ್ಲಾ ಅವಂದ ಕಿತಾಪತಿ' ಅಂತ ನನ್ನ ಹೆಂಡತಿ ಅಜ್ಜಿ ಒದರಿ, ಕರದ ಆಕಿ ಬಾಜುಕ ಕೂಡಸಿದರು. ನಮ್ಮ ಮಾವ ಬಂದ ಒಂದ ಉದ್ದ ಕುಂಕಮಾ ನನ್ನ ಮಾಟನ ಹಣಿ ಮ್ಯಾಲೆ ಎಳದ ಕೈಯಾಗ ಒಂದ ಅಂಗಿ ಚಡ್ಡಿ ಅಂದರ ಪ್ಯಾಂಟ್ ಶರ್ಟದ್ದ ಪಾಕೆಟ್ ಕೊಟ್ಟ. ಮನಸ್ಸಿನಾಗ 'ಭಾಳ ಶಾಣ್ಯಾ ಇದ್ದಿ, ಇನ್ನೊಂದ ಎರಡ ವರ್ಷ ತಡಕೊಳ್ಳಿಕ್ಕೆ ಬರತಿದ್ದಿಲ್ಲಾ' ಅಂತ ನಮಸ್ಕಾರ ಮಾಡಿದರು. ನಾ ತಿರುಗಿ ಬಗ್ಗಿ ನಮ್ಮ ಮಾವಾ ಅತ್ತಿಗೆ 'ಏನೋ ನಿಮ್ಮ ಪುಣ್ಯಾ, ನಾ ನಿಮ್ಮ ಮಾರಿ ನೋಡಿ ಇಷ್ಟ ದಿವಸ ತಡದಿದ್ದೆ, ಹಂಗ ನಾ ಮನಸ್ಸ ಮಾಡಿದ್ದರ ಮದುವಿಗಿಂತಾ ಮುಂಚೇನ ಕುಬಸಾ ಮಾಡಿಸಿಬಿಡ್ತಿದ್ದೆ' ಅಂತ ಮನಸ್ಸಿನಾಗ ಅಂದ ನಮಸ್ಕಾರ ಮಾಡಿ ಎದ್ದೆ.

ನಂಗ ಅವರ ಬರೇ ಪ್ಯಾಂಟ್ ಶರ್ಟ್ ಅರಬಿ ಕೊಟ್ಟಿದ್ದ ನೋಡಿ ಸಿಟ್ಟ ನೆತ್ತಿಗೇರತ. ಅವನೌನ ಇದೇನ ಕಡಿಮೆ ಸಾಧನೆ ಏನರಿ, ಒಂದ ಗಂಡಸ, ಗಂಡಸ ಅಂತ ಖಾತ್ರಿ ಮಾಡೋ ಸಾಧನೆ. ಹಿಂತಾದಕ್ಕ ಬರೇ...ಅಲ್ಲಾ ಎಷ್ಟ ತ್ರಾಸ ಅದ ಇವತ್ತ ಒಂದ ತಯಾರ ಮಾಡೋದ, ನಾ ಎಷ್ಟ ಕಷ್ಟ ಪಟ್ಟೇನಿ! ಒಂದ ಚೂರರ ಅದಕ್ಕ ಅಪ್ರಿಸಿಯೇಶನ್ ಬ್ಯಾಡಾ? ಹೋಗಲಿ ನಂದ ಗೋಣ ದೊಡ್ಡದ ಅದ, ಚೈನ್ ಇಲ್ಲಾಂದರು ಇಷ್ಟ ಹೋತ. ಬಟ್ಟ ಸಣ್ಣವ ಇದ್ವು, ಒಂದ ಉಂಗುರಕ್ಕೇನ ಕೇಡ ಇವರಿಗೆ? ಇವತ್ತ ನನ್ನ ಹೆಂಡತಿ ಬಸರಾಗಿದ್ದಿಲ್ಲಾ ಅಂದರ ನಿಮ್ಮಗಳನ ನಿಮ್ಮ ಮನ್ಯಾಗ ಇಟಗೋರಿ ಅಂತ ಆಕಿನ್ನ ಅಲ್ಲೇ ಬಿಟ್ಟ ಹೋಗತಿದ್ದೆ, ಖರೇನ ಅಷ್ಟ ಸಿಟ್ಟ ಬಂದಿತ್ತ. ನಮ್ಮ ಅವ್ವಾ-ಅಪ್ಪಾ 'ಹೋಗಲಿ ಬಿಡ ಮತ್ತ ನೀ ಅಷ್ಟಕ್ಕ ಜಗಳಾಡಿ ಅವರ ಜೊತಿ ಹರಕೊಂಡ ಕಡಿಕೆ ನಾವ ಎಲ್ಲರ ಬಾಣಂತನ ಮಾಡೋ ಹಂಗ ಆಗಿ-ಗಿಗಿತ್ತ' ಅಂತ ನನಗ ಸಮಾಧಾನ ಮಾಡಿದರು. ನಾ ಅವತ್ತ ಮನಸ್ಸಿನಾಗ ಅವರಿಗೆ ಶಾಪಾ ಕೊಟ್ಟ ಬಿಟ್ಟೆ. 'ನಿಮ್ಮ ಮಗಳದ ಸಿಜೇರಿಯನ್ ಡಿಲೇವರಿನ ಆಗಲಿ, ನನ್ನ ಚೈನ್ ರೊಕ್ಕ ಅಲ್ಲೇ ಖರ್ಚ ಆಗಲಿ' ಅಂತ.

ಆದರ ಬಂದ ಮಂದಿ ಎಲ್ಲಾ 'ಕುಬಸಾ ಭಾರಿ ಆರ್ಭಟ ಆತು, ಏನ ಜನಾ-ಏನ ಊಟಾ' ಅಂತ ನನ್ನ ಹೆಂಡತಿಗೆ ಒಂದ ಸಸ್ತಾ ಜಂಪರ್ ಪೀಸ್ ಉಡಿ ತುಂಬಿ 'ಗಂಡಸ ಮಗನ ಹಡೀವಾ' ಅಂತ ಆಶೀರ್ವಾದ ಮಾಡಿ ಹೋದರು.

ನಾ ಇನ್ನ ಈ ವಿಷಯ ಸುಳ್ಳ ನನ್ನ ಹೆಂಡತಿಗೆ ಹೇಳಿ ಆಕಿಗೆ ಸ್ಟ್ರೆಸ್ ಮಾಡೋದ ಬ್ಯಾಡಾ ಮೊದ್ಲ ಬಸರೆಂಗಸು ಅಂತ ಸುಮ್ಮನಾದೆ. ಇನ್ನೇನ ನಾವ ನಮ್ಮ ಮನಿಗೆ ಹೋಗಬೇಕು ಅನ್ನೋದರಾಗ ನಮ್ಮತ್ತಿ

'ಹಂಗರ ಬರೋ ಹುಣ್ಣಿಮೆಗೆ ಮಾಡೋಣ?' ಅಂತ ನಮ್ಮವ್ವಗ ಹೇಳಿ ಹೋದರು. ನಾ ಈಗ ಮತ್ತೇನ ಮಾಡೋರಪಾ ಅಂತ ನಮ್ಮವ್ವಗ ಕೇಳಿದ್ರ 'ಬರೋ ಹುಣ್ಣಿಮೆಗೆ ಬೆಳದಿಂಗಳ ಕುಬಸಾ ಮಾಡಬೇಕಂತ ಮಾಡೇವಿ, ಅದಕ್ಕ ಅವರಿಗೆಲ್ಲಾ ನಮ್ಮ ಮನಿಗೇ ಬಾ ಅಂತ ಹೇಳೀನಿ' ಅಂದ್ಲು. ಹಕ್ಕ್, ಆತ ತೊಗೊ ನನ್ನ ಹೆಂಡತಿಗೆ ಕುಬಸಾ ಮಾಡಿ ಮಾಡಿ ನಂದ ಡಿಲೇವರಿ ಆಗ್ತದ ಅಂತ ಗ್ಯಾರಂಟೀ ಆತ.

ಮುಂದ ಒಂದ ವಾರಕ್ಕ ಹುಣ್ಣಿಮೆ ಬಂದ ಬಿಡತ. ಮತ್ತ ನಮ್ಮ ಅತ್ತಿ ಮನಿಯಿಂದ ಒಂದ ಮುಷ್ಟಿ ಮಂದಿ ಹಾಜರ, ನಮ್ಮನಿ ಟೇರೇಸ್ ಮ್ಯಾಲೆ ಬೆಳದಿಂಗಳ ಬೆಳಕ ಸಾಲಂಗಿಲ್ಲಾಂತ ಮತ್ತ ಶಾಮಿಯಾನದವರಿಗೆ ಹೇಳಿ ಎರಡ ಬಿಳೆ ಫೋಕಸ್ ಲೈಟ್ ಹಾಕಿಸಿ ನನ್ನ ಹೆಂಡತಿಗೆ ಆರತಿ ಮಾಡಿ ಊಟಾ ಹೊಡದ ನನ್ನ ಮಾರಿಗೆ ಮಂಗಳಾರತಿ ಮಾಡಿ ಹೋದರು. ಹಿಂಗ ಒಂದ ವಾರ ಕಳೀತ ಅನ್ನೋದರಾಗ ಮತ್ತ ಅವರವ್ವನ ಫೋನ್ ಬಂತು, ಈಕಿ ಅದು ಇದು ಮಾತಾಡತ ಮಾತಾಡತ ಕಡಿಕೆ,

'ನಾಳೆ ಲಗೂನ ಬರ್ರಿ ಹಂಗರ, ಟಿಫಿನ್ ಇಲ್ಲೆ ಮುಗಿಸಿಕೊಂಡ ಹೋಗ್ರಿ'...

'ಏ, ಅದರಾಗ ಏನ ತ್ರಾಸ ತೊಗಳವ್ವಾ, ಒಂದ ನಾಲ್ಕ ಮಂದಿಗೆ ಇಡ್ಲಿ ವಡಾ ಮಾಡೋದ ಏನ ತ್ರಾಸಿನು, ನಮ್ಮತ್ತಿ ಎಲ್ಲಾ ಮಾಡ್ತಾರ ತೊಗೊ' ಅಂತ ಫೋನ್ ಇಟ್ಟಳು. ನಾ ಬಾಯಿ ತಗದ ಆಕಿ ಮಾರಿನ್ನ ನೋಡಲಿಕ್ಕೆ ಹತ್ತಿದ್ದೆ. ಆಕಿ ಸೂಕ್ಷ್ಮ ತಿಳ್ಕೊಂಡ್ಲು.

'ಏನಿಲ್ರಿ, ನಾಳೆ ಬೆಳಿಗ್ಗೆ 'ಎಳೆ ಬಿಸಿಲ ಕುಬಸಾ' ಮಾಡ್ತಾರಂತ ನಮ್ಮವ್ವ, ಅದಕ್ಕ ಇಲ್ಲೆ ನಾಷ್ಟಾ ಮುಗಿಸಿಕೊಂಡ ಹೋಗರಿ ಅಂತ ಹೇಳಿದೆ' ಅಂತ ಅಂದ್ಲು. ನಾ ಏನು ಮಾತಾಡಲಿಲ್ಲಾ. ಅಲ್ಲಾ ಮೊನ್ನೆ ಬೆಳದಿಂಗಳ ಕುಬಸಾ ಮಾಡಲಿಕ್ಕೆ ಬಂದಾಗ ಇಲ್ಲೆ ವಸ್ತಿ ಮಾಡಿ ಮುಂಜಾನೆ ಎದ್ದ ಎಳೆ ಬಿಸಲ ಕುಬಸಾ ಮಾಡ್ಕೊಂಡ ಹೋಗಲಿಕ್ಕೆ ಬರತಿತ್ತಿಲ್ಲೊ ಅನ್ನೋವ ಇದ್ದೆ, ಆದರ ಹೋಗಲಿ ಬಿಡ ನಾ ಯಾಕ ಅಂದ ಕೆಟ್ಟ ಆಗಬೇಕಂತ ಸುಮ್ಮನಾದೆ.

ಮುಂದ ಒಂದ ಸ್ವಲ್ಪ ದಿವಸಕ್ಕ ನನ್ನ ಹೆಂಡತಿ ಒಂದ ಸ್ವಲ್ಪ ಅಡ್ಯಾಡೊ ಹಂಗ ಆಗಿದ್ಲು, ಡಾಕ್ಟರ ಅಡ್ಡಿಯಿಲ್ಲಾ. ಇನ್ನ ನೀವು ಸ್ವಲ್ಪ ವಾಕಿಂಗ್ ಮಾಡ್ಕೋತ ಇರ್ರಿ ಅಂತ ಬ್ಯಾರೆ ಹೇಳಿದ್ರು, ಈಕಿ ವಾರಕ್ಕ ಎರೆಡರಡ ಮನಿಗೆ ಕುಬಸಾ ಅಂತ ಹೋಗಲಿಕತ್ಲು. ನಾನು ಹೋದರ ಹೋಗಲಿ ಬಿಡ 'ಊಟ ಹೋದರ ಕೋಟಿ ಲಾಭ' ಅಂತ ಸುಮ್ಮನಿದ್ದೆ. ಬರಬರತ ಮಂದಿ ಮನಿ ಕುಬಸಾ ಜಾಸ್ತಿ ಆಗಲಿಕತ್ತು. 'ಲೇ, ಇದೇನ ನಿನ್ನವು ಸಾರ್ವಜನಿಕ ಕುಬಸ ಜೋರ ನಡದಾವಲಾ' ಅಂದರ 'ಏನೋ ನಾಲ್ಕ ಮಂದಿಗೆ ಹಚಗೊಂಡೇನಿ, ಹಡೆಯೋತನಕ ಮಾಡ್ತಾರ, ಹಡದ ಮ್ಯಾಲೆ ಯಾರ ಮಾಡ್ತಾರ' ಅಂದ್ಲು. ಒಂದೊಂದ ಕುಬಸಕ್ಕ ಏನಿಲ್ಲಾಂದರೂ ಒಂದ ನೂರ ರೂಪಾಯಿ ಬಡದ ಆಟೊ ಮಾಡ್ಕೊಂಡ ಜೊತಿಗೆ ಅವರವ್ವನ ಇಲ್ಲಾ ನಮ್ಮವ್ವನ ಕರಕೊಂಡ ಹೋಗೋಕಿ, ಬರ್ತ ಒಂದ ಮೂವತ್ತ ರೂಪಾಯಿದ್ದ ಜಂಪರ್ ಪೀಸ್ ತೊಗೊಂಡ ಬರೋಕಿ. ಕೆಲವೊಂದ ಕಡೆ ಒಂದ ನಾಲ್ಕೈದೆ ಮಂದಿ ಕೂಡಿ ಸಾಮೂಹಿಕ ಕುಬಸಾನು ಮಾಡಿದ್ರು. ನಾ ಮಾತ್ರ ಏನೂ ಮಾತಾಡಲಿಕ್ಕೆ ಹೋಗಲಿಲ್ಲಾ. ಸುಳ್ಳ ಯಾಕ ಆಕಿದ ಸ್ಟ್ರೆಸ್ ಜಾಸ್ತಿ ಮಾಡಬೇಕು ಅಂತ ಬಿಟ್ಟಬಿಟ್ಟೆ. ಮುಂದ ಒಂದ ಎರಡ ದಿವಸ ಯಾಕೋ ಖಾಲಿ ಇದ್ಲು, ಯಾರ ಕುಬಸಕ್ಕ ಕರದಿದ್ದಿಲ್ಲ ಕಾಣತಾದ. ಆಕಿಗೆ ಭಾಳ ಭಣಾ-ಭಣಾ ಅನ್ನಲಿಕತ್ತು.

'ರ್ರೀ, ಯಾವದರ ತೋಟಕ್ಕ ಕರಕೊಂಡ ಹೋಗರಿ, ತೋಟದಾಗ ಕುಬಸಾ ಮಾಡಿಸ್ಗೊಬೇಕ ಅಂತ ಅನಸಲಿಕತ್ತದ' ಅಂದ್ಲು.

'ಲೇ, ಇದ ಹುಬ್ಬಳ್ಳಿ, ಇಲ್ಲೆ ಯಾ ತೋಟ-ಗೀಟ ಇಲ್ಲಾ, ಗ್ಲಾಸ್ ಹೌಸ್, ಉಣಕಲ ಕೆರಿ ಎರಡ ಅವ, ಬೇಕಾರ ಅಲ್ಲೇ ಊಟಾ ಕಟಗೊಂಡ ಹೋಗಿ ಉಂಡ ಬಾ' ಅಂದೆ. ಆದರ ಆಕಿ ಏನ ಕೇಳಲಿಲ್ಲಾ. ಕಡಿಕೆ ನಮ್ಮವ್ವಾ ಹಂಗ ಹೆಣ್ಣಮಕ್ಕಳ ಬಯಕಿ ತೀರಸಲಿಲ್ಲಾ ಅಂದರ ಹುಟ್ಟೋ ಕೂಸಿಂದ ಕಿವಿ ಸೋರತದ ಅಂತ ಹೆದರಿಸಿದ್ದಕ್ಕ ಊಟಾ ಕಟಗೊಂಡ ಪಿ.ಬಿ. ರೋಡ್‌ನಾಗ ಯಾರದೊ ಗೊರ್ತ ಇಲ್ಲಾ ಖೂನ ಇಲ್ಲದವರ ಹೊಲದಾಗ ಕಳುವಿಲೆ ಊಟಾ ಮಾಡಿ ಬಂದ್ವಿ.

ಎರಡ ದಿವಸ ಬಿಟ್ಟ ಅವರವ್ವನ ಫೋನ್ ಬಂತ, ನಾ ಮತ್ತ ಇದೇನ ಬಂತಪಾ ಅಂತ ಕೇಳಿದರ 'ಏನಿಲ್ಲ ತೊಗೊರಿ, ಹಂಗ್ಯಾಕ ಗಾಬರಿ ಆಗ್ತೀರಿ? ನಮ್ಮವ್ವ ಹೋಟೆಲ್ ಕುಬಸಾ ಮಾಡ್ತಾರಂತ, ಅದಕ್ಕ ನಾಳೆ ಮಧ್ಯಾಹ್ನ ಬಸಪ್ಪನ ಖಾನಾವಳಿಗೆ ಬಂದ ಬಿಡು' ಅಂತ ಹೇಳಿದರು ಅಂದ್ಲು. ಅವನೌನ ಏನ ಕುಬಸಲೇ ಇವು, ಸುಮ್ಮನ ನಾನು ಯಾಕ ಹೆಣ್ಣ ಆಗಿ ಹುಟ್ಟಲಿಲ್ಲಾ ಅನಸ್ತು.

ಇತ್ತಲಾಗ ಆಕೀವು ಸಾರ್ವಜನಿಕ-ಸಾಮೂಹಿಕ ಕುಬಸ, ಮಂದಿ ಮಾಡೋವು ಹಂಗ ಚಾಲ್ತಿ ಇದ್ದವು. ಒಮ್ಮೊಮ್ಮೆ ಅಂತು ದಿವಸಕ್ಕ ಎರೆಡೆರಡು.

ಒಂದ ದಿವಸ ಯಾರದೊ ಮನಿ ಕುಬಸಾ ಮುಗಿಸಿಕೊಂಡ ಬಂದೋಕಿನ,

'ರ್ರಿ, ಯಾರದರ ಮನ್ಯಾಗ ತೂಗ ಮಂಚ ಇದ್ದರ ಕೇಳ್ರಿ, ತೂಗ ಮಂಚ ಕುಬಸಾ ಮಾಡ್ಕೋಬೇಕು' ಅಂದ್ಲು. ನಂಗ ಈ ಸರತೆ ಭಾಳ ತಲಿ ಕೆಟ್ಟತ.

'ಲೇ, ನಿನೌನ, ನೀ ಒಂದ ಬಸರಾಗೋದರಾಗ ಇದ್ದ ಮನಿ ಮಂಚನ ತೂಗ್ಯಾಡಲಿಕತ್ತದ ನಿನ್ನ ವೇಟಿಗೆ. ಮತ್ತ ತೂಗ ಮಂಚ ಅಂತ ತೂಗ ಮಂಚಾ. ಇನ್ನ ಹಡೇಯೋ ತನಕ ಯಾವದರ ಕುಬಸಾ ಅಂದರ ನೋಡ ನಿನ್ನ' ಅಂತ ಸಿಟ್ಟಲೇ ಒದರಿದೆ.

'ಅಯ್ಯ, ಒಂದನೇದಕ್ಕ ಇಷ್ಟ ಮಾಡ್ತಾರ, ಅದೇನ ಹಂಗ ಹಗಲಗಲ ಬರತದ ಜೀವನದಾಗ? ಮುಂದ ನಾ ಹತ್ತ ಹಡದರು ನಂಗ ಯಾರೂ ಮೂಸ ನೋಡಂಗಿಲ್ಲಾ, ಏನೇನ ಪದ್ಧತಿ ಅವ ಅವನ್ನೆಲ್ಲಾ ಈಗ ಮಾಡಿ ಮುಗಸಿಬಿಡಬೇಕು' ಅಂತ ನಂಗ ತಿವದು, ಕಡಿಕೆ ಅಲ್ಲೆ ನೇಕಾರ ನಗರದಾಗ ಯಾರದೊ ಸಂಬಂಧ ಇಲ್ಲದವರ ಮನ್ಯಾಗ ತೂಗಮಂಚ ಇತ್ತಂತ, ಅವರ ಮನ್ಯಾಗ ಕುಬಸಾ ಮಾಡಿಸಿಗೊಂಡ ಬಂದ್ಲು.

ಬರಬರತ ಈಕಿ ಈ ಪರಿ ಕುಬಸಾ ಮಾಡಿಸ್ಗೊಳ್ಳೊದ ನೋಡಿ ನಮ್ಮವ್ವಗೂ ತಲಿ ಕೆಟ್ಟಿತ, ಇನ್ನ ಈಕಿನ್ನ ಹಂಗ ಬಿಟ್ಟರ ಈಕಿ ಹನ್ನೆರಡ ಹದಿಮೂರ ತಿಂಗಳಾದರೂ ಕುಬಸದ ಆಶಾಕ್ಕ ಹಡಿಲಿಕ್ಕಿಲ್ಲಾ ಅಂತ ಹೆದರಿ ಎಂಟರಾಗ ಭಡಾ-ಭಡಾ ಅತ್ತಿಮನಿ ಸೀಮಂತ ಫಿಕ್ಸ್ ಮಾಡಿಬಿಟ್ಟಳು.

'ನೋಡ್ವಾ ಹಂಗ ಒಮ್ಮೆ ಅತ್ತಿ ಮನ್ಯಾಗ ಸೀಮಂತ ಆದ ಮ್ಯಾಲೆ ಎಲ್ಲಾ ಕುಬಸ ಬಂದ. ನೀ ಹೊರಗೆಲ್ಲೂ ಹೋಗಂಗಿಲ್ಲಾ, ಮುಂದ ಒಂದ ವಾರಕ್ಕ ನೀ ಹಡಿಲಿಕ್ಕೆ ಹೋಗಬೇಕು, ಇನ್ನ ಸಾಕ ತಿರಗೋದು, ಒಂದ ಸ್ವಲ್ಪ ರೆಸ್ಟ್ ತೊಗೊ. ಕಡಿಕೆ ಒಂದ ಹೋಗಿ ಒಂದ ಮಾಡ್ಕೊಂಡಿ' ಅಂತ ಜೋರ ಮಾಡಿದ್ಲು.

ಪಾಪ, ನನ್ನ ಹೆಂಡತಿ ಮನಸ್ಸಿನಾಗ ಇನ್ನೂ ಕುಬಸಾ ಭಾಳ ಉಳದಿದ್ವು, ಅವರ ಮೌಶಿಗೊಳ ಇನ್ನೂ ಕುಬಸಾ ಮಾಡಿದ್ದಿಲ್ಲಾ, ಧಾರವಾಡದ ಅತ್ಯಾ ಮಾಡಿದ್ದಿಲ್ಲಾ, ಅವರೆಲ್ಲಾ, 'ನೀ ಮೊದ್ಲ ಹೊರಗಿನ್ವೆಲ್ಲಾ ಮುಗಿಸಿಗೋವಾ, ನಾವೇನ ಮನಿ ಮಂದಿ. ಎಲ್ಲೆ ಓಡಿ ಹೋಗ್ತೇವಿನ? ನೀ ಯಾವಾಗ ಅಂತಿ ಆವಾಗ ಮಾಡ್ತೇವಿ, ಒಟ್ಟ ಹಡಿಯೊಕಿಂತಾ ಮುಂಚೆ ಹೇಳ ಸಾಕ' ಅಂತ ಹೇಳಿದ್ದರು.

ನಮ್ಮವ್ವ ಅತ್ತಿ ಮನಿ ಸೀಮಂತ ಡಿಸೈಡ್ ಮಾಡಿ ಎಲ್ಲಾದಕ್ಕೂ ಬ್ರೇಕ್ ಹಾಕಿ ಬಿಟ್ಟಳು. ಇನ್ನ ನಮ್ಮ ಮನ್ಯಾಗ ಸೀಮಂತ ಅಂದ ಮ್ಯಾಲೆ ಖರ್ಚ ಎಲ್ಲಾ ನಂಬದ ಅಲಾ. ಅವರು ತವರ ಮನಿ ಒಳಗ ಹೆಂಗ ಗ್ರ್ಯಾಂಡ್ ಮಾಡಿದ್ದರು ಹಂಗ ನಾವು ಮಾಡೋದ ಅಂತ ನಮ್ಮವ್ವ ಹಟಾ ಹಿಡದ ಮನಿ ಮಾಳಗಿ ಮ್ಯಾಲೆ ಪೆಂಡಾಲ ಹಾಕಿಸಿ ಒಂದ ನೂರ ಮಂದಿಗೆ ಊಟಕ್ಕ ಹಾಕಿ ಕೈ ತೊಳ್ಕೊಂಡ್ಲು. ಮುಂದ ಒಂದ ವಾರಕ್ಕ ನನ್ನ ಹೆಂಡತಿನ್ನ ಹಡಿಲಿಕ್ಕೆ ತವರಮನಿಗೆ ಅಟ್ಟಿ ನಾ ಕೈ ತೊಳ್ಕೊಂಡೆ. ಆತ. ಇನ್ನ ಈಕಿ ಹಡೆಯೋ ತನಕ ನಿಶ್ಚಿಂತಿ, ಅವನೌನ ಆ ಕುಬಸದ್ದ ಕಾಟ ತಪ್ಪಿದ್ವು ಅಂತ ಸಮಾಧಾನ ಆತು.

ಹಂಗ ಒಮ್ಮೆ ಅತ್ತಿ ಮನಿ ಸೀಮಂತ ಆದಮ್ಯಾಲೆ ಮತ್ತ ಕುಬಸಾ ಮಾಡಿಸ್ಗೋಬಾರದು ಅಂತ ನಮ್ಮವ್ವ ಹೇಳಿದರೂ ಆಕಿ ತವರಮನಿಗೆ ಹೋದ ಮ್ಯಾಲೆ ಮತ್ತ ಒಂದ ನಾಲ್ಕ ಕುಬಸಕ್ಕ ಹೋಗಿದ್ಲು ಅಂತ ನಮ್ಮ ಕಿವಿಗೆ ಬಡಿತು. ಆದರ ನಾವ ಅದನ್ನ ತಲಿ ಕೆಡಸಿಗೊಳ್ಳಿಕ್ಕೆ ಹೋಗಲಿಲ್ಲಾ. ಒಟ್ಟ ನಮಗ ಆಕಿ ಸುಸೂತ್ರ ಹಡದರ ಸಾಕಾಗಿತ್ತ. ನಂಗಂತು ಕೆಲವೊಮ್ಮೆ ಈ ಕುಬಸದ ಗದ್ಲಾ ನೋಡಿ ಯಾಕರ ಹಿಂತಾ ಕೆಲಸಾ ಮಾಡಿದೆ ಅನಿಸಿಬಿಟ್ಟಿತ್ತ.

ಹಿಂಗ ನಾ ಮಾಡಿದ್ದ ಒಂದ ಸಾಧನೆಗೆ ಸಾಕ ಸಾಕ ಅನ್ನೋಷ್ಟ ಸಮಾವೇಶಗೊಳ ಆದ್ವು. ಹಂಗ ಏನರ ಎರಡನೇದಕ್ಕೂ ಕುಬಸಾ ಮಾಡೊ ಪದ್ಧತಿ ಇದ್ದರ ನನ್ನ ಅವಶೇಷನ ಉಳಿತಿದ್ದಿಲ್ಲ.

ನಾ ನೋಡಿದ್ದ ಒಂದ ಕನ್ಯಾ

ಈ ಪ್ರಹಸನ ನನ್ನ ಜೀವನದಾಗ ನಡೆದ ಖರೆ ಘಟನೆಗಳನ್ನ ಒಳಗೊಂಡಿದ್ದ, ಅಂದರ ನಾ ಮೊದ್ಲ ಬರದಿದ್ದೆಲ್ಲಾ ಸುಳ್ಳ-ಸುಳ್ಳ ಘಟನೆಗಳು ಅಂತ ಅನ್ಕೋಬ್ಯಾಡರಿ, ಅವು ಖರೇನ ಆದ್ರ ಇದು ಒಂಥರಾ ನನ್ನ ಆಟೋಬಯೊಗ್ರಾಫಿ ಇದ್ದಂಗ, ಹಿಂದ ನಡೆದ ಹೋದ, ಮಾಸಿದ ಆದ್ರ ಹಳಸಲಾರದ ಪ್ರಹಸನ.

ಇದು 95-96ರಾಗಿನ ಮಾತ, ಆವಾಗ ನಂಗ ದಣೇಯಿೀನ 22 ತುಂಬಿ 23ರಾಗ ಬಿದ್ದಿತ್ತು. ಒಂದ ಸರತೆ ಊಟಕ್ಕ ಕೂತಾಗ ನಮ್ಮಪ್ಪ ಸಡನ್ನಾಗಿ ಮಾತಾಡ್ತ-ಮಾತಾಡ್ತ ನಮ್ಮವ್ವನ ಮುಂದ,

'ನಿನ್ನ ಮಗನ ಮದುವಿ ಮಾಡ್ತೀ ಏನಪಾ ಅಂತ ಮೋನಪ್ಪಾ ಕೇಳಿದಾ' ಅಂತ ಅಂದಾ.

ಅದನ್ನ ಕೇಳಿದ್ದ ನಂಗ ನಮ್ಮವ್ವ ಮಾಡಿದ್ದ ಮೆತ್ತಗನಿ ಅನ್ನಾ ಗಂಟಲಕ್ಕ ಹತ್ತಿ ನೆತ್ತಿಗೇರಿ ಕೆಮ್ಮ ಬಂತ. ನಮ್ಮವ್ವಾ 'ಸಾವಕಾಶ, ಸಾವಕಾಶ, ಮ್ಯಾಲೆ ನೋಡ, ನೀರ ಕುಡಿ' ಅಂತ ಅಂದ ನನ್ನ ಬೆನ್ನ ತಿಕ್ಕಿದ್ಲು.

ಆಮ್ಯಾಲೆ ಆಕಿ ನಮ್ಮಪ್ಪನ ಮಾರಿ ನೋಡಿ,

'ಯಾಕ ಅವರ ಮಗಳ ದೊಡ್ಡಕ್ಯಾಗಾಳಂತ ನಮ್ಮ ಮಗನ ಲಗ್ನದ ಬಗ್ಗೆ ಕಾಳಜಿ ಬಂತೇನ ನಿಮ್ಮ ಮೋನಪ್ಪಗ' ಅಂತ ಸೀದಾ ಮದುವಿ ಮಾತ ಅಲ್ಲಿಗೆ ಮುರದ ಬಿಟ್ಟಳು.

ಅದು ನನ್ನ ಜೀವನದಾಗ ನನ್ನ ಮದುವಿ ಬಗ್ಗೆ ನಮ್ಮ ಮನ್ಯಾಗ ನಡದ ಮೊದಲನೇ official discussion. ಹಂಗ ಇದಕ್ಕ ಪ್ರಪೋಸಲ್ ಅನ್ನಲಿಕ್ಕೆ ಬರಂಗಿಲ್ಲಾ, ಯಾಕಂದರ ನಮ್ಮ ಮೋನಪ್ಪಾ ಮಾಮಾ ಏನ ತಾ ತನ್ನ ಮಗಳನ್ನ ನನಗ ಕೊಡ್ತೇನಿ ಅಂದಿದ್ದಿಲ್ಲಾ. ಅವಂಗ ನಾನೂ ದೊಡ್ಡಂವಾಗೇನಿ ಅಂತ ಅನಿಸರಬೇಕು. ಅದಕ್ಕ ಹಂಗ ಸಹಜ 'ನಿನ್ನ ಮಗನ ಲಗ್ನಾ ಮಾಡ್ತೀ ಏನಪಾ' ಅಂತ ನಮ್ಮಪ್ಪಗ ಕೇಳಿದ್ದಾ ಇಷ್ಟ. ಮೋನಪ್ಪಗ ನಾಲ್ಕ ಹೆಣ್ಣ ಇದ್ವು. ಒಂದನೇದಕಿ ನನಕಿಂತ ಒಂದ ವರ್ಷ ಸಣ್ಣೋಕಿದ್ದರ ಕಡಿಯಾಕಿ ನನಕಿಂತ ಹತ್ತ ವರ್ಷ ಸಣ್ಣೋಕಿ. ಅದರ ನಡಕ ನಂಗ ಸೆಟ್ ಆಗೊವ ಎರಡ ಇದ್ವು. ಹಂಗ ನಮ್ಮ ಮೋನಪ್ಪ ಮಾಮಾ ನಮಗೇನ ಸಂಬಂಧದಂವಾ ಅಲ್ಲಾ, family friends ಇಷ್ಟ, ಆದರೂ ಬಳಗದವರಕಿಂತಾ ಜಾಸ್ತಿ ಹಚಗೊಂಡಿದ್ವಿ. ನಂಗ

ತಿಳವಳಕಿ ಬರೋದರಾಗ ಅವಂಗ ಎರಡ ಹೆಣ್ಣ ಹುಟ್ಟಿ ಬಿಟ್ಟಿದ್ವು. ಹಿಂಗಾಗಿ ನಾ ಮುಂದ ತಿಳವಳಿಕೆ ಬಂದ ಮ್ಯಾಲೆ ಅವಂಗ ಕಾಕ ಅಂತ ಕರದ ಯಾಕ ರಿಸ್ಕ್ ತೊಗೊಬೇಕು ಅಂತ ಮಾಮಾ, ಮಾಮಾ ಅಂತ ಕರಿತಿದ್ದೆ.

ಹಂಗ ಅಂವಾ ನನ್ನ ಮದುವಿ ಬಗ್ಗೆ ವಿಚಾರ ಮಾಡ್ಲಿಕ್ಕೆ ಕಾರಣ ಅಂದರ ಆವಾಗ ನನಗ ಕಿರ್ಲೋಸ್ಕರದಾಗ ನೌಕರಿ ಸಿಕ್ಕಿತ್ತು, ಆಗಿನ ಕಾಲದಾಗ ಕಿರ್ಲೋಸ್ಕರ್ ನೌಕರಿ ಅಂದರ ಬ್ಯಾಂಕ್ ನೌಕರಿ ಇದ್ದಂಗ. ಅದರಂಥಾ ಭಲೋ ನೌಕರಿ ಅದು ಇದ್ದ ಊರಾಗ ಸಿಗೋದ ಅಷ್ಟ ಸರಳ ಇದ್ದಿದ್ದಿಲ್ಲಾ. ಅದರಾಗ ಬ್ರಾಹ್ಮಣರಾಗ ಭಲೋ ನೌಕರಿ ಸಿಕ್ಕ ಮುಂದ ಕನ್ಯಾ ಅಕ್ಕ್ಯಾಗಿನ ಬಾಲಹುಳಾ ಆರಿಸಿದಂಗ ಆರಿಸಿ ಲಗ್ನ ಮಾಡ್ಕೋಳೊದರಾಗ 33-35 ಆಗಿರತದ, ಮುಂದ ಎರಡ ಹಡೆಯೋದರಾಗ ಐವತ್ತ ತುಂಬಿ ಅರವತ್ತರಾಗ ಬಿದ್ದಿರತಾವ. ಇನ್ನ ಹಂತಾದರಾಗ ನಂಗ ಇಪ್ಪತ್ತೊಂದುವರೆ ವರ್ಷಕ್ಕ ಕಿರ್ಲೋಸ್ಕರ್ ನೌಕರಿ, ಮ್ಯಾಲೆ ಸಂಭಾವಿತ ಹುಡುಗಾ, ಆಕಳಂತ ಅವ್ವಾ-ಅಪ್ಪಾ, ಊಬಿದರ ಹಾರಿಹೋಗೊ ಅಂತಾ ತಂಗಿ, ಅಲ್ಲಾ ನಾವ ಇಡಿ ಮನಿ ಮಂದಿ ಕಡ್ಡಿ ಪೈಲವಾನರ. ಆ ಮಾತ ಬ್ಯಾರೆ ಬಿಡ್ರಿ. ಹಂಗ ನಮಗೇನರ ಒಂದ ಸ್ವಂತ ಮನಿ, ಒಂದೆರಡ ಎಕರೆ ಹೊಲಾ ಇದ್ದಿದ್ದರ ನಮ್ಮ ಮನೆತನ ನೋಡಿ ಹೆಣ್ಣ ಹಡದವರಿಗೆ ಬಾಯಾಗ ನೀರ ಬಂದ ತಮ್ಮ ಮನಿ ಆಕಳಾ ನಮ್ಮನಿಗೆ ದಕ್ಷಿಣಿ ಜೊತಿ ದಾನ ಕೊಡೋದ ಗ್ಯಾರಂಟಿ ಇತ್ತ.

ನಮ್ಮ ಮೋನಪ್ಪ ಮಾಮಾನ ಗತೆ ಮುಂದ ಒಂದೆರಡ ಸರತೆ ಮತ್ತೊಂದಿಬ್ಬರು, ನಂಗ 'ಮದುವಿ ಮಾಡ್ಕೋತಿ ಏನಲೇ' ಅಂತ, ನಮ್ಮವ್ವಾ-ಅಪ್ಪಗ 'ನಿಮ್ಮ ಮಗಗ ಕನ್ಯಾ ನೋಡಲಿಕತ್ತೀರೇನು?' ಅಂತ ಹಂಗ ಕೇಳಿ ನೋಡಿದ್ರು. ಆದರ ಆವಾಗ ನನ್ನ ಜೀವನದ priority ಬ್ಯಾರೆ ಇತ್ತು. ನಾ ಒಂದ ಸ್ವಲ್ಪ financially settle ಆಗಿ, ನನ್ನ ತಂಗಿಗೆ ಓದಿಸಿ ಆಕಿ ಶಾಣ್ಯಾಕ್ಯಾದರ ಶಾಣ್ಯಾಮಾಡಿ, ಮುಂದ ಆಕಿದ ಲಗ್ನಾ ಮಾಡಿ ಅಟ್ಟಿ, ನನ್ನ ಲಗ್ನದ ವಿಚಾರ ಅಂತ ಇತ್ತು.

ಆದ್ರ ಮುಂದ ಮೂರ ವರ್ಷಕ್ಕ ನಾ ನಮ್ಮ ಮಾರವಾಡಿ ದೋಸ್ತ 'ನಾ ಹೊಸಾ factory ಹಾಕತೇನಿ. ನೀ ಬಂದ ಬಿಡ' ಅಂದಾಗ ನಾ ಹಿಂದ ಮುಂದ ವಿಚಾರ ಮಾಡದ 'ಕಿರ್ಲೋಸ್ಕರ ಏನ್ ನಮ್ಮಪ್ಪನ ಪಿತ್ರಾರ್ಜಿತ ಕರ್ಮ ಭೂಮಿ ಅಲ್ಲಾ' ಅಂತ ಅದಕ್ಕ ಜೈ ಅಂದಬಿಟ್ಟೆ. ಆವಾಗ ನನಗ ದಣೆ ಇನ್ನ ಇಪ್ಪತ್ನಾಲ್ಕುವರೆ ವರ್ಷ, ಆ ವಯಸ್ಸಿನಾಗ ನಮ್ಮ ದೋಸ್ತರ ಒಂದಿಷ್ಟ ಮಂದಿ ನೌಕರಿ ಮಾಡೋದ ದೂರ ಉಳಿತ ಇನ್ನೂ degree ಮುಗಿಸಿದ್ದಿಲಾ, ಹಂತಾದರಾಗ ನಾ ಒಂದ ದೊಡ್ಡ ಕಂಪಾನ್ಯಾಗ ನೌಕರಿ ಮಾಡಿ resign ಮಾಡಿದ್ದೆ.

ಅಲ್ಲಿಗೆ ಮುಗೀತ ನೋಡ್ರಿ, ಮುಂದ ಅವನೌನ ಯಾರೂ ನಮ್ಮ ಮನಿ ಮಂದಿ ಜೊತಿ ನನ್ನ ಲಗ್ನದ ಬಗ್ಗೆ ಮಾತಾಡೋದ ದೂರ ಉಳಿತ, ನಾನೂ ಒಂದ ಗಂಡಸಂತ ಮಾತೋಡದನ್ನೂ ಬಿಟ್ಟ ಬಿಟ್ಟರು.

'ಯೇ, ಅಂವಾ ಅಲ್ಲೆ industrial ಎಸ್ಟೇಟ್‌ನಾಗ ಮಾರಾವಾಡಿ ಕಂಪನ್ಯಾಗ manager ಅಂತ ಕೆಲಸಾ ಮಾಡ್ತಾನ' ಅಂತ ಅಂದರ ಹೊರತು ಯಾರೂ ವರ-ಕನ್ಯಾ ವಿಷಯ ಮಾತಾಡಲಿಲ್ಲಾ. ಮಂದಿ ಮಾತಾಡಲಿಲ್ಲಾ ಅಂದರೂ ಮನಿ ಮಂದಿನರ ವಯಸ್ಸಾದ ಮ್ಯಾಲೆ ಮಾತಾಡಬೇಕಲಾ? ವಯಸ್ಸ ಬಿಡತದ, ಮಾತಾಡೇ ಮಾತಾಡಸ್ತದ. ಹಿಂಗ ಒಂದ ಎರಡ ವರ್ಷ ಆಗೋದಕ್ಕ ನಂದು ಜೀವಾ ಚುಟು-ಚುಟು ಅನ್ನಲಿಕತ್ತು, ರಸ್ತೆದಾಗ ಹೋಗೊ ಹುಡುಗ್ಯಾರನ ನೋಡೋ ರೀತಿ ಬದಲಾತು. ನಾ ಮನಸ್ಸಿನಾಗ ಮಂಡಗಿ ತಿನ್ನಲಿಕ್ಕೆ ಶುರುಮಾಡಿದ್ದೆ. ಮನ್ಯಾಗ 'ತಂಗಿಗೆ ತೋರಸಲಿಕ್ಕೆ ಶುರು ಮಾಡರಿ, ಆಕಿಗೆ ಇಪ್ಪತ್ತ ಆತು. ಇನ್ನ ಆಕಿ ಲಗ್ನಾಗಿ ನನ್ನ ಲಗ್ನ ಆಗೋದರಾಗ ಬೆಳಕ ಹರಿತದ' ಅಂತ ಅಗದಿ ಜವಾಬ್ದಾರಿ ಅಣ್ಣನ ಗತೆ ಅಂದೆ.

ಆದರ ನಮ್ಮ ತಂಗಿ ಏನ ಕಲತ ಅವನೌನ ದೊಡ್ಡ IAS Officer ಆಗೋರಕತೆ 'ನಾ ಇನ್ನೂ ಕಲಿತೇನಿ, ಇನ್ನೊಂದ ಮೂರ ವರ್ಷ ಮದುವಿ ಆಗಂಗಿಲ್ಲಾ' ಅಂದ್ಲು.

ಇನ್ನ ಆಕಿ ತನ್ನ 24-25 ವರ್ಷಕ್ಕ ಮದುವಿ ಮಾಡ್ಕೊಂಡರ ಅಷ್ಟರಾಗ ನಂಗ ಮೂವತ್ತ ದಾಟಿರ್ತಾವ, ಏನಿಲ್ಲದ ನಮ್ಮ ದೋಸ್ತರ 'ಲೇ, ನಿಮ್ಮಂದ್ಯಾಗ ಮಾರಿ ಮ್ಯಾಲೆ ನೀರಗಿ ಬಿದ್ದ ಮ್ಯಾಲೆ ಮದುವಿ ಮಾಡ್ತಾರ' ಅಂತಾರ. ಇದ ಬಗಿಹರಿಯಂಗಿಲ್ಲಾ. ಅವನೌನ ಇನ್ನ ನಾ ಯಾವಾಗ ಜೀವನದಾಗ ಹೆಂಡತಿ ನಿರಗಿ ಮಡಚಬೇಕು ಅಂತ ತಲಿಕೆಟ್ಟಿ,

'ಏ, ಹಂಗರ ನಾ ಲಗ್ನಾ ಮಾಡ್ಕೋತೇನಿ, ಆಕಿದ ಮುಂದ ನೋಡಿದರಾತು' ಅಂತ ಹೇಳಿಬಿಟ್ಟೆ.

ಸರಿ ನಾ ಅಂತು ಲಗ್ನಕ್ಕ ರೆಡಿ ಅಂತ ಘೋಷಣಾ ಮಾಡಿದೆ, ಆದ್ರ ಕನ್ಯಾ ಸಿಗಬೇಕಲಾ? ನಾ ಕೆಇಸಿ ಒಳಗ ಇದ್ದಾಗ, ಇನ್ನೂ ದೊಡ್ಡಂವನೂ ಆಗಲಾರದಾಗ 'ನಿಮ್ಮ ಮಗನ ಲಗ್ನಾ ಮಾಡ್ತೀರೇನು?' ಅಂತೆಲ್ಲಾ ಕೇಳಿದವರು ಈಗ ನಾ ವಯಸ್ಸಿಗೆ ಬಂದಮ್ಯಾಲೆ ಗಪ್ ಚುಪ್ ಆಗಿಬಿಟ್ಟಿದ್ದರು. ಯಾಕಂದರ ಈಗ ನಾ ಮಾರಾವಾಡಿ ಕಂಪನಿ ಒಳಗ manager ಅಂತ ಕೆಲಸಾ ಮಾಡೋಂವಲಾ, ಅದ ಹೆಂಗ ತಮ್ಮ ಕನ್ಯಾ ಕೊಡ್ತಾರ? ನಮ್ಮ ಮೋನಪ್ಪ ಮಾಮಾ ಅಷ್ಟರಾಗ ತಂದ ಒಂದನೇ ಕನ್ಯಾ ನಮಗ ಹೇಳದ ಕೇಳದ ದಾಟಿಸಿದ್ದಾ, ಎರಡನೇದಕಿ ನನಗ 'ಅಂವಾ ಭಾಳ ತೆಳ್ಳಗಿದ್ದಾನ' ಅಂತ ಅಂದಿದ್ಲಂತ. ಅಲ್ಲಾ ನಾ ತೆಳ್ಳಗಿದ್ದರ ಏನಾತರಿ? ಈಗ ನೋಡ್ರಿ ನಾ ಎರಡ ಹಡದೇನಿ, ಆಕಿ ದಪ್ಪನ ಗಂಡನ ಮಾಡ್ಕೊಂಡರೂ ಒಂದ ಹಡದಾಳ.

ನಮ್ಮ ಬ್ರಾಹ್ಮಣರ ಹಣೇಬರಹನ ಇಷ್ಟರಿ, ಅವನೌನ. ಕನ್ಯಾ ಕೊಡಬೇಕಾರೂ ಜಿಕೇರಿ ಮಾಡ್ತಾವ, ಕನ್ಯಾ ತೊಗೊಬೇಕಾರೂ ಚೌಕಾಶಿ ಮಾಡ್ತಾವ, ಎಲ್ಲಾದಕ್ಕೂ ಹತ್ತ-ಹತ್ತ ಸರತೆ ವಿಚಾರ ಮಾಡ್ತಾವ ಖೋಡಿ ಒಯ್ದಂದು. ಅಲ್ಲರಿ ಹುಡುಗ ಗಂಡಸ ಹೌದೊ ಅಲ್ಲೊ, ಅವಂಗ ದುಡದ ಹಾಕೊ capacity ಅದನೋ ಇಲ್ಲೊ, ಇಷ್ಟ ನೋಡಿ ಲಗ್ನ ಮಾಡಿ ಕೊಟ್ಟರಾತ. ಯಾ ನೌಕರಿ ಆದರ ಏನಾತ? ಅಲ್ಲಾ ಇದ ನನ್ನ

ವಿಚಾರ ಬಿಡ್ರಿ. ಈಗಂತೂ ಹೆಣ್ಣು ಹಡದವರ CBI Enquiry ಮಾಡಿ ತಮ್ಮ ಮಗಳನ ಕೊಡಲಿಕತ್ತಾರ. ಆ ಮಾತ ಬ್ಯಾರೆ.

ಮುಂದ ಒಂದ ದಿವಸ ನಮ್ಮವ್ವ 'ಅಲ್ಲಾ, ನೀ ಖರೇ ಹೇಳ, serious ಆಗಿ ಲಗ್ನಾ ಮಾಡ್ಕೊಳೊಂವೇನ? ನೀ ಮಂಗ್ಯಾನಾಟಾ ಮಾಡ್ಬೇಡ ಮತ್ತ' ಅಂತ ಅಂದ್ಲು.

'ಏ, ಅದರಾಗ ಏನ ಮಂಗ್ಯಾನಾಟ? ತಂಗಿ ಈಗ ಮಾಡ್ಕೋಳಂಗಿಲ್ಲಾ ಅಂದ್ರ ನಾ ಮಾಡ್ಕೋತೇನಿ' ಅಂದೆ.

ಹಂಗರ ಯಾವರ ಕುಂಡ್ಲಿ ಬಂದಾವೇನ ಅಂತ ನಮ್ಮವ್ವಗ ಕೇಳಿದೆ.

'ಕುಂಡ್ಲಿ ಏನ ಬಂದಿಲ್ಲಾ, ಆದರ ನೇಕಾರ ನಗರದಾಗ ಒಂದ ಕನ್ಯಾ ಅದ ಅಂತ, ಆಕಿನೂ ನಿನ್ನಂಗ ತೆಳ್ಳಗ ಇದ್ದಾಳಂತ, 'ಭಾಳ ಏನ ಕಲತಿಲ್ಲಾ, PUC ತನಕ ಓದ್ಯಾಳ, ಮನಿಕೆಲಸ ಎಲ್ಲಾ ಕಲತಾಳ, ಹುಡಗಿ ನೋಡಲಿಕ್ಕೂ ಅಡ್ಡಿಯಿಲ್ಲಾ, ನಿಮ್ಮ ಪ್ರಶಾಂತಗ ಜೋಡಿ ಛಲೋ ಆಗ್ತದ' ಅಂತ ಹೇಳಲಿಕತ್ತಿದ್ದರು. ಹಂಗ ನೀ ಸೀರಿಯಸ್ ಆಗಿ ಹೂಂ ಅಂದರ ಕುಂಡಲಿ ತರಸ್ತೇವಿ' ಅಂದ್ಲು. ನಾನೂ ಯಾ ಮೂಡ್‌ನಾಗ ಇದ್ದೆನೋ 'ಯೇ, ಕುಂಡ್ಲಿ ತರಸರಿ, ಅದರಾಗೇನ್' ಅಂದಬಿಟ್ಟೆ.

ಮುಂದ ಯಾವಾಗ ಕುಂಡ್ಲಿ ಬಂತೊ, ಅದನ್ನ ಯಾರ ನೋಡಿದರೊ, ಅದ ಹೆಂಗ ಕೂಡ್ತೋ ಆ ದೇವರಿಗೆ ಗೊತ್ತ. ನಮ್ಮವ್ವ ಒಂದ ದಿವಸ,

'ಕುಂಡ್ಲಿ ಕೂಡೇದ, ಹೆಣ್ಣಿನವರು ಯಾವಾಗ ತೊರೊಸೋಣು ಅಂತ ಕೇಳಲಿಕತ್ತಾರ' ಅಂದ್ಲು. ನಾ ಅಂದೆ, 'ಏ ನಂಗ ಮೊದ್ಲ ಫೋಟೊ ತೋರಸರಿ, ಫೋಟೊ ಲೈಕ್ ಆದರ ಮುಂದ ಹುಡುಗಿನ್ನ ಕರಸೋಣಂತ' ಅಂದೆ. ನಮ್ಮವ್ವಗ ತಲಿಕೆಡತ.

'ನಿನ್ನ ಮಾರಿಗೆ ಫೋಟೊ ಬ್ಯಾರೆ ಕೇಡ, ಇದ್ದೂರ ಕನ್ಯಾ, ಮನಿ ತನಕಾ ತಂದ ಪೂರ್ತಿ ಹುಡುಗಿನ್ನ ತೋರಸ್ತಾರ, ಬಾಯಿ ಮುಚಗೊಂಡ ನೋಡ, ಮತ್ತ ಫೋಟೊ ಯಾಕ?' ಅಂತ ನಂಗ ಬೈದ ಬಾಯಿ ಮುಚ್ಚಿಸಿಬಿಟ್ಟಳು.

ಮುಂದ ಒಂದ ದಿವಸ ಕನ್ಯಾ ambassador ಕಾರನಾಗ ಬಂತ, ನಮ್ಮವ್ವ ನೋಡಿದ್ರ ಕನ್ಯಾ ನನ್ನಂಗ ತೆಳ್ಳಗ ಅಂತ ಅಂದಿದ್ಲು, ಇಲ್ಲೆ ನೋಡಿದ್ರ ದೊಡ್ಡ ಕಾರ ಬಂತಲಪಾ ಅನಸ್ತು. ಆಮ್ಯಾಲೆ ನೋಡಿದ್ರ ಆ ಕಾರ ತುಂಬ ನೇಕಾರನಗರ ಮಂದಿ ತುಂಬಕೊಂಡ ಹುಡುಗಿನ್ನ್ ತೊಡಿಮ್ಯಾಲೆ ಕೂಡಿಸಿಕೊಂಡ ಬಂದಿದ್ದರು. ಮುಂದ ಒಂದ ಸ್ವಲ್ಪೊತ್ತಿಗೆ ಕನ್ಯಾ ನೋಡೊ ಕಾರ್ಯಕ್ರಮ ಮುಗೀತ, ಹಂಗ ನಾ ಏನ ಭಾಳ serious ಆಗಿ ತಲಿಕೆಡಸಿಕೊಂಡ ನೋಡಲಿಲ್ಲಾ. ಆಕಿನೂ ಏನ್ ತಲಿ ಎತ್ತಿ ನನ್ನ ನೋಡಲಿಲ್ಲಾ, ಒಟ್ಟ ಕನ್ಯಾ ನೋಡೊ ಶಾಸ್ತ್ರ ಕಾಟಾಚಾರಕ್ಕ ಮುಗಿಸಿದೆ.

ಮುಂದ ನಮ್ಮವ್ವಾ 'ಹೆಣ್ಣಿನವರಿಗೆ ಹುಡುಗಾ, ನಮ್ಮ ಮನೆತನ ಎಲ್ಲಾ ಪಸಂದ ಬಂದ ಅವರಾಗೆ 'ನಿಮಗ ನಮ್ಮ ಮಗಳ ಹೆಂಗ ಅನಸಿದ್ಲು' ಅಂತ ಕೇಳಿದರ ನಮ್ಮ decision ತಿಳಿಸೋದು, ಅಲ್ಲಿ ತನಕ ನಾವಾಗೆ ಏನ ಮಾತಾಡೋದ ಇರಂಗಿಲ್ಲಾ' ಅಂತ ಹೇಳಿದ್ಲು. ನಾನೂ ಭಾಳ ತಲಿಕೆಡಿಸಿಗೊಳ್ಳಲಾರದ ಇದ್ದಬಿಟ್ಟೆ. ಒಂದ ವಾರಕ್ಕ

ನಾ ಕನ್ಯಾ ನೋಡಿದ್ದೆ ಅನ್ನೋದನ್ನ ಮರತಬಿಟ್ಟಿದ್ದೆ. ಆ ಕಡೆಯಿಂದ ಏನ ಜವಾಬು ಬಂದಿರಲಿಲ್ಲಾ. ಬಹುಶಃ ಅವರಿಗೆ ನಮ್ಮ ಮಗಾ ಪಸಂದ ಬಂದಿರಲಿಕ್ಕಿಲ್ಲಾ ಬಿಡ ಅಂತ ನಮ್ಮವ್ವಾ-ಅಪ್ಪನು ಸುಮ್ಮನ ಆಗಿ ಬಿಟ್ಟರು.

ಮುಂದ ಎರಡ ಮೂರ ತಿಂಗಳ ಬಿಟ್ಟ ಒಮ್ಮಿಂದೊಮ್ಮಿಲೆ ಕನ್ಯಾದವರ ನಮಗ 'ಮತ್ತ ನಮ್ಮ ಕನ್ಯಾದ್ದ ಏನ ಮಾಡಿದಿರಿ?' ಅಂತ ಕೇಳಿದರು. ಅಲ್ಲಾ, ನಾವ ಏನ ತಲಿ ಮಾಡಬೇಕ? ಕನ್ಯಾ ನಮ್ಮ ಮನ್ಯಾಗಿದ್ದರಲಾ ನಾವ ಎನರ ಮಾಡೋದು? ಕನ್ಯಾ ತೋರಿಸಿಗೊಂಡ ಹೋದೋರು ಮೂರ ತಿಂಗಳ ಬಿಟ್ಟ ಈಗ ಏನ್ಮಾಡಿದಿರಿ ಅಂತ ನಮ್ಮನ್ನ ಕೇಳಿದರ? ನಾ ನಮ್ಮವ್ವಗ ಹೇಳಿದೆ:

'ನೋಡವ್ವಾ ನಾ ಅಂತು ಹುಡುಗಿ ಮಾರಿ ಸಹಿತ ಮರತೇನಿ, ಇನ್ನೊಮ್ಮೆ ತಂದ ತೋರಸ ಅಂತ ಹೇಳು, ಆಮ್ಯಾಲೆ ವಿಚಾರ ಮಾಡೋಣಂತ' ಅಂದೆ. ನಮ್ಮವ್ವಾ,

'ನೋಡಿಲ್ಲೆ, ಹಂಗ ನೀ ಎರಡನೇ ಸರತೆ ಮನಿಗೆ ಕನ್ಯಾ ಕರಸೋದು ಇತ್ತಂದ್ರ, ಆಮ್ಯಾಲೆ ಮುರ್ಕೊಳಂಗಿಲ್ಲಾ ಮತ್ತ, ನೀ ಕನ್ಯಾಕ್ಕ ಹೂಂ ಅನ್ನೊ ಹಂಗ ಇದ್ದರ ಇಷ್ಟ ಕರಸೋದ' ಅಂದಬಿಟ್ಟಳು.

ಹಂಗರ ನಿಮಗೆಲ್ಲಾ ಪಸಂದ ಬಂದದ ಏನು ಅಂತ ಅಂದರ ನಮಗೆಲ್ಲಾ ಓಕೆ ಅಂದುಬಿಟ್ಟಳು. ನಾ ಇವರು ಒಂದನೇ ಕನ್ಯಾಕ್ಕ ಕಂಡೇನೋ ಇಲ್ಲೋ ಅನ್ನೊರಂಗ ಕುಣದಾಡೋದ ನೋಡಿ ಹಣಿ-ಹಣಿ ಬಡ್ಕೊಂಡೆ.

ನಮ್ಮವ್ವಾ ಭಾಳ ಭೋಳೆ ಹೆಣ್ಣಮಗಳು, ಆಕಿಗೆ ಎಲ್ಲೆ ತನ್ನ ಮಗಗ ಬ್ಯಾರೆ ಕನ್ಯಾ ಸಿಗ್ತಾವೋ ಇಲ್ಲೋ ಅಂತ ಇತ್ತೋ ಇಲ್ಲಾ ಪಾಪ ಹೆಣ್ಣಿನವರಿಗೆ ಹೆಂಗ ಇಲ್ಲಾ ಅನ್ನೋದಂತ ಭಿಡೆಕ್ಕ ಹೂಂ ಅಂದ್ಲೋ ಇಲ್ಲಾ ಖರೇನ ಹುಡಗಿ ನಮ್ಮ ಮನಿಗೆ ತಕ್ಕ ಇದ್ಲೊ ಆ ದೇವರಿಗೆ ಗೊತ್ತ. ಅದರಾಗ ನಡಕಾದವರ ಒಂದಿಬ್ಬರು,

'ಸಿಂಧು, ಹುಡಗಿ ಭಾಳ ಛಲೋ ಇದ್ದಾಳ, ಕೆಲಸಾ-ಬೊಗಸಿ ಎಲ್ಲಾ ಮಾಡ್ಕೊಂಡ ಹೋಗ್ತಾಳ, ನಿಮ್ಮ ಮನಿಗೆ, ನಿನ್ನ ಮಗಗ ಹೇಳ ಮಾಡಿಸಿದಂಗ ಇದ್ದಾಳ' ಅಂತ ಆಕಿ ತಲ್ಯಾಗ ತುರುಕಿದ್ದರು. ಆಕಿ ನನ್ನ ತಲಿ ತಿನ್ನಲಿಕತ್ತಿದ್ಲು. 'ಅಲ್ಲಾ ನನಗ ಹೇಳಿ ಮಾಡಿಸಿದಂಗ ಇದ್ದಾಳಂತ, ಅವನೌನ ನಾ ಏನ್ ಆರ್ಡರ್ ಕೊಟ್ಟಿದ್ನೇನ್ ನನಗ ಒಂದ ಹಿಂತಾದ ಹಡಿರಿ' ಅಂತ? ಒಟ್ಟ ಈ ನಡಕಿನವರು ಒಂದ ಜೋಡಿ ಪ್ಯಾಂಟ್ ಶರ್ಟ್/ಸೀರಿಗೆ ಬೇಕಾದ್ದ ಮಾಡೋರು. ನಾ ತಲಿಕೆಟ್ಟ ಮುಂದಿಂದ ಮುಂದ ನೋಡಿದರಾತ ಅಂತ 'ಆತ ತೊಗೊ ಕರಿಸಿ ಬಿಡ್ವಾ, ಇನ್ನೊಂದ ರೌಂಡ್ ನೋಡೇ ಬಿಡೋಣ್' ಅಂದೆ.

ಬೀಗರ ಮತ್ತ ಬಿಳಿ ambassador ಕಾರ ತೊಗೊಂಡ ಬಂದರು, ಈ ಸರತೆ ಯಾಕೋ ನನ್ನ ಮುಣ್ಯಾಕ್ಕ

'ನಿಂಗೂ ಏನರ ಕೇಳೋದ ಇದ್ದರ ಕೇಳ ಪ್ರಶಾಂತ' ಅಂತ ನಮ್ಮ ಕಡೆ ಹಿರೇತನ ಮಾಡಲಿಕ್ಕೆ ಬಂದಿದ್ದ ಹಿರೇಮನಷ್ಯಾರ ಅಂದರು. ಇನ್ನ ನನಗ ಮಾತಾಡ ಅಂತ ಹೇಳಿದ ಮ್ಯಾಲೆ ಮಾತಾಡಬೇಕಲಾ, ಇಲ್ಲಾಂದರ ಆಕಿಗೆ ನಾ ತೊದಲತೇನೋ

ಇಲ್ಲೋ ಅಂತ ಹೆಂಗ ಗೊತ್ತಾಗಬೇಕು, ಆಕಿ ಅಂತೂ ತನಗ 'ಹಾ.ಹಾ.ಹಾ.. ಹಾಡ ಬರಂಗಿಲ್ಲಾಂತ' ಒಂದನೇ ಸರತೆ ತೋರಸಲಿಕ್ಕೆ ಬಂದಾಗ ಹೇ.ಹೇ.ಹೇ... ಹೇಳಿಬಿಟ್ಟಿದ್ಲು.

ಹಂಗ ನಾ ಏನಿಲ್ಲದ ಸ್ವಲ್ಪ fast & rough ಮಾತಾಡೋಂವಾ, ಅದು ನನ್ನ manufacturing defect. ಹಂತಾದರಾಗ tensionನಾಗ ನಾ ಆಕಿಗೆ ಒಮ್ಮಿಕ್ಕಲೆ,

'ಏನ್ ಕಲತಿ?' ಅಂತ ಕೇಳಿದೆ, ಆಕಿ PUC ಕಲತಿದ್ದರೂ ಗಾಬರಿ ಆಗಿ SSLC ಅಂದ್ಲು, 'ಮುಂದ ಕಲಸಿದರ ಓದತಿ?' ಅಂದೆ. ಏನ ದೊಡ್ಡ ಓದಸೋರ ಗತೆ. ಆಕಿ ಖರೇನ ಓದಿಸಿ-ಗಿದೆಸ್ಯಾನ ಅಂತ ಹೆದರಕೋತ ಹೂಂ ಅಂದ್ಲು.

'English ಬರೀಲಿಕ್ಕೆ, ಓದಲಿಕ್ಕೆ ಬರತದ?' ಅಂತ ಕೇಳಿದೆ. ಆಕಿ ಸ್ವಲ್ಪ-ಸ್ವಲ್ಪ ಅಂದ್ಲು. ಖರೆ ಅಂದ್ರ ನಾ ಕನ್ನಡ ಬರತದ ಇಲ್ಲೊ ಅಂತ ಕೇಳಬೇಕಿತ್ತ ಅಂತ ಆಮ್ಯಾಲೆ ಗೊತ್ತಾತ.

'Computer ಬರತದ?' ಅಂದೆ, ಅದಕ್ಕೂ ಹೂಂ ಅಂದ್ಲು. ಆಕಿ computer ಅಂದ್ರ MS-DOSದಾಗ data entry ಮಾಡೋದ ಅಂತ ತಿಳ್ಕೊಂಡಿದ್ಲು.

'ನಿಂಗ ಭಕ್ಕರಿ ಮಾಡಲಿಕ್ಕೆ ಬರತದ?' ಅಂದೆ, ಏನ್ ಅವನೌನ ದಿವಸಾ ಮೂರ ಮೂರ ಭಕ್ಕರಿ ತಿನ್ನೋರಗತೆ. ಅಲ್ಲಾ ಚಪಾತಿನ ಜಗದ ತಿನ್ನಲಿಕ್ಕೆ ಆಗಂಗಿಲ್ಲಾಂತ ಹಾಲು ಸಕ್ಕರಿ ಒಳಗ ನೆನಸಿಕೊಂಡ ತಿನ್ನೋವಾ ಇನ್ನ ಭಕ್ಕರಿ ತಿಂತೇನ? ಪುಣ್ಯಾಕ ಆಕಿ ಇಲ್ಲಾ ಅಂದ್ಲು.

ನಾ ಸ್ವಲ್ಪ rough ಆಗಿ ಮಾತಾಡಿದ್ದಕ್ಕೋ ಏನೋ ಅಷ್ಟರಾಗ ಆಕಿ ಬೆವತ ರಾಡಿ ಆಗಿ, ಆಕಿ ಮಾರಿ ಅನ್ನೋದ ಬಿಸಿ ಕುಕ್ಕರ ಡಬ್ಬಿ ಮುಚ್ಚಳದಂಗ ಆಗಿತ್ತ. ನಾ ಮಾತಾಡೋದ ಹಂಗ ಅಂತ ಪಾಪ ಆ ಹುಡುಗಿಗೆ ಏನ ಗೊತ್ತ? ಆಕಿ ಮಾರಿ ನೋಡಿ ನಾ ಅಷ್ಟಕ್ಕ ನನ್ನ questions ಮುಗಿಸಿ ಸೀಟಿ ಹೊಡದ ಬಿಟ್ಟೆ. ಕನ್ಯಾದವರ ಹಚ್ಚಿದ ಅವಲಕ್ಕಿ ತಿಂದ ತಮ್ಮನಿ ದಾರಿ ಹಿಡದರು.

ಇನ್ನ ನಮ್ಮವ್ವಾ-ಅಪ್ಪಾ ನಂಗ ಹೂಂ ಅನ್ನಬೇಕ ಅಂತ ಬ್ಯಾರೆ ಹೇಳಿದ್ದರು, ಹಂಗಾ ಕನ್ಯಾನೂ ಅಡ್ಡಿಯಿಲ್ಲ, ಮತ್ತೊಬ್ಬರ ಹೊಟ್ಟಿಕಿಚ್ಚ ಪಡೋಹಂಗ, ಕಣ್ಣ ಹಾಕೊಹಂಗ ಏನ ಇಲ್ಲ ಅಂತ ನಾನು ಭಾಳ ತಲಿಕೆಡಸಿಗೊಳ್ಳಾರದ 'ಬೋಲೋ ನೇಕಾರನಗರ ಕನ್ಯಾಕಿ ಜೈ' ಅಂತ ಅಂದುಬಿಟ್ಟೆ.

ಮಂದಿ ಒಂದ ಮಾಡ್ಕೋಳ್ಳಿಕ್ಕೆ ನೂರಾರ ಕನ್ಯಾ ನೋಡತಾರ, ಆದರೂ ಅವರಿಗೆ ಅಷ್ಟ ಸರಳ ಪಸಂದ ಬರಂಗಿಲ್ಲಾ, ಅದು ಅವರವರ ವೈಯಕ್ತಿಕ requirements ಬಿಡ್ರಿ, ಕೆಲವೊಬ್ಬರಿಗೆ ಒಂದ ಕನ್ಯಾದಾಗ ಮೂಗ ಛಂದ ಕಂಡರ ಮತ್ತೊಂದರಾಗ ಕಣ್ಣ ಛಂದ ಕಾಣತದ, ಇನ್ನೊಬ್ಬಾಕಿ ಒಳಗ ಮತ್ತೊಂದ ಏನರ ಛಂದ ಕಾಣಬಹುದು. ಒಟ್ಟ ಹಂಗ ಕನ್ಯಾ ಪಸಂದ ಮಾಡೋದ ಅಷ್ಟ ಸುಲಭ ಅಲ್ಲಾ, ಆದರ... ಆದರ... ಅದೆಲ್ಲಾ depend ಇರೋದ ನಮ್ಮ ನಮ್ಮ requirements ಮ್ಯಾಲೆ. ಹಂಗ ಎಲ್ಲಾರು ತಮಗ ಐಶ್ವರ್ಯ ರೈನ ಬೇಕಂದ್ರ ಸಿಗಂಗಿಲ್ಲಾ, ನಿರೂಪರಾಯ ಇದ್ದರು adjust ಮಾಡ್ಕೊಂಡ ಹೋಗೋದು ಕಲಿಬೇಕು. ಇರಲಿ, ಅದ ಅವರವರಿಗೆ ಬಿಟ್ಟಿದ್ದು.

ಇನ್ನ ನಾ ಹೆಂಗ ಒಂದ ಹೊಡತಕ್ಕ ಇಷ್ಟ ಸರಳ ಒಂದ ಕನ್ಯಾಕ್ಕ ಹೂಂ ಅಂದೆ ಅನ್ನಲಿಕ್ಕೆ ನನ್ನ requirements ಭಾಳ simple ಇದ್ದವು. ಅವೆಲ್ಲಾ ನಾ ನೋಡಿದ್ದ ಒಂದನೇ ಕನ್ಯಾದೊಳಗ ಇದ್ದವು, ಮುಗದ ಹೋತ.

ನಮ್ಮವ್ವ ಇಪ್ಪತ್ತೈದ ವರ್ಷಗಟ್ಟಲೇ ಸಂಸಾರ ನಡಸಲಿಕ್ಕೆ ನಮ್ಮಪ್ಪನ ಜೊತಿ ದುಡದೋಕಿ, ದಿವಸಾ pressನಾಗ ಎಂಟ ತಾಸ ನಿಂತ composing stick ಹಿಡದ ಅಕ್ಷರದ ಮಳಿ ಜೋಡಿಸಿಗೋತ ತನ್ನ ಜೀವಾ ತೇಯ್ದ ನನ್ನ ಜೀವಾ ತಿಂದ ನನ್ನ ತಲಿ ಒಳಗೂ ನಾಲ್ಕ ಅಕ್ಷರ ಜೋಡಿಸಿ ಇದ್ದಿದ್ದರಾಗ ಶಾಣ್ಯಾ ಮಾಡಿ ಒಂದ levelಗೆ ಹತ್ತೊಹಂಗ ಮಾಡಿದೋಕಿ, ಆಕಿ ಕೆಲಸಾ ಮಾಡ್ಕೋತ ಕಷ್ಟ ಪಟ್ಟ ಸಂಸಾರ ಮಾಡೋದನ್ನ ನಾ ನೋಡಿದ್ದೆ, ಹಿಂಗಾಗಿ ನನಗ ನಂದ ಎಷ್ಟ ಪಗಾರ ಇರವಲ್ತಾಕ ಅಷ್ಟರಾಗ adjust ಮಾಡ್ಕೊಂಡ ಹೋಗೊ ಹೆಣ್ಣ ಬೇಕಾಗಿತ್ತ ಹೊರತು modern educated ಹುಡುಗಿ ಅಲ್ಲಾ. ಹಂಗ ನನ್ನ ಅವತ್ತಿನ financial conditionಗೆ ಒಂದ ಸಣ್ಣ-ಪುಟ್ಟ ನೌಕರಿ ಮಾಡೋ ಹುಡುಗಿ ಆವಶ್ಯಕತೆ ಇತ್ತ ಖರೆ, ಆದ್ರ ನನಗ ಅದರಕಿಂತ ನಮ್ಮವ್ವಾ-ಅಪ್ಪಾ ಆರಾಮ ಇರಬೇಕು, ನನ್ನ ಹೆಂಡತಿ ನಂದ ಸೇವಾ ಮಾಡಲಿಲ್ಲಾಂದರ ಅಷ್ಟ ಹೋತ ಅವರ ಇರೋತನಕ ಅವರದರ ಸೇವಾ ಮಾಡ್ಕೋತ ಮನ್ಯಾಗ ಇರಬೇಕು ಅನ್ನೋದ ಮುಖ್ಯ ಇತ್ತು.

ಇನ್ನ ಛಂದ-ಚಾರದ ಬಗ್ಗೆ ನಾ ಭಾಳ ತಲಿಕೆಡಸಿಗೊಂಡಿದ್ದಿಲ್ಲಾ, ಮೊದ್ಲ ನಾನ size zero ಮನುಷ್ಯಾ. ಇನ್ನ ನನ್ನ ತಕ್ಕ ಒಂದ ಹೆಣ್ಣಾಗಿದ್ದರ ಸಾಕಾಗಿತ್ತ. ಹಂತಾದ ಬೇಕ ಹಿಂತಾದ ಬೇಕ ಅಂತ ಎಂದೂ ತಲಿಕೆಡಸಿಕೊಂಡಂವ ಅಲ್ಲಾ. ಹಂಗ ಅಂತ ನಂಗೇನ fantasy ಇದ್ದಿದ್ದಿಲ್ಲಂತ ಅಲ್ಲಾ, ಆದ್ರ ನಂಗೊತ್ತಿತ್ತ ನಾ ಮಾಧುರಿ, ಕರೀನಾನ ಲಗ್ನ ಮಾಡ್ಕೊಂಡರೂ ಮಲ್ಲಿಕಾ ಶೆರಾವತನ fantasy ಏನ ತಪ್ಪಂಗಿಲ್ಲಾಂತ. ನಾ ನನ್ನ life levelಗೆ, physiqueಗೆ ಒಪ್ಪೋ ಹಂಗ practical ಆಗಿ ಹುಡುಗಿನ select ಮಾಡಿ ಒಂದನೆ ಕನ್ಯಾಕ್ಕ ಜೈ ಅಂದೆ. ಹಂಗ ಇತ್ತೀಚಿಗೆ ಇತ್ತಿತ್ತಲಾಗಿನ ಹುಡುಗ್ಯಾರು, ಅವರ ವೇಷಭೂಷಣ ನೋಡಿದಾಗ ನಾನೂ ಇನ್ನೊಂದ ಎರಡ ಕನ್ಯಾ ಕಣ್ಣ ತಂಪ ಮಾಡ್ಕೊಳ್ಳಿಕ್ಕರ ನೋಡಬೇಕಿತ್ತೇನೊ ಅಂತ ಅನಸ್ತು, ಆದರ ಈಗ ಆಗಿದ್ದ ಆಗಿ ಹೋತ. I have no regrets now. ಇನ್ನ ಆ ಕನ್ಯಾದ್ದ ಬಗ್ಗೆ ಜಾಸ್ತಿ ಹೇಳೋದರಾಗ ಏನ ಅರ್ಥ ಇಲ್ಲಾ, ಯಾಕಂದರ ನೀವ ಈಗಾಗಲೇ ನನ್ನ ಪ್ರಹಸನದೊಳಗ ಆಕಿ ಬಗ್ಗೆ ಓದೇ ಓದೀರಿ, ಮುಂದನೂ ಓದೇ ಓದ್ತೀರಿ. ನನ್ನ decision ಛಲೋನ ಕೆಟ್ಟೋ ನೀವ ಹೇಳಬೇಕ.

ಆದರ ಮಂದಿ ಇವತ್ತೂ ಅಂತಾರ 'ನಿಂಗ ಭಾಳ ಛಲೊ ಹೆಂಡತಿ ಸಿಕ್ಕ್ಯಾಳ ಮಗನ' ಅಂತ. ಹಿಂಗಾಗಿ ನಾ ಭಾಳ ತಲಿಕೆಡಸಿಗೊಳ್ಳಾರದ ಪಾಲಿಗೆ ಬಂದದ್ದ ಪಂಚಾಮೃತ ಅಂತ ಸುಮ್ಮನ ಆಗೇನಿ.

ಕಾಕು ಕೋಮಾದಾಗ ಹೋದ್ಲು

ಮುಂಜಾನೆ ಹತ್ತುವರಿ ಹನ್ನೊಂದ ಆಗಿತ್ತ. ನಮ್ಮ ಕಾಕನ ಮಗಾ ಫೋನ್ ಮಾಡಿದಾ.

'ಪ್ರಶಾಂತ, ಅಮ್ಮ ಯಾಕೋ ಇನ್ನೂ ಎದ್ದೇ ಇಲ್ಲೋ, ಎಷ್ಟ ಒದರಿದರು ಏಳವಳ್ಳು, ಹಂಗ ಉಸಿರಾಡಲಿಕತ್ತಾಳ, ಆದರ ನೀರ ಗುಜ್ಜಿದರೂ ಎಚ್ಚರ ಆಗವಲ್ತು' ಅಂದಾ.

'ಅಲ್ಲೇ ಯಾವದರ ಡಾಕ್ಟರಗೆ ಕರದ ತೊರಸಲೇ, ನಿನ್ನೆ ಆಪರೇಶನ್ ಮಾಡಸ್ಬೇಕಾರ ಕೊಟ್ಟದ್ದ ಅನಸ್ತೇಶಿಯಾದ ಇಫೆಕ್ಟ್ ಇರಬಹುದು ತೊಗೊ' ಅಂತ ನಾ ಅಂದೆ.

ನಿನ್ನೆ ಸಂಜಿ ಮುಂದ ಅಂವಾ ಅವರವ್ವಗ ಡೈಲಸಿಸ್ ಮಾಡಸೊ ಸಂಬಂಧ ಒಂದ ಸಣ್ಣ ಆಪರೇಶನ್ ಮಾಡಿಸಿ ಕೈಗೆ ಫಿಸ್ಟೂಲಾ ಹಾಕಿಸಿಗೊಂಡ ಬಂದಿದ್ದಾ. ಬಹುಶಃ ಡಾಕ್ಟರ್ ಆವಾಗ ಆಕಿಗೆ ಕೊಟ್ಟಿದ್ದ ಅನಸ್ತೇಶಿಯಾದ ಇಫೆಕ್ಟ್ ಇನ್ನೂ ಇರಬಹುದು ಅಂತ ನಾ ಸುಮ್ಮನಾದೆ. ಆದರ ಮುಂದ ಒಂದ ಹದಿನೈದ ನಿಮಿಷಕ್ಕ ಮತ್ತ ನಮ್ಮ ತಮ್ಮ ಫೋನ್ ಮಾಡಿದಾ.

'ಇಲ್ಲೆ ಓಣ್ಯಾಗ ಯಾ ಡಾಕ್ಟರ ಸಿಗವಲ್ಲರು, ಫ್ಯಾಮಿಲಿ ಡಾಕ್ಟರಗೆ ಫೋನ್ ಮಾಡಿದ್ದೆ, ಅವರು ಅರ್ಜೆಂಟಾಗಿ ದೊಡ್ಡ ದವಾಖಾನಿಗೆ ಕರಕೊಂಡ ಹೋಗ ಅಂದಾರ, ಈಗ ಅರ್ಜೆಂಟ ಆಗಿ ಗಾಡಿ ಬೇಕು' ಅಂದಾ.

'ಲೇ, ನೀ ಪಟ್ಟನ 108ಗೆ ಫೋನ್ ಮಾಡ, ಅವರ ಹತ್ತ ನಿಮಿಷದಾಗ ಬರತಾರ, ನಾನೂ ಬಂದೆ' ಅಂತ ನನ್ನ ಆಫೀಸ ಕೆಲಸ ಅಷ್ಟಕ್ಕ ವೈಂಡ್ ಅಪ್ ಮಾಡಿ ಇದೆಲ್ಲೋ ವಿಷಯ ಸೀರಿಯಸ್ ಆಗೇದ ಅನಕೊತ್ತ ನಾ ಗಡಿಬಿಡಿ ಮಾಡ್ಕೊಂಡ ಅವರ ಮನಿಗೆ ಹೋದೆ. ಅಷ್ಟರಾಗ 108 ಬಂದ ಅವರು ನಮ್ಮ ಕಾಕುಂದ ಶುಗರ್ ಚೆಕ್ ಮಾಡಿ ಶುಗರ್ ಭಾಳ ಲೊ ಆಗೇದ ಅಂತ ಡೆಕ್ಸ್ಟ್ರೋಸ್ ಏರಸಲಿಕತ್ತಿದ್ದರು.

'ಏನಿಲ್ಲರಿ, ಅವರಿಗೆ ಶುಗರ್ ಲೊ ಆಗಿ ಎಚ್ಚರ ತಪ್ಪೇದ, ಈಗ ದವಾಖಾನಿಗೆ ಒಯ್ದು ಶುಗರ್ ಲೆವೆಲ್ ಮೆಂಟೇನ್ ಮಾಡಿದರ ಎಲ್ಲಾ ಸರಿಹೋಗ್ತದ, ಗಾಬರಿ ಆಗಬ್ಯಾಡರಿ' ಅಂತ ಅಂದರು. ನಾವ ಭಡಾ ಭಡಾ ನಮ್ಮ ಕಾಕುನ ಅದ 108ರಾಗ ಹಾಕ್ಕೊಂಡ ದೊಡ್ಡ ದವಾಖಾನಿಗೆ ತೊಗಂಡ ಬಂದ್ವಿ. ದವಾಖಾನ್ಯಾಗ ಡಾಕ್ಟರ್ ಎಲ್ಲಾ ಚೆಕ್ ಮಾಡಿ ಸೀದಾ ICUಗೆ ಶಿಫ್ಟ್ ಮಾಡಿ ನಮಗ ಕೌನ್ಸಿಲಿಂಗ್ ರೂಮ್‌ಗೆ ಕರೆದರು.

ರೂಮ್ ಒಳಗ ಡಾಕ್ಟರ್ ತಮ್ಮ ಪರಿಚಯ ಮಾಡ್ಕೊಂಡ, ಪೇಶೆಂಟ್ ಹಿಸ್ಟರಿ ಮತ್ತ ನಮ್ಮ ಫೈನಾನ್ಸಿಯಲ್ ಹಿಸ್ಟರಿ ತಿಳ್ಕೊಂಡರು. ನನ್ನ ಮಾರಿ ನೋಡಿ 'ನೀವು ಫೇಸ್‌ಬುಕ್‌ನಾಗ ಇದ್ದೀರಲ್ಲಾ, we are friends in facebook' ಅಂದರು. ನಾ, ಅಡ್ಡಿಯಿಲ್ಲಾ, facebook ದೋಸ್ತರು ಕೆಲಸಕ್ಕ ಬರತಾರ ಅನ್ಕೊಂಡೆ.

'ನೋಡ್ರಿ, ಅವರು ಲೊ ಶುಗರ್ ಆಗಿ ಕೋಮಾದಾಗ ಹೋಗಿರಬಹುದು. ಹಿಂಗ ಲೊ ಶುಗರ್ for long time ಆಗಿತ್ತಂದರ ಹಿಪೋಗ್ಲೇಸಿಮಿಯಾ ಆಗಿರತದ. ಅದರಾಗ ಅವರದು ಕಿಡ್ನಿನೂ ವರ್ಕ್ ಆಗಲಿಕತ್ತಿದ್ದಿಲ್ಲಾ. ಹಿಂಗಾಗಿ ದೇಹದಾಗ ಯೂರಿಯಾ ಜಾಸ್ತಿ ಆಗಿ ಯುರೆಮಿಕ್ ಆಗೀನೂ ಕೋಮಾದಾಗ ಹೋಗಿರಬಹುದು. ಈಗ ಮೊದ್ಲ ಒಂದ ನಾಲ್ಕ ತಾಸ ಅವರದ ಶುಗರ್ ಲೆವೆಲ್ ಮೆಂಟೇನ್ ಮಾಡಿ ನೋಡೋಣ, ಏನರ ಇಂಪ್ರೂವ್‌ಮೆಂಟ್ ಕಂಡರ ಛಲೋ. ಇಲ್ಲಾಂದರ ಬೇಕಾರ ಬ್ರೇನ್ ಸ್ಕ್ಯಾನ್ ಮಾಡಿನೂ ನೋಡೋಣ. ಹಂಗ ಬೇಕಾರ ಡೈಲಸಿಸ್ ಮಾಡಿ ದೇಹದಾಗಿನ ಯೂರಿಯಾ ಕಡಿಮಿ ಮಾಡಿನೂ ನೋಡೋಣ. ಯಾವದಕ್ಕೂ ಈಗ ಏನೂ ಹೇಳಲಿಕ್ಕೆ ಬರಂಗಿಲ್ಲಾ, ಸಂಜೀ ತನಕಾ ಕಾದ ನೋಡೋಣ' ಅಂತ ಒಂದ ಉಸಿರಿನಾಗ ಹೇಳಿ ಹೋಗಿಬಿಟ್ಟರು.

ಅಲ್ಲಿ ತನಕ ನಾ ನಮ್ಮ ಕಾಕೂಗ ಎಚ್ಚರಿಲ್ಲಾಂತ ಅನ್ಕೊಂಡಿದ್ದನೇ ಹೊರತು ಕೋಮಾದಾಗ ಹೋಗ್ಯಾಳ ಅಂತ ಅನ್ಕೊಂಡಿದ್ದಿಲ್ಲಾ. ಯಾರರ ಕೋಮಾದಾಗ ಹೋದರು ಅಂದರ ಅವರ ಹೋದಂಗ ಅಂತ ತಿಳ್ಕೊಂಡವ ನಾನು. ನಿನ್ನೆ ರಾತ್ರಿ ಉಂಡ ಮಲ್ಕೊಂಡ ನಮ್ಮ ಕಾಕು ಮುಂಜಾನೆ ಏಳೋದರಾಗ ಕೋಮಾದಾಗ ಹೋಗ್ಯಾಳ ಅಂದರ ನಂಬಲಿಕ್ಕೆ ಆಗಲಿಲ್ಲ...

ಮುಂದ ದವಾಖಾನ್ಯಾಗ ನಮ್ಮ ಪ್ರಹಸನ ಶುರು ಆತ ನೋಡ್ರಿ. ಕಾಕು ICUದಾಗ ನಾವ ಹೊರಗ ಕಟ್ಟಿ ಮ್ಯಾಲೆ. ತಾಸ–ತಾಸಿಗೊಮ್ಮೆ ಒಳಗ ಹೋಗಿ ಕಾಕುಗ ಕಾಲ, ಕೈ ಚೂಟಿ, ಕಾಕು–ಕಾಕು ಅಂತ ಹೊಯ್ಕೊಂಡ, ಆಕಿಗೆ ಎಚ್ಚರ ಬರಲಿಕತ್ತದೇನು ಅಂತ ನೋಡಿ ನೋಡಿ ಸಾಕಾತು. ಆಕಿದ ಶುಗರ್ ಲೆವೆಲ್ ಮೆಂಟೇನ್ ಮಾಡೋದೇನ್ ಮತ್ತ ಹಾಯ್ ಶುಗರ್ ಆಗಿ ಇನ್ಸುಲಿನ್ ಕೊಡಲಿಕತ್ತರು. ಆಕಿ ಏನ್ ಕೋಮಾದಾಗಿಂದ ಏಳಲಿಲ್ಲ. ಕಡಿಕೆ ಸಂಜಿಮುಂದ ಬ್ರೇನ್ ಸ್ಕ್ಯಾನಿಂಗ್ ಮಾಡಿಸಿದರ ಬರೆ brain found ಅಂತ ಬಂತ ಹೊರತು ಬ್ಯಾರೆ ಏನೂ ಪ್ರಾಬ್ಲೆಮ್ ಇರಲಿಲ್ಲ. ಆವಾಗ ಡಾಕ್ಟರ ಇದು hypoglycaemia ಇಲ್ಲ uremic case. ಇನ್ನ ಡೈಲಸಿಸ್ ಒಂದ ಮಾಡಿ ನೋಡೋಣ. ಹಂಗೇನರ ಯುರೇಮಿಕ್ ಇದ್ದರ ಡೈಲಸಿಸ್ ಮಾಡಿದ ಮ್ಯಾಲೆ ಎಚ್ಚರ ಬಂದರ

ಬರಬಹುದು ಇಲ್ಲಾಂದರ ಇದ ಹಿಪೊಗ್ಲೇಸಿಮಿಯಾನ ಗ್ಯಾರಂಟಿ, ಆವಾಗ ಏನೂ ಮಾಡಲಿಕ್ಕೆ ಆಗಂಗಿಲ್ಲಾ, then it is matter of days ಅಂತ ಅಗದಿ ಮಾರಿ ಮ್ಯಾಲೆ ಹೊಡದಂಗ ಹೇಳಿಬಿಟ್ಟರು. ನಮಗ ಏನ ಮಾಡಬೇಕು ತಿಳಿಲಾರದಂಗ ಆಗಿಬಿಡ್ತು.

ನಾ ಅಂತೂ ಕಾಕು ಕೋಮಾದಾಗ ಹೋಗ್ಯಾಳ ಅಂದಾಗ ಅರ್ಧ ಆಶಾ ಬಿಟ್ಟಿದ್ದೆ, ಇನ್ನ ಹಿಂಗ ಹೇಳಿದ ಮ್ಯಾಲೆ ಪೂರ್ತಿ ಆಶಾ ಬಿಟ್ಟಬಿಟ್ಟೆ. ನಾವೇನೋ ಆಶಾ ಬಿಟ್ವಿ ಖರೆ ಆದರ ನಮ್ಮ ಕಾಕು ಬಿಡಬೇಕಲಾ? ಒಂದು ಆಕಿ ಕೋಮಾ ಬಿಡಬೇಕು ಇಲ್ಲ ಜೀವಾ ಬಿಡಬೇಕು. ಹಂಗ ಕೋಮಾದಿಂದ ಹೊರಗ ಬರೋ ಚಾನ್ಸ್ ಕಡಿಮಿ ಅಂದಮ್ಯಾಲೆ ಇನ್ನ ಆಕಿ ಜೀವಾ ಬಿಡೋ ತನಕಾ ನಾವ ದವಾಖಾನಿ ಕಟ್ಟಿ ಬಿಡೋಹಂಗ ಇದ್ದಿದ್ದಿಲ್ಲ.

ಮುಂದ ನಮ್ಮ ಕಾಕು ಜೀವಂತ ಇದ್ದಾಗ ಬಂದ ಮಾತಾಡಸಲಾರದ ಮಂದೆಲ್ಲಾ ಆಕಿ ಕೋಮಾದಾಗ ಹೋದಮ್ಯಾಲೆ ದವಾಖಾನಿಗೆ ಬಂದ ಬಂದ ಹೋದರು. ನಾವ ಬಂದವರಿಗೆಲ್ಲ ಕೋಮಾದಾಗ ಹೆಂಗ ಹೋದ್ಲು ಅಂತ ಕಥಿ ಹೇಳಿ ಹೇಳಿ ಸಾಕಾಗಿ ನಾವ ಕೋಮಾದಾಗ ಹೋಗೋದೊಂದ ಬಾಕಿ ಉಳದಿತ್ತ. ಹಿಂಗ ಬಂದವರನ ಕಟ್ಟಿಮ್ಯಾಲೆ ಹೆಂಗ ಕೂಡಸೋದು ಅಂತ ಕರಕೊಂಡ ಹೊಟೇಲಿಗೆ ಹೋಗಿ ಚಹಾ ಕುಡಿಸಿ-ಕುಡಿಸಿ ಕಳಸಿದ್ವಿ. ದವಾಖಾನಿ ಒಳಗ ಇಷ್ಟ ಅಲ್ಲಾ ಹೊಟೇಲನಾಗೂ ಉದ್ರಿ ಹೇಳಿದ್ವಿ. ಈ ಕಡೆ ಒಂದ ಬಿಟ್ಟ ಎರಡ ಡೈಲಸಿಸ್ ಮಾಡಿಸಿ ಯೂರಿಯಾ ಇಳಿಸಿದರೂ ಕಾಕುನ ಕೋಮಾ ಇಳಿಲಿಲ್ಲ. AC ICUದಾಗ ಆಕಿ ಗಡದ್ದ ಮಲ್ಕೊಂಡರ ಹೊರಗ ಮಳ್ಯಾಗ ನಾವು ಬಿಲ್ಲ ಕೊಟ್ಟ ಕೊಟ್ಟ ಬೆವತಿದ್ವಿ. ಅಷ್ಟರಾಗ ನಮ್ಮವು ಎರಡ debit card insufficient fund ಅಂತ ಕೈ ಕೊಟ್ಟ credit card ಅನ್ನೊ ventilatorಗೆ ಕೈ ಹಚ್ಚಿದ್ವಿ.

ಇನ್ನ ಮುಂದ ಹೆಂಗ ಅಂತ ಡಾಕ್ಟರಗೆ ಕೇಳಿದರ, ಅವರು you decide ಅಂದರು. ಮನಿಗೆ ಕರಕೊಂಡ ಹೋಗ್ತಿದ್ದರ ಹೋಗರಿ. ಆದರ ಮನ್ಯಾಗ 24 ತಾಸ ನರ್ಸಿಂಗ್ ಬೇಕು, ಅದರಾಗ ಅವರದ ಸದ್ಯೇದ ಪರಿಸ್ಥಿತಿ ನೋಡಿದರ she may not pull for more days ಅಂದರು. ನಮಗ ಧರ್ಮ ಸಂಕಟ ಶುರು ಆತು, ಮನಿಗೆ ಕರಕೊಂಡ ಹೋಗ್ತೀಯಾ? ಮನ್ಯಾಗ ಮಾಡೋರಿಲ್ಲಾ. ಇಲ್ಲೇ ICUದಾಗ ಇಡ್ತೀಯಾ? ದಿವಸಕ್ಕ 10-12 ಸಾವಿರ ಬಡಿಬೇಕು. ಅದು ಎಷ್ಟ ದಿವಸ ತನಕಾ ಅಂತ ಗೊತ್ತಿಲ್ಲಾ.

ಕಡಿಕೆ ಡಾಕ್ಟರ ಜೊತಿ ಡಿಸ್ಕಸ್ ಮಾಡಿ withhold the further medical treatment ಅಂತ ಬರದ ಕೊಟ್ಟ ಕಾಕುನ್ನ ICUದಿಂದ ಜನರಲ್ ವಾರ್ಡ್‌ಗೆ ಶಿಫ್ಟ್ ಮಾಡಿಸಿದ್ವಿ. ಡಾಕ್ಟರ್ ಭಾಳ ಕ್ಲಿಯರ್ ಆಗಿ ಹೇಳಿದ್ದರು you can withhold the further treatment but you can't withdraw the treatment ಅಂತ. ಹಂಗ withdraw ಮಾಡ್ಕೊಳದ ಇತ್ತಂದರ ನೀವು ಪೇಶೆಂಟ withdraw ಮಾಡ್ಕೊಂಡ ಮನಿಗೆ ಹೋಗರಿ ಅಂತ ಹೇಳಿದ್ದರು. ಅಂದರ ಆಕಿಗೆ ಈಗಾಗಲೇ ಕೊಡ್ತಾ ಇರೋ ಟ್ರೀಟಮೆಂಟ್‌ನಾಗ ನಾವು ಕಡಿಮೆ ಮಾಡಂಗಿಲ್ಲ ಆದರ ನೀವ ಬರದ ಕೊಟ್ಟರ ನಾವ ಪೇಶೆಂಟಗ ಮುಂದ ಕೊಡಬಹುದಾದ ಟ್ರೀಟಮೆಂಟನ್ನ ಸ್ಟಾಪ್ ಮಾಡಬಹುದು ಅಂತ. ಇನ್ನ ಯಾ

ಟ್ರೀಟಮೆಂಟ್ ಕೊಟ್ಟರು ಆಕಿ ಕೋಮಾ ಬಿಟ್ಟ ಬರೋದಂತೂ ಗ್ಯಾರಂಟಿ ಇದ್ದಿದ್ದಿಲ್ಲಾ, ಆದ್ರ ಆಕಿ ಇರೋಮಟಾ ಕೊಡ್ತೀರೊ ಟ್ರೀಟಮೆಂಟ್ ಬಿಡೋ ಹಂಗನೂ ಇದ್ದಿದ್ದಿಲ್ಲಾ.

ಹಂಗ ಅಕಸ್ಮಾತ ನಮ್ಮ ಕಾಕೂಗ ಏನರ ವೆಂಟಿಲೇಟರ್ ಹಚ್ಚೊ ಪ್ರಸಂಗ ಬಂದರ ಹಚ್ಚೋದ ಬ್ಯಾಡ ಅಂತನೂ ಹೇಳಿದ್ವಿ. ವೆಂಟಿಲೇಟರ್ ಹಚ್ಚೋದರಿಂದ ಆಕಿ ಕೋಮಾಕ್ಕ ಏನ ಫರಕ ಬೀಳ್ತಿದ್ದಿಲ್ಲಾ, ಅದರಾಗ ಡಾಕ್ಟರ ಒಮ್ಮೆ ವೆಂಟಿಲೇಟರ್ ಹಚ್ಚಿದರ ಅದನ್ನ ಮತ್ತ ತಗಿಯಂಗಿಲ್ಲಾ. ಜೀವ ಹೋಗೊತನಕ ಕಂಟಿನ್ಯೂ ಅಂತಾರ, ಇನ್ನ ವೆಂಟಿಲೇಟರ್ ಹಚ್ಚಿದರ ಹೋಗೊ ಜೀವನು ಲಗೂನ ಹೋಗಂಗಿಲ್ಲಾ, ಹಿಂಗಾಗಿ ವೆಂಟಿಲೇಟರ ಉಸಾಬರಿನ ಬ್ಯಾಡ. ಏನಿಲ್ಲದ ಈಗ ರಗಡ ಖರ್ಚ್ ಮಾಡೇವಿ' ಅಂತ ಬಿಟ್ಟ ಬಿಟ್ವಿ. ಪುಣ್ಯಾಕ್ಕ ಆ ಪ್ರಸಂಗನೂ ಬರಲಿಲ್ಲಾ, ಬರೆ oxygen ಮ್ಯಾಲೆ ಜನರಲ್ ವಾರ್ಡ್‌ನಾಗ ನಮ್ಮ ಕಾಕೂ ದಿವಸಾ ದೂಕಲಿಕತ್ಲು. ನಾವ ಮಾತ್ರ ಆಕಿ ICUದಾಗ ಇದ್ದಾಗೂ ಕಟ್ಟಿ ಮ್ಯಾಲೆ ಇದ್ವಿ, ವಾರ್ಡಿಗೆ ಬಂದರೂ ಕಟ್ಟಿ ಮ್ಯಾಲೆ ಇದ್ವಿ. ಆಕಿ ವಾರ್ಡಿಗೆ ಬರೋದರಾಗ ನಮ್ಮ ಕಿಸೆಯೆಲ್ಲ ಖಾಲಿ ಆಗಿ ಕಿಸೆದಾಗ free oxygen ಆಡಲಿಕ್ಕತ್ತಿತ್ತು.

ಕೇಳಿದವರಿಗೆಲ್ಲ 'ಕಾಕು ಕೋಮಾದಾಗ ಹೋಗ್ಯಾಳ' ಅನ್ನೋದ ನಮಗ ಕಾಮನ್ ಆಗಿಬಿಟ್ಟಿತ್ತು. ಖರೆ ಹೇಳ್ಬೇಕಂದರ ಇನ್ನ ಇಕಿ ಕೋಮಾದಾಗಿಂದ ಯಾವಾಗ ಹೋಗ್ತಾಳ ಅಂತ ದಾರಿ ಕಾಯ್ಕೋತ ಕೂತಿದ್ವಿ. ಅದರಾಗ ಒಂದಿಷ್ಟ ಮಂದಿ ಮಾತಾಡಸಲಿಕ್ಕೆ ಬಂದವರು ಈ ಕೋಮಾದಾಗ ಹೋದವರ ಬಗ್ಗೆ ಒಂದೊಂದ ಕಥಿ ಹೇಳಿ ನಮಗ ಹೆದರಸಲಿಕತ್ತರು. ನಾವರ ಇವತ್ತ ನಾಳೆ ಅಂತ ದಾರಿ ಕಾಯಲಿಕತ್ತರ ಬಂದ ಮಂದಿ ವರ್ಷಾನುಗಟ್ಟಲೆ ಕೋಮಾಕ್ಕ ಹೋಗಿ ಎದ್ದವರದು, ಮೂರ-ಮೂರ ತಿಂಗಳ ಕೋಮಾದಾಗ ಇದ್ದ ಆಮ್ಯಾಲೆ ಎದ್ದ ಮತ್ತೊಂದ ಹಡದವರದು, ಹನ್ನೊಂದ ವರ್ಷಗಟ್ಟಲೇ ಕೋಮಾದಾಗ ಇದ್ದ ಆಮ್ಯಾಲೆ ತೀರಕೊಂಡವರದು, ಹಿಂತಾವ ನೂರಾ ಎಂಟ ಕಥಿ ಹೇಳಿ ನಮಗ ಮತ್ತಿಷ್ಟ ಟೆನ್ಶನ್ ಮಾಡಲಿಕತ್ತರು.

ಕಡಿಕೆ ಒಂದ ದಿವಸ ಮುಂಜಾನೆ facebook ಡಾಕ್ಟರ ನನ್ನ ಕರದ her condition is deteriorating, it is matter of few hours ಅಂತ ಹೇಳಿ ಧೈರ್ಯ ಕೊಟ್ಟರು. ಪುಣ್ಯಾಕ್ಕ ಅದ ಶುಕ್ರವಾರ ಇತ್ತ. ಮುಂದ ಎರಡ ದಿವಸ ವೀಕೆಂಡ್ ರಜಾ, ಛಲೋ ಆತ ತೊಗೊ ಅಂತ ನಾ ಭಡಾ ಭಡಾ ಎಲ್ಲಾರಿಗೂ ಫೋನ್ ಮಾಡಿ ಹೇಳ್ಬಿಟ್ಟೆ. ಅದರಾಗ ನಮ್ಮ ಬಳಗದವರೆಲ್ಲಾ ನಾ ಫೋನ ಮಾಡಿದಾಗ ಒಮ್ಮೆ ಭಾಳ ಹೆದರಕೋತ ಫೋನ ತೊಗೊತಿದ್ದರು, ನಾ ಎಲ್ಲೆ ಕೆಟ್ಟ ಸುದ್ದಿ ಹೇಳ್ತೇನೋ ಅಂತ.

ಸಂಜಿ ತನಕ ಅಂದರ ಇಬ್ಬರು ಹೆಣ್ಣಮಕ್ಕಳು, ಅಳಿಯಂದರು, ಮಗಾ, ಸೊಸಿ, ಮೊಮ್ಮಕ್ಕಳು ಎಲ್ಲಾರೂ ಸೇರಿ ದವಾಖಾನಿ ಕಟ್ಟಿ ಮ್ಯಾಲೆ get together ಶುರು ಮಾಡಿದ್ವಿ. ನಮಗೆಲ್ಲಾ ಭಾಳ ಅರ್ಜೆಂಟ್ ಇತ್ತ, ಹಂಗ ನಾವ ಅನ್ಕೊಂಡಂಗ ಸಂಡೇ ಒಳಗ ಎಲ್ಲಾ ಮುಗದ ಬಿಟ್ಟರ ಮುಂದ ರಜಾ ತೊಗೊಳದ ಬರಂಗಿಲ್ಲಾ ಅಂತ ದಾರಿ ಕಾಯಲಿಕತ್ತಿದ್ವಿ, ಆದ್ರ ನಮ್ಮ ಕಾಕೂಗ ಅರ್ಜೆಂಟ್ ಇದ್ದಿದ್ದಿಲ್ಲಾ, ಆಕಿ ದಿವಸಕ್ಕ ಎರಡ-

ಮೂರ ಸಾವಿರ ರೂಪಾಯಿ ಖರ್ಚ ಮಾಡಿಸಿಗೋತ oxygen ಜಕ್ಕೋತ ಜನರಲ್ ವಾರ್ಡ್‌ನಾಗ ತನಗೇನೂ ಈ ಖರ್ಚ್ ಸಂಬಂಧ ಇಲ್ಲ ಅನ್ನೋರಗತೆ ಕೋಮಾದಾಗ ಆರಾಮ ಇದ್ಲು. ಬ್ಯಾರೆ ಊರಿಂದ ಬಂದವರು ಎರಡ ದಿವಸ ಕಾದ ಕಾದ ಕಡಿಕೆ ತಲಿಕೆಟ್ಟ 'ಬಂದ ದಾರಿಗೆ ಸುಂಕ ಇಲ್ಲ' ಅಂತ ಸಂಡೇ ತಮ್ಮ ಊರಿಗೆ ವಾಪಸ್ ಹೋದರು. ಇನ್ನ ಹಂಗೇನರ ಹೆಚ್ಚು ಕಡಿಮೆ ಆದರ ನಮಗ ಮತ್ತ ಅಷ್ಟ ದೂರದಿಂದ ಬರಲಿಕ್ಕೆ ಆಗಂಗಿಲ್ಲ, ನೀವ ಎಲ್ಲಾ ಮಾಡಿ ಮುಗಿಸಿಬಿಡರಿ ಅಂತ ನಮಗ power of funeral ಕೊಟ್ಟ ಹೋಗಿಬಿಟ್ಟರು.

ಮುಂದ ಒಂದ ಎರಡ ದಿವಸಾದ ಮ್ಯಾಲೆ ಡಾಕ್ಟರಗೆ ಹೇಳಿ oxygen ತಗದ ನೋಡ್ರಿ ಅಂದೆ. ಜೀವ ಹೋಗ್ತೊದು ಇಲ್ಲೊ ನೋಡಲಿಕ್ಕೆ ಅಲ್ಲ, oxygen ಇಲ್ಲದನ ಆಕಿ ಇರತಾಳೊ ಇಲ್ಲೊ ನೋಡಲಿಕ್ಕೆ. ಹಂಗ oxygen ತಗದರೂ ಆಕಿಗೇನ ಫರಕ ಬೀಳಲಿಲ್ಲ. ಅದರ ನಮಗ ಫರಕ ಬಿತ್ತ. ತಾಸಿಗೆ ನೂರ ರೂಪಾಯಿ, ದಿವಸಕ್ಕ ಎರಡುವರಿ ಸಾವಿರ ರೂಪಾಯಿ ಉಳೀತ. ನಾವೆಲ್ಲ ದಿವಸಾ ಪುಗಶೆಟ್ಟೆ ಇಷ್ಟ oxygen ತೊಗೊತೇವೆ. ನಮಗ ಅದರದ ಕಿಮ್ಮತ್ತ ಗೊತ್ತಿರಂಗಿಲ್ಲ ಅನಸ್ತು.

ಇತ್ತಲಾಗ ನಂಬದ ಕಟ್ಟಿಮ್ಯಾಲೆ ಕೂತ ಉಳದ ಪೇಶಂಟ್ಸದ್ದ ಊರ ಉಸಾಬರಿ ಮಾಡೋದ ಹಂಗ ಮುಂದವರಿದಿತ್ತ. ಏನಿಲ್ಲಾಂದರೂ ನಮ್ಮ ಕಣ್ಣ ಮುಂದ ಬಂದ ಅಡ್ಮಿಟ್ ಆಗಿದ್ದ ಒಂದ ಏಳ-ಎಂಟ ಪೇಶಂಟ್ ಗೊಟಕ್ ಅಂದಿದ್ವು, ICUದಾಗ ನಮ್ಮ ಕಾಕೂನ ಆಜು-ಬಾಜು ಇದ್ದಿದ್ವು ಒಂದ್ಯೆರಡ ಮ್ಯಾಲೆ ಹೋಗಿದ್ವು ಒಂದ್ಯೆರಡ ಮನಿಗೆ ಹೋಗಿದ್ವು, ಉಳದ ಪೇಶಂಟಿನ ಪೈಕಿಯವರ 'ನಿಮ್ಮ ಪೈಕಿ ಯಾರಿಗೆ ಏನ ಆಗೇದ?' ಅಂತ ಕೇಳಿದಾಗೊಮ್ಮೆ ಅವರಿಗೆ ನಮ್ಮ ಕಥಿ ಹೇಳ್ತಿದ್ವಿ, ಅವರ ಅದನ್ನ ಕೇಳಿ ಪಾಪ ಅಂತ ಭಾಳ ಮರಗೋರು. ಅದ ಹಿಂಗಾತಲಾ ನಮ್ಮನ್ನ ಭೆಟ್ಟಿ ಆಗಲಿಕ್ಕೆ ಬರೋರ ಭಾಳ ಕೆಟ್ಟ ಅನಿಸಿಗೊಂಡ ಮಾತಾಡತಿದ್ದರ ಹೊರತು ನಮಗಂತೂ ನಮ್ಮ ಕಾಕೂ ಕೋಮಾದಾಗ ಹೋಗ್ಯಾಳ ಅನ್ನೋದ ದಡ್ಡ ಬಿದ್ದ ಹೋಗಿತ್ತ.

ಅಲ್ಲೆ ದವಾಖಾನ್ಯಾಗ ಇನ್ನೊಂದ ದೇಸಾಯಿ ಅಂತ ಅಗದಿ ಸ್ವಾತಂತ್ರ್ಯ ಪೂರ್ವದಾಗ ಹುಟ್ಟಿದ್ದ ಪೇಶಂಟ್ ಬಂದಿತ್ತ, ಅವರದ ಕಂಡೀಶನ್ ನಮ್ಮ ಕಾಕೂನ ಹಂಗ ಇತ್ತ, ವೆಂಟಿಲೇಟರ್ ಹಚ್ಚಿ ಇಟ್ಟಬಿಟ್ಟಿದ್ದರು. ವೆಂಟಿಲೇಟರ್ ತಗದರ ಗೋವಿಂದಾ. ಅವರ ಪೈಕಿ ಮಂದಿನೂ ಪಾರ್ಕಿಂಗ್ ಲಾಟ್‌ನಾಗ ಕಾರ್‌ನಾಗ ಕೂತ ನಮ್ಮಂಗ ಕಾಯಲಿಕತ್ತಿದ್ದರು. ಡಾಕ್ಟರ್ ಮಾತ್ರ ಅವರ ಎಷ್ಟ ಕೈಕಾಲ ಹಿಡಕೊಂಡರೂ ವೆಂಟಿಲೇಟರ್ ತಗೀಲಿಕ್ಕೆ ತಯಾರಿದ್ದಿದ್ದಿಲ್ಲ, ಅಜ್ಜರ ಮನಿ ಮಂದಿ ಸಂಕಟಾ ಅರ್ಥಾ ಮಾಡ್ಕೋಳಿಕತ್ತಿದ್ದಿಲ್ಲ, ಪಾಪ ಅವರು ನಮ್ಮಂಗ ಧರ್ಮಸಂಕಟದಾಗ ಸಿಕ್ಕೊಂಡಿದ್ದರು. ಅವರಿಗೆ ನಮಗ ಫರಕ ಅಂದ್ರ ಅವರದ ಪುಣಾ ಬೆಂಗಳೂರ ನ್ಯಾಶನಲ್ ಹಾಯವೇಕ್ಕ ಹೊಂದಿ ಕೂರಿಗೆಗಟ್ಟಲೇ ಆಸ್ತಿ ಇತ್ತ. ನಂಬದ ಇದ್ದಿದ್ದಿಲ್ಲಾ ಅಷ್ಟ. ಆದರೂ ಅವರಿಗೆ ನಮಕಿಂತಾ ಅವಸರ ಇತ್ತ. ಕಡಿಕೆ ಅವರಿಗೆ ನಾ 'withhold the medical treatment

ಅಂತ ಲೆಟರ್ ಬರದಕೊಡ್ರಿ' ಅಂತ idea ಕೊಟ್ಟ ಆ ಅಜ್ಜನ್ನ ನಮ್ಮ ಕಾಕುನ ಜೊತಿ ಜನರಲ್ ವಾರ್ಡಗೆ ಶಿಫ್ಟ್ ಮಾಡಿಸಿದೆ.

ಅವರಿಗೆ ವೆಂಟಿಲೇಟರ್ ತಗದರ ಭಾಳಂದ್ರ ಒಂದೆರಡ ತಾಸ ಇಷ್ಟ ಅಂತ ಡಾಕ್ಟರ್ ಹೇಳಿದ್ದರಂತ. ಆದರ ಅವರಿಗೆ ಗೊತ್ತಿದ್ದಿಲ್ಲ ನಮಗ ಡಾಕ್ಟರ matter of few hours ಅಂತ ಹೇಳಿ ಒಂದ ವಾರ ಆತ ಅಂತ. ಅವರ ಪೈಕಿ ಮಂದಿ ಜನರಲ್ ವಾರ್ಡ್‌ನಾಗ ಅಜ್ಜನ ಪಲ್ಲಂಗದ ಸುತ್ತ ಭಾಗೀರಥೀ ಗಿಂಡಿ ಹಿಡಕೊಂಡ ಪಾಳೆ ಪ್ರಕಾರ ಪ್ರದಕ್ಷಿಣಿ ಹಾಕಲಿಕತ್ತರು, ಅದರಾಗ ಬ್ಯಾರೆ ಅವರು ಅವತ್ತ ಮೂಹೂರ್ತ ಛಲೋ ಅದ ಅಂತ ಕೇಳ್ಕೊಂಡ ಬಂದ ವೆಂಟಿಲೇಟರ್ ತಗಸಿದ್ದರು. ಆದರ ಇತ್ತಲಾಗ ಅಜ್ಜಾ ನೋಡಿದರ ಸಂಜೀತನಕಾ ಅಂದರ ಮೂರ ವಾಟಗ ಗಂಜಿ ಗುಟಕರಿಸಿ ಗಡದ್ದ ಇದ್ದಾ.

ಅಜ್ಜನ ಮಗಗ ಭಾಳ ಟೆನ್ಶನ್ ಶುರು ಆತ. ಅಕಸ್ಮಾತ್ ಅವರಪ್ಪ ಏನರ ಮರುದಿವಸ ತನಕ ಜೀವಾ ಹಿಡದರ ಈ ಮಗಾ ಸಾಯಿತಿದ್ದಾ, ಯಾಕಂದರ ಭಟ್ಟರು ಅವಂಗ,

'ಮುಂದ ಮೂರ ದಿವಸ ಮೂಹೂರ್ತ ಸರಿ ಇಲ್ಲ, ಹಂಗೇನರ ನಿಮ್ಮಪ್ಪ ಆವಾಗ ಸತ್ತರ ನೀ ಮೂರ ತಿಂಗಳ ಮನಿ ಖಾಲಿ ಮಾಡ್ಬೇಕು' ಅಂತ ಹೇಳಿದ್ದರು.

ಇಲ್ಲೆ ರಾತ್ರಿ ಎಂಟಾದರೂ ಅವರಪ್ಪಂದೇನ ಅವತ್ತ ಹೋಗೊ ಹಂಗ ಕಾಣಲಿಲ್ಲಾ. ನಾ ಆ ಮಗನ ಸೈಡ್‌ಗೆ ಕರದ,

'ನೀ ಒಂದ ಕೆಲಸಾ ಮಾಡ, ಡಾಕ್ಟರ್‌ಗೆ ಮತ್ತ ರಿಕ್ವೆಸ್ಟ್ ಮಾಡ್ಕೊಂಡ ವೆಂಟಿಲೇಟರ್ ಹಚ್ಚಿಸಿಬಿಡ, ಮೂರ ದಿವಸಾದ ಮ್ಯಾಲೆ ಮತ್ತ ತಗಸೊಂತಿ' ಅಂತ ಹೇಳಿದೆ. ಅಂವಾ ತಲಿಕೆಟ್ಟ,

'ಏ, ಹೋಗಲಿ ಬಿಡೋ ಮಾರಾಯಾ, ಒಂದ ಸರತೆ ಡಾಕ್ಟರ ಕೈಕಾಲ ಹಿಡದ ವೆಂಟಿಲೇಟರ್ ತಗಸೋದರಾಗ ಕುರಿ-ಕೋಣ ಬಿದ್ದದ, ಇನ್ನೇನರ ಮತ್ತ ವೆಂಟಿಲೇಟರ್ ಹಚ್ಚಂದರ ಡಾಕ್ಟರ ನಂಗ ಹಿಡದ ವೆಂಟಿಲೇಟರ್ ಹಚ್ಚತಾನ' ಅಂದಾ.

ಬಹುಶಃ ಅವರಪ್ಪಗ ಕಡಿಕೂ ಇವರ ತ್ರಾಸ ನೋಡಲಿಕ್ಕೆ ಆಗಲಿಲ್ಲಾ ಕಾಣ್ತದ, ರಾತ್ರಿ 9.30ಕ್ಕ ಅಳಿಯಾಗ ಬಿಲ್ ಸೆಟ್ಲ್ ಮಾಡಸಂತ ಕಣ್ಣ ಸನ್ನಿ ಮಾಡಿ ಕಣ್ಣ ಮುಚ್ಚಿ ಬಿಟ್ಟಾ.

ಮುಂದ ಮೂರ ದಿವಸ ಬಿಟ್ಟ ಆ ಮಗಾ ಅಪ್ಪನ ಅಸ್ಥಿ ಬಿಟ್ಟ ಬಂದ 'ನಿಂಬದ ಎಲ್ಲಿಗೆ ಬಂತಪಾ, ನಿಮ್ಮವ್ವ ಹೆಂಗ ಇದ್ದಾಳ?' ಅಂತ ನನ್ನ ತಮ್ಮಗ ಫೋನ್ ಮಾಡಿದಾ. ಅಂವಾ ಕೇಳಿದ್ದ ಒಂಥರಾ 'ನಿಮ್ಮವ್ವ ಇನ್ನೂ ಇದ್ದಾಳೇನ?' ಅಂತ ಕೇಳಿದಂಗ ಇತ್ತ.

ಇತ್ತಲಾಗ ನಮ್ಮ ಕಾಕು oxygen ಇಲ್ಲದ ಅಂದರ ಹಂಗ ಅಲ್ಲಾ, ಕೊಂಡದ್ದ oxygen ಇಲ್ಲದ ದಿವಸಾ ದೂಕಲಿಕತ್ತಿದ್ಲು, ದೇಹದ ಸ್ಥಿತಿ ಕೆಡಕೋತ ಹೋತ. ಒಂದಿಬ್ಬರು ಗಂಗಾಜಲ ಬಿಡರಿ ಹಂಗ ಆರಾಮ ಆಗೊದಿತ್ತಂದರ ಆಗತದ ಇಲ್ಲಾ ದೇಹಕ್ಕ ಮುಕ್ತಿನರ ಸಿಗತದ ಅಂತ ಹೇಳಿದರು. ನಮಗೂ ಆಕಿ ಸಂಕಟಾ ಪಡೋದ

ನೋಡಲಿಕ್ಕೆ ಆಗವಲ್ಲಾಗಿತ್ತು. ತೊಗೊ ಮರುದಿವಸ ಪೂರ್ತಿ ಗಂಗಾಜಲದಾಗ ಗಂಜಿ ಮಾಡಿಸಿ ಮೂರ ಹೊತ್ತ ಹಾಕಿದ್ವಿ, ಆದರೂ ಏನ ಫರಕ ಬೀಳಲಿಲ್ಲ. ಮತ್ತ ಯಾರೋ ಆಕಳಾ ದಾನ ಕೊಡಬೇಕ ಅಂತ ಹೇಳಿದರು. ಯಪ್ಪಾ ಆಕಳಾ ದಾನ ಕೊಡೋದಕಿಂತಾ ದವಾಖಾನಿ ಖರ್ಚ ಕಡಿಮೆ ಅಂತ ಸುಮ್ಮನಾದವಿ. ಆಕಿ ಏನ ಮನಸ್ಸಿನಾಗ ಇಟಗೊಂಡ ಕೋಮಾದಾಗ ಹೋಗ್ಯಾಳೋ ಅಂತ ಮಕ್ಕಳನ್ನ ಕರದ ಕಾಕುನ ಕಿವ್ಯಾಗ ಹೇಳಿಸಿದ್ವಿ.

ನಮ್ಮ ತಮ್ಮ 'ನೀ ಇಲ್ಲದ್ದ ಕಾಲಕ್ಕೂ ಅಕ್ಕಂದಿರನ ಕರಿಸಿ ವರ್ಷಕ್ಕೊಮ್ಮೆ ಸೀರಿ ಜಂಪರ್ ಕೊಡ್ತೇನಿ' ಅಂತಾ ಹೇಳಿದಾ. ಅವನ ಹೆಂಡತಿ 'ನಾ ನಿಮ್ಮಗನ ಬಗ್ಗೆ ಕಾಳಜಿ ತೊಗೊತೇನಿ, ನೀವೇನ ಕಾಳಜಿ ಮಾಡಬ್ಯಾಡರಿ, ನಿಶ್ಚಿಂತಿಯಿಂದ ಕಣ್ಣಮುಚ್ಚರಿ' ಅಂತ ಹೇಳಿದ್ಲು. ಹೆಣ್ಣ ಮಕ್ಕಳ ಬಂದ 'ನೀ ಇಲ್ಲದಿದ್ದರೂ ನಾವ ತವರ ಮನಿಗೆ ಬಂದ ಹಿರೇತನ ಮಾಡಿ ಹೋಗ್ತೇವಿ' ಅಂತ ಅಂದರು.

ಯಾರ ಏನ ಹೇಳಿದರು ನಮ್ಮ ಕಾಕು ಏನ ಕಿವಿ ಮ್ಯಾಲೆ ಹಾಕೋಳಿಲ್ಲಾ. ಕಡಿಕೆ ಒಂದ ದಿವಸ it is matter of few hours ಅಂತ ಹೇಳಿದ್ದ facebook ಡಾಕ್ಟರ ನನ್ನ ಕರದ i am sorry, she is still holding on ಅಂತ ಕೆಟ್ಟ ಅನಿಸಿಗೊಂಡ ಹೇಳಿ ಮುಂದ ಏನ ಮಾಡೋರು ಅಂತ ನನ್ನ ಕೇಳಿದರು. ಅವರ ಹೇಳಿದ್ದ we did our best ಅನ್ನೊಂಗ ಇತ್ತ. ನಾವು ಡಾಕ್ಟರನ ನೆಚ್ಚಿ ಖರ್ಚ ಮಾಡೋ ಅಷ್ಟ ಮಾಡಿದ್ವಿ, ಇನ್ನ ಮುಂದ ಖರ್ಚ ಮಾಡಬೇಕಂದರ ಏನರ ವತ್ತಿ ಇಡಬೇಕಾಗತಿತ್ತ. ನಾ ಭಡಾ ಭಡಾ ತಲಿಕೆಟ್ಟ 'ನಾವ ಮನಿಗೆ ತೊಗೊಂಡ ಹೋಗ್ತೇವಿ' ಅಂದಬಿಟ್ಟೆ. ಡಾಕ್ಟರ ಒಂದ ಮಾತಿಗೆ most sensible decision ಅಂದಬಿಟ್ಟರು. ಕಡಿಕೆ ಮರುದಿವಸ ಲೆಕ್ಕಾ ಸೆಟ್ಲ್ ಮಾಡಿ ಕಾಕುನ ಕೋಮಾದಾಗ ಮನಿಗೆ ಕರಕೊಂಡ ಹೋಗಿಬಿಟ್ವಿ. ಅದರಾಗ ಮಂದಿ ನಮಗ ಕೋಮಾದಾಗ ವರ್ಷಾನುಗಟ್ಟಲೇ ಇರತಾರಂತ ಬ್ಯಾರೆ ಹೆದರಿಸಿದ್ದರು. ಹಿಂಗಾಗಿ ನಾವ ದವಾಖಾನಿ ಒಳಗ ಎಷ್ಟ ದಿವಸಂತ ಇಡಬೇಕು? ಅಕಸ್ಮಾತ್ ಆಕಿ ಮನಸ್ಸಿನಾಗ ಮನ್ಯಾಗ ಜೀವ ಬಿಡೋದ ಇತ್ತಂದರ ಯಾರ ಬ್ಯಾಡ ಅಂತಾರ ಅಂತ ಮನಿಗೆ ಕರಕೊಂಡ ಬಂದಬಿಟ್ವಿ. ನಮ್ಮ ಕಾಕು ಹಂಗs ಕೋಮಾದಾಗ ಉಳದ ಬಿಟ್ಟಳು...

...ಇಲ್ಲಿಗೆ ನಮ್ಮ ದವಾಖಾನಿ ಪ್ರಹಸನ ಮುಗೀತ.

ಹಂಗ ನಾ ನಮ್ಮ ಕಾಕು ಕೋಮಾದಾಗ ಹೋಗಿದ್ದ ಒಂದ ಪ್ರಹಸನ ಮಾಡಿ ಬರದಿದ್ದು ಸರಿ ಅನಸಲಿಕ್ಕಿಲ್ಲ. ಆದ್ರ ನನಗ ಆ ಒಂದ ತಿಂಗಳದಾಗ ಜೀವನದ ಬಗ್ಗೆ ಜುಗುಪ್ಸೆ ಬಂದ ಬಿಟ್ಟಿತ್ತ. ಕಾಕುನ್ನ 108ರಾಗ ಕರಕೊಂಡ ಬಂದಾಗ, ಆಕಿದ ಶುಗರ್ ಲೆವೆಲ್ ಮೆಂಟೇನ್ ಮಾಡಬೇಕಾರ, ಡೈಲಸಿಸ್ ಮಾಡಸಬೇಕಾರ, ಮುಂದ ಆಕಿ ಹಿಪೊಗ್ಲೇಸಿಮಿಯಾ ಆಗಿ ಕೋಮಾದಾಗ ಹೋಗ್ಯಾಳ್, there is no hope ಅಂತ ಡಾಕ್ಟರ್ ಹೇಳಿದಾಗ, ಹೆಂಗ ನಮ್ಮ ಭಾವನೆಗಳು ಚೇಂಜ್ ಆಕ್ಕೋತ ಹೋದ್ವು, ಎಷ್ಟ ಮಾನಸಿಕ ದ್ವಂದ್ವದೊಳಗ ತೊಳಲಾಡಿದ್ವಿ?...ಮುಂದ. ಆಕಿ ಇನ್ನ ಕೋಮಾದಾಗ ಹೋಗೋಕಿ, ಯಾವುದೇ ಕ್ಷಣ ಆಕಿಯ ಕೊನೆಯ ಕ್ಷಣ ಆಗಬಹುದು ಅಂತ ಗೊತ್ತಾದ

ಮ್ಯಾಲೆ ಆ ಕೊನೆಯ ಕ್ಷಣದ ಕ್ಷಣಗಣನೆ ಮಾಡ್ಕೋತ ವಾರಗಟ್ಟಲೇ ಹೆಂಗ ಕಳದ್ವಿ. ಆವಾಗ ಮನಸ್ಸ ಎಷ್ಟ ನಿರ್ಲಿಪ್ತ ಆಗಿಬಿಟ್ಟಿತ್ತ, ನಾವ ಎಷ್ಟ ಪ್ರಾಕ್ಟಿಕಲ್ ಆಗಿಬಿಟ್ವಿ, ಅದು ಸರೀನೊ ತಪ್ಪೋ ಯಾರಿಗೆ ಗೊತ್ತ? ಆದರ ಒಂದ ಅಂತೂ ಖರೆ. ಸಂದರ್ಭ ನಮ್ಮ ಮನಸ್ಸಿನ ಮ್ಯಾಲೆ ಮತ್ತು ಭಾವನೆಗಳನ್ನ ಮೀರಿ ತನ್ನ ಹಿಡಿತವನ್ನ ಸಾಧಿಸಿಬಿಟ್ಟಿತ್ತು. ನಾವು ಭಾಳ ಸರಳವಾಗಿ ಬಂದವರಿಗೆಲ್ಲಾ 'ನಮ್ಮ ಕಾಕು ಕೋಮಾದಾಗ ಹೋದ್ಲು' ಅಂತ ಹೇಳೊ ಅಷ್ಟ ನಿಷ್ಠುರ, ನಿರ್ಲಿಪ್ತ ಆಗಿಬಿಟ್ವಿ. ಕಾಕು ಕೋಮಾದಾಗ ಹೋದ್ಲೋ ಇಲ್ಲಾ ಇವತ್ತ ಇರೋ ನಮ್ಮ ಜೀವನನ ಒಂದ ಕೋಮಾನೋ ಒಂದೂ ತಿಳೀಲಾರದಂಗ ಆಗಿಹೋಗೇದ.

Life is illusion ಅಂತಾರಲಾ, ಅದ ಸುಳ್ಳಲ್ಲ ಅನಸ್ತದ. ಇವತ್ತ ಇದ್ದ ಮನಷ್ಯಾ ನಾಳೆ ಇರತಾನ ಅಂತ ಹೇಳಲಿಕ್ಕೆ ಬರಂಗಿಲ್ಲ. Life is so uncertain and unpredictable.

ರ್ರಿ... ನಾನು ಋಷಿಪಂಚಮಿ ಹಿಡಿತೇನ್ರಿ

ಮೊನ್ನೆ ನವರಾತ್ರಿ ಒಳಗ ನಮ್ಮ ಹಳಿಯಾಳದ ಅನಸಕ್ಕಜ್ಜಿ ತಾ ಋಷಿ-ಪಂಚಮಿ ಹಿಡದೇನಿ, ಇದ ಎಂಟನೇ ವರ್ಷ ಉದ್ಯಾಪನಿ ಮಾಡಬೇಕು. ಅದಕ್ಕ ಹದಿನಾರ ಮಂದಿ ಬ್ರಾಹ್ಮಣ ಮುತ್ತೈದೆರ ಜೋಡಿ ಬೇಕು, ಇಲ್ಲೆ ಹಳಿಯಾಳದಾಗ ನಮ್ಮಂದಿ ಪೈಕಿ ಅಷ್ಟ ಜೋಡಿ ಇಲ್ಲ. ಅದಕ್ಕ ನೀ ನಿನ್ನ ಹೆಂಡತಿನ ಕರಕೊಂಡ ಬಾ. ಮತ್ತೊಂದ ಎರಡ ಜೋಡಿ ಇದ್ದರ ಜೋಡಿಲೇ ಅವರನೂ ಕರಕೊಂಡ ಬಾ ಅಂತ ಫೋನ್ ಮಾಡಿದ್ಲು.

ನನಗ ಆಕಿ ಮತ್ತೊಂದ ಎರಡ ಜೋಡಿ ಇದ್ದರ ಕರಕೊಂಡ ಬಾ ಅಂದಿದ್ದ ಮತ್ತೊಂದ ಎರಡ ಇದ್ದರ ಅವನ್ನು ಕರಕೊಂಡ ಬಾ ಅಂದಂಗ ಅನಿಸಿ,

'ಏ, ಹೋಗ ಅಜ್ಜಿ, ಮತ್ತೊಂದ ಎರಡ ಎಲ್ಲಿದ? ಕಟಗೊಂಡಿದ್ದ ಒಂದ ಸಾಕಲಿಕ್ಕೆ ಆಗವಲ್ತ' ಅಂತ ನಾ ಅಂದ, ಅಮ್ಯಾಲೆ ಆಕಿ ಕಡೆ 'ದನಾ ಕಾಯೋವನ ಯಾಕ್ ಹೆಂಗನಸ್ತದ? ಒಬ್ಬೊಕಿನ ಇದ್ದರೂ ಬಂಗಾರದಂತಾ ಹೆಂಡ್ತಿ ಇದ್ದಾಳ, ಬಾಯಿ ಮುಚಗೊಂಡ ಆಕಿನ್ನ ಒಬ್ಬಕ್ಕಿನ್ನ ಕರಕೊಂಡ ಬಾ ಸಾಕ' ಅಂತ ಬೈಸಿಗೊಂಡಿದ್ದೆ.

ಇನ್ನ ನಮ್ಮ ಅನಸಕ್ಕಜ್ಜಿ ಮನಿ ಪ್ರೋಗ್ರಾಮ್ ಅಂದರ ತಪ್ಪಸಲಿಕ್ಕೆ ಬರಂಗಿಲ್ಲ. ಅದರಾಗ ದಂಪತ್ತ ಅಂತ ಹೇಳ್ಯಾಳ, ಅಂದ ಮ್ಯಾಲೆ ಹೆಂಡ್ತಿನ್ ಕರಕೊಂಡ ಹೋಗಬೇಕ. ಗಾಡಿ ಖರ್ಚ್ ಮೈಮ್ಯಾಲೆ ಹಾಕ್ಕೊಂಡ ಆಕಿ ಕೊಡೊ 50 ರೂಪಾಯಿ ದಕ್ಷಿಣೆ, ಒಂದ ಶರ್ಟ್ ಪೀಸ್, ಒಂದ ನೂರ- ನೂರಿಪ್ಪತ್ತರದ ಆರವಾರಿ ನೈಲನ್ ಪತ್ಲಾ -ಇಷ್ಟರ ಸಂಬಂಧ ಹೋದ್ವಿ, ಮತ್ತ ಸಾಲದ್ದಕ್ಕ ಎರಡ ಜೋಡಿ ಬ್ರಾಹ್ಮಣ ಮುತ್ತೈದಿಯರನ್ನ ತೊರವಿಗಲ್ಲಿಯಿಂದ ಕರಕೊಂಡ ಹೋಗಿದ್ದಕ್ಕ ಅವರದು ಗಾಡಿ ಖರ್ಚ್ ನಮ್ಮ ಮೈಮ್ಯಾಲೆ.

ನಮ್ಮ ಅನಸಕ್ಕಜ್ಜಿ ಮೊದ್ಲಿಂದ ಭಾರಿ ಸಂಪ್ರದಾಯಸ್ಥ ಹೆಣ್ಣಮಗಳು. ಇವತ್ತಿಗೂ ನಮ್ಮ ಇಡಿ ಮನೆತನದಾಗ ಯಾವ- ಯಾವ ಪದ್ಧತಿ ಅವ, ಅವನ್ನ ಹೆಂಗ ಮಾಡಬೇಕು, ಯಾಕ ಮಾಡಬೇಕು ಅನ್ನೊದನ್ನ 24 X 7 ನೀವ ಯಾವಾಗ ಫೋನ್ ಮಾಡಿದ್ರು ತಾಸಗಟ್ಲೆ ಹೇಳ್ತಾಳ. ಹಂಗ ಒಂದಿಷ್ಟ ಪದ್ಧತಿ ತಾನ ಹುಟ್ಟ ಹಾಕ್ಯಾಳ ಅಂತ ಆಕಿ ಮಗಾ

ಹೇಳ್ತಿರ್ತಾನ. ಆದರೂ ಆಕಿ ಮಾತ್ರ ಒಂದ ಪದ್ಧತಿನ್ನೂ ಬಿಡಲಾರದ ಭಾಳ ಛಂದ ಅಗದಿ ನಾಲ್ಕ ಮಂದಿ ನೋಡಿ ಕಣ್ಣ ತುಂಬಕೊಂಡ ಹೊಟ್ಟಿ ಕಿಚ್ಚ ಪಡಬೇಕ ಹಂಗ ಮಾಡತಾಳ.

ಅದರಾಗ ಆಕಿ ಅಂತು ನೋಡಲಿಕ್ಕೆ ಸಾಕ್ಷಾತ್ ವರಮಹಾಲಕ್ಷ್ಮೀ ಇದ್ದಂಗ ಇದ್ದಾಳ, ನನಗಂತೂ ಆಕಿನ್ನ ನೋಡಿದಾಗೊಮ್ಮೆ ಆ ಪೌರಾಣಿಕ ಪಿಕ್ಚರ್‌ನಾಗಿನ ಬಿ. ಸರೋಜಾದೇವಿನ್ನ ನೋಡಿದಂಗ ಆಗೋದ, ಹಣಿ ಮ್ಯಾಲೆ ದೊಡ್ಡ ಕುಂಕುಮ, ಒಂಬತ್ತವಾರಿ ಕಚ್ಚಿ ಸೀರಿ, ಮಣಭಾರ ಇರೋ ಮೂಗಬಟ್ಟ, ಮ್ಯಾಲೆ ಆಕಿ ಮಾತು, ಕಥಿ, ಆರತಿ ಹಾಡು ಕೇಳಿಬಿಟ್ಟರ ಸಾಕ್ಷಾತ್ ದೇವಿ ದರ್ಶನ ಆದಂಗ. ಹಂಗ ಆಕಿಗೆ ಸಿಟ್ಟ ಬಂದರ ದುರ್ಗಾದೇವಿ ದರ್ಶನನ ಮತ್ತ. ಕೈಯಾಗ ಏನ ಸಿಗ್ತದ ಅದನ್ನ ತೊಗೊಂಡ ಸಂಹಾರ ಮಾಡಿ ಬಿಡೋಕಿ. ಹಿಂಗಾಗಿ ನನಗ ಆಕಿ ಬಗ್ಗೆ ಬರೇ ಗೌರವ, ಪ್ರೀತಿ, ಭಕ್ತಿ ಇಷ್ಟ ಅಲ್ಲಾ ಹೆದರಕಿನೂ ಇತ್ತ. ಅದಕ್ಕ ಆಕಿ ಮನಿ ಫಂಕ್ಷನ್ ಅಂದ ಕೂಡಲೇ ಬಿಡಲಿಕ್ಕೆ ಆಗಂಗಿಲ್ಲ.

ಇನ್ನ ನಮ್ಮ ಅನಸಕ್ಕಜ್ಜಿ ಋಷಿ-ಪಂಚಮಿ ಉದ್ಯಾಪನಿ ಅಂತೂ ಅಗದಿ ಗ್ರ್ಯಾಂಡ ಆಗಿ ಮಾಡಿದ್ಲು, 16 ಜೋಡಿ ಬ್ರಾಹ್ಮಣರಿಗೆ ದಂಪತ್ತ ಕರದ ಮನಿ ಮುಂದ ಪೆಂಡಾಲ್ ಹಾಕಿಸಿ ಟೇಬಲ್ ಮ್ಯಾಲೆ ಬಾಳೆ ಎಲಿ ಊಟಾ, ನಾ ಅನ್ಕೊಂಡಂಗ ಐವತ್ತ ರೂಪಾಯಿ ದಕ್ಷಿಣಿ, ಸೀರಿ ಬದ್ಲಿ ಜಂಪರ್ ಪೀಸ್, ಶರ್ಟ್ ಪೀಸ್ ಬದ್ಲಿ ಹದಿನೈದ ರೂಪಾಯದ ಹೋಲ್‌ಸೇಲ್‌ನಾಗ ತಂದಿದ್ದ ಶೆಲ್ಲೆ ಕೊಟ್ಟ ಕಳಸಿದ್ಲು. ಅದರಾಗ ನನ್ನ ಹೆಂಡತಿಗೆ ತಂದ ಒಂದ ಒಂಬತ್ತವಾರಿ ಸೀರಿ ಕೊಟ್ಟ ನೀ ಮನಿ ಮೊಮ್ಮಗಳ್ವಾ, ಕಚ್ಚಿ ಹಾಕಿ ಸೀರಿ ಉಡಬೇಕ ಅಂತ ಹೇಳಿ ತಾನ ಕಚ್ಚಿ ಹಾಕಿ ಸೀರಿ ಉಡಿಸಿ ತಂದ ಮೂಗಿನಾಗಿನ ಒಂದ ಹಳೇ ನತ್ತ್ ಕಡಾ ಕೊಟ್ಟ ಅಗದಿ ಆರ್ಭಟ ತಯಾರ ಮಾಡಿದ್ಲು. ನನ್ನ ಹೆಂಡತಿ ತಯಾರಾಗಿದ್ದ ನೋಡಿದರ ನನಗ ಆಕಿ ಬಗ್ಗೆನೂ ಭಯ-ಭಕ್ತಿ ಬರಲಿಕತ್ತು. ಅಲ್ಲಾ ಹಂಗ ಭಯಾ ಮೊದ್ಲಿಂದ ಇತ್ತ ಬಿಡ್ರಿ. ಈಗ ದೇವಿ ಸ್ವರೂಪದಾಗ ನೋಡಿದ ಮ್ಯಾಲೆ ಭಕ್ತಿನೂ ಬರಲಿಕತ್ತು. ಈಕಿ ಕಚ್ಚಿ ಕಟಗೊಂಡ ಖುಷೀಲೆ ಮನಿ ತುಂಬ ಎಡವಕೋತ ಅಡ್ಡಾಡಿದ್ದ ಅಡ್ಡಾಡಿದ್ದ, ಏನಿಲ್ಲ ಅಂದ್ರು ಒಂದ ಹತ್ತ ಸರತೆ ಕಚ್ಚಿ ಬಿಚ್ಚಿ ಬೀಳೋ ಅಷ್ಟ ಅಡ್ಡಾಡಿದ್ಲು. ಆ ಕಚ್ಚಿ ಬಿಚ್ಚಿದಾಗೊಮ್ಮೆ ನಾ ಕಚ್ಚಿ ಸಿಗಸಲಿಕ್ಕೆ ಆಕಿ ಹಿಂದ ರೂಮಿಗೆ ಹೋಗೊದ ಒಂದ ನಂದ ಮೇನ್ ಕೆಲಸ ಆಗಿಬಿಟ್ಟಿತ್ತ.

ಒಟ್ಟ ಪೂರ್ತಿ ಕಾರ್ಯಕ್ರಮ ಮುಗಿಸಿಕೊಂಡ ವಾಪಸ ಹುಬ್ಬಳ್ಳಿ ಬಸ್ಸ ಹತ್ತಿ ಬರಬೇಕಾರ ನನ್ನ ಹೆಂಡತಿ ಇನ್ನು ನಮ್ಮ ಅನಸಕ್ಕಜ್ಜಿ ಋಷಿ-ಪಂಚಮಿ ಮೂಡನಾಗ ಇದ್ಲ ಕಾಣತದ. ಒಮ್ಮಿಂದೊಮ್ಮಿಲೇ ಸೀರಿಯಸ್ ಆಗಿ,

'ರ್ರೀ ನಾನು ಋಷಿ-ಪಂಚಮಿ ಹಿಡಿತೇನ್ರಿ' ಅಂದ್ಲು. ನನ್ನ ಎದಿ ಧಸಕ್ಕ ಅಂತ. ಅಲ್ಲ, ಈಕಿದ ವಯಸ್ಸರ ವಯಸ್ಸ ಋಷಿ-ಪಂಚಮಿ ಹಿಡಿಲಿಕ್ಕೆ. ಒಟ್ಟ ಯಾರದರ ಮನ್ಯಾಗ ಏನರ ಒಂದ ಛಂದನ ಕಾರ್ಯಕ್ರಮ ನೋಡಿದ್ಲ ಇಲ್ಲೊ ಸ್ಟಾರ್ಟ್...ನಮ್ಮನ್ಯಾಗೂ ಮಾಡೋಣರಿ ಅಂತ.

'ಲೇ, ಎಲ್ಲ ಬಿಟ್ಟ ಅದನ್ಯಾಕ ತಲ್ಯಾಗ ಹಾಕ್ಕೊಂಡಿ, ನಿಂಗ ಹುಚ್ಚ-ಗಿಚ್ಚ ಹಿಡದದೇನ್?' ಅಂತ ನಾ ಬೈದೆ.

'ರ್ರಿ, ನೀವೇನ ಇಷ್ಟ ಖರ್ಚ ಮಾಡಿ ಉದ್ಯಾಪನಿ ಮಾಡಬೇಕಾಗ್ತದ ಅಂತ ಬ್ಯಾಡ ಅಂತೀರೇನ್? ಉದ್ಯಾಪನಿ ಮಾಡೋದ ಎಂಟ ವರ್ಷ ಋಷಿ-ಪಂಚಮಿ ಮಾಡಿದ ಮ್ಯಾಲೆ ತೊಗೊರಿ, ನೀವೇನ ಗಾಬರಿ ಆಗಬ್ಯಾಡರಿ' ಅಂದ್ಲು.

'ಏ, ಹುಚ್ಚಿ, ಋಷಿ-ಪಂಚಮಿ ಅಂದರ ನೀ ಏನ ಹಬ್ಬ-ಹುಣ್ಣಿಮಿ ಅಂತ ತಿಳ್ಕೊಂಡಿ ಏನ್? ಇದ ವ್ರತಾಲೇ, ನಿನ್ನ ಕಡೆ ಏನ ತಲಿ ವ್ರತಾ ಮಾಡಲಿಕ್ಕೆ ಆಗ್ತದ, ತಿಂಗಳಕ್ಕೊಮ್ಮೆ ಸಂಕಷ್ಟಿ ಮಾಡಬೇಕಾರ ಚಂದ್ರೋದಯ ಆಗೋತನಕ ತಡಕೊಳ್ಳಿಕ್ಕೆ ಆಗಂಗಿಲ್ಲ ಅಂತ ಅಂಗಾರಕ ಸಂಕಷ್ಟಿ ಇದ್ದಾಗ ಇಷ್ಟ ಮಾಡಲಿಕತ್ತಿ. ಇನ್ನ ಋಷಿ-ಪಂಚಮಿ ಮಾಡ್ತಾಳಂತ ಋಷಿ-ಪಂಚಮಿ' ಅಂತ ನಾ ಅಂದೆ.

'ಅಯ್ಯ ನಂಗೆಲ್ಲ ಗೊತ್ತರಿ, ವರ್ಷಕ್ಕೆ ಒಂದ ಸರತೆ ಭಾದ್ರಪದ ಮಾಸದಾಗ ಚತುರ್ಥಿ ಮರದಿವಸ ವ್ರತಾ ಹಿಡದ ಸಪ್ತ ಋಷಿಗಳ ಧ್ಯಾನಾ ಮಾಡಿದರ ಆತ, ಅದೇನ ಮಹಾ' ಅಂತ ಈಕಿ ತನ್ನ ಪುರಾಣ ಶುರು ಮಾಡಿದ್ಲು.

ಅಲ್ಲಾ ಹಂಗ ವರ್ಷಕ್ಕ ಒಂದs ಸರತೆ ಖರೇ ಆದರೂ ಎಂಟ ವರ್ಷಗಟ್ಟಲೇ ಮಾಡಬೇಕ. ಮ್ಯಾಲೆ ಶುರು ಮಾಡೋಕಿಂತಾ ಮೊದ್ಲ ಸಂಕಲ್ಪ ಮಾಡಲಿಕ್ಕೆ ಒಂದ ಕಾರ್ಯಕ್ರಮ, ಮುಗದ ಮ್ಯಾಲೆ ಮತ್ತೊಂದ ಕಾರ್ಯಕ್ರಮ, ಅದ ಈಗ ನಮ್ಮ ಅನಸಕ್ಕಜ್ಜಿ ಮಾಡಿದ್ಲಲಾ ಉದ್ಯಾಪನಿ, ಹಂತಾದ ಒಂದ. ಹಂಗ ನಂಗ ಟೆನ್ಶನ್ ಇದ್ದದ್ದ ಕಾರ್ಯಕ್ರಮ ಮಾಡೋದರ ಬಗ್ಗೆ, ರೊಕ್ಕ ಖರ್ಚ ಆಗೋದರ ಬಗ್ಗೆ ಅಲ್ಲ. ನನ್ನ ಟೆನ್ಶನ್ ಬ್ಯಾರೆ ಇತ್ತ.

ನನಗ ಗೊತ್ತಿರೋ ಪ್ರಕಾರ ಋಷಿ-ಪಂಚಮಿ ವ್ರತಾ ಹಿಡಿಯೋರು ಋಷಿಗಳಗತೆ ವೈರಾಗ್ಯದ ಜೀವನ ನಡಸಬೇಕು. ಸರಳ-ಸಾದಾ ಜೀವನ, ಏನು ಆಶಾ ಪಡದ ಎಲ್ಲ ಮೋಹ, ಲೌಕಿಕ ಬಿಟ್ಟ ತಮ್ಮಷ್ಟಕ್ಕ ತಾವ ಅಡಗಿ ಮಾಡ್ಕೊಂಡ ಉಂಡ ಯಾವುದು ಆಡಂಬರ ಸಡಗರ ಇಲ್ಲದ ಬದುಕಬೇಕು. ಇನ್ನ ಹಿಂತಾ ವ್ರತಾ ನನ್ನ ಹೆಂಡತಿಗೆ ಮಾಡಲಿಕ್ಕೆ ಹೆಂಗ ಸಾಧ್ಯ? ಏನಿಲ್ಲದ ಕಾಂಪ್ಲಿಕೇಟೆಡ್ ಹೆಣ್ಣಮಗಳು, ಸರಳ ಸುಮ್ಮನ ಬದಕೋಕಿ ಅಲ್ಲ, ಬದಕಲಿಕ್ಕೆ ಬಿಡೋಕಿ ಅಲ್ಲ. ಹಂಗ ಹಂತಾಕಿ ಎಲ್ಲ ತ್ಯಾಗ ಮಾಡಿ ಇರ್ತೇನಿ ಅಂದರ ಖರೇನ ಖುಷಿ ಪಡೋ ವಿಷಯನ. ಆದರ ನಾರ್ಮಲಿ ಈ ವ್ರತಾ ವಯಸ್ಸಾದ ಹೆಣ್ಣಮಕ್ಕಳ ಮಾಡೋದು. ಪಾಪ ನನ್ನ ಹೆಂಡತಿಗೆ ಗೊತ್ತಾಗಿಲ್ಲಾಂತ ನಾ ತಿಳಿಸಿ ಹೇಳಿದರಾತು ಅಂತ,

'ಲೇ, ನಿಮ್ಮತ್ತಿನ ಇನ್ನು ಋಷಿ-ಪಂಚಮಿ ವ್ರತಾ ಹಿಡಿಲ್ಯೊ ಬ್ಯಾಡೊ ಅಂತ ವಿಚಾರ ಮಾಡಲಿಕತ್ತಾಳ, ನೀ ಇನ್ನು ಸಣ್ಣಾಕಿ. ನಿಂಗ್ಯಾಕ ಬೇಕಲೇ ಹಿರೇಮನಷ್ಯಾರ ವ್ರತಾ?' ಅಂತ ನಾ ತಿಳಿಸಿ ಹೇಳಲಿಕ್ಕೆ ಹೋದರ ಈಕಿ ಮತ್ತ ತಂದ ತಲ್ಯಾಗಿಂದ ಶುರು ಮಾಡಿದ್ಲು,

'ರ್ರಿ, ಪಾಪ ಅವರಿಗೆಲ್ಲೆ ಮಾಡಲಿಕ್ಕೆ ಆಗ್ತದ? ಏನಿಲ್ಲದ ವರ್ಷಕ್ಕ ಒಂದ ನೂರ ಉಪವಾಸ ಮಾಡ್ತಾರ. ಮತ್ತ ಇದೊಂದ ಯಾಕ ಸುಮ್ಮನ? ಅವರ ಬೇಕಾರ ನಾಳೆ ಉದ್ಯಾಪನಿ ಮಾಡಬೇಕಾರ ಎಲ್ಲ ಜವಾಬ್ದಾರಿ ತೊಗೊಂಡ ಮುಂದ ನಿಂತ ಕಾರ್ಯಕ್ರಮ ಎಲ್ಲ ಮಾಡವಲ್ಲರಾಕ' ಅಂತ ಅಂದ್ಲು.

ಹಕ್ಕ್, ಈಕಿ ಋಷಿ-ಪಂಚಮಿ ಮಾಡೋಕಿ, ನಮ್ಮವ್ವ ಉದ್ಯಾಪನಿ ಮಾಡ್ಬೇಕಂತ.. ಇನ್ನ ಈಕಿಗೆ ಹೆಂಗ ತಿಳಿಸಿ ಹೇಳೋದಂತ ನಂಗ ತಿಳಿವಲ್ಲಾತ. ನನ್ನ ಸಂಕಟ ನಂಗ, ಆಕಿಗೆ ನೋಡಿದ್ರ ಋಷಿ-ಪಂಚಮಿ ಅಂದ್ರ ಅದು ಒಂದ ಹಬ್ಬ, ಅದನ್ನ ಮಾಡೋದ ಒಂದ ದೊಡ್ಡಿಸ್ತನ ಅಂತ ತಿಳ್ಕೊಂಡಾಳ ಖರೇ. ಅದನ್ನ ಮಾಡಬೇಕಂದರ ಏನೇನ ತ್ಯಾಗ ಮಾಡ್ಬೇಕ ಅನ್ನೋದ ಆಕಿಗೆ ಇಷ್ಟ ಸೂಕ್ಷ್ಮ ಹೇಳಿದರೂ ಗೊತ್ತಾಗವಲ್ಲಾಗಿತ್ತ.

ಹಂಗ ಈ ವ್ರತಾ ಭಾಳ ಅಂದರ ವಯಸ್ಸಾದ ಹಿರೇ ಹೆಣ್ಮಕ್ಕಳ ಮಾಡ್ತಾರ, ಅದು ಕಡಿಗೆ (menstrual cycle) ನಿಂತವರು, ಮುಂದ ಮಕ್ಕಳಾಗಂಗಿಲ್ಲ ಅಂತ ಗ್ಯಾರಂಟಿ ಇದ್ದವರು. ಯಾಕಂದರ ಈ ವ್ರತದೊಳಗ ಮೋಹ, ಕಾಮ, ಲೋಭ ಎಲ್ಲ ಬಿಟ್ಟ ಎಂಟ ವರ್ಷಗಟ್ಟಲೇ ಸಾಧ್ವಿ ಜೀವನ ನಡಿಸಿಗೋತ ನಮ್ಮ ಋಷಿ-ಮುನಿಗಳಗತೆ ಬದುಕಬೇಕಾಗ್ತದ. ಇದು ಭಾಳ ಕಟ್ಟಾ ವ್ರತಾ, ಶೋಕಿಗೆ ಮಾಡೋದಲ್ಲ. ಏಕಾದಶಿ, ಸಂಕಷ್ಟಿ, ಶ್ರಾವಣ ಸೋಮವಾರ ಎಲ್ಲ ಮಾಡ್ತಾರಲಾ ಹಂತಾ ಉಪವಾಸದ್ದ ವ್ರತಾ ಇದ ಅಲ್ಲ.

ಋಷಿ ಪಂಚಮಿ ವ್ರತಾ ಹಿಡದ ಹೆಣ್ಮಕ್ಕಳು ತಮ್ಮ ಗಂಡಂದರ ಜೋಡಿ ದೈಹಿಕ ಸಂಬಂಧ ಇಟಗೊಬಾರದು, ಅವನ ಜೋತಿ ಒಂದ ಹಾಸಿಗೆ ಮ್ಯಾಲೆ ಮಲ್ಕೊಬಾರದು ಅಂತ ನಾ ಕೇಳೀನಿ. ಹಿಂಗಾಗೆ ವಯಸ್ಸಾದ ಹೆಣ್ಣಮಕ್ಕಳ ಈ ವ್ರತಾ ಹಿಡಿತಾರ.

ಕಡಿಕೂ ನಂಗ ಇದನ್ನೆಲ್ಲಾ ನನ್ನ ಹೆಂಡತಿಗೆ ಸಮಾಧಾನದ್ಲೆ ತಿಳಿಸಿ ಹೇಳೋದರಾಗ ಏಳು ಹನ್ನೆರಡ ಆತ. ಈಕಿ ಪೂರ್ತಿ ಎಲ್ಲ ಕೇಳೊ ಹಂಗ ಕೇಳಿ ಏನ ಅಂದ್ಲ ಗೊತ್ತ...

'ಅಲ್ಲರಿ, ನಂದ ಹೆಂಗಿದ್ದರೂ ಆಪರೇಶನ್ ಅಂತೂ ಆಗೇಬಿಟ್ಟದ, ಮುಂದ ಮಕ್ಕಳ ಆಗೋ ಚಾನ್ಸಿಸ್ ಇಲ್ಲ, ಮ್ಯಾಲೆ ಇದೇನ ಜೀವನ ಪೂರ್ತಿ ಹಂಗ ಅಂತ ಏನಿಲ್ಲ? ಎಂಟ ವರ್ಷದ ಮಾತ, ಹೆಂಗರ ಕಳೀಬಹುದು. ನೀವು ಒಂದ ಸ್ವಲ್ಪ ಕಂಟ್ರೋಲ್ ಇಟಗೋರಿ, ಇಲ್ಲಾ ನೀವು ಒಂದ ಯಾವದರ ಹಿಂತಾ ವ್ರತಾ ಇದ್ದರ ಹುಡಕಿ ಹಿಡದಬಿಡರಿ' ಅಂದ್ಲು. ನಂಗ ತಲಿ ಎದಕ್ಕ ಜಜ್ಜಕೋಳಿ ಅನ್ನೋದ ತಿಳಿಲಾರದಂಗ ಆತ. ಅಲ್ಲ ಬರೇ ಎಂಟ ವರ್ಷದ ಮಾತ ಅಂತ.. ಈಕಿ ಮುಂದ ಮತ್ತ ಯಥಾಪ್ರಕಾರ ಸಂಸಾರ ಮಾಡೋಕಿ ಅಂತ? ಏನ ಹೇಳ್ಬೇಕ ಈಕಿಗೆ. ಹಂಗ ಈಕಿದ ಆಪರೇಶನ್ ಆಗಿದ್ದಿಲ್ಲ ಅಂದರ ಋಷಿ-ಪಂಚಮಿ ಉದ್ಯಾಪನಿ ಮಾಡಿ ಆಮ್ಯಾಲೆ ಮತ್ತೊಂದ ಹಡೆಯೋ ಪೈಕಿನ.

ಅಲ್ಲ, ಈಕಿ ತಾ ಏನರ ಹಾಳ ಗುಂಡಿ ಬೀಳವಳ್ಳಾಕ, ನನ್ನ ಬಗ್ಗೆರ ವಿಚಾರ ಮಾಡ್ಬೇಕ ಬ್ಯಾಡ? ದಣೇಯಿನ ನಲವತ್ತ ತುಂಬಿ ನಲವತ್ತೊಂದರಾಗ ಬಿದ್ದಾವ. ಇನ್ನ ಮುಂದ ಎಂಟ ವರ್ಷಗಟ್ಟಲೇ ಉಪವಾಸ. ಹಂಗ ನಾ ಎಂಟ ವರ್ಷ ಈಕಿಗತೆ ಕಟ್ಟಾ

ವ್ರತಾ ಪಾಲಿಸಿ ಬಿಟ್ಟರ ಆ ಸಪ್ತಋಷಿಗಳ ಜೊತಿ ಎಂಟನೇದಂವಾ ಆಗ್ತೇನಿ. ಆ ಮಾತ ಬ್ಯಾರೆ. ಕಡಿಕೆ ಮೊನ್ನೆ ಈ ವಿಷಯ ದೀರ್ಘಕ್ಕ ಹೋಗಿ ಅನಸಕ್ಕಜ್ಜಿ ಮಟಾ ಮುಟ್ಟಿ ಆಕಿ ಕಡಿಕೆ ನನ್ನ ಹೆಂಡತಿಗೆ ಫೋನ್ ಮಾಡಿ,

'ಏ, ಹುಚ್ಚಿ, ನೀ ಏನರ ಋಷಿ-ಪಂಚಮಿ ಈ ವಯಸ್ಸಿನಾಗ ಹಿಡದರ ನಿನ್ನ ಗಂಡ ಇನ್ನೊಂದ ಲಗ್ನಾ ಮಾಡ್ಕೋತಾನ. ಆಮ್ಯಾಲೆ ನೀ ಸಂಸಾರದಿಂದ ಮೋಕ್ಷ ಹೊಂದೊಕಿಂತಾ ಮುಂಚೆ ಜೀವನದಿಂದ ಮೋಕ್ಷ ಹೊಂದತಿ, ಹಂಗ ಹುಚ್ಚುಚಾಕಾರ ಏನರ ಮಾಡಲಿಕ್ಕೆ ಹೋಗಬ್ಯಾಡ. ಎಲ್ಲಾದಕ್ಕೂ ಒಂದ ವಯಸ್ಸ ಇರತದ. ಆ ಆ ವಯಸ್ಸಿಗೆ ಏನ ಮಾಡಬೇಕ ಅವನ್ನ ಆವಾಗ ಮಾಡಬೇಕು. ನಿಂದ ಇನ್ನೂ ಉಪ್ಪು ಹುಳಿ ತಿನ್ನೋ ವಯಸ್ಸು, ಏನಿಲ್ಲದ ಮನ್ಯಾಗ ತವಿ ಮಾಡಿದ್ದ ದಿವಸ ಇವತ್ತ ಸಪ್ಪೆ-ಸಪ್ಪೆ ಅಡಗಿ ಮಾಡ್ಯಾರ ಅಂತ ಹೊರಗ ಹೋಗಿ ಪಾನಿ ಪುರಿ ತಿಂದ ಬರ್ತಿ, ಇನ್ನ ಋಷಿ-ಪಂಚಮಿ ಏನ ಹಿಡೀತಿ ತಲಿ' ಅಂತ ಒಂದ ತಾಸ ತಿಳಿಸಿ ಹೇಳಿದ ಮ್ಯಾಲೆ ಈಗ ಸದ್ಯೇಕ ಆ ವಿಚಾರ ಪೋಸ್ಟ್‌ಪೋನ್ ಮಾಡೇನಿ ಅಂತ ಹೇಳ್ಯಾಳ. ಇನ್ನ ಮತ್ತ ಯಾವಾಗ ನೆನಪಾಗಿ,

'ರ್‍ರಿ, ನಾನು ಋಷಿ-ಪಂಚಮಿ ಹಿಡಿತೀನಿ' ಅಂತ ಗಂಟ ಬೀಳ್ತಾಳೊ ಆ ಸಪ್ತಋಷಿಗಳಿಗೆ ಗೊತ್ತ. ಹಂಗೇನರ ಆಕಿ ಋಷಿ-ಪಂಚಮಿ ಹಿಡದರ ನಾನು ಒಬ್ಬ ಋಷಿ ಆಗಿ ಯಾವದರ ಅಪ್ಸರೇ ಸಂಬಂಧ ತಪಸ್ಸ ಮಾಡೋದ ಅಂತೂ ಗ್ಯಾರಂಟಿನ ಮತ್ತ.

ಹತ್ತ ದಾಸಿಯರಕಿಂತಾ ಒಬ್ಬ ರಾಜನರ್ತಕಿ ಛಲೊ...

'ಹತ್ತ ದಾಸಿಯರನ ಇಟಗೊಳೊದಕಿಂತಾ ಒಬ್ಬ ರಾಜ ನರ್ತಕಿನ ಇಟಗೋಬೇಕು' ಅಂತ ಒಂದ ಗಾದಿ ಮಾತ ಅದ, ಕೇಳಿರೇನ? ಅಲ್ಲ, ಹಿಂತಾವೆಲ್ಲಾ ನೀನ ಕೇಳಿರತಿ ಇಲ್ಲ ಹುಟ್ಟಿಸಿರತಿ ತೊಗೊ ಮಗನ ಅಂತ ಅನಬ್ಯಾಡರಿ. ಖರೇನ ಇದ ಒಂದ ಗಾದಿ ಮಾತ, ನಾ ಹುಟ್ಟಿಸಿದ್ದೇನ ಅಲ್ಲ.

ಹಂಗಂತ ನಾ ಏನ ಯಾರನ ಇಟಗೊಳ್ಳಿಕ್ಕೆ ಹೊಂಟಿಲ್ಲ ಮತ್ತ, ಕಟಗೊಂಡಿದ್ದ ಒಂದನ್ನ ಸಂಭಾಳಸೋದ ರಗಡ ಆಗೇದ. ಮತ್ತ ಇನ್ನೇನ ತಲಿ ಇಟಗೋತಿರಿ. ಹಂಗ ಈ ಹೆಡ್ಡಿಂಗ್ ನೋಡಿ ಏನ ಭಾರಿ ಟಾಪಿಕ್ ಅದ ಅಲಾ ಅಂತ ನೀವು ಮನಸ್ಸಿನಾಗ ಏನೇನರ ವಿಚಾರ ಮಾಡಬ್ಯಾಡರಿ.

'ಹತ್ತ ದಾಸಿಯರನ ಇಟಗೊಳೊದಕಿಂತಾ ಒಬ್ಬ ರಾಜ ನರ್ತಕಿನ ಇಟಗೋಬೇಕು' ಅನ್ನೋದು ನನ್ನ 'ಫೈನಾನ್ಸ್ ಮ್ಯಾನೇಜಮೆಂಟ್ ಪ್ರಿನ್ಸಿಪಲ್!'

ಅಲ್ಲ, ಹಂಗ ಇಟಗೊಂಡಿದ್ದ ಹತ್ತ ದಾಸಿಯರನ ಬಿಟ್ಟ ಬರೇ ಒಬ್ಬ ರಾಜನರ್ತಕಿನ ಇಟಗೊಂಡರ ಖರ್ಚ ಕಡಿಮೆ ಆಗೇ ಆಗತದ. ಅದರಾಗ ಏನ ದೊಡ್ಡ ಫೈನಾನ್ಸ್ ಮ್ಯಾನೇಜಮೆಂಟ್ ಅಂತ ಅನಸಬಹುದು ನಿಮಗ. ಆದರ ಅದು ಹಂಗ ಅಲ್ಲ. ನನ್ನ ಫೈನಾನ್ಸ್ ಮ್ಯಾನೇಜಮೆಂಟ್ ಥೇರಿನ ಬ್ಯಾರೆ. ನಂಗ ಫೈನಾನ್ಸಿಯಲ್ ಕ್ರೈಸಿಸ್ ಬಂದಾಗೊಮ್ಮೆ ನಾ ಈ ಪ್ರಿನ್ಸಿಪಲ್ ಅಪ್ಲೈ ಮಾಡಿನ ನನ್ನ ಪ್ರಾಬ್ಲೆಮ್ ಬಗಿಹರಿಸಿಗೊಳ್ಳೊದು.

ಹಂಗ ನಂಗ ಮೊದಲನೆ ಸಲಾ ದೊಡ್ಡ ಫೈನಾನ್ಸಿಯಲ್ ಪ್ರಾಬ್ಲೆಮ್ ಅಂತ ಅನಿಸಿದ್ದ ನನ್ನ ಮದುವಿ ವೇಳ್ಯಾದಾಗ. ಅಲ್ಲಾ, ಖರೆ ಅಂದ್ರ ಎಲ್ಲ ಪ್ರಾಬ್ಲೆಮ್ಸ್ ಹುಟ್ಟೋದ ಅಲ್ಲಿಂದ. ಆ ಮಾತ ಬ್ಯಾರೆ. ಆದರ ಅದರಾಗ ನಂಗ ಫೈನಾನ್ಸಿಯಲ್ ಪ್ರಾಬ್ಲೆಮ್ ಒಂದ ಎಕ್ಸ್ಟ್ರಾ ಹುಟ್ಟಿತ್ತ. ಮೊದ್ಲಿಂದ ನಮ್ಮ ಆರ್ಥಿಕ ಪರಿಸ್ಥಿತಿ ಆರಕ್ಕ ಏರಂಗಿಲ್ಲ ಮೂರಕ್ಕ ಇಳಿಯಂಗಿಲ್ಲ ಅನ್ನೋ ಹಂಗ ಇತ್ತs. ನಮ್ಮಪ್ಪ ಹೆಂಗೋ ಕರೆ ಹಂಚಿನ

ಮನ್ಯಾಗ ತನ್ನ ಜೀವನಾ ತೇಯದ ನಮ್ಮನ್ನ ದೊಡ್ಡೋವರನ ಮಾಡಿದ್ದಾ. ನಾ ಮುಂದ ಕಿರ್ಲೋಸ್ಕರದಾಗ ನೌಕರಿ ಸಿಕ್ಕ ಮ್ಯಾಲೆ ಕರೆ ಹಂಚಿನ ಮನಿಯಿಂದ ಸಿಮೆಂಟ್ ಶೀಟ್ ಔಟ್‌ಹೌಸಿಗೆ ಪ್ರಮೋಶನ್ ತೊಗೊಂಡೆ. ಹಿಂಗ ಒಂದ್ಯೆರಡ ವರ್ಷ ಆಗೋದಕ್ಕ ಇನ್ನ ಕನ್ಯಾ ನೋಡ್ಬೇಕು ಅಂತ ಡಿಸೈಡ್ ಮಾಡಿದ ಮ್ಯಾಲೆ ಕಾಂಕ್ರೀಟ್ ಸಿಂಗಲ್ ಬೆಡ್‌ರೂಮ್ ಔಟ್‌ಹೌಸಿಗೆ ಶಿಫ್ಟ್ ಆದೆ. ಅದ ನಮ್ಮ ಕುಟಂಬದ ಮೊದಲನೇ ಬೆಡ್‌ರೂಮ್ ಹೌಸ್. ಆದರ ಆವಾಗಿನ್ನೂ ನಂದ ಲಗ್ನಾಗಿದ್ದಿಲ್ಲ ಅಂತ ಬೆಡ್‌ರೂಮ್ ನಮ್ಮ ಅವ್ವಾ-ಅಪ್ಪಗ ಬಿಟ್ಟಕೊಟ್ಟೆ. ಪಾಪ ಅವರ ಇಷ್ಟ ದಿವಸ ಬೆಡ್‌ರೂಮ್ ಇಲ್ಲದ ಮನ್ಯಾಗ ಎರಡ ಮಕ್ಕಳನ್ನ ಹಡದ ದೊಡ್ಡವರನ ಮಾಡಿದ್ರು, ಇನ್ನರ ಒಂದ ಸ್ವಲ್ಪ ಪ್ರೈವೇಸಿ ಇರಲಿ ಅಂತ ಬೆಡ್‌ರೂಮ್ ಬಿಟ್ಟಕೊಟ್ಟಿದ್ದೆ. ಮುಂದ ನನಗ ನಾ ಲಗ್ನಾ ಮಾಡ್ಕೋಬೇಕು ಅಂತ ನೋಬಲ್ ವಿಚಾರ ಬಂದಾಗ ಡಬಲ್ ಬೆಡ್‌ರೂಮ ಮನಿಗೆ ಶಿಫ್ಟ್ ಆದೆ.

ಹಂಗ ಡಬಲ್ ಬೆಡ್‌ರೂಮ್ ಮನಿ ಸಿಕ್ಕರ ಮದುವೇನ ಆದಂಗ ಅಲ್ಲಲಾ, ಆ ಎರಡನೇ ಬೆಡ್‌ರೂಮ್ ತುಂಬ ಬೇಕು ಅಂದ್ರ ಮೊದ್ಲ ಕನ್ಯಾ ಸಿಗಬೇಕು, ಎಲ್ಲಾ ಕೂಡಿ ಬರಬೇಕು, ಮಾತುಕತಿ ಆಗಬೇಕು, ಆಮ್ಯಾಲೆ ಮದುವಿ. ಆದರ ನನ್ನ ದುರ್ದೈವಕ್ಕ ನಾ ಲಗ್ನಾ ಮಾಡ್ಕೋಬೇಕು ಅಂತ ಡಿಸೈಡ್ ಮಾಡೋ ಪುರಸತ್ತ ಇಲ್ಲದ ಕನ್ಯಾ ಫಿಕ್ಸ್ ಆಗೇಬಿಟ್ಟತು. ಏನ ಕೂಡಬೇಕಿತ್ತೊ ಅದು ಕೂಡಿ ಎಂಗೇಜ್‌ಮೆಂಟೂ ಆಗೇಬಿಡ್ತು. ಇನ್ನ ಒಮ್ಮೆ ಎಂಗೇಜ್‌ಮೆಂಟ್ ಆದ ಮ್ಯಾಲೆ ಭಾಳ ದಿವಸ ಬಿಡಬಾರದು, ಏನಿಲ್ಲದ ಲೋಕಲ್ ಕನ್ಯಾ ಬ್ಯಾರೆ. ಇವಂದೇನ ಹೇಳಲಿಕ್ಕೆ ಬರಂಗಿಲ್ಲಾ, ಗಡಿಗೆ ನೀರಿಕಿಂತಾ ಮೊದ್ಲ ಕಳ್ಳ ಕುಬಸಾ ಮಾಡಿಸಿದರೂ ಮಾಡಿಸಿದನ ಅಂತ ನಮ್ಮ ಮನಿ ಹಿರೇಮನುಷ್ಯಾರೆಲ್ಲ ಸೇರಿ ಮದುವಿ ಡೇಟ್ ಫಿಕ್ಸ್ ಮಾಡೇಬಿಟ್ಟರು. ಅಷ್ಟರಾಗ ನಾ ಒಂಬತ್ತ ತಿಂಗಳ ಕದ್ದು ಮುಚ್ಚಿ ಹುಡುಗಿ ಕರಕೊಂಡ ಅಡ್ಡ್ಯಾಡಿದ್ದೆ, ಮದುವಿ ಆದರ ಇನ್ನೂ ಮಜಾ ಮಾಡಬಹುದು ಅಂತ ಹೂಂ ಅಂದ ಬಿಟ್ಟೆ.

ಹಂಗ ನಾವು ಗಂಡಿನವರ ಆದರೂ ನಂಬದು ಮದುವಿ ಖರ್ಚ ಅಂತ ಇದ್ದ ಇರತದ. ಅದರಾಗ ನಮ್ಮವ್ವ 'ಗಂಡಸ ಮಗನ ಮದುವಿ, ನಂದ ಚೊಚ್ಚಲ ಗಂಡಸ ಮಗನ ನಿಯಮ ಬಿಡಸಬೇಕು, ನಮ್ಮ ಮನ್ಯಾಗಿನ ಮೊದ್ಲನೇ ಮದುವಿ ಅವರಿಗೆ ಇದನ್ನ ಕೊಡಬೇಕು, ಇವರಿಗೆ ಅದನ್ನ ಕೊಡಬೇಕು' ಅಂತ ದೊಡ್ಡ ಲಿಸ್ಟ್ ತಯಾರ ಮಾಡಲಿಕ್ಕೆ ಹತ್ತಿದ್ಲು. ನಾ ಶಾಣ್ಯಾ, ಕಿಸೆದಾಗ ಒಂದ ಹದಿನೈದ ಇಪ್ಪತ್ತ ಸಾವಿರ ರೂಪಾಯಿ ಇಟಗೊಂಡ ಲಗ್ನಾ ಮಾಡ್ಕೊಳ್ಳಿಕ್ಕೆ ಹೊಂಟಿದ್ದೆ. ನಮ್ಮವ್ವನ ಲಗ್ನದ ತಯಾರಿ ನೋಡಿದ್ರ ಇದ ಎಲ್ಲೋ ಕುತಗಿಗೆ ಉರಲ ಆಗೋಹಂಗ ಕಾಣತದ ಅಂತ ಅನಸಲಿಕತ್ತ.

ಅದರಾಗ ನಾ ಮದುವಿ ಮಾತುಕತಿ ಹೊತ್ತಿನಾಗ,

'ಬೀಗರ ಕಡೆ ಒಂದ ಸ್ವಲ್ಪ ಜಾಸ್ತಿನ ಕೇಳರಿ, ಬಂಗಾರ ಒಂದ ಗುಂಜಿ ಕಡಿಮೆ ಆದರೂ ಅಡ್ಡಿಯಿಲ್ಲ. ಕ್ಯಾಶ್ ಸ್ವಲ್ಪ ಜಾಸ್ತಿ ಕೇಳರಿ' ಅಂತ ಹೇಳಿದಾಗ ಮನಿ ಮಂದಿ, "ನೀ ಏನಲೇ ಅವರ ರೊಕ್ಕದಾಗ ಮದುವಿ ಮಾಡ್ಕೋಳೊಂವೇನ್? ನಿನ್ನ ಮಾರಿಗೆ

ಇಷ್ಟ ಕೊಟ್ಟದ್ದ ರಗಡ ಆತ' ಅಂತ ಬರೆ ಹದಿನೈದ ಸಾವಿರ ರೂಪಾಯಿ, ಐದ ತೊಲಿ ಬಂಗಾರಕ್ಕ ಮಾತುಕತಿ ಮುಗಿಸಿಬಿಟ್ಟರು. ಅಂಡರ್‌ವೇರ್, ಬನಿಯನ್, ಅಂಗಿ-ಚಡ್ಡಿ ಎಲ್ಲಾದರದೂ ಇದರಾಗ ಬಂತ ಅಂತ ಬ್ಯಾರೆ ಬೀಗರ ಹೇಳಿ ಬಿಟ್ಟಿದ್ದರು.

ನಾ ಖರೆ ಹೇಳ್ತೇನಿ. ನಂಗ ಇವತ್ತ ಅದನ್ನ ನೆನಿಸಿಕೊಂಡರ ಇಷ್ಟ ಸಂಕಟ ಆಗಿ ಹೊಟ್ಟ್ಯಾಗ ಉರಿ ಬೀಳತದಲಾ, ನಮ್ಮ ದೋಸ್ತರೊಳಗ ಹೆಂತಿಂತಾ ಹು.ಸೂ. ಮಕ್ಕಳ ಎಷ್ಟೆಷ್ಟ ತೊಗಂಡಾರ್‍ರಿ, ಅವನೌನ. ನನ್ನ ಹಣೆಬರಹನ ಖೊಟ್ಟಿ ಅದ ಅಂತ ಅನಸ್ತದ. ಎಷ್ಟ ಸಸ್ತಾದಾಗ ಹೋದೆರಿ. ಒಂದ ಬಿಟ್ಟ ಎರಡ ಕನ್ಯಾ ನೋಡಲಿಲ್ಲ, ನನ್ನ ಮಾರ್ಕೆಟ್ ವ್ಯಾಲ್ಯೂನ ನನಗ ಗೊತ್ತಾಗಲಿಲ್ಲ. ಕಂಡೇನೋ ಇಲ್ಲೊ ಅನ್ನೊರಂಗ ಒಂದನೇ ಕನ್ಯಾಕ್ಕ ಹೂಂ ಅಂದಿದ್ದ ಮುಂದ ಬುಟ್ಟಿಗಟ್ಟಲೆ ತಿಂದಂಗ ಆತ. ಇವತ್ತ ನನ್ನಂತಾ ವರಾ ಅವನೌನ ಎಷ್ಟ ಕೊಟ್ಟರೂ ಸಿಗಂಗಿಲ್ಲ. ಆದರ ಈಗ ಏನ್ಮಾಡೋದ, ಆಗಿದ್ದ ಆಗಿಹೋತ, ಸುಮ್ಮನ ಹಳೇದ ನೆನಸಿಗೊಂಡ ಜೀವಾ ಚುಟು ಚುಟು ಅನಿಸಿಗೊಳ್ಳೊದರಾಗ ಅರ್ಥ ಇಲ್ಲ. ಅದರಾಗ ಆ ಮಾತಿಗೆ ಈಗ ಹನ್ನೆರಡ ವರ್ಷ ಆಗಲಿಕ್ಕೆ ಬಂತ. ಏನೋ ಹೆಂಡತಿನ ಬಂಗಾರದಂಗ ಇದ್ದಾಳ ಅಂತ ಸುಮ್ಮನಿದ್ದೇನಿ. ಆದರ ಇದ ಅಪ್ರಿಸಿಯೇಟ್ ಆಗೊ ಬಂಗಾರ ಅಲ್ಲ, ವರ್ಷಾ ವರ್ಷಾ ಡೆಪ್ರಿಸಿಯೇಟ ಆಗೋದ. ಹಂಗ ದೇಹದಾಗ ಅಪ್ರಿಸಿಯೇಟ್ ಆದರೂ ಕ್ವಾಲಿಟಿ ಒಳಗ ಡೆಪ್ರಿಸಿಯೇಟ್ ಆಗಿ ಸವಕೋತ ಹೊಂಟದ. ಏನೋ ಮನಿ ಬಂಗಾರ, ನಾವೇನ ದುಡದ ತೊಗಂಡಿದ್ದಲ್ಲ ಅಂತ ಇಟಗೊಳೊದು.

ಇನ್ನ ನಾ ಆವಾಗ ದೊಡ್ಡಸ್ತನಾ ಬಡದ ತಂಗಿಗಿಂತ ಮುಂಚೆ ಲಗ್ನಾ ಮಾಡ್ಕೋಳಿಕತ್ತಿದ್ದೆ, ಹಿಂಗಾಗಿ ಬಳಗದವರ ಯಾರು ರೊಕ್ಕದ ವಿಷಯದಾಗ ಒಂದ ಚೂರು ಹೆಲ್ಪ್ ಮಾಡೊಹಂಗ ಕಾಣಲಿಲ್ಲ. ಅವರೆಲ್ಲ ಈ ಮಗಾ ರೊಕ್ಕಾ ಮಾಡ್ಯಾನ ಅದಕ್ಕ ಲಗ್ನ-ಲಗ್ನ ಅಂತ ಬಡಕೊಳಿಕತ್ತಾನ, ತಂಗಿ ಲಗ್ನಾ ಮಾಡಿ ಮಾಡ್ಕೊಂಡಿದ್ದರ ಏನ ಆಗತಿತ್ತ ಧಾಡಿ ಅವಂಗ ಅಂತ ಮಾತಾಡ್ಕೊಳ್ಳಿಕತ್ತಿದ್ದರು. ಇನ್ನ ನಾ ಹಂತಾವರ ಕಡೆ ಲಗ್ನಕ್ಕ ಸ್ವಲ್ಪ ರೊಕ್ಕಾ ಸಾಲಾ ಕೊಡರಿ ಅಂತ ಕೇಳಿದರ ನನಗ ಲಗ್ನದಾಗ ಅವರ ಕೊಡೊ ಛಲೋ ಉಡುಗೊರಿನೂ ಕೊಡಲಿಕ್ಕಿಲ್ಲ ಅಂತ ಬಿಟ್ಟಬಿಟ್ಟೆ, ಆತ ತೊಗೊ. ಹಂಗರ ಎಲ್ಲರ ಬ್ಯಾರೆ ಕಡೆ ಸಾಲಾ-ಗಿಲಾ ಮಾಡಿದರೂ ಅಡ್ಡಿಯಿಲ್ಲ. ಲಗ್ನದಾಗ ಮಾತ್ರ ಯಾ ವಿಷಯದಾಗೂ ಕಾಂಪ್ರಮೈಸ್ ಮಾಡೋದ ಬ್ಯಾಡಾ ಅಂತ ಡಿಸೈಡ್ ಮಾಡಿದೆ. ಹಂಗ ಲಗ್ನನ ಗಂಡಸರಿಗೆ ಒಂದ ದೊಡ್ಡ ಕಾಂಪ್ರಮೈಸ್. ಆ ಮಾತ ಬ್ಯಾರೆ.

ಒಮ್ಮೆ ಕುತಗೊಂಡ ಮದುವಿ ಖರ್ಚಿಂದ ಒಂದ ಅಂದಾಜ ಬಜೆಟ್ ತಯಾರ ಮಾಡಿದರ ಬರೋಬ್ಬರಿ ಒಂದ ಲಕ್ಷ ರೂಪಾಯಿದ ಬಜೆಟ್ ರೆಡಿ ಆತ. ಇದರಾಗ ದೇವರ ಊಟದಿಂದ ಹಿಡದ, ಮದುವಿ, ಪ್ರಸ್ಥ, ಸತ್ಯನಾರಾಯಣ ಪೂಜಾ ಎಲ್ಲ ಬಂತ, ಹನಿಮೂನ್ ಮತ್ತ ಒಂದನೇ ಸರತೆ ಸ್ಕ್ಯಾನಿಂಗ್‌ದ ಬಿಟ್ಟು ಮತ್ತ. ಇನ್ನ ಈ ರೊಕ್ಕಾ ಹೆಂಗ ಹೊಂದಸೋದು ಅಂತ ವಿಚಾರ ಮಾಡಲಿಕತ್ತೆ. ಯಾರನ ಕೇಳಬೇಕು, ಯಾರಿಗೆ ಎಷ್ಟ ಕೇಳಬೇಕು ಅಂತ ಸಾಲಾ ಕೊಡೋರದ ಲಿಸ್ಟ್ ಮಾಡಲಿಕತ್ತೆ.

ಹಂಗ ನಾ ಹೊರಗಿನ ಮಂದಿನ್ನ ಭಾಳ ಹಚಗೊಂಡೊಂವಾ, ಸಾಲ ಕೊಡೋರಿಗೆ ಏನ ಕಡಿಮಿ ಇದ್ದಿದ್ದಿಲ್ಲ. ನಾ ಮನಸ್ಸ ಮಾಡಿದ್ದರ ನನ್ನ ಮದುವಿ ಸಂಬಂಧ ಒಂದ IPOನ ತಗಿಬಹುದಿತ್ತ ಆದರೂ ಸಾಲ ಸಾಲನs ಅಲಾ, ಇವತ್ತಿಲ್ಲ ನಾಳೆ ಮುಟ್ಟಸಬೇಕ. ನಾಳೆ ಮದುವಿ ಆಗಿ ಒಂದ ತಿಂಗಳಕ್ಕ 'ನಾ ನಿನ್ನ ಮದುವಿ ಸಂಬಂಧ ಇಷ್ಟ ಸಾಲ ಮಾಡೇನಿ' ಅಂತ ಹೆಂಡ್ತಿ ಜೀವಾ ತಿನ್ನಲಿಕ್ಕೆ ಬರಂಗಿಲ್ಲ, ಆಕಿನ್ನ ತವರಮನಿಗೆ ರೊಕ್ಕಾ ತೊಗಂಡ ಬಾ ಅಂತ ಕಳಸಲಿಕ್ಕೆ ಸರಿ ಅನಸಂಗಿಲ್ಲಾ, ಇನ್ನ ಹೊಸದಾಗಿ ಲಗ್ನ ಆಗಿರತದ. ಹಿಂಗಾಗಿ ನೋಡ್ಕೊಂಡ ಖರ್ಚ ಮಾಡಲಿಕ್ಕು ಬರಂಗಿಲ್ಲ. ಆವಾಗ ಹೆಂಡ್ತಿ ಮುಂದ ಏನೇನ ದೊಡ್ಡಿಸ್ತನ ಬಡಿಬೇಕ ಅದನ್ನ ಬಡಿಯಬೇಕ. ಆಕಿಗೆ ಏನೇನ ಬೇಕ ಅದನ್ನ ಆಕಿ ಕೊಡಸ ಅಂದರ ಕೊಡಸಬೇಕ. ಅದಕ್ಕೆಲ್ಲ ಈಗs ರೊಕ್ಕಾ ಹೊಂದಸಬೇಕ.

ಇವನ್ನೆಲ್ಲ ವಿಚಾರ ಮಾಡತಿರಬೇಕಾರ ಹೊಳಿತ ನೊಡ್ರಿ, 'ಹತ್ತ ದಾಸಿಯರನ ಇಟಗೊಳೊದಕಿಂತಾ ಒಬ್ಬ ರಾಜ ನರ್ತಕಿನ ಇಟಗೋಬೇಕು' ಅಂತ ಎಲ್ಲೋ ಕೇಳಿದ್ದ ತಲ್ಯಾಗ ಬಂತ. ಈಗ ನಾ ಒಂದ ಎಂಟ-ಹತ್ತ ಮಂದಿ ಕಡೆ ನೀ ಒಂದ ಹತ್ತ ಸಾವಿರ ಕೊಡ, ನೀ ಒಂದ ಹದಿನೈದ ಸಾವಿರ ಕೊಡ ಅಂತೆಲ್ಲಾ ಕೇಳ್ಕೋತ ಕೂಡೋದಕಿಂತಾ ಒಂದs ಕಡೆ ಲಕ್ಷ ರೂಪಾಯಿ ಕೇಳಿ ಬಿಡೋದ ಛಲೊ ಅಂತ ಡಿಸೈಡ್ ಮಾಡಿದೆ. ಅಂದರ ಹತ್ತ ಕಡೆ ಸಣ್ಣ ಪುಟ್ಟ ಸಾಲಾ ಮಾಡೋದಕಿಂತಾ ಒಂದ ಕಡೆ ದೊಡ್ಡ ಸಾಲಾ ಮಾಡಬೇಕು ಅಂತ ನಾ ಕಲತಿದ್ದ ಈ ಗಾದಿ ಮಾತನಿಂದ.

ನೀವು ಇಟಗೊಳೊದು ಅಂತ ಅಂದರ ಏನೋ ತಿಳ್ಕೊಂಡಿದ್ದಿರಿ ಹೌದಲ್ಲ? ನಂಗೊತ್ತ, ನೀವ ನನ್ನ ಬಗ್ಗೆ ಹೆಂಗ ವಿಚಾರ ಮಾಡ್ತೀರಿ ಅಂತ. ಅದಕ್ಕ ನಾ ಮೊದ್ಲ ಹೇಳಿದ್ದ ಇದ ನನ್ನ ಫೈನಾನ್ಸ್ ಮ್ಯಾನೇಜಮೆಂಟ್ ಪ್ರಿನ್ಸಿಪಲ್, ನೀವು ಸುಮ್ಮನ ಮನಸ್ಸಿನಾಗ ಏನೇನರ ಅನ್ಕೋಬ್ಯಾಡರಿ ಅಂತ. ಸೊ ಈಗ ಕ್ಲಿಯರ್ ಆತ?

ಹಂಗ ನನ್ನ ಪ್ರಕಾರ ಇದ ಭಾಳ ಕರೆಕ್ಟ್ ಮೆಥಡ್, ಸುಮ್ಮನ ಹತ್ತ ಮಂದಿ ಕಡೆ ಸಾಲಾ ಮಾಡಿ ಇವತ್ತ ಕೊಡ್ತೇನಿ ನಾಳೆ ಕೊಡ್ತೇನಿ ಅಂತ ಅವರಿಗೆ ಕಾಡಿಸಿಗೋತ, ಅವರ ಫೋನ್ ಎತ್ತಲಾರದ, ಅವರನ ನೋಡಿನೂ ನೋಡಲಾರದಂಗ ಅಡ್ಯಾಡೋದಕಿಂತಾ ಒಬ್ಬರನ ಪಟಾಯಿಸಿ ಎಷ್ಟ ಬೇಕ ಅಷ್ಟ ಸಾಲಾ ಮಾಡಿ ಬದುಕೋದ ಛಲೋ ಅಂತ ಆವಾಗಿಂದ ನಾ ಡಿಸೈಡ್ ಮಾಡಿದ್ದ.

ಹಂಗ ಸಣ್ಣ ಪುಟ್ಟ ಅಮೌಂಟ್ ಸಾಲಾ ಕೊಡೋರ (ದಾಸಿಯರ ಇದ್ದಂಗ) ಸಿಕ್ಕ ಸಿಗತಾರ. ಆದರ ಲಕ್ಷಗಟ್ಟಲೇ ಕೊಡೋರನ ಹುಡಕಬೇಕಲಾ, ಅದಕ್ಕ ನಾ ಹೇಳಿದ್ದ ಹಂತಾವರ ರಾಜನರ್ತಕಿ ಇದ್ದಂಗ ಅಂತ. ಅಲ್ಲ, ನಾ ಮೊದ್ಲ ಹೇಳಿದ್ನೆಲ್ಲಾ ನಾ ಭಾಳ ಮಂದಿಗೆ ಹಚಗೊಂಡೇನಿ ಅಂತ, ಹಿಂಗಾಗಿ ನನಗ ರಾಜನರ್ತಕಿ ಹುಡಕೋದ ಏನ ಭಾಳ ಹೊತ್ತ ಹಿಡಿಲಿಲ್ಲ, ಹಂಗ ನಾ ಮನಸ್ಸ ಮಾಡಿದ್ದರ ಎಂಟ-ಹತ್ತ ರಾಜನರ್ತಕಿಯರನ ಇಟಗೋಬಹುದಿತ್ತ, ಆದರ ಬ್ಯಾಡ ಯಾಕ ಸುಮ್ಮನ ಸಾಲಾ ಕೊಡೋರು ಗಟ್ಟಿ ಇದ್ದಾರಂತ ಹೂಯ್ಯಿ ಅಂತ ಸಾಲಾ ಮಾಡಬೇಕು ಅಂತ ನಂಗ ಮದುವಿಗೆ ಎಷ್ಟ

ಬೇಕಿತ್ತ ಅಷ್ಟ ಸಾಲಾ ಮಾಡಿದೆ. ಯಾವದ ಕಾರಣಕ್ಕೂ ಮದುವ್ಯಾಗ ಏನೂ ಕಡಿಮಿ ಆಗಲಾರದಂಗ ನೋಡ್ಕೊಂಡೆ. ಹಂಗ ಮದುವಿ ಆಗಿ ಸಂಸಾರ ರುಟೀನ ಆದ ಮ್ಯಾಲೆ ಅಷ್ಟಿಷ್ಟ ಸಾಲಾ ತೀರಿಸಿಗೋತ ಹೋದೆ. ಅಲ್ಲ, ಮತ್ತೇನರ ಎಮರ್ಜನ್ಸಿ ಬಂದರ ಸಾಲ ಸಿಗಬೇಕಲಾ, ಹಿಂಗಾಗಿ ಸಾಲ ನಿಯತ್ತಲೇ ವಾಪಸ್ ಕೊಟ್ಟೆ.

ನಾ ಮುಂದ ಜೀವನದಾಗ ಯಾವಾಗ-ಯಾವಾಗ ನಂಗ ಫೈನಾನ್ಸಿಯಲ್ ಪ್ರಾಬ್ಲೆಮ್ ಬಂದದ ಆವಾಗೆಲ್ಲಾ ಈ ಮೆಥಡ್ ಫಾಲೋ ಮಾಡಿದ್ದೆ. ಮುಂದ ನಮ್ಮ ತಂಗಿ ಲಗ್ನದಾಗ, ನಮ್ಮಪ್ಪಗ ಆರಾಮ ಇಲ್ಲದಾಗ, ಸೈಟ್ ತೊಗೊಬೇಕಾರ ನಾ ಫೈನಾನ್ಸ್ ಮ್ಯಾನೇಜ್ ಮಾಡಿದ್ದ ಹಿಂಗ. ಈಗ ಮನಿ ಒಂದ ಕಟ್ಟೋದ ಬಾಕಿ ಅದ. ಅದಕ್ಕೊಂದ ವ್ಯವಸ್ಥೆ ಮಾಡ್ಬೇಕು. ಅದಕ್ಕ ಒಂದ ರಾಜನರ್ತಕಿಯಿಂದ ಕೆಲಸ ಆಗಲಿಕ್ಕಿಲ್ಲ, ಕಡಿಮಿ ಕಡಿಮಿ ಅಂದರೂ ಒಂದ ಎಂಟ-ಹತ್ತ ರಾಜನರ್ತಕಿಗಳ ಬೇಕಾಗತಾರ ಇಲ್ಲ ಒಬ್ಬ ರಾಣಿನ ಹುಡಕಬೇಕ ಇಷ್ಟ. ನೋಡೋದು. ನಮ್ಮ ನಸೀಬದಾಗ ಮನಿ ಕಟ್ಟೋದ ಇದ್ದರ ಸಿಕ್ಕ ಸಿಗತಾರ, ಇಲ್ಲಾಂದ್ರ ಕಟಗೊಂಡೋಕಿ ಅಂತೂ ಇದ್ದ ಇದ್ದಾಳ. ಆಕಿನ್ನ ಇಟಗೊಂಡ ಭಾಡಗಿ ಮನ್ಯಾಗ ಜೀವನಾ ಕಳೆಯೋದು.

ಅಲ್ಲ ಇವತ್ತ ನಾ ತಗದಿದ್ದ ವಿಷಯ ನಿಮಗ ಹುಡಗಾಟಕಿ ಅನಸಬಹುದು. ಆದರ ನಾ ಹೇಳ್ತೇನಿ, ಮಿಡಲ್ ಕ್ಲಾಸ್ ಫ್ಯಾಮಿಲಿ ಒಳಗ ದುಡ್ಡಿಂದ ದೊಡ್ಡ ಸಮಸ್ಯೆ. ಏನ ಒಂದ ವಿಶೇಷ ಕಾರ್ಯಕ್ರಮ ಅನ್ನರಿ ಇಲ್ಲ ತಾಪತ್ರಯ ಅನ್ನರಿ ಬಂತಂದರ ಮೊದ್ಲ ಕುತ್ತ ಬರೋದ ರೊಕ್ಕಕ್ಕ.

ಅಕ್ಕಂದೊ ಇಲ್ಲ ತಂಗೀದೊ ಲಗ್ನಾ ಮಾಡಿ ಅಟ್ಟಬೇಕು, ಅಪ್ಪ ಅವರ ಹೆಸರಿಲಿ ಮಾಡಿ ಇಟ್ಟಿದ್ದು ಅಷ್ಟರಾಗ ಅದ, ಆವಾಗ ಏನ ಮಾಡೋದು?

ಒಮ್ಮಿಂದೊಮ್ಮಿಲೆ ಅಪ್ಪಗ ಹಾರ್ಟ್ ಅಟ್ಯಾಕ ಆತು. 'ಇಲ್ಲ, ಕೆಎಲ್ಇ - ಬೆಳಗಾಂವಕ್ಕ ಒಯ್ಯರಿ, ಬ್ಲಾಕೇಜ್ 80% ಮ್ಯಾಲೇ ಅದ, ಇಮ್ಮಿಡಿಯೇಟ್ ಬೈಪಾಸ್ ಮಾಡಬೇಕು' ಅಂತ ಹೇಳಿದರು. ಆವಾಗ?

ನಂಗೂ ನಮ್ಮ ದೋಸ್ತರಗತೆ ಮಲೇಶಿಯಾ, ಪಟಾಯಾಕ್ಕ ಹೋಗಿ ಮಸಾಜ್ ಮಾಡಿಸ್ಗೊಂಡ ಬರಬೇಕು ಅಂತ ಆಶಾ ಹುಟ್ಟತ, ಆವಾಗ? ಇಲ್ಲ,

ಅಜ್ಜಿಗೆ ಮೊಮ್ಮಗನ ಸ್ವಂತ ಮನಿ ಒಳಗ ಸಾಯಿಬೇಕು ಅಂತ ಕೊನೆ ಆಶೆ ಅದ, ಅದಕ್ಕ ಲಗೂನ ಮನಿ ಕಟ್ಟಸಬೇಕು. ಮುಂದ?

ಕೆಲವೊಮ್ಮೆ ಅಕ್ಕನೋ-ತಂಗೀನೋ ಎರಡನೇದ ಬಸರಾಗಿ ಹಡಿಲಿಕ್ಕೆ ಮತ್ತ ತವರಮನಿಗೆ ಬಂದ್ಲು, ಆಕಿದ ಮೊದ್ಲ ಕಾಂಪ್ಲಿಕೇಟೆಡ್ ಕೇಸ್, ಸಿಜರಿನ್ ಗ್ಯಾರಂಟಿ ಇರತದ, ರೊಕ್ಕಾ ಹೊಂದಸಬೇಕು. ಆವಾಗ?

ಹಿಂತಾವ ಒಂದ, ಎರಡ? ಪ್ರಾಬ್ಲೆಮ್ಸ್ ಏನ ಹೇಳಿ-ಕೇಳಿ ಬರತಾವ? ಹಿಂತಾದರಾಗ ಅರ್ಧಾ ಧೈರ್ಯ ಕೊಡೋದು ಇಲ್ಲ ಧೈರ್ಯ ಕಳೆಯೋದು ನಮ್ಮ ರೊಕ್ಕದ ಕೆಪ್ಯಾಸಿಟಿ. ಒಮ್ಮೆ ಇದರ ವ್ಯವಸ್ಥೆ ಆತು ಅಂದರ ನೀವು ಅರ್ಧಾ ಗೆದ್ದಂಗ.

ಹಂಗ ನಾವಂತೂ ಹಿಂತಾವೇನರ ಬರತಾವ ಅಂತ ರೊಕ್ಕಾ ಇಟಗೊಂಡ ಕೂತಿರಂಗಿಲ್ಲ, ಹೇಳಿ-ಕೇಳಿ ಮಿಡ್ಲ್ ಕ್ಲಾಸ್ ಮಂದಿ, ಸೇವಿಂಗ್ಸ್ ಏನ ಭಾಳ ಇರಂಗಿಲ್ಲ. ನಾವೇನ ಅಪ್ಪನ ಬೈಪಾಸಗೆ, ಅವ್ವನ ಡೈಲಾಸಿಸ್‌ಗೆ, ತಂಗಿ ಬಾಣೆಂತನಕ್ಕ, ಮಗನ ಮುಂಜವಿಗೆ ಅಂತ ಸಪರೇಟ್ ಆರ್.ಡಿ. ಇಲ್ಲಾ S.I.P. ಏನ ಮಾಡಿರಂಗಿಲ್ಲ. ಎಲ್ಲಾ ಇದ್ದ ಒಂದ ಪಗಾರದಾಗ ಅಂದ್ರ ಹೆಂಗ? ಆಮ್ಯಾಲೆ ಇವನ್ನೆಲ್ಲಾ ಬಿಡಲಿಕ್ಕೂ ಬರಂಗಿಲ್ಲ. ಅಂದ ಮ್ಯಾಲೆ ಸಾಲಾ ಮಾಡಲಾರದ ಬಗಿಹರಿಯಂಗಿಲ್ಲ. ಇನ್ನ ಸಾಲಾ ಮಾಡೋದ ಖರೆ ಅಂದ ಮ್ಯಾಲೆ ಅದಕ್ಯಾಕ ಹೆದರಬೇಕರಿಪಾ? ಕೈಗಡಾ ಮಾಡಿ ಕೆಲಸಾ ಮುಗಿಸಿಕೊಂಡ ಬಿಡೋದು, ಮುಂದಿಂದ ಮುಂದ. 'ಧೈರ್ಯಂ ಸರ್ವಾರ್ಥ ಸಾಧನಂ' ಅಂತ, ಸಾಲಾ ಕೊಡೊರಿಗೆ ಧೈರ್ಯ ಇದ್ದರ ಸಾಕ, ನಾವ ಯಾಕ ತಲಿಗೆಡಸಿಗೊಬೇಕು?

ನಾ ಹೇಳಿದ್ದ ಖರೇ ಹೌದಲ್ಲೊ? ಅಲ್ಲ, ಹಂತಾದೇನರ ಜೀವನದಾಗ ಸಂದರ್ಭ ಬಂದರ ನನ್ನ ಗಾದಿ ಮಾತ ನೆನಪ ಇಡರಿ, ನಿಮಗೂ ಕರೆಕ್ಟ್ ಅನಸಿದರ, ಹಂತಾ ಆವಶ್ಯಕತೆ ಇದ್ದರ ಫಾಲೋ ಮಾಡರಿ, ನಾ ಏನ ಅದಕ್ಕ ಪೇಟೆಂಟ್ ತೊಗೊಂಡಿಲ್ಲ ಏನಿಲ್ಲ. ಆದರ ರಾಜನರ್ತಕಿ ಲೆವೆಲ್ ದಾಟಿ ರಾಣಿಗೆ ಕೈಹಚ್ಚಿ ಜೀವನಾ ಸುಟಗೋ ಬಾರದ ಇಷ್ಟ.

'ಹಾಸಿಗೆ ಇದ್ದಷ್ಟ ಕಾಲ ಚಾಚಬೇಕು, ಮುಟ್ಟಸೋ ತಾಕತ್ತ ಇದ್ದಷ್ಟ ಸಾಲಾ ಮಾಡಬೇಕು' ಅಂತನೂ ಒಂದ ಗಾದಿ ಅದ. ಹಂಗ ಜೀವನದಾಗ ನಾ ಎಲ್ಲ ಸ್ವಂತ ರೊಕ್ಕದಾಗ ಮಾಡತೇನಿ ಅಂದರ ಸಾಧ್ಯ ಆಗಂಗಿಲ್ಲ. ಕೆಲವೊಮ್ಮೆ ಸಾಲಾ ಮಾಡಿ ಆದರೂ ಅಡ್ಡಿಯಿಲ್ಲ, ಅನುಭವಿಸಬೇಕಾಗತದ ಮತ್ತ ಅದರಾಗೇನ ತಪ್ಪು ಇಲ್ಲ. ಹಿಂಗಾಗಿ ನಾ ಅಂತು ಖರ್ಚು-ವೆಚ್ಚ ಮಾಡಬೇಕಾರ ಭಾಳ ತಲಿ ಕೆಡಸಿಗೊಳಂಗಿಲ್ಲ. ಮುಂದಿಂದ ಮುಂದ ನೋಡಿದಾ ಅಂತ ಇವತ್ತ ಬದಕೋದರೊಳಗ ನಾ ಎಂದೂ ಕಾಂಪ್ರಮೈಸ್ ಮಾಡಿಲ್ಲ, ಮಾಡಂಗಿಲ್ಲ.

ಕಡಿಮನಿ ಕಡಕೋಳ 'ಕಡಾ' ಮಾಮಿ...

'ರಿ, ಕಡಕೋಳ ಮಾಮಿ ಬಂದರು, ನನ್ನ ಕೇಳಿದರ ಈಗ ಜಸ್ಟ್ ಸ್ನಾನಕ್ಕ ಹೋಗೇನಿ ಅಂತ ಹೇಳರಿ' ಅಂತ ಹೇಳಿದೋಕಿನ ನನ್ನ ಹೆಂಡತಿ ಬಚ್ಚಲಮನಿಗೆ ಜಿಗದ ಡಬಕ್ಕನ ಬಾಗಲಾ ಹಾಕ್ಕೊಂಡ್ಲು. ನಂಗರ ಒಂದು ತಿಳಿಲೇ ಇಲ್ಲ. ಈಗರ ಸ್ನಾನ ಮುಗಿಸಿಕೊಂಡ ಹೊರಗ ಬಂದ 'ಶಾಂತಾಕಾರಮ್... ಭುಜಗ ಶಯನಮ್' ಹೇಳಲಿಕತ್ತೋಕಿ ಒಮ್ಮಿಂದೊಮ್ಮಿಲೆ ಗೇಟ್ ಸಪ್ಪಳಾದ ಕೂಡಲೇ ಖಿಡಿಕ್ಯಾಗ ಹಣಿಕೆ ಹಾಕಿ ನೋಡಿ ಮತ್ತ ಬಚ್ಚಲಮನಿಗೆ ಓಡಿ ಹೋಗಿಬಿಟ್ಟಳು. ನಾ ಈಕಿ ಹಿಂಗ್ಯಾಕ ಮಾಡಿದ್ಲು ಅಂತ ವಿಚಾರ ಮಾಡಬೇಕ ಅನ್ನೋದರಾಗ ಕಡಕೋಳ ಮಾಮಿ ನಡಮನಿತನಕ ಬಂದ ಬಿಟ್ಟಿದ್ದರು.

'ಎಲ್ಲೇ ಇದ್ದಾಳಪಾ ನಿನ್ನ ಹೆಂಡತಿ, ಕಾಣಲಿಕತ್ತಿಲ್ಲಲಾ, ಇನ್ನು ಎದ್ದಾಳೊ ಇಲ್ಲೋ?' ಅಂತ ಮಾಮಿ ತಮ್ಮ ರಾಗಾ ತಗದ ಬಿಟ್ಟಳು.

'ಏ, ಎದ್ದ ಭಾಳೊತ್ತ ಆತ ಮಾಮಿ, ಈಗ ಜಸ್ಟ್ ಸ್ನಾನಕ್ಕ ಹೋದಳು. ಯಾಕ ಏನರ ಕೆಲಸ ಇತ್ತೇನ?' ಅಂತ ನಾ ಅಂದರ,

'ಅಯ್ಯ, ಈಗ ಜಸ್ಟ್ ಸ್ನಾನಕ್ಕ ಹೋದಳಾ? ಆತ ತೊಗೊ. ಇನ್ನ ಆಕಿ ಬರಲಿಕ್ಕೆ ಒಂದ ತಾಸ ಬೇಕ' ಅಂತ ಮಾಮಿ ಅಂದರು. ಅಲ್ಲ ಕೆಲಸ ಏನಿತ್ತ ಹೇಳ್ರಿ ಅಂತ ನಾ ಕೇಳಿದರ,

'ಏನಿಲ್ಲಪಾ, ನಿಮ್ಮ ಮಾವಗ ಮೆತ್ತಗನಿ ಉಪ್ಪಿಟ್ಟ ಬೇಕಂತ, ಮನ್ಯಾಗ ಕೇಸರಿ ರವಾ ಇರಲಿಲ್ಲ, ಹಿಂಗಾಗಿ ಒಂದ ವಾಟಗಾ ಕೇಸರಿ ರವಾ ಕಡಾ ಇಸ್ಗೊಂಡ ಹೋದರಾತು ಅಂತ ಬಂದಿದ್ದೆ' ಅಂತ ಅಂದರು.

ಆವಾಗ ನಂಗ ಎಲ್ಲ ಕ್ಲಿಯರ್ ಆತ, ಯಾಕ ನನ್ನ ಹೆಂಡತಿ ಇವರ ಗೇಟ್ ತಗಿಯೋ ಪುರಸತ್ತ ಇಲ್ಲದ ಸ್ನಾನ ಮಾಡಿ ಬಂದೋಕಿ ಮತ್ತ ವಾಪಸ್ ಬಚ್ಚಲಕ್ಕ ಜಿಗದ್ಲು ಅಂತ. ನಮ್ಮ ಕಡಕೋಳ ಮಾಮಿಗೆ ಇಡಿ ಓಣ್ಯಾಗಿನ ಮಂದಿ 'ಕಡಾ' ಮಾಮಿ

ಅಂತ ಕರಿತಾರ. ಅದರಾಗ ಅವರ ಮನಿ ಲಾಸ್ಟಿಗೆ ಇದ್ದದ್ದಕ್ಕ ಆಕಿ 'ಕಡಿಮನಿ ಕಡಕೋಳ ಮಾಮಿ' ಅಂತ ಫೇಮಸ್ ಆಗಿದ್ಲು. ಇನ್ನ ಆಕಿ ಮುಂಜಾನೆ ಎದ್ದ ಬಂದಾಳ ಅಂದ ಕೂಡಲೇ ನನ್ನ ಹೆಂಡತಿಗೆ ಆಕಿ ಏನೋ ಕಡಾ ಕೇಳಲಿಕ್ಕೆ ಬಂದಾಳ ಅಂತ ಗ್ಯಾರಂಟಿ ಇತ್ತ. ಹಿಂಗಾಗಿ ಈಕಿ ಆಕಿನ್ನ ನೋಡಿದ ಕೂಡಲೇ ಬಚ್ಚಲಕ್ಕ ಜಿಗದದ್ದು. ಹಂಗ ನಮ್ಮವ್ವ ಮನ್ಯಾಗ ಇದ್ದಿದ್ದಿಲ್ಲ, ನಮ್ಮ ಪುಣ್ಯಾ. ಇಲ್ಲಾಂದರ ನಮ್ಮವ್ವ ಒಂದ ವಾಟಗಾ ಕೇಸರಿ ರವಾ ಕೊಟ್ಟ ಚಹಾ ಮಾಡಿ ಕೊಟ್ಟ ಮ್ಯಾಲೆ ಮುತ್ತೈದಿ ಅನಾಯಾಸ ದ್ವಾದಶಿ ದಿವಸ ಬಂದಿರಿ ಅಂತ ದ್ವಾದಶಿ ಬಾಗಣಾನೂ ಕೊಟ್ಟ ಕಳಸೋಕಿ.

ಇನ್ನ ನನಗ ಮನ್ಯಾಗ ಯಾವ ಸಾಮಾನ ಎಲ್ಲೆ ಇರ್ತಾವ, ರವಾ ಯಾವುದು, ನುಚ್ಚ ಯಾವುದು ಗೊತ್ತಾಗಂಗಿಲ್ಲ ಅಂತ ಕಡಕೋಳ ಮಾಮಿಗೆ ಗೊತ್ತ. ಆದರೂ ಒಂದ ಚಾನ್ಸ್ ತೊಗೊಳೊಣು ಅಂತ,

'ನಿಂಗೇನರ ಗೊತ್ತೇನ, ನಿಮ್ಮವ್ವ ರವಾ ಎಲ್ಲಿ ಇಟ್ಟಿರ್ತಾಳ ಅಂತ ಹೇಳಿ' ಅಂತ ಅಡಿಗೆ ಮನಿ ಕಡೆ ಹೆಜ್ಜಿ ಹಾಕೋತ ಒಂದ ಸರತೆ ಕೇಳಿ ನೋಡಿದ್ಲು. ಆದರ ನಾ ಆಕಿನ್ನ ನಡಮನಿ ದಾಟಿ ಮುಂದ ಹೋಗಲಿಕ್ಕೆ ಬಿಡಲೇ ಇಲ್ಲ.

'ಏ, ನಮ್ಮ ಮನ್ಯಾಗೂ ಕೇಸರಿ ರವಾ ಇದ್ದಂಗಿಲ್ಲ ಬಿಡ ಮಾಮಿ, ಯಾಕಂದರ ನಿನ್ನೆ ನನ್ನ ಹೆಂಡತಿ ದಪ್ಪ ರವಾದ್ದ ಉದರಬುಕಣಿ ಉಪ್ಪಿಟ್ಟ ಮಾಡಿದ್ದಳು' ಅಂತ ಹೇಳಿ ಆಕಿನ್ನ ನಮ್ಮ ಮನಿಯಿಂದ ರೈಟ್ ಹೇಳಿ ಕಳಿಸಿದೆ.

ಆಕಿ ಅತ್ತಲಾಗ ಗೇಟ ತಕ್ಕೊಂಡ ಹೊರಗ ಹೋಗದ ತಡಾ ನನ್ನ ಹೆಂಡತಿ ಬಚ್ಚಲ ಮನ್ಯಾಗಿಂದ ಟಣ್ಣ ಅಂತ ಜಿಗದ ಹೊರಗ ಬಂದ್ಲು.

'ಏನ ಜನಾರಿ, ಕಡಾ ಕೇಳೋದಕ್ಕು ಒಂದ ಲಿಮಿಟ್ ಇರ್ತದ, ಕೇಳಿದಾಗೊಮ್ಮೆ ಕೊಡ್ತೇವಿ ಅಂತ ವಾರದಾಗ ಮೂರ ಮೂರ ಸರತೆ ಕಡಾ ಕೇಳಿದರ ಹೆಂಗ? ಎಲ್ಲ ನಿಮ್ಮವ್ವನ ಕೇಳಿದಾಗ ಒಮ್ಮೆ ಕೊಟ್ಟ ಕೊಟ್ಟ ಚಟಾ ಹಚ್ಚಿಸಿದ್ದ' ಅಂತ ನಮ್ಮವ್ವನ್ನ ಕಡಕೋಳ ಮಾಮಿನ್ನ ಇಬ್ಬರನೂ ನನ್ನ ಹೆಂಡತಿ ಬೈಲಿಕತ್ಲು.

ಹಂಗ ಆಕಿ ಹೇಳೋದು ಖರೇನ. ನಮ್ಮವ್ವಗ ಯಾರ ಏನ ಕಡಾ ಕೇಳಿದ್ರು ಇಲ್ಲ ಅಂದ ಗೊತ್ತ ಇಲ್ಲ. 'ಅಯ್ಯ, ಪಾಪ, ಇಲ್ಲ ಅಂತ ಹೆಂಗ ಅನ್ನಲಿಕ್ಕೆ ಬರತದ. ಕಡಾ ತೊಗೊಂಡು ಮತ್ತ ವಾಪಸ್ ಕೊಡ್ತಾರ' ಅಂತ ನಮಗ ಜೋರ ಮಾಡ್ತಿದ್ದಳು. ನಮ್ಮಪ್ಪಂತೂ 'ಆಕಿ ಯಾರರ ಗಂಡನ್ನ ಕಡಾ ಕೇಳಿದ್ರು ಕೊಡೋ ಪೈಕಿನ' ಅಂತ ಬೈತಿದ್ದಾ.

ಅದರಾಗ ನಮ್ಮವ್ವನ್ನ ನೆನಪಿನ ಶಕ್ತಿ ಒಂದ ಭಾಳ ಕಡಿಮಿ ಇತ್ತ. ಹಿಂಗಾಗಿ ಯಾರಿಗರ ಆಕಿ ಏನರ ಕಡಾ ಕೊಟ್ಟರ ಅವರಾಗೆ ವಾಪಸ್ ಕೊಟ್ಟರ ಇಷ್ಟ ಅದು ರಿಟರ್ನ್ ಆಗತಿತ್ತ. ತಾನಾಗಿ ಎಂದೂ ಯಾರಿಗೂ ವಾಪಸ್ ಕೊಡ್ರಿ ಅಂತ ಕೇಳಿದೋಕಿ ಅಲ್ಲ. ಇನ್ನ ಕಡಕೋಳ ಕಡಾ ಮಾಮಿ ಅಂತು ಮಾತಿನ ಮಲ್ಲಿ, ಹಂಗ ನಮ್ಮವ್ವೇನರ ಒಂದ ಸ್ವಲ್ಪ ಭಿಡೆ ಬಿಟ್ಟ 'ಮೊನ್ನೆ ಅಷ್ಟಮಿಗೆ ಶಾಸ್ತ್ರಕ್ಕ ಏನರ ಕರಿಬೇಕು, ಬುರಬುರಿ ಮಾಡಲಿಕ್ಕೆ ಒಂದ ವಾಟಗಾ ಕಡ್ಲಿಹಿಟ್ಟ ಕೊಡ ಅಂತ ಇಸಗೊಂಡ ಹೋಗಿದ್ದರೇಲಾ...' ಅಂತ ಅಂದರ ಸಾಕ,

‘ಅಯ್ಯ, ನಾ ಕೊಟ್ಟಂಗಿತ್ತ ನೋಡ ಸಿಂಧು, ನಿನ್ನ ಸೊಸಿನ ಒಂದ ಮಾತ ಕೇಳಿ ನೋಡ, ನನ್ನ ಸೊಸಿ ಏನರ ಕೊಟ್ಟಾಳೇನಂತ, ನಾ ಮರದಿವಸ ಕೊಡಂತ ಹೇಳಿದ್ದೆ’ ಅಂತ ಜೋರ ಬಾಯಿ ಮಾಡಿ ಅಂದ ಬಿಡೋಕಿ. ನಮ್ಮವ್ವ ಆಕಿ ಧ್ವನಿಗೆ ಹೆದರಿ,

‘ಏ, ಹಂಗರ ಕೊಟ್ಟಿರಬೇಕ ತೊಗೊರಿ, ನನಗ ಮನ್ಯಾಗ ಆ ಕಡ್ಲಿ ಹಿಟ್ಟಿನ ವಾಟಗಾ ಕಾಣಲಿಲ್ಲ. ಅದಕ್ಕ ಕೇಳಿದೆ’ ಅಂದ ಗಪ್ಪ ಆಗಿ ಬಿಡೋಕಿ. ಅದರಾಗ ಈ ಕಡಾ ಮಾಮಿ ಭಾಳಷ್ಟ ಸರತೆ ಖಾಲಿ ಕೈಲೆ ಬಂದ ನಮ್ಮ ಮನಿ ಪಾತೇಲಿ, ನಮ್ಮ ಮನಿ ವಾಟಗದಾಗ ಕಡಾ ಒಯ್ಯೋಕಿ, ನನ್ನ ಹೆಂಡತಿಗೆ ಆ ಕಡಾ ವಾಪಸ್ ಬರಲಿ ಬಿಡಲಿ, ನಮ್ಮ ಮನಿ ಪಾತ್ರಿನರ ವಾಪಸ್ ಕೊಡ ಅಂತ ಹೇಳ್ರಿ ಅಂತ ಆಕಿ ನಮ್ಮವ್ವಗ ಅನ್ನೋಕಿ. ನಾ ನಿಮಗ ಖರೇ ಹೇಳ್ತೇನಿ ವರ್ಷಕ್ಕ ಎರೆಡ ಡಜನ್ ವಾಟಗಾ ಆರ ಬಟ್ಲಾ ನಮ್ಮ ಮನ್ಯಾಗಿಂದ ಗಾಯಬ ಆಗಿರ್ತಾವ. ಹಂಗ ಅರ್ಧಾ ಈ ಕಡಿ ಮನಿ ಕಡಕೋಳ ಮಾಮಿ ಮನ್ಯಾಗ ಇರ್ತಾವ. ಆ ಮಾತ ಬ್ಯಾರೆ. ಆದರೂ ಈಕಿ ಏನೇನ ಕಡಾ ಕೇಳತಿದ್ಲು ಅಬ್ಬಬ್ಬಾ... ಅನಾಹುತ ಹೆಣ್ಣಮಗಳ ಬಿಡ್ರಿ.

ಒಂದೊಂದ ದಿವಸ ಕರೆಕ್ಟ್ ಮಧ್ಯಾಹ್ನ ಊಟದ ಟೈಮ್ ಒಳಗ ಬಂದ, ‘ಅಯ್ಯ, ಒಂದ ಅರ್ಧಾ ವಾಟಗಾ ಸಾರ ಇದ್ದರ ಕೊಡ್ವಾ, ನಮ್ಮ ಮನಿಯವರದ ಇಷ್ಟ ಊಟ ಇವತ್ತ, ನಂಬದೆಲ್ಲಾ ಏಕಾದಶಿ. ಹಿಂಗಾಗಿ ಬ್ಯಾಳಿ ಬೇಯಸಲಿಕ್ಕೆ ಹೋಗಲಿಲ್ಲ’ ಅಂತ ಸಾರ ಇಸ್ಗೊಂಡ ಹೋಗೊಕಿ. ಆಕಿ ತೊಗರಿ ಬ್ಯಾಳಿ ಇಸ್ಗೊಂಡರ ಒಂದ ರೀತಿಯಿಂದ ಛಲೋ ಇರ್ತಿತ್ತ, ವಾಪಸ ಬಂದರ ಬರ್ತಿತ್ತ. ಇನ್ನ ಸಾರ ಹೆಂಗ ಇಸ್ಗೋಳ್ಳಿಕ್ಕೆ ಬರತದ? ಅದರಾಗ ನಮ್ಮ ಮನ್ಯಾಗ ಎಲ್ಲಾರೂ ಪಿಸಿ ಮಂದಿ, ನಮ್ಮವ್ವ, ನನ್ನ ಹೆಂಡತಿ ಮಾಡಿದ್ದ ಸಾರಿಗೆ ನೂರಾ ಎಂಟ ಹೆಸರ ಇಡೋರ. ಇನ್ನ ಮಂದಿ ಮನಿ ಸಾರ ಉಣ್ಣೊರ. ವಾರದಾಗ ಮಿನಿಮಮ್ ಒಂದ ಸರತೆ ಹೆಪ್ಪಿಗೆ ಮಸರ ಬೇಕ ಅನ್ನೋಕಿ, ಹಂಗ ಮಸರಿಲ್ಲಾ ಮಜ್ಜಿಗೆ ಅದ ಅಂದ್ರ ಒಯ್ತಿದ್ದಿಲ್ಲಾ ಮತ್ತ, ಆಕಿಗೆ ಹೆಪ್ಪಿಗೆ ಮಸರ ಬೇಕಾಗ್ತಿತ್ತ.

ಇನ್ನ ಆವಾಗ ಇವಾಗ ‘ಒಂದ ನಾಲ್ಕ ಎಳಿ ಕೊತಂಬರಿ, ಕರಿಬೇವು ಕೋಡ್ವಾ’ ಅಂತ ಬರೋಕಿ. ಕೆಲವೊಮ್ಮೆ ನನ್ನ ಹೆಂಡತಿ ತಲಿ ಕೆಟ್ಟ ನಮ್ಮವ್ವ ‘ಅದಕ್ಯಾಕ ಅಷ್ಟ ಭಿಡೆ ತೊಗೊಂಡ ಹೋಗ್ರಿ’ ಅನ್ನೊಕಿಂತ ಮುಂಚೆ ‘ಅಯ್ಯ ಮಾಮಿ ನಮ್ಮ ಮನ್ಯಾಗೂ ಕೊತಂಬರಿ ಇಲ್ಲ’ ಅಂತ ಅಂದ ಬಿಡೋಕಿ. ‘ಯಾಕ ನಿನ್ನೆನ ಸಂತಿಗೆ ಹೋಗಿದ್ದೆ, ಕೊತಂಬರಿ ತಂದಿಲ್ಲ’ ಅಂತ ನನ್ನ ಹೆಂಡತಿಗೆ ಜೋರ ಮಾಡೋಕಿ. ಅದರಾಗ ಇನ್ನೊಂದ ಮಜಾ ಅಂದರ ವಾರಾ ಕಡಕೋಳ ಮಾಮಿ ಸೊಸಿ ನನ್ನ ಹೆಂಡತಿ ಇಬ್ಬರು ಕೂಡೆ ಸಂತಿಗೆ ಹೋಗೊರ. ಹಿಂಗಾಗಿ ನಮ್ಮ ಮನ್ಯಾಗ ಏನೇನ ತಂದಾರ ಏನೇನ ಇಲ್ಲ ಎಲ್ಲ ಕಡಕೋಳ ಮಾಮಿಗೆ ಗೊತ್ತ ಇರ್ತಿತ್ತ. ಒಮ್ಮೊಮ್ಮೆ ‘ಅನ್ನಂಗ ನಿಮ್ಮ ಸೊಸಿ ಮರಗಿನ ಚಟ್ನಿ (ಪುದಿನಾ ಚಟ್ನಿ) ಭಾಳ ಛಲೋ ಮಾಡ್ತಾಳ ಬಿಡ್ರಿ, ನಂಬದಕ್ಕ ಏನೂ ಬರಂಗೇಲಾ’ ಅಂತ ಒಂದ ಹತ್ತ ಸರತೆ ಅಂದ ಕಡಿಕೆ ಹೋಗಬೇಕಾರ ಒಂದ ಬಟ್ಲದಾಗ ಇಸ್ಗೊಂಡ ಹೋಗೊಕಿ.

ಇನ್ನ ಅವರ ಮನಿಗೆ ಅಚಾನಕ ಯಾರರ ಮಧ್ಯಾಹ್ನದ ಹೊತ್ತಿನಾಗ ಬಂದ್ರ ಪಾನಕಕ್ಕ ಲಿಂಬೆಹಣ್ಣ ನಮ್ಮ ಮನ್ಯಾಗಿಂದ ಮತ್ತ. ನನ್ನ ಹೆಂಡತಿ ಅಂತೂ 'ನಾ ಬೇಕಾರ ಒಂದ ವಾಟಗಾ ಪಾನಕಾ ಕಡಾ ಕೊಡ್ತೇನಿ, ಲಿಂಬೆ ಹಣ್ಣ ಕೊಡಂಗಿಲ್ಲ, ಇಪ್ಪತ್ತ ರೂಪಾಯಕ್ಕ ಐದ ಲಿಂಬೆ ಹಣ್ಣ ಆಗ್ಯಾವ' ಅಂತ ಒದರೋಕಿ. ಮತ್ತ ನಮ್ಮವ್ವನ, 'ಹಂಗಂದರ ಹೆಂಗ? ವಾಪಸ ಕೊಡ್ತಾರ ತೊಗೊ' ಅಂತ ಕೊಟ್ಟ ಕಳಸೋಕಿ. ಹಂಗ ಲಿಂಬೆ ಹಣ್ಣ ಬಂದರೂ ಅವು ಹತ್ತ ರೂಪಾಯಕ್ಕ ಐದರ ಲಿಂಬೆ ಹಣ್ಣ ವಾಪಸ ಬರತಿದ್ದವು.

ಹಿಂಗ ನಮ್ಮ ಕಡಕೋಳ ಮಾಮಿ ಕಡಾ ಇಸ್ಗೊಳ್ಳಲಾರದ್ದ ವಸ್ತುನ ಇರಲಿಲ್ಲ. ಚಟ್ನಿಪುಡಿ, ಮೆಂತೆ ಹಿಟ್ಟ, ಕಷಾಯ ಪುಡಿಯಿಂದ ಹಿಡದ ರವಾ, ಸಕ್ಕರಿ, ಗೋದಿ ತನಕಾ ಎಲ್ಲ. ಹಂಗ ಆಕಿ ಎಲ್ಲ ಕಡಾ ಒಯ್ದದ್ದ ವಾಪಸ ಕೊಡಂಗಿಲ್ಲ ಅಂತ ಏನ ಇದ್ದಿದ್ದಿಲ್ಲ, ನೀವ ಅಗದಿ ನೆನಪಿಟ್ಟ ಫಾಲೊ ಅಪ್ ಮಾಡಿದರ ಎಲ್ಲ ವಾಪಸ ಪಾತ್ರಿ ಸಮೇತ ಬರ್ತಿದ್ವು. ಆದರ ನಮ್ಮವ್ವ ಒಂದ್ಯೆರಡ ಸರತೆ ಕೇಳಿ 'ಎಷ್ಟ ಸಲಾ ಅಂತ ಕೇಳೊದ್ವಾ ನಮ್ಮವ್ವಾ, ಅವರಾಗೆ ತಿಳದ ಕೊಡಬೇಕ' ಅಂತ ಬಿಟ್ಟಬಿಡ್ತಿದ್ಲು. ಆದರ ನನ್ನ ಹೆಂಡತಿ ಬಿಡತಿದ್ದಿಲ್ಲ. ಹಿಂಗಾಗಿ ಕಡಕೋಳ ಮಾಮಿ ನನ್ನ ಹೆಂಡತಿ ಕಾಟಕ್ಕಾದರೂ ತೊಗೊಂಡಿದ್ದ ವಾಪಸ ಕೊಡತಿದ್ದಳು. ಆಮ್ಯಾಲೆ ಬರಬರತ ನನ್ನ ಹೆಂಡತಿ ಒಬ್ಬೊಕಿನ ಮನ್ಯಾಗ ಇದ್ದಾಗ ಮಾಮಿ ಕಡಾ ಕೇಳೋದನ್ನ ಬಿಟ್ಟಬಿಟ್ಟಳು. ಯಾಕಂದರ ಆಕಿ ಏನ ಕೇಳಿದರು ಈಕಿ 'ನಮ್ಮ ಮನ್ಯಾಗ ಇವತ್ತ ತೀರೇದ' ಅಂತ ಸ್ಟ್ಯಾಂಡರ್ಡ್ ಜವಾಬ ಕೊಡ್ಲಿಕತ್ತ ಬಿಟ್ಟಿದ್ಲು.

ಇದು ನಮ್ಮ ಮನಿದ ಒಂದ ಕಥಿ ಅಲ್ಲ, ಹಿಂಗ ಕಡಕೋಳ ಮಾಮಿದ ನಮ್ಮ ಓಣ್ಯಾಗ ಇರೋ ನಾಲ್ಕೈದ ಬ್ರಾಹ್ಮಣರ ಮನ್ಯಾಗ ಅಕೌಂಟ್ ಇತ್ತ. ಹಿಂಗಾಗೆ ಆಕಿಗೆ 'ಕಡಿಮನಿ ಕಡಕೋಳ 'ಕಡಾ' ಮಾಮಿ ಅಂತ ಹೆಸರ ಬಿದ್ದಿದ್ದ.

ರ್ರಿ... ನಾ ನಿಮಗ ನೀರ ಬಿಡ್ಲಿ?

ಮೊನ್ನೆ ನಮ್ಮ ಬೀದರ ದೇಸಾಯಿ ಬಂದಿದ್ದಾ, ಪ್ರತಿ ಸರತೆದ ಗತೆ ಇಂವಾ ಮುಂಜ–ಮುಂಜಾನೆ ಪೇಪರನವರು, ಹಾಲನವರು ಬರೋಕಿಂತಾ ಮುಂಚೆ ಗೇಟ್ ಮುಂದ ಹಾಜರ ಆಗೇ ಬಿಟ್ಟಾ, ನಮ್ಮವ್ವ ಅದ ಏನ ಎದ್ದ ಕ್ಯಾಗಸ ಹೊಡಿಲಿಕ್ಕೆ ಹತ್ತಿದ್ಲು, ಒಂದ ಕೈಯಾಗ ಕಸಬರಗಿ ಹಿಡ್ಕೊಂಡ 'ಬರ್ರಿ..ಬರ್ರಿ, ಈಗ ಬಂದ್ರ್ಯಾ, ಜರ್ನಿ ಆರಾಮ ಆತಾ' ಅಂತ ಕೇಳ್ಕೋತ ಒಳಗ ಕರದ್ಲು.

ಇತ್ತಲಾಗ ಬೆಡ್‌ರೂಮ್ ಒಳಗ ನನ್ನ ಹೆಂಡತಿ ನನಗ ಗಡಿಬಿಡೆಲೆ,

'ರ್ರೀ, ದೇಸಾಯರ ಬಂದರ ಏಳ್ರಿ, ಲಗೂ ಏಳ್ರಿ' ಅಂತ ನಾ ಏನ ಅಂವಾ ಬಂದಾಗ ಮಲ್ಕೊಂಡಿದ್ದರ ಅಂವಾ ವಾಪಸ ಬೀದರಗೆ ಹೋಗ್ತಾನೆನೋ ಅನ್ನೋರ ಗತೆ ಎಬ್ಬಿಸಿದ್ಲು. ಅದರಾಗ ನಮ್ಮವ್ವ ಹಿಂದಿನ ದಿವಸ ಅಂವಾ ಬರತಾನ ಅಂದಿದ್ದ ತಡಾ 'ನಾಳೆ ಎಲ್ಲಾರೂ ಲಗೂ ಏಳ್ರಿ, ಎಂಟರ ತನಕ ಮುಗ್ಗಲಗೇಡಿಗತೆ ಹಾಸಿಗ್ಯಾಗ ಬಿದ್ಕೊಬ್ಯಾಡರಿ. ಹಂಗ ಮನಿಗೆ ಮಂದಿ ಬರೊಮುಂದ ಮಲ್ಕೊಂಡಿರಬಾರದು, ಹಲ್ಲ ತಿಕ್ಕೊಂಡs ಚಹಾ ಕುಡಿರಿ, ಮೈ ತೊಳ್ಕೊಂಡs ತಿಂಡಿ ತಿನ್ನರಿ..' ಹಂಗ ಹಿಂಗ ಅಂತ ನನ್ನ ಮಕ್ಕಳಿಗೆ ನಮಗ ಕೂಡೆ ಒಂದ ದೊಡ್ಡ ಭಾಷಣಾ ಮಾಡಿದ್ಲು. ಅದರಾಗ ನಮ್ಮ ದೇಸಾಯಿ ಮನೆತನದವರು ಒಂದ ಕಾಲದಾಗ ಹಾನಗಲ್ಲ ಒಳಗ ಭಾರಿ ಸಂಪ್ರದಾಯಸ್ಥರು, ಹಿಂಗಾಗಿ ನಮ್ಮವ್ವ ಹಾನಗಲ್ ಬಹದ್ದೂರ ದೇಸಾಯರ ಮೊಮ್ಮಗ ಬೀದರದಿಂದ ಬರಲಿಕ್ಕತ್ತಾನ ಅಂತ ಹೇಳಿದ್ದಕ್ಕ ಈ ಪರಿ ನಮ್ಮ ಜೀವಾ ತಿನ್ನಲಿಕತ್ತಿದ್ಲು.

ಇನ್ನ ನಮ್ಮ ದೋಸ್ತ ಬಂದಾನ ಅಂದರ ನಾನ ಹಿಂಗ ಹಾಸಾಗ್ಯಾಗ ಬಿದ್ದಿದ್ದರ ಛಲೋ ಅನಸಂಗಿಲ್ಲಾಂತ ಅನಿವಾರ್ಯವಾಗಿ ಎದ್ದ, 'ಬಾ, ಬಾ.. ಹೆಂಗ ಆರಾಮ ಬಂದಿ ಹೌದಲ್ಲ, ಆಟೊದಾಗ ಬಂದ್ಯೋ, ಬಸ್ಸಿಗೆ ಬಂದ್ಯೊ ಇಲ್ಲಾ ಮಾರ್ನಿಂಗ್ ವಾಕ್ ಆಗ್ತದ ಅಂತ ನಡಕೋತ ಬಂದ್ಯೊ' ಅಂತೆಲ್ಲಾ ಕೇಳಿ ಅವಂಗ ಒಂದ ವಾಟಗಾ ಚಹಾ ಮಾಡ ಅಂತ ನನ್ನ ಹೆಂಡತಿಗೆ ಹೇಳಿದೆ.

'ನೀ ಹಲ್ಲು-ಮಾರಿ ತೊಳ್ಕೋತಿದ್ದರ ತೊಳ್ಕೊ, ಅಷ್ಟರಾಗ ಚಹಾ ರೆಡಿ ಆಗ್ತದ' ಅಂತ ನಾ ಅಂದರ ಅಂವಾ,

'ಏ, ನಂಗ ಮೊದ್ಲ ಚಹಾ ಬೇಕ, ಹಂಗ ಚಹಾ ಕುಡದರ ಮುಂದ ಒಂದಕ್ಕ ಎರಡಕ್ಕ ಎಲ್ಲ, ಅಲ್ಲಿ ತನಕ ಏನ ಬರಂಗೇಲಾ' ಅಂದಾ. ಆತ ತೊಗೊ ಇವನು ನಮ್ಮ ಪೈಕಿಯವನ ಇದ್ದಾನ ಅಂತ ಅವಂಗ ಒಂದ ವಾಟಗಾ ಚಹಾ ಮಾಡಿಸಿ ಕೊಟ್ಟ ನಾ ಮುಂದ 'ನಿನಗ ಹೊತ್ತಾಗತಿದ್ದರ ನೀ ರೆಡಿ ಆಗಿ ಬಿಡಪಾ' ಅಂತ ಅಂದೆ.

ಅಂವಾ 'ಏ, ನೀ ರೆಡಿ ಆಗಿ ಆಫೀಸಿಗೆ ಹೋಗ್ತಿದ್ದರ ಹೋಗ, ನಂದಿನ್ನು ಲೇಟ್ ಅದ. ನಾ ಒಂದ ಸ್ವಲ್ಪ ಅಡ್ಡಾಗ್ತೇನಿ, ಬಸ್ಸಿನಾಗ ನಿದ್ದಿ ಸರಿ ಆಗಿಲ್ಲ' ಅಂತ ದಿವಾನದ ಮ್ಯಾಲೆ ಕೂತೊಂವಾ ಅಲ್ಲೇ ಉರುಳೇಬಿಟ್ಟ, ಅಲ್ಲ, ನಾ ಈ ಮಗಾ ಬಂದಾ ಅಂತ ನಿದ್ದಿ ಅರ್ಧಾ ಮರ್ಧಾ ಮಾಡಿ ಆರ ಗಂಟೇಕ್ಕ ಎದ್ದರ ಇಂವಾ ತಾ ಮಲ್ಕೊಳ್ಳಿಕ್ಕೆ ಹೊಂಟನಲಾ ಅಂತ ನಂಗ ಖರೇನ ಸಿಟ್ಟ ಬಂತ. ಆದರೂ ಏನ ಮಾಡೋದ? ಅತಿಥಿ ದೇವೋ ಭವ ಅಂತ ಅವಂಗ ದೀವಾನದ ಮ್ಯಾಲೆ ಹಾಸಿ ಹೊಚೊಗೊಳಿಕ್ಕೆ ಕೊಟ್ಟ ಮಲಗಿಸಿದೆ.

ಇನ್ನ ನಾ ಏನ ಮಾಡಬೇಕ, ಹಂಗ ಖರೇ ಹೇಳ್ಬೇಕಂದರ ಇಡಿ ಮನಿ ಮಂದೆಲ್ಲ ಇಂವಾ ಬರತಾನಂತ ಲಗೂನ ಎದ್ದಿದ್ವಿ, ಅದರಾಗ ನಮ್ಮವ್ವ ಮನಿಗೆ ಗೆಸ್ಟ್ ಬಂದಾಗ ಹಂಗ ಮಲ್ಕೊಂಡಿರಬಾರದು ಅಂತ ಎಲ್ಲಾರನೂ ಐದ ಗಂಟೆದಿಂದ ಎಬ್ಬಿಸಲಿಕ್ಕೆ ಶುರು ಮಾಡಿದ್ಲು.

ಆತ ತೊಗೊ ಹೆಂಗಾದ್ರೂ ಎದ್ದೇವಿ. ಇನ್ನ ನಮ್ಮ ಮನಿಯವರ ಎಲ್ಲಾರೂ ಲಗೂನ ರೆಡಿ ಆದರ ಆತು ಅಂತ ನಿದ್ದಿಗಣ್ಣಾಗ 'ಗುಡ್ ಮಾರ್ನಿಂಗ್ ಅಂಕಲ್' ಅಂತ ಹೇಳಲಿಕ್ಕೆ ಎದ್ದ ಕೂತಿದ್ದ ನನ್ನ ಮಗಗ ಹಲ್ಲ ತಿಕ್ಕಿಸಿ ಸ್ನಾನಕ್ಕ ಕಳಿಸಿದೆ.

ನನ್ನ ಮಗಾ ಮುಂದ ಒಂದ ಐದ ನಿಮಿಷಕ್ಕ ಒಂದ ನಾಲ್ಕ ತಂಬಗಿ ನೀರ ಮೈಮ್ಯಾಲೆ ಸುರಕೊಂಡ ಸ್ನಾನ ಮಾಡಿ ಬಂದವನ,

'ಪಪ್ಪಾ, ನಾ ನಿನಗ ನೀರ ಬಿಡಲಿ' ಅಂದಾ.

'ಏ, ಬ್ಯಾಡ ನಂದಿನ್ನು ಲೇಟ್ ಅದ, ನಿಮ್ಮವ್ವಗ ನೀರ ಬಿಡು, ಆಕೀದ ಯಾವಾಗಲೂ ನಾ ಬಚ್ಚಲಕ್ಕ ಹೋದಾಗ ಅರ್ಜೆಂಟ್ ಇರತದ' ಅಂತ ನಾ ಅಂದೆ. ಅದರಾಗ ಪಾಪ ನನ್ನ ಹೆಂಡತಿ ರೆಡಿ ಆಗಿ ದೇಸಾಯಿಗೆ ಟಿಫಿನ್ ಮಾಡಿ ಕೊಡ್ಬೇಕು, ಹಂಗ ಸ್ನಾನ ಇಲ್ಲದ ಟಿಫಿನ್ ಮಾಡೋದ ಮನಿಗೆ ಮಂದಿ ಬಂದಾಗ ಸರಿ ಕಾಣಂಗಿಲ್ಲಾ ಅಂತ ನಮ್ಮವ್ವ ಬ್ಯಾರೆ ಹೇಳಿದ್ದಕ್ಕ ನಾ ಆಕಿಗೆ ಸ್ನಾನಕ್ಕ ಕಳಿಸಿ ಆದಷ್ಟ ಇವತ್ತ ವಾಪಸ ಬಾ ಅಂತ ಹೇಳಿ ಕಳಸಿದೆ.

ಮುಂದ ನನ್ನ ಹೆಂಡತಿ ಯಾಕೊ ಒಂದ ಅರ್ಧಾ ತಾಸಿನಾಗ ಸ್ನಾನ ಮಾಡ್ಕೊಂಡ ಬಂದ ನಮ್ಮವ್ವಗ,

'ಅತ್ಯಾ ನಿಮಗ ನೀರ ಬಿಡಲಿ?' ಅಂತ ಒದರಿದ್ಲು.

'ಅಯ್ಯ ಇಷ್ಟ ಲಗೂ ಬ್ಯಾಡವಾ, ನಂದ ಇನ್ನೂ ಭಾಳ ಕೆಲಸವ, ಹಿತ್ತಲ ತುಂಬ ಭಾಂಡೆ ಹಂಗ ಬಿದ್ದಾವ, ನಿನ್ನ ಗಂಡಗ ನೀರ ಬಿಡ. ಅಂವಾ ಎಲ್ಲರ ದೋಸ್ತನ ಜೋಡಿ ಕ್ಯಾಮಾರಿಲೇನ ಹರಟಿ ಹೊಡ್ಕೋತ ಕೂತಗಿತಾನ' ಅಂದ್ಲು.

ಕಡಿಕೆ ನನ್ನ ಹೆಂಡತಿ,

'ರ್ರೀ, ನಾ ನಿಮಗ ನೀರ ಬಿಡ್ಲೇನ್ರಿ' ಅಂತ ನಂಗ ಒದರಿದ್ಲು. ಇನ್ನ ನಾ ಇಲ್ಲಾಂದ್ರ ಈಕಿ ಮತ್ತ ನಮ್ಮಪ್ಪಗ ನೀರ ಬಿಡೋಕಿ ತಡಿ ಅಂತ ನಾ 'ನಂಗ ನೀರ ಬಿಡ್ತೀಯಾ ...ಆತ ತೊಗೊ ಬಿಟ್ಟ ಬಿಡ' ಅಂತ ನೀರ ಬಿಡಿಸಿಗೊಂಡ ಸ್ನಾನ ಮುಗಿಸಿಗೊಂಡ ಬಂದ ನಮ್ಮಪ್ಪಗ,

'ನೀರ ಬಿಡ್ಲಿ ಏನಪಾ ನಿನಗ' ಅಂದೆ. ನಮ್ಮಪ್ಪಾ ಒಬ್ಬೊಂವ ಇನ್ನು ಹಾಸಿಗಿಂದ ಎದ್ದಿದ್ದಿಲ್ಲ, ಹಂಗ ವಯಸ್ಸಾದಂವಾ ಅಂತ ನಮ್ಮವ್ವ ಅವಂಗ ಸುಮ್ಮನ ಬಿಟ್ಟಿದ್ಲು, ಇಲ್ಲಾಂದರ ಆಕಿ ಏನ ನಮ್ಮ ಮನಿಗೆ ಗೆಸ್ಟ್ ಬರತಾರ ಅಂದರ ಬಾಜು ಮನಿಯವರಿಗೂ ನಾಲ್ಕ ಗಂಟೆಕ್ಕ ಎಬಸೋ ಪೈಕಿ.

ನಮ್ಮಪ್ಪಾ 'ನಂಗೇನ ಬ್ಯಾಡಾ, ನಿಮ್ಮ ದೋಸ್ತ ದೇಸಾಯಿ ಬಂದಾನಲಾ ಊರಿಂದ, ಅವಂಗ ಲೇಟಾಗಬಹುದು. ಸುಮ್ಮನ ಅವಂಗ ನೀರ ಬಿಡ' ಅಂದಾ.

ಇಷ್ಟೋತನಕ ಮಲ್ಕೊಂಡಲ್ಲೆ ನಿದ್ದಿಗಣ್ಣಾಗ ನಾವ ಮನಿ ಮಂದಿ ಎಲ್ಲಾರಿಗೂ ನೀರ ಬಿಡ್ಲೇನೂ ಅಂತ ಕೇಳೋದನ್ನ ಕೇಳಿ ಗಾಬರಿ ಆಗಿದ್ದ ನಮ್ಮ ದೇಸಾಯಿ, ಅವಂಗ ನೀರ ಬಿಡ ಅಂದ ಕೂಡಲೇ ಮುಸಕ ತಗದ ಪಟಕ್ಕನ ಎದ್ದ ಕೂತಬಿಟ್ಟಾ. ನಾ ಅಷ್ಟರಾಗ ಅಂವಾ ಎದ್ದದ್ದ ನೋಡಿ,

'ಲೇ ನೀರ ಬಿಡ್ಲೇನಲೇ?' ಅಂತ ಅಂದೆ. ಅವಂಗ ತಲಿ ಕೆಟ್ಟ ಹೋತ.

'ಏನಲೇ ಮುಂಜ-ಮುಂಜಾನೆ ಎದ್ದ, ಇಡಿ ಮನಿ ಮಂದಿ ಒಬ್ಬರಿಗೊಬ್ಬರ ನೀರ ಬಿಡಲಿಕ್ಕೆ ನಿಂತೀರಿ, ಈಗ ಮನಿಗೆ ಬಂದ ಅತಿಥಿಗೂ ನೀರ ಬಿಟ್ಟ 'ತಿಥಿ' ಮಾಡಲಿಕ್ಕೆ ಹೊಂಟೀರೇನ್, ಏನ ನಿಂಬದ ಹಕೀಕತ್ತ? ದಿವಸಾ ನಿಮ್ಮ ಮನ್ಯಾಗ ಸ್ನಾನ ಮಾಡಿದ ಕೂಡಲೇ ಒಬ್ಬರಿಗೊಬ್ಬರ ನೀರಬಿಟ್ಟ ಮುಂದಿನ ಕೆಲಸೇನ ಮಗನ' ಅಂತ ಒದರಲಿಕತ್ತಾ.

'ಲೇ, ನಿಮ್ಮಜ್ಜಿ. ನೀರ ಬಿಡೋದ ಅಂದ್ರ ನಾವ ಒಬ್ಬರ ಸ್ನಾನ ಮಾಡಿ ಬಂದ ಕೂಡಲೇ ಇನ್ನೊಬ್ಬರಿಗೆ ಸ್ನಾನಕ್ಕ ನೀರ ಬಿಡಲಿಕ್ಕೆ ಅಂದರ ಬಕೀಟನಾಗ ನೀರ ತೋಡಲಿಕ್ಕೆ ಹಂಗ ಅಂತೇವಿ. ನಮ್ಮ ಮನ್ಯಾಗ ಸೋಲಾರ ಕನೆಕ್ಷನ್ ಅದ. ಒಮ್ಮಿಕ್ಕಲೇ ಎಲ್ಲಾರೂ ಸ್ನಾನ ಮಾಡಿದರ ನೀರ ಬಿಸಿ-ಬಿಸಿ ಬರತಾವ. ಹಿಂಗಾಗಿ ಮತ್ತ ಗೀಸರ್ ಯಾಕ ಹಚ್ಚಬೇಕು ಅಂತ ಒಬ್ಬಬ್ಬರ ಸ್ನಾನ ಮಾಡಿದ ಮ್ಯಾಲೆ ಮುಂದಿನವರಿಗೆ ನೀರ ಬಿಡ್ಲೇನೂ ಅಂತ ಕೇಳ್ತಿವಿ, ಈಗ ನಿಂಗ ನೀರ ಬಿಡ್ಲ್ಯೋ ಬ್ಯಾಡೋ?' ಅಂದೆ.

'ಯಪ್ಪಾ, ದೇವರ. ನೀವು ಯಾರು ನಂಗ ಇಷ್ಟ ಲಗೂನ ನೀರ ಬಿಡೋದ ಬ್ಯಾಡ, ನಂಗ ಯಾಕೋ ಆ ಬಿಸ್ಲೇರಿ ನೀರ ಬದಲಾಗಿ ಸ್ವಲ್ಪ ನೆಗಡಿ ಆಗೊ ಹಂಗ ಕಾಣ್ತದ. ನಾ ಏನ ಇವತ್ತ ಸ್ನಾನ ಮಾಡಂಗಿಲ್ಲ. ಈಗ ತಿಂಡಿ ತಿಂದ ಆಮ್ಯಾಲೆ ಹೊರಗ

ಹೋಗಬೇಕಾರ ಬಿಸಿನೀರಲೇ ಕೈಕಾಲ ಮಾರಿ ಇಷ್ಟ ತೊಳ್ಕೊಂಡ ಬಿಡ್ತೇನಿ' ಅಂತ ಮತ್ತ ರಗ್ಗ ತುಂಬ ಹೊಚಗೊಂಡ ಮಲ್ಕೊಂಡಾ.

ಪಾಪ, ಅಂವಾ ನೀರ ಬಿಡೋದು ಅಂದರ ಸತ್ತಾಗ ಇಲ್ಲ ಸಾಯಬೇಕಾರ ನೀರ ಬಿಡ್ತಾರಲಾ ಅದ ಅಂತ ತಿಳ್ಕೊಂಡಿದ್ದಾ, ಅವಂಗೇನ ಗೊತ್ತ ನಮ್ಮ ಮನ್ಯಾಗ ಸ್ನಾನಕ್ಕ ನೀರ ತೋಡೋಡೊದಕ್ಕೂ ನೀರ ಬಿಡೋದ ಅಂತ ಅಂತೇವಿ ಅಂತ.

ಅಲ್ಲ ಅದಿರಲಿ, ನಮ್ಮ ಮನಿಗೆ ಗೆಸ್ಟ್ ಬರತಾರ ಅಂತ ನಮ್ಮವ್ವ ಎಲ್ಲಾರಿಗೂ ಐದ ಗಂಟೆದಿಂದ ಬಡದ ಎಬಿಸಿ ಎಬಿಸಿ, ಎಲ್ಲಾರದೂ ಜೀವಾ ತಿಂದ ಲಗೂನ ಸ್ನಾನ ಮಾಡಿಸಿಸಿದ್ಲು. ಇಲ್ಲೆ ನೋಡಿದ್ರ ಬಂದ ಗೆಸ್ಟ್ ನಾ ಸ್ನಾನ ಒಲ್ಲೆ ಅಂತಾನ... ಅದಕ್ಕ ಹೇಳೋದ್ರಿ ಮನಿಗೆ ಮಂದಿ ಬಂದಾಗ ಸುಳ್ಳ ಏನ ನಾವ ದಿವಸಾ ಸ್ನಾನ ಮಾಡೇ ಸಂಡಾಸಕ್ಕ ಹೋಗ್ತೇವಿ ಅನ್ನೋರಗತೆ ತೋರಿಸಿಗೊಳ್ಳಿಕ್ಕೆ ಹೋಗಬಾರದು. ನಾವ ನಾರ್ಮಲ್ಲಾಗಿ ಹೆಂಗ ಎಂಟ ಗಂಟೆಕ್ಕ ಎದ್ದ ಚಹಾ ಕುಡದ ಆಮ್ಯಾಲೆ ಬ್ರಶ್ ಬಾಯಾಗ ಇಟಗೊಂಡ ಬಾಥ್ ರೂಮಿಗೆ ಹೋಗಿ ಬಂದ ಹೊಟ್ಟಿತುಂಬ ತಿಂದ ಸ್ನಾನ ಮಾಡಿ ಆಫೀಸಿಗೆ ಹೋಗ್ತೇವೊ ಹಂಗ ಹೋಗಬೇಕು. ಅದನ್ನೆಲ್ಲ ಬಿಟ್ಟ ಮಂದಿ ಮುಂದ ಧಿಮಾಕ ಮಾಡಿ ನಾವೇನ ದಿವಸಾ ಹಿಂಗ ಅನ್ನೋರಗತೆ ಮಾಡಲಿಕ್ಕೆ ಹೋದರ ಹಿಂಗ ಆಗೋದ.

ಈಗ ನಮ್ಮ ದೇಸಾಯಿನ್ನs ನೋಡ್ರಿ, ಹೆಂಗ ಭಿಡೆ ಬಿಟ್ಟ ಬಂದ ನಮ್ಮನ್ನೆಲ್ಲ ಎಬಿಸಿ ಕ್ಯಾಮಾರಿಲೇ ಚಹಾ ಕುಡದ ತಾ ತುಂಬ ಹೊಚ್ಕೊಂಡ ನಾ ಇವತ್ತ ಸ್ನಾನ ಮಾಡಂಗಿಲ್ಲ ಅಂತ ತಿಂಡಿ ತಿಂದ ಮಲ್ಕೊಂಡಾ.. ಅವರಿಗೆ ಮತ್ತ ಅತಿಥಿ ಅನ್ನೋದ.

ಅಷ್ಟರಾಗ ನನ್ನ ಹೆಂಡತಿ ಮತ್ತ ಒದರಿದ್ಲು. 'ರ್ರಿ, ನಾ ನಿಮಗ ನೀರ ಈಗರ ಬಿಡ್ಲೋ ಬ್ಯಾಡೊ, ಏನ ನೀವು ನಿಮ್ಮ ದೋಸ್ತನಗತೆ ಕೈ-ಕಾಲ ತೊಳ್ಕೊಂಡ ಕೆಲಸಕ್ಕೊ ಹೋಗೋರೇನ ಇವತ್ತ' ಅಂತ ಒದರಿದ್ಲು.

ನಾ 'ಏ, ನಂಗ ಬಿಡ ಮಾರಾಯ್ತಿ, ನಾ ಆಫೀಸ್‌ಗೆ ಹೋಗ್ಬೇಕ' ಅಂತ ಸ್ವಚ್ಛ ಸ್ನಾನ ಮಾಡಿ ನನ್ನ ದಾರಿ ನಾ ಹಿಡದೆ.

ನಮ್ಮ ಮನ್ಯಾನ್ನ ಬೆಸ್ಟ್ ಮ್ಯಾನ್...

ಇದ ಒಂದ ಎರಡ ತಿಂಗಳ ಹಿಂದಿನ ಮಾತ ಇರಬೇಕ. ಒಂದ ದಿವಸ ಮುಂಜ-ಮುಂಜಾನೆ ನಮ್ಮ ಮನ್ಯಾ ಫೋನ್ ಮಾಡಿದಾ. ಹಂಗ ಅಂವಾ ಜಾಸ್ತಿ ಆನ್‌ಲೈನ್ ಚಾಟಿಂಗ್ ಒಳಗ ಸಿಕ್ಕಿರತಾನ. ಹಿಂಗಾಗಿ ಫೋನ್ ಮಾಡೋದ ಕಡಮಿ. ಆದರೂ ಯಾಕ ಫೋನ್ ಮಾಡಿದಾ ಅಂತ ಅನ್ಕೋತ ಫೋನ್ ಎತ್ತಿದೆ.

'ಲೇ, ಆಡ್ಯಾ ನಾ ಹೇಳೋದ ಕೇಳ ಇಲ್ಲೆ, ಒಂದ ಭಾರಿ ಸೀರಿಯಸ್ ವಿಷಯ ಮಾತಾಡೋದ ಅದ ನಿನ್ನ ಜೊತಿ. ಸಂಜಿಗೆ ಫ್ರೀ ಇರ, ನಾ ಹುಬ್ಬಳ್ಳಿಗೆ ಬಂದೇನಿ, ಭೆಟ್ಟಿ ಆಗಿ ಮಾತಾಡೋಣು' ಅಂತ ಹೇಳಿ ಫೋನ್ ಇಟ್ಟಬಿಟ್ಟ.

ಇವಂದೇನಪಾ ಹಂತಾ ವಿಶೇಷ ಅಂತ ನಾ ವಿಚಾರ ಮಾಡಲಿಕತ್ತೆ. ಹಂಗ ಇಂವಾ ನನ್ನಕಿಂತಾ ಎರಡ ವರ್ಷಕ್ಕ ಸಣ್ಣಂವಾ, ಇನ್ನು ಮದುವಿ ಅಂತೂ ಆಗಿಲ್ಲ. ಯಾಕ ಆಗಿಲ್ಲ ಅನ್ನೋದಕ್ಕ ಕಾರಣ 'ನಮ್ಮ ಮಂದ್ಯಾಗ ಕನ್ಯಾ ತೀರಿ ಹೋಗ್ಯಾವ' ಅನ್ನೋದೇನ ಅಲ್ಲ ಮತ್ತ. ಹಂಗ ನಮ್ಮ ಮಂದ್ಯಾಗ ಕನ್ಯಾ ತಳಕ್ಕ ಹತ್ತಿದ್ದರೂ ಇವಂಗ ಸಿಕ್ಕ ಸಿಗ್ತಿದ್ವು, ಯಾಕಂದರ ಈ ಮಗಂದ ದೊಡ್ಡ ನೌಕರಿ, HDFC Bank ಒಳಗ ರಿಲೇಶನ್‌ಶಿಪ್ ಮ್ಯಾನೇಜರ್ ಅಂತ ಕೆಲಸ, ಏನಿಲ್ಲಾಂದರೂ ತಿಂಗಳಿಗೆ ಒಂದ 70–80 ಸಾವಿರ ರೂಪಾಯಿ ಪಗಾರದಂವಾ. ಇನ್ನ ಹಂತಾವಂದೂ ಯಾಕ ಲಗ್ನಾ ಆಗಿದ್ದಿಲ್ಲ ಅನ್ನಲಿಕ್ಕೆ ಕಾರಣ ಏನಪಾ ಅಂದರ ಈ ಮಗಾ ಹಿಂದಕ ರವಿನಗರದಾಗ ಇದ್ದಾಗ ಒಂದ ಲಿಂಗಾಯತರ ಹುಡುಗಿಗೆ ಲೈನ್ ಹೊಡೀತಿದ್ದಾ. ಮುಂದ ಆಕಿನ್ನ ಪಟಾಯಿಸಿ, ಮಾಡ್ಕೊಂಡರ ಆಕಿನ್ನ ಮಾಡ್ಕೋತೇನಿ ಅಂದು ತನ್ನ ಪಟಪಟ್ಟಿ ಮ್ಯಾಲೆ ಊರೆಲ್ಲಾ ಕರಕೊಂಡ ಅಡ್ಡಾಡೋದ ಎಲ್ಲಾ ಮುಗದಿತ್ತ. ಆದರ ಮನ್ಯಾನ ಅವ್ವಾ ಇವಂಗ ಅಡ್ಡಗಾಲ ಹಾಕಿಬಿಟ್ಲು, ಇರೋಂವ ಒಬ್ಬ ಮಗಾ ಇದ್ದಿ, ಹಂತಾವ ಲಿಂಗಾಯತ ಹುಡುಗಿನ್ನ್ ಮಾಡ್ಕೋತಿ ಏನ? ನಾ ಜೀವಂತ ಇರೋತನಕ ಅದ ಸಾಧ್ಯನ ಇಲ್ಲ ಅಂತ ಕೂತಬಿಟ್ಟಳು.

ಇಂವಾ ನಾ ಮಾಡ್ಕೊಂಡರ ಆಕಿನ್ನ ಮಾಡ್ಕೋತೇನಿ ಅಂತ ಹಟಾ ಹಿಡದ ಕೂತಾ, ಪಾಪ ಆ ಹುಡುಗಿ ಕಾದ ಕಾದ್ಲು. ಇತ್ತಲಾಗ ಅವರವ್ವ ಸಾಯಿಲಿಲ್ಲ, ಈ ಮಗಾ ಆಕಿನ್ನ ಕಟಗೊಳ್ಳಿಲ್ಲ, ಇನ್ನ ನಾ ಹಂಗ ಕೂತರ ಮುಂದ ನನ್ನ ಗತಿ ಏನ ಅಂತ ಆಕಿ ಬ್ಯಾರೆ ಯಾರನೋ ಕಟಗೊಂಡ ಹುಬ್ಬಳ್ಳ್ಯಾಗ ಸಂಸಾರ ಹೂಡಿದ್ಲು. ಇವಂಗರ ಆಕಿನ್ನ ಮರೀಲಿಕ್ಕೆ ಆಗತಿದ್ದಿಲ್ಲ, ಆದರ ಆಕಿ ಭಾಳ ಪ್ರ್ಯಾಕ್ಟಿಕಲ್ ಇದ್ದಳು. 'ಆತ, ಇಷ್ಟ ದಿವಸ ಇಬ್ಬರೂ ಕೂಡೆ ಅಡ್ಡಾಡಿದ್ವಿ, ಎಂಜಾಯ್ ಮಾಡಿದ್ವಿ, ನಾ ಅಂತೂ ಮದ್ವಿಗೂ ತಯಾರಿದ್ದೆ, ನಮ್ಮ ಮನ್ಯಾಗೂ ಏನ ಪ್ರಾಬ್ಲೆಮ್ ಇದ್ದಿದ್ದಿಲ್ಲ. ಆದರ ನೀನ ತಯಾರಿಲ್ಲ, ನಾನರ ಏನ ಮಾಡ್ಲಿ? ನಂದ ವಯಸ್ಸ ಹೋಗ್ತದ, ಇನ್ನ ಮುಂದ let us be friends' ಅಂತ ಕೈ ಕೊಟ್ಟ, ಮುಂದ ಅದ ಕೈಯಾಗ ಲಗ್ನಪತ್ರ ಕೊಟ್ಟ ಹೋಗಿಬಿಟ್ಲು. ಆಕಿದ ಏನ ಕಾಲಗುಣಾನೊ ಏನೋ. ಆಕಿ ಇವನ ಲೈಫ್‌ನಾಗಿಂದ ಕಾಲ ತಗಿಯೋದಕ್ಕು ಅವರವ್ವ ಒಂದ ದಿವಸ ಕೂತ ಕೂತಲ್ಲೇ ಗೊಟಕ್ ಅಂದುಬಿಟ್ಟಳು. ಅಷ್ಟರಾಗ ಅತ್ತಲಾಗ ಆ ಹುಡುಗಿ ಲಗ್ನಾ ಮಾಡ್ಕೊಂಡ ಎರಡ ಸರತೆ ರೆಗ್ಯುಲರ್ ಚೆಕ್‌ಅಪ್‌ಗೆ ಗೈನಾಕಲಜಿಸ್ಟ್ ಕಡೆ ಹೋಗಿಬಂದಿದ್ಲು.

ಈ ಮಗಾ ಫುಲ್ ಮಾನಸಿಕ ಆಗಿಬಿಟ್ಟ, ಏನಿಲ್ಲದ ಆವಾಗ– ಇವಾಗ ಥರ್ಟಿ–ಸಿಕ್ಸ್ಟಿ ಹಾಕೊಂವಾ. ತೊಗೊ. ಈಗ ಥರ್ಟಿ ಕಮ್ಮಿ ಕ್ವಾರ್ಟರ್‌ಗೆ ಬಂದಬಿಟ್ಟಾ, ಇನ್ನ ಇಂವಾ ಹಿಂಗs ಹೊಂಟರ ಹಳ್ಳಾ ಹಿಡೀತಾನ ಅಂತ ಅವರ ಅಕ್ಕಾ ಅವಂಗ ನೀ ಬೆಂಗಳೂರಿಗೆ ಟ್ರಾನ್ಸ್‌ಫರ್ ತೊಗೊಂಡ ಬಾ ಅಂತ ಇಲ್ಲಿಂದ ಎಬಿಸಿಗೊಂಡ ಹೋದ್ಲು. ಹಂಗ ಅಲ್ಲೇ ಹೋದ ಮ್ಯಾಲೆ ಅಂವಾ ಸುಧಾರಿಸಿದಾ ಅನ್ನೋದಕಿಂತ ಅವಂಗ ಬ್ಯಾರೆ ಕಡೆ ಲಕ್ಷ್ಯ ಕೊಡಲಿಕ್ಕೆ ಟೈಮ್ ಇರತಿದ್ದಿಲ್ಲ, ಬ್ಯಾಂಕಿನಾಗ ಪ್ರಮೋಶನ್ ಸಿಕ್ಕ ಮ್ಯಾನೇಜರ್ ಆದ. ಗಾಡಿ ಹೋಗಿ ಕಾರು ಬಂತು. ಮುಂದ ಒಂದ ಪ್ಲ್ಯಾಟ್ ಬ್ಯಾರೆ ತೊಗೊಂಡಾ, ಒಟ್ಟ ಆರಾಮ ಇದ್ದಾ. ಹಂಗ ಆ ಹುಡುಗಿನ್ನ ಲಗಭಗ ಮರತಂಗ ಆಗಿತ್ತ, ಅದರಾಗ ಅಂವಾ ಹುಬ್ಬಳ್ಳಿಗೆ ಬರೋದ ಕಡಿಮೆ ಆಗಿತ್ತ, ನಾವು ಅವಂಗ ಮದವಿ ವಿಷಯ ತಗಿಲಿಕ್ಕೆ ಹೋಗ್ತಿದ್ದಿಲ್ಲ. ಎಲ್ಲೆ ಮದುವಿ ಅಂದರ ಅಂವಾ ಮತ್ತ ಫ್ಲ್ಯಾಶ್‌ಬ್ಯಾಕಿಗೆ ಹೋಗಿ ಮಾನಸಿಕ ಆಗ್ತಾನ ಅಂತ ಆ ಹಳೆ ಹುಡುಗಿ ಬಸರಿದ್ದಿದ್ದು–ಹಡದಿದ್ದು ಏನು ಅವನ ಮುಂದ ಹೇಳಲಿಕ್ಕೆ ಹೋಗಲಿಲ್ಲ.

ಇನ್ನ ಇವತ್ತ ಅಂವಾ ಹುಬ್ಬಳ್ಳಿಗೆ ಬಂದ ನನ್ನ ಜೊತಿ ಸೀರಿಯಸ್ ಮಾತಾಡೋದ ಅದ ಅಂತಾನ ಅಂದ ಕೂಡಲೇ ನಾ ಒಂದ ಸ್ವಲ್ಪ ವಿಚಾರ ಮಾಡಲಿಕತ್ತೆ. ಮತ್ತೆಲ್ಲರ ಅಂವಾ ಹುಬ್ಬಳ್ಳಿ ಮಾಜಿನ್ನ ಫೇಸ್‌ಬುಕ್‌ನಾಗ ಕಾಂಟ್ಯಾಕ್ಟ್ ಮಾಡಿ ಲಿಂಕ್ ಹಚಗೊಂಡ ಮತ್ತ ಆಕಿನ್ನ ತಲ್ಯಾಗ ತುಂಬ್ಕೊಂಡಾನೇನೋ ಅಂತ ಅನಸಲಿಕತ್ತ. ಅಲ್ಲ, ಈಗ ಒಂದ್ಯೆರಡ ಕೇಸ್ ಆಗ್ಯಾವ ನಮ್ಮ ಸರ್ಕಲ್‌ನಾಗ. 'ಲವ್ ಮಾಡಿದವನ ಬಿಟ್ಟ ಬ್ಯಾರೆವನ ಕಟಗೊಂಡ ಮುಂದ ಒಂದ ಹಡದ ಎರಡ ಮೂರ ವರ್ಷ ಆದಮ್ಯಾಲೆ ಮತ್ತ ಮಾಜಿದ ನೆನಪಾಗಿ, ಮತ್ತ ಲೈನ್ ಲಿಂಕ್ ಮಾಡ್ಕೊಂಡ ಕಡಿಕೆ ಎರಡೂ ಕಡೆ ಫ್ಯಾಮಿಲಿ ಹಳ್ಳಾ ಹಿಡದದ್ದ

ನೋಡೇನಿ. ಹಿಂಗಾಗಿ ನಂಗ ಡೌಟ್ ಬರಲಿಕತ್ತ. ಇರಲಿ ಎದಕ್ಕ ಬಂದಾನ ಅಂಬೋದ ಸಂಜಿಗೆ ಗೊತ್ತಾಗೆ ಆಗ್ತದ ತೊಗೊ ಅಂತ ಸುಮ್ಮನಾದೆ. ಸಂಜಿಗೆ ಇಬ್ಬರೂ ಭೆಟ್ಟಿ ಆದವಿ, ಫಾರ್ಮಾಲಿಟಿಗೆ ನಿಮ್ಮ ಮನ್ಯಾಗ ಎಲ್ಲ ಆರಾಮ ಇದ್ದಾರ ಅದು-ಇದು ಅಂತ ನನಗ ಕೇಳಿದವನ ಸೀದಾ ಟಾಪಿಕ್‌ಗೆ ಬಂದಾ.

'ದೋಸ್ತ ನಾ ಹೇಳೊದ ಈಗ ಸೀರಿಯಸ್ ಆಗಿ ಕೇಳ, ನಾ ನಮ್ಮ ಬ್ಯಾಂಕ್ ಒಳಗ ಒಂದ ಹುಡುಗಿಗೆ ಲೈಕ್ ಮಾಡೇನಿ. She is from South Canara. ಆಕಿನೂ ನನಗ ಲೈಕ್ ಮಾಡ್ತಾಳ, and we have decided to marry. ಮೊನ್ನೆ ಅಕ್ಕಾ-ಭಾವಗೂ ಕೇಳಿದೆ. ಅವರು 'ಒಟ್ಟ ನೀ ಲಗ್ನ ಆಗಿ ಆರಾಮ ಇದ್ದರ ಆತಪಾ. ನೀ ಯಾರನರ ಮಾಡ್ಕೊ' ಅಂತ clearance ಕೊಟ್ಟಾರ. ಹುಡುಗಿ ಪೇರೆಂಟ್ಸದ್ದು ಪ್ರಾಬ್ಲೆಮ್ ಏನಿಲ್ಲ' ಅಂತ ಕಥಿ ಹೇಳಲಿಕ್ಕೆ ಶುರು ಮಾಡಿದಾ. ನಾ ಅಷ್ಟರಾಗ ಅಡ್ಡ ಬಾಯಿ ಹಾಕಿ,

'ಅಲ್ಲಲೇ, ಹುಡುಗಿ ರಾಜಿ, ಅವರವ್ವಾ-ಅಪ್ಪಾ ರಾಜಿ, ನಿಮ್ಮಕ್ಕ ರಾಜಿ, ಮತ್ಯಾಕ ತಲಿಕೆಡಸಿಗೋತಿ? ಇದರಾಗ ಕ್ಲೈಮ್ಯಾಕ್ಸ ಎಲ್ಲೇ ಅದ?' ಅಂತ ಅಂದೆ.

'ಲೇ, ನೀ ಪೂರ್ತಿ ಹೇಳೊದ ಕೇಳಲೆ, ನಾ ಬೆಂಗಳೂರಾಗ ರೆಜಿಸ್ಟರಡ್ ಮ್ಯಾರೇಜ್ ಮಾಡ್ಕೋಳೊಣು ಅಂದರ ಹುಡಗಿ ಪೇರೆಂಟ್ಸ ರೆಡಿ ಇಲ್ಲ. They are very traditional and landlords. So they want to perform ceremony in their native place. ಇನ್ನ ಅವರ ಊರಾಗ ಲಗ್ನಾ ಅಂದರ ನಮ್ಮ ಪೈಕಿ ಒಂದ ಹತ್ತಿಪ್ಪತ್ತ ಮಂದಿನ್ನ ಕರಕೊಂಡ ಹೋಗಬೇಕ.'

'ಸರಿ, ಗಾಡಿ ಖರ್ಚ ಕೊಟ್ಟ ಕರಕೊಂಡ ಹೋಗ ಅದರಾಗೇನ' ಅಂತ ನಾ ಅಂದೆ.

'ಹಂಗ ಅಲ್ಲಲೇ, ಅವರ ತಮ್ಮ ಕಸ್ಟಮ್ಸ ಪ್ರಕಾರ ಮದುವಿ ಮಾಡೋರು, ಅದಕ್ಕ ನಮ್ಮ ಕಡೆ ಒಬ್ಬರ ಯಾರರ ಬೆಸ್ಟ್ ಮ್ಯಾನ್ ಬೇಕ... ಅದಕ್ಕ ನಿನಗ ಆ ಬೆಸ್ಟ್ ಮ್ಯಾನ್ ಅಂತ ಫಿಕ್ಸ ಮಾಡಲಿಕ್ಕೆ ಬಂದೇನಿ. ನಾ ಹೋಗೊ ಬರೋ ಗಾಡಿ ಖರ್ಚ ಕೊಡತೇನಿ. ನೀ ಏನ ಕಾಳಜಿ ಮಾಡಬ್ಯಾಡ, ಎರಡ ದಿವಸ ರಜಾ ಹಾಕಿ ಬಾ, ಹಂಗ ಮ್ಯಾರೇಜ್ ಇರೋದ ಸಂಡೇನ ಅದ' ಅಂತ ಅಂವಾ ಹೇಳಿದಾ.

'ಇದೇನ ಬೆಸ್ಟ್ ಮ್ಯಾನ್ ಅಂದರ? ನಾ ಬೆಸ್ಟ್s ಇದ್ದೇನಿ, ನಿಂಗ ಒಟ್ಟ ಲಗ್ನಕ್ಕ ಒಂದಿಬ್ಬರ ಖಾಸ ದೋಸ್ತರ ಬರಬೇಕ ಹೌದಲ್ಲ? ನಾನು, ರಾಘ್ಯಾ ಬರತೇವಿ ತೊಗೊ' ಅಂತ ನಾ ಅಂದರ,

'ಲೇ, ಹಂಗ ಬೆಂಗಳೂರಿಂದ ನಮ್ಮ ದೋಸ್ತರ ಬರ್ತಾರ ಆದರ ಮದುವಿಗೆ ಒಬ್ಬ ಖಾಸ ದೋಸ್ತ ಬೆಸ್ಟ್ ಮ್ಯಾನ್ ಆಗಬೇಕಂತ. ಆ ಬೆಸ್ಟ್ ಮ್ಯಾನ್ ನೀನ' ಅಂದಾ. ನಂಗ ಸರಿ ತಿಳಿವಲ್ಲಾಗಿತ್ತ, ಅದು ಅವಂಗ ಲಗೂನ ಅರ್ಥ ಆತ. 'ಲೇ, ನಾ ಮಾಡ್ಕೊಳಿಕತ್ತಿದ್ದ ಕ್ರಿಶ್ಚನ್ನರ ಹುಡಗಿಗಲೇ.. ಆಕಿ ಹೆಸರ ಎಲಿಜಾಬೆಥ್ ಜಾನ್ ಡಿ'ಸಿಲ್ವಾ ಅಂತ. ಅವರ ಲಗ್ನ ಪದ್ಧತಿ ಪ್ರಕಾರ ನಂಗ ಒಬ್ಬಂವ ಬೆಸ್ಟ್ ಮ್ಯಾನ್ ಬೇಕು, ಈಗರ ತಿಳಿತಿನ?' ಅಂದಾ.

ಓ.ಹೋ.. ಈಗ ಎಲ್ಲ ತಿಳೀತ ನೋಡ್ರಿ. ಈ ಮಗಾ ಮಾಡ್ಕೋಳಿಕತ್ತಿದ್ದ ಕ್ರಿಶ್ಚಿಯನ್ ಹುಡುಗಿನ್ನ. ಅದಕ್ಕ ಈಗ ದೋಸ್ತರ ನೆನಪಾಗಿ ಓಡಿ ಬಂದಾನ ಅಂತ ಗ್ಯಾರಂಟೀ ಆತ.

ಆದರೂ ಏನ ನಸೀಬ ಮಗಂದ ಅಂತೇನಿ? ಜೀವನದಾಗ ಎರಡೆರಡ ಪಟಾಯಿಸಿ ಲವ್ ಮಾಡಿದಾ, ನಮಗರ ಹದಿನಾಲ್ಕ ವರ್ಷ ಆದರೂ ಲಗ್ನಾ ಮಾಡ್ಕೊಂಡೋಕಿನ್ನ ಪಟಾಯಿಸಿ ಲವ್ ಮಾಡಲಿಕ್ಕೆ ಆಗವಲ್ತು. ಅಲ್ಲ, ಹಂಗ ಬ್ರಾಹ್ಮಣರಾಗ ಹುಡುಗ್ಯಾರ ಇತರೆ ಜಾತಿ ಹುಡುಗರ ಹಿಂದ ಬಿದ್ದ ಓಡಿ ಹೋಗೋದ ಭಾಳ ಕಾಮನ್. ಹಂತಾದರಾಗ ಇಂವಾ ಬ್ಯಾರೆ ಕಾಸ್ಟ್‌ನೋಕಿನ ಲಗ್ನಾ ಮಾಡ್ಕೊಂಡ ನಮ್ಮ ಕಡೆ ಕರಕೊಂಡ ಬಂದನಲಾ ಅಂತ I felt proud about him, next time ಅವಂಗ ಬ್ರಾಹ್ಮಣರ ಅಧಿವೇಶನದಾಗ ಸನ್ಮಾನ ಮಾಡಬೇಕು ಅಂತ ಮೆಂಟಲಿ ನೋಟ್ ಮಾಡ್ಕೊಂಡೆ.

ಸರಿ, ಇನ್ನ ಖಾಸ ದೋಸ್ತ. ಇಲ್ಲ ಅನ್ನಲಿಕ್ಕೆಂತೂ ಬರಂಗಿಲ್ಲ. ಆಮ್ಯಾಲೆ ಅವನ ಪರಿಸ್ಥಿತಿ ಎಲ್ಲ ಗೊತ್ತ ಇತ್ತ. ಹಿಂಗಾಗಿ ನಾ ಅವರವ್ವನ ಗತೆ 'ನಮ್ಮ ಜಾತಿ ಹುಡಗಿ ಅಲ್ಲ ಅಂದರ ನಾ ಲಗ್ನಕ್ಕ ಬರಂಗಿಲ್ಲ, ನೀ ಜಾತಿ ಭ್ರಷ್ಟ ಮಾಡಲಿಕತ್ತಿ, ನಮ್ಮ ಮಂದ್ಯಾಗ ಏನ ಕನ್ಯಾ ಸತ್ತಿದ್ವೇನ... ಹಂಗ ಹಿಂಗ' ಅಂತ ನಾ ಏನೂ ಒದರಾಡಲಾರದ ಅವಂಗ all the best ಹೇಳಿ ಕಳಸಿದೆ. ಹಂಗ ನಾವೇನರ ಅಡ್ಡಗಾಲ ಹಾಕಬೇಕು, ಆಮ್ಯಾಲೆ ಅಂವಾ 'ಹಂಗರ ಕನ್ಯಾ ಹುಡುಕ ಬ್ರಾಹ್ಮರದ' ಅಂತ ಅಂದರ ನಾ ಏನ ಮಾಡಲಿ ಅಂತ ಸುಮ್ಮನಾದೆ.

ಮುಂದ ಒಂದ ದಿವಸ ಮೊದ್ಲ ಮೂಡಬಿದ್ರೆಗೆ ಹೋಗಿ ಲಗ್ನದಾಗ ಹಿರೇಮನುಷ್ಯಾರಗತೆ ಅಡ್ಡಾಡಿ, ಕೇಕ್, ವೈನ್ ಹೊಡದ ಚರ್ಚ್ ಒಳಗ ಒಂದನೇ ಬೆಂಚ್ ಮ್ಯಾಲೆ ಕೂತ ಫಾದರ್ ಕಡೆ ನಾನೂ ಆಶೀರ್ವಾದ ತೊಗೊಂಡ ಬಂದೆ. ಸಂಜಿಗೆ ಡಿ'ಸಿಲ್ವಾ ಅಂಕಲ್ ತಮ್ಮ ತೋಟದ ಮನಿ ಒಳಗ ರಿಸೆಪ್ಶನ್ ಇಟಗೊಂಡಿದ್ದರ. ಮತ್ತ ಕೇಕ್, ವೈನ್... ಅಗದಿ ನಮಗ ಚಾಂದಿನ ಚಾಂದಿ, ಏನಿಲ್ಲದ ಕುಡಿಲಿಕ್ಕೆ ಸಿಕ್ಕರ ಕಂಡೇನೋ ಇಲ್ಲೊ ಅನ್ನೊರಂಗ ಮಾಡೋರು ಇನ್ನ ಹಿಂಗ ಪುಗಶೆಟ್ಟೆ ಇಂಪೋರ್ಟೆಡ್ ವೈನ್ ಸಿಕ್ಕರ ಬಿಡ್ತೇರಿ? ಬಿಯರ್ ಗತೆ ಗಟಾ-ಗಟಾ ಕುಡದಿದ್ದ ಕುಡದಿದ್ದ. ಅದರಾಗ ಮನ್ಯಾ ನನ್ನ ಬಗ್ಗೆ ಒಂದ ಸ್ವಲ್ಪ ಜಾಸ್ತಿನ ಬೀಗರ ಮನ್ಯಾಗ ಹೇಳಿದ್ದಾ ಕಾಣ್ತದ. ಅವರೆಲ್ಲಾ ನಂಗ 'hey... best man enjoy yourself' ಅಂತ ಹೇಳಿ ಸಿಕ್ಕಾಪಟ್ಟಿ ಕಾಳಜಿ ತೊಗೊಂಡರು. ಖರೇ ಹೇಳ್ಬೇಕಂದರ ನನ್ನ ಖಾಸ ಬೀಗರ ಮನ್ಯಾಗ ಸಿಗಲಾರದಷ್ಟ ರಿಸ್ಪೆಕ್ಟ್ ಕೊಟ್ಟರು. ನಾ ಹಿಂಗ ಪಾರ್ಟಿ ಒಳಗ ಎಂಜಾಯ್ ಮಾಡಲಿಕತ್ತಿದ್ದೆ, ಅದರಾಗ ಅವರು ಮಂಗಳೂರಿಂದ ಆರ್ಕೆಸ್ಟ್ರಾ ಬ್ಯಾರೆ ತರಸಿದ್ದರು. ಕೇಳ್ತಿರೇನ? ಹಳೇ ಹಿಂದಿ ಹಾಡ ಕೇಳ್ಕೋತ ಕುಡದಿದ್ದ ಕುಡದಿದ್ದ. ಮುಂದ ಒಮ್ಮಿಂದೊಮ್ಮಿಲೆ ಆರ್ಕೆಸ್ಟ್ರಾ ಬಂದ ಆತ. ಆ ಹುಡಗಿ ಅಪ್ಪಾ ಮೈಕ ಹಿಡಕೊಂಡ,

'Today on this auspicious occasion of my lovely daughter's marriage...' ಅಂತ ಏನೇನೋ ಹೇಳಿ ಕಡಿಕೆ 'it gives me immense pleasure to introduce my son-in-law...' ಅಂತ ನಮ್ಮ ಮನ್ಯಾನ್ನ ಸ್ಟೇಜ್ ಮ್ಯಾಲೆ ಕರದ ಪರಿಚಯ ಮಾಡಿಸಿ ಹೊಗಳಿದ್ದ ಹೊಗಳಿದ್ದ. ನಂಗ ಅಂತೂ ಅವರ ಏನ ಹೇಳಲಿಕತ್ತಾರ, ಅದರಾಗ ಎಷ್ಟ ಖರೆ, ಎಷ್ಟ ಸುಳ್ಳ ಒಂದು ಒಂದ ತಿಳಿವಲ್ಲಾಗಿತ್ತ, ಅದರಾಗ ಫುಲ್ ಟೈಟ್ ಬ್ಯಾರೆ ಆಗಿಬಿಟ್ಟಿದ್ದೆ, ಒಟ್ಟ ಎಲ್ಲಾರೂ ಚಪ್ಪಾಳೆ ಹೊಡದ ಕೂಡಲೇ ನಾನು ಒಂದ ಕೈಯಾಗ ಗ್ಲಾಸ್, ಇನ್ನೊಂದ ಕೈಯಾಗ ವೈನ್ ಬಾಟಲ್ ಹಿಡಕೊಂಡ ಚಪ್ಪಾಳೆ ಹೊಡಿತಿದ್ದೆ. ಮುಂದ ಒಮ್ಮಿಂದೊಮ್ಮೆಲೆ ಆ ಹುಡುಗಿ ಅಪ್ಪಾ ನನ್ನ ಹೆಸರ ತೊಗೊಂಡ,

'I invite the best man of this marriage Mr. Adur to speak few good words about bridegroom' ಅಂತ ಒದರಿಬಿಟ್ಟಾ. ನಂಗ ಅದನ್ನ ಕೇಳಿದ್ದ ಅರದಕ್ಕ ಅರ್ಧಾ ಕುಡದದ್ದ ಇಳದ ಬಿಡ್ತ, ಇನ್ನ ಹೆಸರ ಒದರಿದ ಮ್ಯಾಲೆ ಮಾತಾಡಬೇಕ, ಅದರಾಗ ನನಗ ಮೊದ್ಲ best man ಆದರ ಭಾಷಣ ಮಾಡ್ಬೇಕಾಗ್ತದ ಅಂತ ಗೊತ್ತ ಇದ್ದಿದ್ದಿಲ್ಲಾ. ಈ ಮನ್ಯಾನೂ ಏನ ನನಗ ಹೇಳಿದ್ದಿಲ್ಲ, ಅಲ್ಲ ಪಾಪ ಅವಂಗರ ಗೊತ್ತ ಇತ್ತೊ ಇಲ್ಲೋ ಏನೋ, ಯಾರಿಗ್ಗೊತ್ತ? ಅಂವಾ ಕ್ರಿಶ್ಚಿಯನ್ ಹುಡುಗಿ ಲಗ್ನಾ ಮಾಡ್ಕೊಂಡಿದ್ದ ಇದ ಫಸ್ಟ್ ಟೈಮ್, ಸರಿ ಏನರ ಒಂದ ನಾಲ್ಕ ಮಾತಾಡಬೇಕ ಅಂತ ಸ್ಟೇಜ್ ಹತ್ತಿದೆ. ಒಂದ ಕೈಯಾಗ ಗ್ಲಾಸ್ ಹಂಗ ಇತ್ತ. ಇನ್ನೊಂದ ಕೈಯಾಗಿನ ಬಾಟಲಿ ಕೆಳಗ ಇಟ್ಟ ಮೈಕ್ ಬಡದ,

'ಮೈಕ್ ಟೆಸ್ಟಿಂಗ್ 1.2.3...1.2.3..' ಅಂದೆ. ಎಲ್ಲಾರ ನಗಲಿಕತ್ತರು. ಅಲ್ಲ ಇಷ್ಟೊತ್ತನಕ ಎಷ್ಟ ಮಂದಿ ಮಾತಾಡಿದ್ದರು. ನಾ ಈಗ ಬಂದ ಮೈಕ್ ಟೆಸ್ಟಿಂಗ್ ಅಂದರ ನಗಲಾರದ ಏನ್ ಮಾಡ್ತಾರ? ನಾ ಕಡಿಕೆ ಕುಡದ ನಶೆದಾಗ ನಮ್ಮ ದೋಸ್ತನ್ನ ಬಗ್ಗೆ ಮಾತಾಡಲಿಕ್ಕೆ ಶುರು ಮಾಡಿದೆ. ನಮ್ಮ ಮನ್ಯಾಗರ ಕೈಯಾಗ ಬಿಯರ್ ಗ್ಲಾಸ್ ಇದ್ದರೂ ಮಾರಿ ಮ್ಯಾಲೆ ಬೆವರ ಬರಲಿಕ್ಕೆ ಶುರು ಆತ, ಅವಂಗೆಲ್ಲೆ ನಾ ಕುಡದ ನಶೇದಾಗ ಏನ ಮಾತಾಡ್ತೇನೋ ಅಂತ ಟೆನ್ಶನ್ ಹತ್ತಿತ್ತ ಕಾಣತದ, ನಾ ಮಾತ ಶುರು ಮಾಡಿದೆ.

'ಹಂಗ ನಾನು ಮನ್ಯಾ ಹುಬ್ಬಳ್ಳ್ಯಾಗ ಖಾಸ ದೋಸ್ತರು, ನಮ್ಮ ಮನಿ ಕಡೇನ ಮನ್ಯಾನ ಮನಿ ಇತ್ತು... ಇಬ್ಬರೂ ಚಡ್ಡಿ ದೋಸ್ತರು. ಒಂದ ಗಟರ ದಂಡ್ಯಾಗ ಕೂತ – ತೊಳ್ಕೊಂಡ ಅದ ದಂಡಿ ಮ್ಯಾಲೆ ಆಡಿ ಬೆಳದವರು... ಹಂಗ ಸಣ್ಣೊರ ಇದ್ದಾಗ ಇಬ್ಬರು ಒಂದ ಚಿಣಿ–ದಾಂಡಲೇ ಆಡತಿದ್ವಿ, ಒಂದಾ ಬೋಕಾದಾಗ ಗುಂಡಾ ಸಂಬಂಧ ಹೊಡದಾಡತಿದ್ವಿ...ಇಬ್ಬರು ಒಮ್ಮೆ ದೊಡ್ಡೋರಾದ್ವಿ, ಚಡ್ಡಿ ಹೋಗಿ ಪ್ಯಾಂಟ್ ಬಂತು, ಚಿಣಿ–ದಾಂಡ ಹೋಗಿ ಬ್ಯಾಟ್ ಬಂತ, ಗುಂಡಾ ಆಡೊ ಬೋಕಾ ಹೋಗಿ, ಗುಂಡ ಹಾಕೊ ಬಾಟಲ್ ಬಂದ್ವು...

'ನಾವಿಬ್ಬರು ಎಷ್ಟ ಕ್ಲೋಸ್ ಅಂದ್ರ, ಏನ ಮಾಡಿದರು ಇಬ್ಬರೂ ಕೂಡೇ ಮಾಡ್ತಿದ್ವಿ, ಸಿನೆಮಾ, ಹೋಟೆಲ್, ಟ್ರಿಪ್ even public toiletಗೆ ಹೋದರೂ ಇಬ್ಬರು ಒಮ್ಮೆ ಹೋಗ್ತಿದ್ವಿ... ಮುಂದ ಲೈನ್ ಹೊಡೀಲಿಕ್ಕೂ ಇಬ್ಬರೂ ಕೂಡೆ ಸ್ಟಾರ್ಟ್ ಮಾಡಿದ್ವಿ. ಮೊದ್ಲ ಮೊದ್ಲ ಒಬ್ಬೊಕಿಗೆ ಲೈನ್ ಹೊಡಿತಿದ್ವಿ, ಆಮ್ಯಾಲೆ ಇದ ಮುಂದ ಪ್ರಾಬ್ಲೆಮ್

ಆಗ್ತದ ಅಂತ ಸಪರೇಟ್ ಆಗಿ ಲೈನ್ ಹೊಡಿಲಿಕ್ಕೆ ಹತ್ತಿದ್ವಿ... ಆದರ ಒಂದ ಫರಕ ಅಂದರ ಅವಂಗ ಬೀಳ್ತಿದ್ವು, ನಂಗ ಬೀಳತಿದ್ದಿಲ್ಲ ಇಷ್ಟ.'

'ಹಂಗ ಅಂವಾ ಕಾಲೇಜು ಲೈಫ್ ಒಳಗ ಸಾಕಷ್ಟ ಪಟಾಯಿಸಿದರೂ ಯಾವಕ್ಕು ಜೋತ ಬೀಳಲಿಲ್ಲ, ಯಾರಿಗೂ ಮದ್ವಿ ಮಾಡ್ಕೋತೇನಿ ಅಂತ ಕಮಿಟ್ ಆಗಲಿಲ್ಲ. ಸೀರಿಯಸ್ ಆಗಿ ನೌಕರಿ ಹಿಡದ ನನ್ನಕಿಂತ ಮೊದ್ಲ ಹಾದಿ ಹತ್ತಿದಾ. ಒಬ್ಬೊಕಿಗೆ ಅಂತೂ ನಾ ಮಾಡ್ಕೊಂಡರ ನಿಂಗ ಮಾಡ್ಕೋತೇನಿ ಅಂತ ಪ್ರಾಮಿಸ್ ಮಾಡಿ ಮುಂದ ಅವರವ್ವ ಬ್ಯಾಡ ಅಂದ್ಲು ಅಂತ ಬಿಟ್ಟಬಿಟ್ಟಾ.. ಅಷ್ಟ ಅವ್ವನ ಮಾತ ಮೀರತಿದ್ದಿಲ್ಲಾ I am sure ಅಂವಾ ಮುಂದ ಹೆಂಡ್ತಿ ಮಾತು ಮೀರಂಗಿಲಾ' ಅಂತ ಅಂದ ಬಿಟ್ಟೆ.

ಅಲ್ಲೇ ಹಿಂದ ನಿಂತಿದ್ದ ಮನ್ಯಾ ಹಣಿ ಹಣಿ ಬಡ್ಕೊಳ್ಳಿಕತ್ತಾ, ನಾ ನನ್ನ ಭಾಷಣ ಮುಗಸೊ ಮೂಡನಾಗ ಇರಲಿಲ್ಲ, ನಾ ಹಂಗ ಶುರು ಹಚಗೊಂಡ,

'ನಮ್ಮ ಮನ್ಯಾ ಏನ ಅನ್ನರಿ ದೇವರಂಥಾ ಹುಡುಗಾ. ಹಂತಾ ಹುಡುಗ ಸಿಗಬೇಕಂದರ ಲೀಜಾ (ಎಲಿಜಾಬೆಥ್- ಅವನ ಹೆಂಡತಿ) ಭಾಳ ಪುಣ್ಯಾ ಮಾಡ್ಯಾಳ, ಇನ್ನೇನ ವರ್ಷ ತುಂಬೋದರಾಗ ಅವರಿಬ್ಬರು ಒಂದ ಹಡೆಯೋದ ಗ್ಯಾರಂಟಿ. ನಾವ ಇನ್ನೊಂದ ನಾಲ್ಕ ತಿಂಗಳಕ್ಕ baby shower ಫಂಕ್ಶನ್‌ದಾಗ ಮತ್ತ ಭೆಟ್ಟಿ ಆಗೋಣ' ಅಂತ ಹೇಳಿ ಮೈಕ್ ಕೆಳಗ ಇಟ್ಟ ಮತ್ತ ವೈನ್ ಬಾಟಲ್ ಹಿಡ್ಕೊಂಡ ವಾಪಸ ಬಂದೆ. ಆ ದಕ್ಷಿಣ ಕನ್ನಡದ ಮಂದಿಗೆ ನನ್ನ ಉತ್ತರ ಕರ್ನಾಟಕದ ಮಾತ ಭಾಳ ಸೇರತ ಕಾಣತದ. ಹತ್ತ ನಿಮಿಷಗಟ್ಟಲೇ ಚಪ್ಪಾಳೆ ಹೊಡದಿದ್ದ ಹೊಡದಿದ್ದ. ನಮ್ಮ ಮನ್ಯಾ ಮಾತ್ರ ಸಿಟ್ಟಿಗೆದ್ದ 'ಲೇ ದನಾ ಕಾಯೋನ, ಎಲ್ಲಾ ಮರ್ಯಾದಿ ಕಳದ ಇಟ್ಟ ಬಿಟ್ಟೆ' ಅಂತ ಹೊಯ್ಕೊಳ್ಳಿಕತ್ತಾ. ಅಷ್ಟರಾಗ ಅವನ ಹೆಂಡ್ತಿ ಲೀಜಾ ಬಂದ I have got something to talk to you, will call you later ಅಂತ ನನಗ ಹೇಳಿ ಹೋದ್ಲು. ಅವಂಗರ ಟೆನ್ಶನ್ ಹತ್ತ.

ನಾ ರಾತ್ರಿ ಹತ್ತಕ್ಕ ರೆಸೆಪ್ಶನ್ ಮುಗಿಸಿಕೊಂಡವನ ಹನ್ನೊಂದರ ದುರ್ಗಾಂಬ ಟ್ರಾವೆಲ್ಸ್ ಹಿಡದವನ ಹುಬ್ಬಳ್ಳಿಗೆ ರೈಟ್ ಅಂದೆ. ಆ ಮಾತಿಗೆ ಈಗ ಹತ್ತ ದಿವಸ ಆಗಲಿಕ್ಕೆ ಬಂತ, ಮಗಾ ಮದ್ವಿ ಮಾಡ್ಕೊಂಡ ಬೆಂಗಳೂರಿಗೆ ಹೋದೊಂವಾ ಇವತ್ತಿಗೂ ಒಂದ ಫೋನ್ ಇಲ್ಲ, ಏನ ಸುಡಗಾಡ ಇಲ್ಲ. ಮದ್ವಿಗೆ ಬೆಸ್ಟ್ ಮ್ಯಾನ್ ಬೇಕಾದಾಗ ಒಂದ ಹತ್ತ ಸರತೆ ಫೋನ್ ಮಾಡ್ತಿದ್ದಾ, ಈಗ ನೋಡಿದ್ರ ಮರತ ಬಿಟ್ಟಾ. ಅಲ್ಲಾ ಮದ್ವಿ ಆದಮ್ಯಾಲೆ ಜನಾ ಬದಲಾಗ್ತಾರ ಅಂತಾರಲಾ ಅದ ಖರೇ ನೋಡ್ರಿ.

ಹಾಂ ಅನ್ನಂಗ ಇನ್ನೊಂದ ಹೇಳೋದ ಮರತೆ. ಅವನ ಹೆಂಡತಿ ಮರದಿವಸ ನಾ ಹುಬ್ಬಳ್ಳಿಗೆ ಮುಟ್ಟೊ ಪುರಸತ್ತ ಇಲ್ಲದ ಫೋನ್ ಮಾಡಿದ್ಲು. ನಾ ಈಕಿ ಏನರ ಅವನ ಹಳೇ ಲಫಡಾ ಬಗ್ಗೆ ಕೇಳ್ತಾನೇನೂ ಅಂತ ಗಾಬರಿ ಆಗಿ ಫೋನ್ ಎತ್ತಿದರ ಆಕಿ,

'Did ಮನ್ಯಾ told you that I am pregnant?' ಅಂತ ಕೇಳಿದ್ಲು. 'ನೊ' ಅಂದೆ. 'Then how come you said about baby shower in the speech?' ಅಂತ ಕೇಳಿದ್ಲು.

'I just said it could happen any time now, as you are married' ಅಂದೆ.

ಆಕಿ ok ok ಅಂತ ನನಗ ಮುಂದ 'Are you really pregnant?' ಅಂತ ಕೇಳಲಿಕ್ಕೂ ಅವಕಾಶ ಕೊಡದ ಫೋನ್ ಇಟ್ಟಬಿಟ್ಟಳು.

O

ನಂದ ಒಂದನೇದ ಎರಡರಾಗ ಹೋಗಿತ್ತ

ಮೊನ್ನೆ ನಮ್ಮ ರಾಜಾಗ ಕಡಿಕೂ ಮದುವಿ ಆಗಿ ಎಂಟ್ ವರ್ಷದ ಮ್ಯಾಲೆ ಒಂದ ಕೂಸ ಹುಟ್ಟತು. ಏನಿಲ್ಲದ ಅವಂಗ ಕನ್ಯಾ ಸಿಕ್ಕ ಮದುವಿ ಆಗೋದರಾಗ 36 ವರ್ಷ ಆಗಿದ್ವು, ಅದರಾಗ ಅಂವಾ ಸಾಲಿ ಜಾಸ್ತಿ ಕಲತಿದ್ದಿಲ್ಲ, ಥರ್ಡ್ ಕ್ಲಾಸಿನಾಗ ಬಿ.ಎಸ್ಸಿ ಮಾಡಲಿಕ್ಕೆ ಐದ ವರ್ಷ ತೊಗೊಂಡಿದ್ದಾ. ಮುಂದ ಛಲೋ ನೌಕರಿ ಸಿಗೋತನಕಾ ಅಂತ ಒಂದ ಕೊರಿಯರ್ ಏಜೆನ್ಸಿ ಒಳಗ ಕೆಲಸಕ್ಕ ಹೊಂಟಂವಾ ಅದನ್ನ ಪರ್ಮನೆಂಟ್ ಮಾಡ್ಕೊಂಡಾ. ಹಂಗ ಆವಾಗಿನ್ನೂ ನಮ್ಮ ಮಂದ್ಯಾಗ ಕನ್ಯಾದ್ದ ಅಷ್ಟ ಬರಗಾಲ ಬಿದ್ದಿದ್ದಿಲ್ಲ ಖರೆ, ಆದ್ರೂ ಹುಡುಗ ಕೊರಿಯರ್ ಡಿಲೇವರಿ ಬಾಯ್ ಅಂದ ಕೂಡಲೇ ಕನ್ಯಾ ಸಿಗೋದ ಸ್ವಲ್ಪ ತ್ರಾಸ ಆತ. ಸ್ವಲ್ಪ ಏನ್ ಇವಂಗ ಕನ್ಯಾ ಸಿಗೋದರಾಗ 36 ವರ್ಷ ಆಗೇ ಬಿಟ್ಟಿದ್ವು.

ಅವರವ್ವಂತೂ ನಾವು ಮನಿಗೆ ಹೋದಾಗ ಒಮ್ಮೆ,

'ನಿಂಬದೆಲ್ಲಾ ಮದುವಿ ಆಗಿ ಮಕ್ಕಳಾಗಲಿಕತ್ವು, ನಮ್ಮ ರಾಜಾಗ ಒಂದೂ ಕನ್ಯಾನ ಸಿಗವಲ್ವು, ನಿಮ್ಮ ದೋಸ್ತಗ ಒಂದ ಕನ್ಯಾ ನೋಡರಿ' ಅಂತ ಗಂಟ ಬೀಳ್ತಿದ್ಲು. ಪಾಪ, ಆಕಿ ಜೀವಾ ನಂಬದೆಲ್ಲ ಸಂಸಾರ ನೋಡಿ ಚುಟು-ಚುಟು ಅಂತಿತ್ತ.

ಅವರವ್ವಗ ಅವಂದೊಂದ ಲಗ್ನಾಗಿ ತನಗ ಒಂದ ಸೊಸಿ ಅನ್ನೋದ ಮನಿಗೆ ಬಂದರ ಸಾಕಾಗಿತ್ತ. ಅದರಾಗ ಮ್ಯಾಲೆ ಅವಂಗ ಅವನಕಿಂತ ಒಂದ ಹನ್ನೆರಡ ವರ್ಷ ಸಣ್ಣೋಕಿ ತಂಗಿ ಬ್ಯಾರೆ ಇದ್ಲು. ಹಿಂಗಾಗಿ ಒಂದ ಹುಡುಗಿ ಹೂಂ ಅನ್ನೋದ ತಡಾ, ಅವರವ್ವಾ ವಾಲಗಾ ಊದಿಸಿ ಬಿಟ್ಲು. ಆಕಿಗೆ ತಾ ಸಾಯೋದರಾಗ ಮೊಮ್ಮಗನ ಬ್ಯಾರೆ ನೋಡಬೇಕಿತ್ತ.

ಆದ್ರ, ಪಾಪ ಆಕಿ ಅನ್ಕೊಂಡಂಗ ಆಗಲಿಲ್ಲ. ಈ ಮಗಂದ ಮದುವಿ ಇಷ್ಟ ಲೇಟ್ ಅಂತ ಅಂದರ ಮುಂದ ಹಡಿಯೋದ ಅದರಕಿಂತ ಲೇಟ್ ಆಗಲಿಕತ್ತ. ಕೆಲವೊಬ್ಬರ ವಯಸ್ಸಾದ ಮ್ಯಾಲೆ ಲಗ್ನಾದರ ಹಿಂಗ ಆಗ್ತದ, ಲಗೂನ ಕನ್ಸೀವ್ ಆಗಂಗಿಲ್ಲ ಅಂತ

ಅಂದರು. ಇನ್ನ ಕೆಲವೊಬ್ಬರು ಆ ಹುಡುಗಿಗೆ ಲಗ್ನ ಆಗೋದರಾಗ ಮೂವತ್ತ ದಾಟಿ ಬಿಟ್ಟಿದ್ವು, ಅದರಾಗ ಮೈ ಬ್ಯಾರೆ ಅದ, ಅದಕ್ಕ ಆಗವಲ್ಲು ಅಂದರು. ಒಟ್ಟ ಏನ ಕಾರಣೊ ಏನೋ ಸುಡಗಾಡ ಗೊತ್ತಿಲ್ಲ, ಮಕ್ಕಳ ಆಗೋ ಲಕ್ಷಣ ಕಾಣಸವಲ್ತಾಗಿತ್ತು. ನಾವು ಮೊದಲ ಆ ವಿಷಯದಾಗ ಅವನ ಜೊತಿ ಹುಡಗಾಟಕಿ ಮಾಡ್ತಿದ್ವಿ, ಆಮ್ಯಾಲೆ ಇದ ಸೀರಿಯಸ್ ವಿಷಯ ಅಂತ ಅದರ ಬಗ್ಗೆ ಮಾತಾಡೋದ ಬಿಟ್ವಿ. ಅವರವ್ವಾ ಮಾತ್ರ ನಮ್ಮ ಮಕ್ಕಳನ ನೋಡಿ ನೋಡಿ ಸಂಕಟಾ ಪಡತಿದ್ಲು. ಆಕಿನೂ ಇವನ್ನ ಹಡೀಲಿಕ್ಕೆ ಮದುವಿ ಆದ ಮ್ಯಾಲೆ ಹದಿನೈದ ವರ್ಷ ತೊಗೊಂಡ ಮುಂದ ಹನ್ನೆರಡ ವರ್ಷ ಬಿಟ್ಟ ಮತ್ತೊಂದ ಹಡದಿದ್ಲು. ಹಿಂಗಾಗಿ 'ರಾಜಂದೂ ನನ್ನಂಗ ಲೇಟಾತ, ಆದರ ಇವತ್ತಿಲ್ಲ ನಾಳೆ ಆಗೇ ಆಗತದ' ಅಂತ ತಾನ ಸಮಾಧಾನ ಮಾಡಕೊತಿದ್ಲು.

ಕಡಿಕೆ ಮೊನ್ನೆ ಅಂವಾ ತನ್ನ ಹೆಂಡತಿ ಹೆಣ್ಣ ಹಡದ್ಲು ಅಂತ ಸಿಹಿ ಸುದ್ದಿ ನಮಗೆಲ್ಲ ಕೊಟ್ಟಾಗ ಅವರವ್ವನ ವರ್ಷಾಂತಕ ಆಗಿ ಬರೋಬ್ಬರಿ ಆರ ತಿಂಗಳಾಗಿತ್ತ. ಪಾಪ, ಆಕಿ ಮೊಮ್ಮಕ್ಕಳ ಮಾರಿ ನೋಡಬೇಕು, ನೋಡಬೇಕು ಅಂತ ಮರುಗಿ, ಮರುಗಿ ಸತ್ಲು.

ನಾ ಕೂಸಿನ ನೋಡ್ಕೊಂಡ ಬರಲಿಕ್ಕೆ ಹೋಗಿದ್ದೆ. ನಮ್ಮ ಇನ್ನೊಬ್ಬ ದೋಸ್ತ ತನ್ನ ಹೆಂಡತಿನ ಕರಕೊಂಡ ಬಂದಿದ್ದಾ. ನಮ್ಮ ದೋಸ್ತನ ಹೆಂಡತಿಗೆ ರಾಜಾನ ಫ್ಯಾಮಿಲಿ ಹಿಸ್ಟರಿ ಗೊತ್ತಿರಲಿಲ್ಲ. ಆಕಿ ರಾಜಾಂದು ಅವನ ಹೆಂಡತಿದು ವಯಸ್ಸು ನೋಡಿ, ಎಲ್ಲಾರ ಮುಂದನs, 'ಇದು ಒಂದನೇದಾ?' ಅಂತ ಕೇಳಿಬಿಟ್ಟಳು.

ರಾಜಾಗ ಏನ ಹೇಳಬೇಕ ಗೊತ್ತಾಗಲಿಲ್ಲ, ನಮಗೆಲ್ಲ ಈಕಿ ಹಂಗ ಕೇಳಬಾರದಿತ್ತು, ಪಾಪ. ಅವರಿಗೆ ಒಂದ ಆಗಲಿಕ್ಕೆ ಏಳೂ ಹನ್ನೆರಡ ಆಗಿತ್ತು ಅಂತ ಅನಸಲಿಕತ್ತು. ಅಷ್ಟರಾಗ ರಾಜಾನ ಹೆಂಡತಿ,

'ಇಲ್ರಿ, ಹಂಗ ಖರೇ ಹೇಳ್ಬೇಕಂದರ ಇದು ಎರಡನೇದು. ನಂದ ಒಂದನೇದ ಎರಡರಾಗ ಹೋಗಿತ್ತ' ಅಂದಬಿಟ್ಟಳು. ನಮಗ್ಯಾರಿಗೂ ಆಕಿದ ಒಂದನೇದ ಎರಡ ತಿಂಗಳಕ್ಕ ಹೋಗಿದ್ದ ಗೊತ್ತ ಇರಲಿಲ್ಲ. ಅಲ್ಲ ಆ ಮಾತಿಗೆ ಈಗ ಏಳ-ಎಂಟ ವರ್ಷ ಆಗಿರಬಹುದು ಖರೆ, ಆದ್ರ ನಮಗ ಒಮ್ಮೆನೂ ರಾಜಾ ಆತು ಅವರವ್ವ ಆತು ಈ ವಿಷಯ ಅಂದಿದ್ದಿಲ್ಲ.

ನಾ ಆಮ್ಯಾಲೆ ರಾಜಾಗ ಹಂಗ ಹಗರಕ, 'ಏನಲೇ ನಿನ್ನ ಹೆಂಡತಿ ಎರಡನೇದ ಅಂತ ಹೇಳ್ತಾಳ, ಒಂದನೇದ ಯಾವಾಗ ಆಗಿತ್ತ, ಯಾವಾಗ ಹೋತ, ಏನಾತ?' ಅಂದೆ. 'ಲೇ, ಅದು ಭಾಳ ಹಳೇ ಸುದ್ದಿಲೇ. ಲಗ್ನಾದ ಹೊಸ್ತಾಗಿನ ಮಾತು, ಮದುವಿ ಆಗಿ ಮೂರ ತಿಂಗಳಕ್ಕ ನಿಂತಿತ್ತ. ಮುಂದ ಎರಡ ತಿಂಗಳಕ್ಕ ಹೋಗಿ ಬಿಡ್ತು, ನಿಂಗ ರಾತ್ರಿ ಭೆಟ್ಟಿ ಆದಾಗ ಎಲ್ಲ ಡಿಟೇಲ್ಸ್ ಹೇಳ್ತೇನಿ ತೊಗೊ' ಅಂದಾ.

ಅವತ್ತ ರಾತ್ರಿ ಅವಂದ ಸಾವಜಿ ಖಾನಾವಳಿ ಒಳಗ ಪಾರ್ಟಿ ಇತ್ತ, ಹೆಣ್ಣ ಹಡದದ್ದಕ್ಕ.

ಆದರೂ ಅವನ ಹೆಂಡ್ತಿ ಬಂದ ಮಂದಿ ಮುಂದ 'ಇದು ಒಂದನೇದಾ?' ಅಂತ ಕೇಳಿದಾಗ 'ಅಲ್ಲ, ಇದು ಎರಡನೇದು. ಒಂದನೇದ ಎರಡರಾಗ ಹೋಗಿತ್ತ' ಅಂತ ಹೇಳಿದ್ದ ಭಾಳ ಆಶ್ಚರ್ಯ ಆತ. ಪಾಪ, ಆಕಿನ್ನ ನೋಡಿದರ ಒಂದs ಹಡದದ ಹತ್ತ ಹಡದವರಂಗ ಕಾಣತಿದ್ಲು. ಹಿಂಗ ಮಂದಿ ಬಂದ ಒಂದನೇದ ಅಂತ ಕೇಳಿದರ ಆಕಿಗೆ ಒಂಥರಾ ಆಗತಿತ್ತ. ಅದಕ್ಕ ಆಕಿ ತನ್ನ ಅಬಾರ್ಶನ್ ಆಗಿದ್ದರ ಲೆಕ್ಕಾ ಹಿಡದ ಹೇಳಿದ್ಲು. ನಾವೆಲ್ಲ ಏನರ ಆಗವಲ್ಲಾಕ ಒಟ್ಟ ಒಂದsರ ಆತಲಾ ಅಂತ ಸಮಾಧಾನ ಪಡಬೇಕಾರ ಆ ವಿಷಯ ಮತ್ತ ರಾತ್ರಿ ಪಾರ್ಟಿ ಒಳಗ ಬಂತ, ನಮ್ಮ ಒಂದಿಬ್ಬರ ದೋಸ್ತರ,

'ಲೇ, ನಿಂದ ಹೆಂಡತಿದ ಯಾವದ ಒಂದನೇದಲೇ, ಮದ್ವಿ ಮುಂಚಿಂದೋ ಇಲ್ಲ ಆಮ್ಯಾಲೆದೋ?' ಅಂತ ಕೇಳಿದರು. ಯಾಕಂದರ ಇಂವಾ ಆಕಿಗೆ ಮದುವಿ ಮುಂಚೆ ಒಂದ ಆರ ತಿಂಗಳ ಕರಕೊಂಡ ಬ್ಯಾರೆ ಅಡ್ಡಾಡಿದ್ದಾ. ಹಿಂಗಾಗಿ ಯಾವಾಗಿಂದ ಅಂತ ಸ್ವಲ್ಪ ಡೌಟ್ ಬಂದ ದೋಸ್ತರ ನೀ ಏನಲೇ ಒಂದನೇದರ ಸ್ಟೋರಿ ನಮಗ ಹೇಳೇ ಇಲ್ಲ ಅಂತ ಕಾಡಸಲಿಕತ್ತರು.

'ಲೇ, ಮದುವಿ ಆದ ಮ್ಯಾಲೆಲೆ, ನಮ್ಮ ತಂಗಿ ಲಗ್ನಕ್ಕಿಂತ ಮುಂಚೆ ಒಂದ ಆಗಿತ್ತ' ಅಂತ ಸೀದಾ ತನ್ನ ಎಂಟ ವರ್ಷದ ಹಿಂದಿನ ಫ್ಲ್ಯಾಶ್‌ಬ್ಯಾಕಿಗೆ ಹೋದಾ. ಅವನು ಒಂದ ಸಿಕ್ಸ್ಟಿ ತೊಗೊಂಡ ಮೂಡ ಒಳಗ ಇದ್ದಾ, ತಂದ 'ಒಂದನೇದ ಎರಡರಾಗ ಹೋಗಿದ್ದರ' ಕಥಿ ಹೇಳಲಿಕ್ಕೆ ಶುರು ಮಾಡಿದಾ. ಇನ್ನ ಮುಂದಿದ್ದ ಅವನ ಬಾಯಲೇನ ಕೇಳ್ರಿ. ಮತ್ತೆಲ್ಲರ ನೀವ 'ನಾ' ಅಂತ ಬರದಿದ್ದನ್ನ ಖರೇನ ನಾ ಅಂತ ತಿಳ್ಕೊಂಡ ಗಿಳ್ಕೊಂಡೀರಿ...

ಒಂದ ದಿವಸ ಮುಂಜಾನೆ ನಾ ಸ್ನಾನ ಮಾಡಿ ಗಡಿಬಿಡಿಲೇ ನವಗ್ರಹ ಸ್ತೋತ್ರಾ ನುಂಗಕೋತ ರೆಡಿ ಆಗ್ತಿರಬೇಕಾರ ನನ್ನ ಹೆಂಡತಿ,

'ರ್ರಿ, ನಂದ ಯಾಕೋ ಈ ವಾರ ಡೇಟ್ ಆಗಲಿಲ್ಲ' ಅಂದ್ಲು.

'ತಡಕೋ ಹಂಗ್ಯಾಕ ಮಾಡ್ತಿ, ಅದು ವಾರಕ್ಕೊಮ್ಮೆ ಆಗೋದಲ್ಲ ತಿಂಗಳಿಗೊಮ್ಮೆ ಆಗೋದ' ಅಂತ ನಾ ಅಂದೆ.

'ರ್ರಿ, ನಂಗೊತ್ತದ. ಈಗ ಒಂದ ತಿಂಗಳಾಗಿ ಒಂದ ವಾರ ಆಗಲಿಕ್ಕೆ ಬಂತು, ಈ ವಾರ ಆಗಬೇಕಿತ್ತು. ಆದ್ರೂ ಇನ್ನೂ ಆಗಿಲ್ಲ ಅದಕ್ಕ ಹೇಳಿದೆ' ಅಂದ್ಲು.

ನಾ ಅವತ್ತ ಆ ವಿಷಯ ಸೀರಿಯಸ್ ತೊಗೊಳಿಲ್ಲ, ಮುಂದ ಒಂದ ವಾರ ಬಿಟ್ಟ ಮತ್ತ ಆಕಿ,

'ರ್ರೀ, ಹದಿನೈದ ದಿವಸ ಆತು, ಇನ್ನೂ ಕೈ ಇಲ್ಲ ಕುಂಯಿ ಇಲ್ಲ, ನಂಗ್ಯಾಕೋ ಹೆದರಕಿ ಆಗಲಿಕತ್ತದ' ಅಂದ್ಲು. ಆವಾಗ ನಂಗು ಒಂದ ಸ್ವಲ್ಪ ಗಾಬರಿ ಆಗಲಿಕತ್ತು. ಹಂಗ ಇದ ನಾ ಏನ ಗಾಬರಿ ಆಗೋ ವಿಷಯ ಅಲ್ಲ, ಆದರ ನಾವಿಬ್ಬರೂ ಆ ವಿಷಯದಾಗ ಕೂತ ನಮಗ ಯಾವಾಗ ಇಶ್ಯು ಬೇಕು ಬೇಡಾ ಅಂತ ಪ್ಲಾನ್ ಮಾಡಿದ್ದಿಲ್ಲ ಅಷ್ಟರಾಗ ಇದೊಂದ ಇಶ್ಯು ಆಗಿಬಿಡ್ತು. ಹಂಗ ನಾ ಫೈನಾನ್ಶಿಯಲಿನೂ ಇನ್ನೂ ರೆಡಿ ಇದ್ದಿದ್ದಿಲ್ಲ,

ದಣೆಯಿನ ಮದುವಿ ಆಗಿತ್ತು. ಇನ್ನು ಆ ಫೈನಾನ್ಶಿಯಲ್ ಬರ್ಡನ್ನಿಂದ ಹೊರಗ ಬಂದಿದ್ದಿಲ್ಲ, ಅದರಾಗ ಮದುವಿ ಆದಮ್ಯಾಲೆ ಹೆಂಡತಿದ ಒಂದ ಖರ್ಚ ಮೈಮ್ಯಾಲೆ ಬಂದಿತ್ತ. ಮ್ಯಾಲೆ ತಂಗಿದ ಒಂದ ಲಗ್ನಾ ಮಾಡಿ ಅಟ್ಟೋದ ಇತ್ತು, ಅದು ಮೇನ್ ಪ್ರಿಯಾರಿಟಿ. ಹಂತಾದರಾಗ ಇದೊಂದ ಗದ್ಲ ಆತೇನಪಾ ಅಂತ ಅನಸಲಿಕತ್ತ. ಖರೇನ ನಾ ಹಿಂಗ್ಯಾಕ ಕಂಡೇನೊ ಇಲ್ಲೊ ಅನ್ನೊರಂಗ ಮಾಡಿದೆ, ಅದು ಸೈನ್ಸ್ ಸ್ಟುಡೆಂಟ್ ಆಗಿ ಅಂತ ಅನಸಲಿಕತ್ತ. ಆತ, ಈಗ ಆಗಿದ್ದ ಆಗಿ ಹೋತ, ಮುಂದಿಂದ ವಿಚಾರ ಮಾಡಬೇಕು ಅಂತ ನನ್ನ ಹೆಂಡತಿಗೆ,

'ಲೇ, ನಾ ಸಂಜಿಗೆ ಬರಬೇಕಾರ ಮನ್ಯಾಗ ಪ್ರಿಗ್ನೆನ್ಸಿ ಚೆಕ್ ಮಾಡೋ ಕಿಟ್ ತೊಗೊಂಡ ಬರತೇನಿ. ಅದು ಕನ್‌ಫರ್ಮ್ ಆದರ ಮುಂದಿನ ವಿಚಾರ ಮಾಡೋಣ' ಅಂತ ಹೇಳಿದೆ. ಮುಂದ ಸಂಜಿ ಮುಂದ 'ವೆಲಾಸಿಟ್' ಅಂತ ಒಂದ ಪ್ರಿಗ್ನೆನ್ಸಿ ಚೆಕ್ ಮಾಡೋ ಕಿಟ್ ತೊಗೊಂಡ ಬಂದೆ. ಹೆಂಗಿದ್ದರು ದೋಸ್ತರ ಭಾಳ ಮಂದಿ ಮೆಡಿಕಲ್ ರೆಪ್ ಇದ್ದರು. ಯಾರರ ಫ್ರೀ ಕೊಡ್ತಾರೇನು ಅಂತ ನೋಡಿದರ ಅವರಿಗೆ ಬರೋ ಫ್ರೀ ಸ್ಯಾಂಪಲ್ ಕಿಟ್ ಅವರಿಗೇ ಸಾಲತಿದ್ದಿಲ್ಲಾ. ಕಡಿಕೆ ತಲಿಕೆಟ್ಟ ನಾನ ನೂರಾ ಹತ್ತ ರೂಪಾಯಿ ಬಡದ ಒಂದs ತೊಗೊಂಡ ಬಂದೆ. ಸರಿ ಮುಂಜಾನೆ ಎದ್ದ ಚೆಕ್ ಮಾಡಿದರ ಪಾಸಿಟಿವ್ ಅಂತ ಬಂತ. ಅಗದಿ ಡಾರ್ಕ್ ವೈಲೆಟ್ ಕಲರ್, ಕನಫರ್ಮಿಂಗ್ ಟು ಪ್ರಿಗ್ನೆನ್ಸಿ. ನಾ ಆ ಡಾರ್ಕ ವೈಲೆಟ ಕಲರ ನೋಡಿ ಇದ ಗಂಡsಲೇ ಅಂತ ಹೇಳಿದೆ. ನನ್ನ ಹೆಂಡತಿ ಪಾಸಿಟಿವ್ ಅಂದಾಗ ಗಾಬರಿ ಆಗಿದ್ಲು, ಗಂಡ ಅಂದ ಕೂಡಲೇ ಆಕಿಗೆ ಇನ್ನಷ್ಟ ಬಿ.ಪಿ. ಏರಿತು.

'ರ್ರಿ, ಇನ್ನ ಮುಂದ ಹೆಂಗರಿ, ನಮ್ಮಪ್ಪ ಬ್ಯಾರೆ ರಿಟೈರ್ಡ್ ಆಗ್ಯಾನ, ಇದ್ದ ಬಿದ್ದ ಫಂಡ್ ಎಲ್ಲ ನಿಮ್ಮ ಲಗ್ನಕ್ಕ ಬಡದಾನ, ಇನ್ನ ಪಾಪ ಅಂವಾ ಹೆಂಗ ಡಿಲೇವರಿ, ಬಾಣಂತನಾ ಮಾಡ್ಬೇಕು' ಅಂದ್ಲು.

ನಾ, 'ಲೇ, ಅದು ಅವರ ಜವಾಬ್ದಾರಿ, ಅವರೇನರ ಮಾಡವಲ್ಲರಾಕ. ಆದರ ನಂಗ ತಂಗೀದ ಒಂದ ಲಗ್ನಾ ಮಾಡಿ ಅಟ್ಟಿದ ಮ್ಯಾಲೆ ಆಗಿದ್ದರ ಛಲೋ ಇತ್ತು' ಅಂದೆ.

ಒಟ್ಟ ಇಬ್ಬರದು ಒಂದ ವಿಚಾರ ಇತ್ತು. ಆದರ ಅದಕ್ಕ ಕಾರಣ ಬ್ಯಾರೆ ಬ್ಯಾರೆ ಇದ್ದವು. ಸರಿ ಇನ್ನ ಮುಂದ ಏನ ಮಾಡೋದ ಅಂತ ವಿಚಾರ ಮಾಡಲಿಕತ್ತವಿ. ಇನ್ನ ನಮ್ಮ ಮನ್ಯಾಗ ಗೊತ್ತಾದರ ನಮ್ಮವ್ವ ದೇವರ ಮುಂದ ದೀಪಾ ಹಚ್ಚಿ ಬಾಯಾಗ ಸಕ್ಕರಿ ಹಾಕೇ ಬಿಡೋಕಿ, ಅದರಾಗ ಆಕಿ ಮುಂದ ಅಂತೂ ನಮಗ ಇಷ್ಟ ಲಗೂ ಬ್ಯಾಡಾ ಅಂತ ಹೇಳಲಿಕ್ಕ ಬರಂಗಿಲ್ಲ. ಇನ್ನ್ ಆಗಿದ್ದನ್ನ ತಗಸ್ತೇವಿ ಅಂತ ಹೇಳಿದರ ಆಕಿ ನಮ್ಮನ್ನ ಯಾರಿಗರ ಸುಪಾರಿ ಕೊಟ್ಟ ತಗಿಸಿ ಬಿಡೋಕಿ. ಹಿಂಗಾಗಿ ಆಕಿಗೆ ಏನ ಅದರ ಸುದ್ದಿ ಹಚ್ಚಿ ಕೊಡಲಿಲ್ಲ. ನಾ ಕಡಿಕೆ ಭಾಳ ತಲಿಗೆಡಸಿಗೊಂಡ ನಮ್ಮ ಮನ್ಯಾಗ ಗೊತ್ತಾಗಲಾರದಂದ ತಗಿಸಿ ಬಿಡೋದು ಅಂತ ಡಿಸೈಡ್ ಮಾಡಿದೆ, ನನ್ನ ಹೆಂಡತಿಗೂ ಅದ ಬೇಕಾಗಿತ್ತು. ಆಕಿನು ಒಂದ ಹೊಡತಕ್ಕ ಹೂಂ ಅಂದ್ಲು.

ಇನ್ನ ಹೆಂಗ ತಗಸ್ಬೇಕು, ಅದು ಡಾಕ್ಟರ್ ಕಡೆ ಹೋಗಬಾರದು, ಖರ್ಚ ಆದಷ್ಟ ಕಡಿಮೆ ಆಗ್ಬೇಕು ಅಂತ ಮೊದ್ಲ ನ್ಯಾಚುರಲ್ ಮೆಥಡ್ ಇಮ್ಮಿಡಿಯಟ್ ಆಗಿ ಶುರು ಮಾಡಿದ್ವಿ.

ಒಂದನೇ ದಿವಸ ಒಂದ ಪಪ್ಪಾಯಿ ತಿನ್ನಸಿದೆ. ನನ್ನ ಹೆಂಡತಿಗೆ ಪಪ್ಪಾಯಿ ಸೇರತಿದ್ದಿಲ್ಲ. ಆದರ ಇದನ್ನ ತಿಂದರ ಹೋಗ್ತದ ಅಂತ ಹೇಳಿದ್ದಕ್ಕ ಅದರ ಬೀಜಾ ಸಹಿತ ನುಂಗಿದ್ಲು.

'ಲೇ, ಬೀಜಾ ಯಾಕ ತಿಂತಿ, ಆ ಬೀಜ ಹೊಟ್ಟ್ಯಾಗ ಹೋಗಿ ಗಿಡಾ ಆಗಿ ಅದರಾಗ ಹಣ್ಣ ಆಗೋದರಾಗ ನೀ ಹತ್ತ ಹಡದಿರತಿ' ಅಂತ ನಾ ಬೈದೆ. ಮುಂದ ಮರುದಿವಸ ಎಲ್ಲೋ ಓದಿದ್ದೆ ಅಂತ ಒಂದ ಮೂರ ಗ್ಲಾಸ್ ಕಬ್ಬಿನ ಹಾಲ ಮೂರ ಹೊತ್ತ ಕುಡದ್ಲು, ಅದ ಹೀಟಾಗಿ ಮೂಗಿನಾಗ ರಕ್ತ ಬರಲಿಕತ್ತ. ಆಮ್ಯಾಲೆ ಯೆಳ್ಳ ಉಂಡಿ ಬ್ಯಾರೆ ತಿಂದ್ಲು. ಉಂ..ಹೂಂ.. ಹರ ಇಲ್ಲ ಶಿವಾ ಇಲ್ಲ, ಆಕಿ ಮಾರಿ ಮ್ಯಾಲೆ ಹೀಟಿನ ಗುಳ್ಳಿ ಆದವ ಖರೆ, ಆದರ ಆಕಿ ಡೇಟ್ ಏನ ಆಗಲಿಲ್ಲ. ನಾ ಕಡಿಕೆ ತಲಿಕೆಟ್ಟ ಒಬ್ಬ ಮೆಡಿಕಲ್ ರೆಪ್ ದೋಸ್ತಗ ಫೋನ್ ಮಾಡಿ ಎಲ್ಲಾ ಹಕೀಕತ್ ಹೇಳಿ ಈಗ ಮುಂದ ಹೆಂಗಲೇ ಅಂದೆ. ಅಂವಾ,

'ಏ, ಇದಕ್ಯಾಕ ಅಷ್ಟ ತಲಿಕೆಡಸಿಗೋತಿ? ಹಿಂತಾವೆಲ್ಲ ನಾ ಭಾಳ ಹ್ಯಾಂಡಲ್ ಮಾಡೇನಿ ತೊಗೊ' ಅಂತ ನಂಗ 900 ರೂಪಾಯಿಕ್ಕ ಒಂದರ ಗುಳಗಿ ತಂದ ಕೊಟ್ಟಾ, ನಾ ಎಮರ್ಜೆನ್ಸಿಗೆ ಒಂದ ವರ್ಕ್ ಆಗಲಿಲ್ಲ ಅಂದರ ಇನ್ನೊಂದ ಇರಲಿ ಅಂತ ಎರಡ ಗುಳಗಿ ತರಸಿದೆ.

'ಇದು ವೆಜಿನಲ್ ಟ್ಯಾಬ್ಲೆಟ್, ಮತ್ತೆಲ್ಲರ ನೀ ನುಂಗಿಸಿ ಗಿಂಗಿಸಿ' ಅಂತ ತಿಳಿಸಿ ಹೇಳಿ ಹೋದಾ. ನಾ ಅವಂಗ ಥ್ಯಾಂಕ್ಸ್ ಹೇಳಿ 'ಕಷ್ಟದಾಗ ದೋಸ್ತರ ಹೆಲ್ಪ್ ಮಾಡ್ತಾರ ಅಂತಾರಲಾ ಅದು ಸುಳ್ಳ ಅಲ್ಲ' ನೋಡ ಅಂತ ಎಮೋಶನಲ್ ಆಗಿ ಹೇಳಿ ಕಳಸಿದೆ.

ಒಂದ ಗುಳಗಿಗೆ 900 ರೂಪಾಯಿ ಅಂದ ಕೂಡಲೇ ನನ್ನ ಹೆಂಡತಿ,

'ಅಲ್ಲರಿ ಚಿಟಗುಪ್ಪಿ ಹಾಸ್ಪಿಟಲ್‌ದಾಗ ಮೂರ ಸಾವಿರ ರೂಪಾಯಿಗೆ ಸಿಜರಿನ್ ಡಿಲೇವರಿನ ಮಾಡ್ತಿದ್ದರಲ್ಲರಿ' ಅಂತ ಸಂಕಟಾ ಪಟಗೊಂಡ ಒಂದನೇ ಗುಳಗಿ ಪ್ರಯೋಗ ಮಾಡಿದ್ಲು. ಮುಂದ ಒಂದ ದಿವಸ ಬಿಟ್ಟ ನೋಡಿದ್ವಿ ಏನು ರಿಸಲ್ಟ್ ಬರಲಿಲ್ಲ. ಮರುದಿವಸ ನಾ, 'ಇಲ್ಲ ಎರಡನೇ ಗುಳಗಿನೂ ತೊಗೊಂಡ ಬಿಡ. ಆಗಿದ್ದ ಆಗವಲ್ತಾಕ' ಅಂತ ಅದನ್ನು ಕೊಟ್ಟೆ. ಮುಂದ ಎರಡ ದಿವಸಕ್ಕ ರಿಸಲ್ಟ್ ಬಂತಲಾ, ನನ್ನ ಹೆಂಡತಿ ಅಗದಿ ಖುಷ ಆಗಿ 'ರ್‍ರಿ, ನಂದ ಡೇಟ್ ಆತ' ಅಂತ ಇಡಿ ಓಣಿ ಮಂದಿ ಕೇಳೊ ಹಂಗ ಒದರಿದ್ಲು. ನಂಗ ಸ್ವಲ್ಪ ಸಮಾಧಾನ ಆತ. ಅಡ್ಡಿಯಿಲ್ಲ. ಇಷ್ಟ ಕಷ್ಟಪಟ್ಟಿದ್ದಕ್ಕೂ ಸಾರ್ಥಕ ಆತ ಅನಸ್ತು. ಆದರೂ ಒಂದ ಸರತೆ ಕನ್‌ಫರ್ಮ್ ಮಾಡ್ಕೊಂಡ ಬಿಡೋಣು ಅಂತ ಮತ್ತ ನೂರಾ ಹತ್ತ ರೂಪಾಯಿ ಬಡದ 'ವೆಲಾಸಿಟ್' ಕಿಟ್ ತೊಗೊಂಡ ಬಂದ ಪ್ರೆಗ್ನೆನ್ಸಿ ಟೆಸ್ಟ್ ಮಾಡಸಿದೆ. ನನ್ನ ಹಣೆಬರಹಕ್ಕ ಮತ್ತ ವೈಲೆಟ್ ಕಲರ್ ಬಂತ, ಸೇಮ್ ಅಗದಿ

ಮೊಳ್ಳಿನ ಗತೆನ ಡಾರ್ಕ್ ವೈಲೆಟ್ ಕಲರ್ ಲೈನ್. ನಂಗ 'ನಾ ಇಷ್ಟ ಮಂಡ' ಅಂತ ಅನ್ಕೊಂಡರ ಇದ ಹುಟ್ಟೋದ ನನ್ನಕಿಂತಾ ಮಂಡ ಅದ ಅಂತ ಗ್ಯಾರಂಟಿ ಆತ.

ನಾ ಆವಾಗ ಡಿಸೈಡ್ ಮಾಡಿದೆ, ಇನ್ನ ಹಿಂಗ ಹುಚ್ಚುಚಾಕಾರ ಪ್ರಯೋಗ ಮಾಡೋದ ಬ್ಯಾಡಾ. ರೊಕ್ಕ ಖರ್ಚ ಆದರ ಆಗವಲ್ಲಾಕ ಅಂತ ಸೀದಾ ಮನ್ಯಾಗ ಹೇಳಲಾರದ ಗೈನಾಕಲಜಿಸ್ಟ್ ಕಡೆ ಹೋಗಿ ನಮಗೇನೂ ಗೊತ್ತಿಲ್ಲ ಅನ್ನೋರಗತೆ ನಾಟಕ ಮಾಡಿ,

'ಯಾಕೊ ಪೀರಿಯಡ್ಸ್ ಒಂದ ತಿಂಗಳ ಲೇಟಾಗಿ ಆತು, ಅದು ಸರಿಯಾಗಿ ಆಗಲಿಲ್ಲ ಅನಸ್ತು. ಅದಕ್ಕ ಏನರ ಆಗಲಿ ಒಂದ ಸರತೆ ಡಾಕ್ಟರ್ ಕಣ್ಣಿಗೆ ಹಾಕೆ ಬಿಡೋಣ ಅಂತ ಬಂದ್ವಿ' ಅಂತ ಹೇಳಿ ಅಗ್ದಿ ಮುಗ್ಧ ಗಂಡಾ-ಹೆಂಡತಿ, ನಮಗೇನೂ ಇದರ ಬಗ್ಗೆ ತಿಳಿಯಂಗಿಲ್ಲ ಅನ್ನೋರಗತೆ ಹೇಳಿದ್ವಿ.

ಡಾಕ್ಟರ ನಮ್ಮಿಬ್ಬರ ಮಾರಿ ನೋಡಿ,

'ಏನ ಗಾಬರಿ ಆಗಬ್ಯಾಡರಿ, ಹೋಸ್ತಾಗಿ ಮದುವಿ ಆದಾಗ ಹಿಂತಾವೆಲ್ಲ ಕಾಮನ್' ಅಂತ ನಮಗ ಸಮಾಧಾನ ಮಾಡಿ ಎಲ್ಲ ಚೆಕ್-ಅಪ್ ಮಾಡಿ,

ಪ್ರೆಗ್ನೆನ್ಸಿ ಇತ್ತು, ಆದರ ಅದ ಈಗ ಅರ್ಧಾಮರ್ಧಾ ಹೋಗಿಬಿಟ್ಟೇದ, I am sorry, ಈಗ MTP (medical termination of pregnancy) is only solution' ಅಂತ ಹೇಳಿಬಿಟ್ಟರು. ನಾವು ಇಬ್ಬರು ಏನೋ ಕಳಕೊಂಡವರ ಗತೆ ಸಪ್ಪ ಮಾರಿ ಮಾಡಿ ನೀವ ಹೆಂಗಂತಿರಿ ಹಂಗ ಅಂತ ಹೇಳಿ ಮನಿಗೆ ಬಂದ್ವಿ.

ನಾ ಮರುದಿವಸ ನಮ್ಮವ್ವಗ, ನಮ್ಮ ಅತ್ತಿಗೆ ನಿನ್ನೆ ಡಾಕ್ಟರ್ ಕಡೆಗೆ ಹೋಗಿದ್ವಿ, ಅವರ ಹಿಂಗ ಹೇಳ್ಯಾರ, ಎಲ್ಲ ದೇವರ ಇಚ್ಛೆ. ಏನ ಎರಡ ತಾಸಿನ ಕೆಲಸ ಅಂತ ಅವರಿಬ್ಬರನು ಒಪ್ಪಿಸಿ ನನ್ನ ಹೆಂಡತಿನ ಅವರ ಜೊತಿ ಕೊಟ್ಟ ದವಾಖಾನಿಗೆ ಕಳಸಿ ಕಾರ್ಯಕ್ರಮ ಮುಗಿಸಿಸಿದೆ. ಪಾಪ ನಮ್ಮವ್ವ, ನಮ್ಮತ್ತಿ ಭಾಳ ಬೇಜಾರ ಮಾಡ್ಕೊಂಡರು, ನಾನ ಮತ್ತ ಸಮಾಧಾನ ಮಾಡಿ, 'ಭಾಳ ತಲಿಗೆಡಸಿಗೊ ಬ್ಯಾಡರಿ, ಇನ್ನೊಂದ ಎರಡ ತಿಂಗಳಕ್ಕ ಮತ್ತೊಂದ ತಯಾರ ಮಾಡಬಹುದು. ನೀವ ಹಿಂಗ ಬೇಜಾರ ಆದರ ಪಾಪ ನನ್ನ ಹೆಂಡತಿಗೆ ಇನ್ನೂ ಬೇಜಾರ ಆಗ್ತದ' ಅಂತ ಹೇಳಿದೆ.

ಒಟ್ಟ ಅಂತೂ ನಮ್ಮ ತಲ್ಯಾಗ ಏನ ಇತ್ತ ಅದು ಆತ. ಇನ್ನ ಮುಂದರ ಹುಷಾರ ಇರಬೇಕು ನಮಗ ಯಾವಾಗ ಬೇಕ ಆವಾಗ ಇಷ್ಟ ಪ್ಲಾನ್ ಮಾಡಬೇಕು ಅಂತ ಇಬ್ಬರೂ ಡಿಸೈಡ್ ಮಾಡಿದ್ವಿ. ನಮಗ ಆವಾಗ ಇದ ಹಿಂಗ ಮಂಗ್ಯಾನಾಟ ಮಾಡೋ ವಿಷಯ ಅಲ್ಲ, ಹಂಗ ಒಂದನೇದ ಅಬಾರ್ಶನ್ ಆದರ ಎರಡನೇದ ಅಷ್ಟ ಸರಳ ನಿಲ್ಲಂಗಿಲ್ಲ, ಮುಂದ ಆಗಲಿಕ್ಕೆ ತ್ರಾಸ ಆಗ್ತದ ಅಂತ ಅನಸಲಿಲ್ಲ. ಹಿಂಗಾಗಿ ನಂಬದ ಒಂದನೇದ, sorry, ಎರಡನೇದ ಆಗಲಿಕ್ಕೆ ಇಷ್ಟ ಲೇಟಾತು. ಇದನ್ನೆಲ್ಲ ನೆನಪ ಮಾಡ್ಕೊಂಡ ನನ್ನ ಹೆಂಡತಿ 'ನಂದ ಒಂದನೇದ ಎರಡರಾಗ ಹೋಗಿತ್ತ' ಅಂತ ನಿಮ್ಮ ಮುಂದ ಅಂದಿದ್ದು...

ಅಂತ ಅಂವಾ ತನ್ನ ಒಂದನೇದ ಎರಡರಾಗ ಹೋಗಿದ್ದರ ಕಥಿ ಹೇಳಿದಾ. ನಾವು ಎಲ್ಲಾರು ಭಾರಿ ಇಂಟರೆಸ್ಟ್ ಕೊಟ್ಟ ಥರ್ಟಿ ಮ್ಯಾಲೆ ಥರ್ಟಿ ಹೊಡಕೋತ ಅವನ ಕಥಿ ಕೇಳಿದ್ವಿ.

ಏನ್ಮಾಡ್ತೀರಿ? ಅವರವ್ವ ಸಾಯೋತನಕ ಮೊಮ್ಮಗ ಇಲ್ಲ ಮೊಮ್ಮಗಳ ಮಾರಿ ನೋಡ್ಬೇಕು ಅಂತ ಸಂಕಟಾ ಪಟ್ಟ ಪಟ್ಟ ಸತ್ತಳು. ಈ ಮಗಾ ಹಿಂಗ ಎಡವಟ್ಟ ಮಾಡ್ಕೊಂಡಿದ್ದಾ. ಅಲ್ಲ ಈ ವಿಷಯ ಏನರ ಅವರವ್ವಗ ಗೊತ್ತ ಆಗಿತ್ತಂದರ ಆಕಿ ಆವಾಗ ಸಾಯಿತಿದ್ಲ ಬಿಡ್ರಿ.

ಅಲ್ಲ ಆದರೂ ಇದೆಲ್ಲ ಏನ ಇರವಲ್ತಾಕ. ನಾ ಈಗ ಮದುವಿ ಆಗಿ ಹನ್ನೆರಡ ವರ್ಷಾಗಿ ಎರಡ ಹಡದ ಒಂದ ಆಪರೇಶನ್ ಮಾಡಿಸಿದ ಮ್ಯಾಲೆ ನಮ್ಮ ಹಸಿ ಮೈ ಹುಡುಗರಿಗೆ ಹೇಳೋದ ಇಷ್ಟ, 'ಏನ ಆಗಲಿ ಒಂದನೇದಕ್ಕ ಭಾಳ ಪ್ಲಾನ್ ಮಾಡಲಿಕ್ಕೆ ಹೋಗಬ್ಯಾಡರಿ, ನ್ಯಾಚುರಲ್ಲಾಗಿ ಏನರ ಪ್ಲಾನ್ ಮಾಡತಿದ್ದರ ಮಾಡ್ರಿ. ಆದ್ರ ಆರ್ಟಿಫಿಶಿಯಲ್ ಆಗಿ ಈ ಗುಳಗಿ-ಪಳಗಿ ತೊಗಳಲಿಕ್ಕೆ ಹೋಗಬ್ಯಾಡರಿ. ಇವ ಸುಡಗಾಡ ಕೆಮಿಕಲ್ಸ್ ಯಾವಾಗ ವರ್ಕ್ ಆಗ್ತಾವ ಯಾವಾಗ ಇಲ್ಲ ಗೊತ್ತಾಗಂಗಿಲ್ಲ. ಒಮ್ಮೊಮ್ಮೆ ದೇಹದಾಗ ಉಳಕೊಂಡ ಮುಂದ ನಮಗ ಖರೇನ ಬೇಕಂದರು ಆಗಲಾರದಂಗ ಆಗ್ತದ. ಅಕಸ್ಮಾತ್ ಇಷ್ಟೆಲ್ಲ ಪ್ಲಾನಿಂಗ್ ಮಾಡಿದ ಮ್ಯಾಲೂ ನಿಮಗ ಬೇಕಾಗಿರಲಿಲ್ಲ ಅಂದರೂ ಆತಂದರ ದಯವಿಟ್ಟ ತಗಸಲಿಕ್ಕೆ ಮಾತ್ರ ಹೋಗಬ್ಯಾಡರಿ.

ದೇಸಾಯರ ಎಸ್‌ಎಂಎಸ್ ಪಂಚಾಂಗ ಬಂತ

ತಿಂಗಳದ ಒಂದನೇ ವಾರ ಯಾವಾಗಲೂ ಭಾಳ ಟೆನ್ಶನ್ ವಾರ. ನಳದ ಬಿಲ್ಲ, ಕರೆಂಟ ಬಿಲ್ಲ, ಹಾಲಿಂದ, ಕಿರಾಣಿದ ಎಲ್ಲ ಸುಡಗಾಡ ಬಿಲ್ಲ ಬರೋದ ಒಂದನೇ ವಾರದಾಗ. ಹಂಗ ಪ್ರತಿ ಬಿಲ್ಲ ನೋಡಿದಾಗ ಒಮ್ಮೆ ನಾ ಬಿಪಿ ಏರಿಸಿಗೊಂಡ ನಮ್ಮವ್ವಗ 'ನೋಡಿ ಖರ್ಚ ಮಾಡವಾ, ತಿಳಿತದ ಇಲ್ಲೊ? ಮನ್ಯಾಗ ದುಡಿಯೋಂವ ನಾ ಒಬ್ಬನ' ಅಂತ ಹೇಳೋದು ಪ್ರತಿ ತಿಂಗಳ ನಡದಿರತದ. ಹಂತಾದರಾಗ ಒಂದಿಷ್ಟ ಪೇಮೆಂಟ್ ರಿಮೈಂಡರ್ sms ಒಂದನೇ ವಾರದಾಗ ಬರತಾವ, ನಿಂಬದ ಈ ತಿಂಗಳದ credit card due amount ಇಷ್ಟು, ನಿಂಬದ EMI due amount ಇಷ್ಟು, your BSNL bill for the month ಇಷ್ಟು ಅಂತ ಒಂದ ಐದಾರ sms ತಿಂಗಳಾ ತಪ್ಪದ ಬರತಾವ. ನಮಗ ಪಗಾರ ಬರೋದ ಹೆಚ್ಚು ಕಡಿಮೆ ಆಗಬಹುದು. ಆದ್ರ ಈ ಪೇಮೆಂಟ್ ರಿಮೈಂಡರ್ sms ಮಾತ್ರ ತಪ್ಪಂಗಿಲ್ಲ. ಅಗದಿ ಏನ ನಾವ ಮರತ ಗಿರತೇವ ಅಂತ due date ಮೆನ್ಶನ್ ಮಾಡಿ ಕಳಸಿ ಮತ್ತ ಲಾಸ್ಟಿಗೆ kindly ignore this message if you have already paid ಅಂತ ಬ್ಯಾರೆ ಬರದಿರತಾರ.

ಹಿಂತಾ payment reminder sms ಗದ್ದಲದಾಗ ಪ್ರತಿ ತಿಂಗಳ ಒಂದನೇ ವಾರದಾಗ ನಮ್ಮ ಬೀದರ ಬಹಾದ್ದೂರ ದೇಸಾಯಿರದ ಒಂದ sms ಎಂಟ ಕಂತನಾಗ ಬರತದ. ಹಂಗ ಅವರ ಕಳಸೋದ ಒಂದ sms, ಆದ್ರ ಅವರ ಅದನ್ನ ಇಷ್ಟ ದೊಡ್ಡದ ಟೈಪ್ ಮಾಡಿರತಾರಲಾ ಒಂದ ಪೋಸ್ಟ್ ಕಾರ್ಡ್ ಮ್ಯಾಟರ್ smsನಾಗ ಕಳಸಿರತಾರ. ಹಿಂಗಾಗಿ ಅದು ಎಂಟ ಕಂತನಾಗ ಬರತದ. ಹಂತಾದ ಏನ ಇವರ ಬರದ sms ಮಾಡಿರ್ತಾರಪಾ ತಿಂಗಳಾ ಅಂದರ, ಅವರಿಗೆ ತಮ್ಮ ಸಮಸ್ತ ಬಂಧು-ಭಗಿನಿಯರಿಗೆ, ಮಿತ್ರ ವೃಂದಕ್ಕೆ, ಹಿತ ಚಿಂತಕರಿಗೆ ಆ ತಿಂಗಳದಾಗ ಪಂಚಾಂಗ ಪ್ರಕಾರ ಬರೊ ಇಂಪಾರ್ಟೆಂಟ್ ಹಬ್ಬ ಹುಣ್ಣಿಮೆದ ತಿಥಿ ಕಳಸೊ ಚಟಾ.

1. ಯಾವತ್ತ ಏಕಾದಶಿ, ವೈಷ್ಣವರದ ಯಾವತ್ತ, ಸ್ಮಾರ್ತರದ ಯಾವತ್ತ. ಕಣ್ವ ಶಾಕಾದವರದ ಇಬ್ಬರದ ನಡಕ.

2. ಏಕಾದಶಿ ಮರುದಿವಸನ ದ್ವಾದಶಿ. ಮುಂದ ಎರಡ ದಿವಸ ಬಿಟ್ಟ ಚತುರ್ದಶಿ.
3. ಎಂದ ಸಂಕಷ್ಟಿ, ಎಷ್ಟ ಗಂಟೇಕ್ಕ ಚಂದ್ರೋದಯ, ಹಂಗ ಚಂದ್ರೋದಯ ಆದ ಮ್ಯಾಲೇನ ಊಟಾ.
4. ನವರಾತ್ರಿ ಯಾವಾಗಿಂದ, ಎಂದ ಘಟ್ಟಾ ಕೂಡಸಬೇಕು ಎಂದ ಇಳಸಬೇಕು...

ಹಿಂಗೆಲ್ಲಾ ಪ್ರತಿಯೊಂದ ಪಂಚಾಂಗದ ಡಿಟೇಲ್ಸ್ ಪ್ರತಿ ತಿಂಗಳ ಪೋಸ್ಟ್ ಕಾರ್ಡ್ ಸೈಜಿಗೆ ಎಡಿಟ್ ಮಾಡಿ ಆಮ್ಯಾಲೆ ಎಲ್ಲಾರಿಗೂ sms ಮಾಡ್ತಾರ. ಲಾಸ್ಟಿಗೆ ಒಂದ ಯಾರದರ ಎಲ್ಲೇರ ಕೇಳಿದ್ದ 'quote' ಇಲ್ಲ 'ಸುಭಾಷಿತ' ಕನ್ನಡದಾಗ ಟ್ರಾನ್ಸ್‌ಲೇಟ್ ಮಾಡಿ ಅದನ್ನ ಮತ್ತ ಇಂಗ್ಲಿಷ್‌ನಾಗ ಟೈಪ್ ಮಾಡಿ ಹಾಕಿ ತಳದಾಗ ಬೋಲ್ಡಾಗಿ ಕ್ಯಾಪಿಟಲ್ ಲೆಟರಲೆ B C BAHADDURDESAI - BIDAR ಅಂತ ಹಾಕೋತಾರ. ಅಗದಿ ಈ ಪಂಚಾಂಗದಾಗ ಅದನ್ನ ಬರದವರ ತಮ್ಮ ಹೆಸರ ಲಾಸ್ಟ್ ಪೇಜಿನಾಗ ಹಾಕ್ಕೊಂಡಿರತಾರಲಾ 'ಪಂಡಿತ ಪ್ರದ್ಯುಮ್ನಾಚಾರ್ಯ ನರಸಿಂಹಾಚಾರ್ಯ ರಾಯಚೂರ, ಸಾಕೀನ- ಹಗರಿ ಬೊಮ್ಮನಹಳ್ಳಿ' ಅಂತ, ಹಂಗ ಇವರು ತಮ್ಮ ಹೆಸರ ಹಾಕ್ಕೊಂಡಿರತಾರ. ಅವರಿಗೆ ಗೊತ್ತ ಇರತದ ನಮಗೆಲ್ಲ ಇದ ಅವರದ sms ಅಂತ ಗೊತ್ತಾಗೇದ, ನಮ್ಮ ಫೋನ್ ಬುಕ್ಕಿನಾಗ ಅವರದ ಹೆಸರ ಅದ ಅಂತ. ಆದರೂ ಎಲ್ಲರ ನಾವು ಇವರದ ಮೂರ ಮಾರ ಉದ್ದಂದ sms ಓದೋದರಾಗ ಮರತ ಗಿರತೇವಂತ ತಳದಾಗ ಮತ್ತೊಮ್ಮೆ ತಮ್ಮ ಹೆಸರ ಬಿಟ್ಟಿರತಾರ. ಹಂಗ ಆ ತಿಂಗಳ ಯಾವದರ ನ್ಯಾಶನಲ್ ಫೆಸ್ಟಿವಲ್ ಇದ್ದರ ಅದರ ಶುಭಾಶಯನೂ ಹಾಕಲಿಕ್ಕೆ ಮರೆಂಗಿಲ್ಲ ಮತ್ತ. ಆದರ ಇವರ ಒಂದ sms ಒಳಗು ಲಾಸ್ಟಿಗೆ kindly ignore this message if you are not religious ಅಂತ ಇರಂಗಿಲ್ಲ, ಹಂಗ ಫಾಲೋ ಮಾಡ್ರಿ ಅಂತನೂ ಇರಂಗಿಲ್ಲ. ಆ ಮಾತ ಬ್ಯಾರೆ. ನಾ ಹೇಳಲಿಕತ್ತಿದ ನಮ್ಮ ಹೃಷಿಕೇಶ ಬಹಾದ್ದೂರ ದೇಸಾಯಿ ಅಲ್ಲ ಮತ್ತ, ಆ ಮಗ್ಗ ಏನ ತಲಿ ಪಂಚಾಂಗ ಗೊತ್ತ, ದಿವಸಾ ಹಿಂದು ಪೇಪರ ನೋಡಿ ಡೇಟ್, ಡೇ ತಿಳ್ಕೋಳೊಂವಾ ಅಂವಾ. ನಾ ಹೇಳಲಿಕತ್ತಿದ್ದು ಅವರ ಪೂಜ್ಯ ತಂದೆಯವರ ಬಗ್ಗೆ. ಪಾಪ, ಇಲ್ಲೆ ಇದ್ದಾಗ ಹೆಂತಾ ಛಂದ ಹುಬ್ಬಳ್ಳಿ-ಹಾನಗಲ್ಲ-ಅಗಡಿ ಅಂತ ಕೈಬಿಟ್ಟ ಊರ-ಊರ ಅಡ್ಯಾಡಕೋತ್ತ ತಮ್ಮ ತಿಳದಾಗ ಒಮ್ಮೆ ಹಬ್ಬ-ಹುಣ್ಣಿಮೆ ಎಲ್ಲೆ ಬೇಕ ಅಲ್ಲೇ ಮಾಡ್ಕೋತ ಆರಾಮ ಇದ್ದರು. ಈ ಮಗಾ ತಂದ ನೌಕರಿ ಬೀದರಗೆ ಟ್ರಾನ್ಸ್‌ಫರ್ ತೊಗೊಂಡ ಅವರನ ಅಲ್ಲೇ ಕರಕೊಂಡ ಹೋದಮ್ಯಾಲೆ ಅವರಿಗೆ ಒಂಥರಾ ಫಾರೇನ್‌ಗೆ ಹೋದಂಗ ಆಗಿ ಬಿಟ್ಟದ. ಅಲ್ಲ ಹಂಗs ಮಗನ್ನ ಅವರೇನರ software engineer ಮಾಡಿದ್ರ ಅವರು ಇಷ್ಟೊತ್ತಿಗೆ ಫಾರೇನ್ನಾಗೂ ಕಾಶಿ-ಬದರಿಯಾತ್ರೆ ಮಾಡಿ ಬರತಿದ್ದರ ಖರೆ, ಆದರ ಏನ ಮಾಡೋದ ಅವರ ಹಣೆಬರಹಕ್ಕ ಮಗಾ ಸೈನ್ಸ್ ತೊಗೊಂಡ ಎಕನಾಮಿಕ್ಸ್‌ನಾಗ ಬಿ.ಎ. ಮಾಡಿ ಮುಂದ ಜರ್ನಲಿಸಮ್ ಮುಗಿಸಿ ಫಾರೇನ್ ಲಾಂಗ್ವೇಜ್ ಜರ್ನಲಿಸ್ಟ್ ಆದ.

ಪಾಪ ದೇಸಾಯರಿಗೆ ಬೀದರಗೆ ಹೋದ ಮ್ಯಾಲೆ ಹಬ್ಬ-ಹುಣ್ಣಿಮೆ ಮರತಂಗ ಆಗೇದೊ ಇಲ್ಲ ಅವರ ಅತ್ತಲಾಗ ಹೋದ ಮ್ಯಾಲೆ ಇತ್ತಲಾಗಿನ ಅವರ ಬಳಗದವರು-

ಗೆಳ್ಯಾರು ಹಬ್ಬ ಹುಣ್ಣಿಮಿ ಮರತಗಿರತಾರಂತ ಅವರ ತಿಳ್ಕೊಂಡಾರೊ ಗೊತ್ತಿಲ್ಲ. ಒಟ್ಟ ತಿಂಗಳಾ ಪೂರ್ತಿ ಪಂಚಾಂಗದ್ದ ಹೈಲೈಟ್ಸ್ sms ಮಾಡಿ ಎಲ್ಲಾರಿಗೂ ಕಳಸೋದ ಮಾತ್ರ ಅವರ ತಪ್ಪಸಂಗಿಲ್ಲ. ಮಾಡ್ಲಿ ಬಿಡ್ರಿ ಪುಣ್ಯಾದ ಕೆಲಸ ಮಾಡವಲ್ಲರಾಕ. ಮೊದ್ಲ ರಿಟೈರ್ಡ್ ಮಾಸ್ತರು, ಇಲ್ಲೆ ಇದ್ದಾಗ ಹಿರೇಮನಷ್ಯಾ ಅಂತ ಒಂದ ಸ್ವಲ್ಪ ಅವರದ-ಇವರದ ಹಿರೇತನ ಮಾಡ್ಕೊರ ಹೊತ್ತ ಕಳೀತಿದ್ದರು. ಪಾಪ ಅವರಿಗೆ ಅಲ್ಲೆ ಬೀದರಿಗೆ ಹೋದಮ್ಯಾಲೆ ಕಟ್ಟಿ ಹಾಕಿದಂಗ ಆಗಿ ಹೊತ್ತ ಹೋಗಲಾರದಂಗ ಆಗಿರಬೇಕು. ಹೆಂಗಿದ್ದರೂ ಫ್ರೀ sms, ಫ್ರೀ ಟೈಮ್, ಎಲ್ಲಾರನೂ ನೆನಸಿ ನೆನಸಿ ಫೋನ್ ಬುಕ್ಕಿನಾಗ ಹುಡುಕಿ- ಹುಡುಕಿ sms ಮಾಡ್ತಾರ.

ನಮ್ಮ ಮನ್ಯಾಗ ನಮ್ಮವ್ವ ಮೊದ್ಲ ಎರಡ ಮೂರ ಪಂಚಾಂಗದಾಗ ನೋಡಿ ಹಬ್ಬ ಹುಣ್ಣಿಮೆ ಡಿಸೈಡ್ ಮಾಡತಿದ್ಲು. ಹಂಗ ತಿಥಿ ಎರಡೆರಡ ಬಂದಾಗ ತನಗ ಎಂದ ಅನುಕೂಲ ಆಗ್ತದ ಅಂದ ಮಾಡ್ತಿದ್ದಳು. ಆಕಿ ಇಷ್ಟ ಅನುಕೂಲ ಸಿಂಧು ಅಲಾ, ಪ್ರತಿ ಶನಿವಾರ ಒಪ್ಪತ್ತ ಮಾಡೋಕಿ. ಅಕಸ್ಮಾತ್ ಶನಿವಾರ ಯಾರರ ರಾತ್ರಿ ಊಟಕ್ಕ ಕರದ ಬಿಟ್ಟರ ಆಕಿ ತನ್ನ ಒಪ್ಪತ್ತ ಸಹಿತ ಸಂಡೇಕ್ಕ ಪೋಸ್ಟ್‌ಪೋನ್ ಮಾಡಿ ಬಿಡೋಕಿ. ಹಿಂಗಾಗಿನ ನಮ್ಮ ಅಜ್ಜಿ ನಮ್ಮವ್ವಗ 'ಸಿಂಧು' ಅಂತ ಹೆಸರ ಇಟ್ಟಿರಬೇಕ ಅಂತ ನನಗ ಅನಸ್ತದ. ಆದರ ಯಾವಾಗ ಒಮ್ಮೆ ದೇಸಾಯರದ ಹಬ್ಬ-ಹುಣ್ಣಿಮೆ sms ಅಲಾರಾಮ್ ಸ್ಟಾರ್ಟ್ ಆತಲಾ ಆವಾಗಿಂದ ನಮ್ಮವ್ವ ಪಂಚಾಂಗ ರೆಫರ್ ಮಾಡೋದ ಬಿಟ್ಟಬಿಟ್ಟಳು.

'ದೇಸಾಯರ ಕಳಸ್ಯಾರ ಅಂದರ ಅದ ಕರೆಕ್ಟ್ ಇರತದ. ಅವರದು ನಂಬದು ಒಂದ ಒಕ್ಕಲಾ. ಅದರಾಗ ಹಾನಗಲ್ಲಾಗ ನಾವು ಅವರು ಅಲ್ಲೇ ದತ್ತಾತ್ರೇಯ ಗುಡಿ ಬಾಲವಾಡಿ ಒಳಗ ಕಲತೇವಿ' ಅಂತ ದೇಸಾಯರ sms ಪ್ರಕಾರ ತಿಂಗಳಾ ಕ್ಯಾಲೆಂಡರನಾಗ ಇದ್ಲಿಲೆ ಡೇಟ್‌ಗೆ ರೌಂಡ್ ಮಾರ್ಕ್ ಹಾಕಿ ಇಟಗೊಂಡ ಬಿಡೋಕಿ. ಹಂಗ ಅಮಾವಾಸ್ಯೆ ಇದ್ದರೂ ಇದ್ಲಿನ, ಹುಣ್ಣಿಮೆ ಇದ್ದರೂ ಇದ್ಲಿನ ಮತ್ತ. ಆದರ ನಮ್ಮಪ್ಪ ಹಂಗ ಸುಮ್ಮನ ಮಂದಿ ಹೇಳಿದ್ದ ತಿಥಿ ಒಪಗೊಳೊ ಪೈಕಿ ಅಲ್ಲ. ಅದರಾಗ ಅಂವಾ ಸಾಲಿ ಕಲಿಯೋದ ಬಿಟ್ಟ ಇರೋ ನಾಲ್ಕ ವೇದದೊಳಗ ಎರಡ ವೇದ ಕಲತಂವಾ. ಇನ್ನ ಕನ್ನಡ ಸಾಲಿ ದೇಸಾಯಿ ಮಾಸ್ತರ ಕಳಸಿದ್ದ sms ಪಂಚಾಂಗ ಹೆಂಗ ಒಪಗೋತಾನ? ಒಂದ ಬಿಟ್ಟ ಎರಡ ಪಂಚಾಂಗ ತಿರುವಿ-ತಿರುವಿ ದೇಸಾಯರ smsನಾಗ ಮಿಸ್ಟೇಕ್ ಹುಡಕೋಂವಾ. ಆದರ ನಮ್ಮವ್ವ ಮಾತ್ರ ನಮ್ಮಪ್ಪಂದ ಮಾತ ಕೇಳಂಗಿಲ್ಲ, ಅಕಸ್ಮಾತ್ ದೇಸಾಯರ ಏನರ ಇಷ್ಟ ದೊಡ್ಡ sms ಟೈಪ್ ಮಾಡಬೇಕಾರ ಟೈಪಿಂಗ್ ಮಿಸ್ಟೇಕ್ ಮಾಡಿ 'ಪಂಚಮಿ ದಿವಸ ನರಕ ಚತುರ್ದಶಿ' ಅಂತ ಬರದಿದ್ದರೂ ಅದನ್ನ ವೆರಿಫೈ ಮಾಡ್ತಿದ್ದಿಲ್ಲ, ಆಕಿಗೆ ಅವರ sms ಫೈನಲ್. ಹಿಂಗಾಗಿ ಇತ್ತೀಚಿಗೆ ನಮ್ಮ ಮನ್ಯಾಗ ಎಲ್ಲ ಹಬ್ಬ- ಹುಣ್ಣಿಮೆ ದೇಸಾಯರ sms ಪ್ರಕಾರನ ಮತ್ತ. ಅವರ sms ಬಂದಮ್ಯಾಲೆ ನಮಗ ಕನ್‌ಫರ್ಮ್ ಆಗೋದ 'ಹಾಂ ಇದ ತಿಂಗಳ ವಿಜಯ ದಶಮಿ' ಅಂತ. ಅಲ್ಲಿ ತನಕ ನಮಗ ಗೊತ್ತಿದ್ದರೂ ಗೊತ್ತ ಇಲ್ಲದಂಗ.

ಅಲ್ಲ, ಈ ದೇಸಾಯರಿಗೆ ನಮ್ಮ ಧರ್ಮ, ಸಂಸ್ಕೃತಿ, ಪದ್ಧತಿ ಬಗ್ಗೆ ಎಷ್ಟ ಕಾಳಜಿ ಅಂತೇನಿ. ಹಂಗ ತಿಂಗಳಿಗೆ ಫ್ರೀ ನೂರ sms ಅವ ಅಂತ ಫಾಲತೂ ಉಪಯೋಗ

ಮಾಡಂಗಿಲ್ಲ, ಅದನ್ನೂ ಧರ್ಮ ಜಾಗರಣೆಗೆ ಉಪಯೋಗ ಮಾಡ್ತಾರ. ಸುಮ್ಮನ ತಮ್ಮಷ್ಟಕ್ಕ ತಾವ ತಿಳ್ಕೊಂಡ, ತಮಗ ತಿಳದಾಗ ತಮ್ಮೂರಾಗ ಹಬ್ಬ-ಹುಣ್ಣಿಮೆ ಮಾಡ್ಕೊಳಂಗಿಲ್ಲ, ಸುಳ್ಳ ಎಲ್ಲಾರಿಗೂ ಕ್ಯಾಲೆಂಡರ್ ಆಫ್ ಫೆಸ್ಟಿವಲ್ ಇವೆಂಟ್ಸ್ ಕಳಸಿ ಟೆನ್ಶನ್ ಕೊಡ್ತಾರ. ಅಲ್ಲ ಹಂಗ ಅವರ ಅಲ್ಲೇ ಬೀದರದಾಗ ಹಬ್ಬಾ-ಹುಣ್ಣಮಿ ಮಾಡತಾರೊ ಬಿಡ್ತಾರೊ ಆ ದೇವರಿಗೆ ಗೊತ್ತ, ನಾವಂತೂ ಯಾರ ನೋಡಲಿಕ್ಕೆ ಹೋಗಿರಂಗಿಲ್ಲ. ಇನ್ನ ನಮಗ sms ಕಳಿಸಿ ಅದನ್ನ ರಿಮೈಂಡ್ ಮಾಡೋ ಆವಶ್ಯಕತೆ ಏನರಿಪಾ ಇವರಿಗೆ? ನಾವ ಹಂಗ ಒಮ್ಮೊಮ್ಮೆ ಒಂದೊಂದ ಹಬ್ಬ ಹುಣ್ಣಮಿ ತುಟ್ಟಿಕಾಲ ಅಂತ ಹಾರಿಸಿಗೋತ ಹೋಗ್ತಿರ್ತೇವಿ, ಇವರ ನಮಗ ನೆನಪ ಮಾಡಿ ತ್ರಾಸ ಮಾಡ್ತಾರ. ಹಂಗ ಒಮ್ಮೆ ಹಬ್ಬ ಅದ ಅಂತ ಗೊತ್ತಾದ ಮ್ಯಾಲೆ ಮರತೆ' ಅಂತ ಬ್ಯಾರೆ ಮನಸ್ಸಿನಾಗ ಅನ್ಕೊಳ್ಳಿಕ್ಕೂ ಮನಸ್ಸಿಗೆ ಸಮಾಧಾನ ಆಗಂಗಿಲ್ಲ ನೋಡ್ರಿ.

ಮೊನ್ನೆ ಯುಗಾದಿ ವೇಳ್ಯಾದಾಗನೂ ಪ್ರತಿ ತಿಂಗಳ ಬರೋ ಹಂಗ ಇವರದ ಮೆಸೇಜ್ ಬಂದ್ವು, ಮುಂದ ಒಂದ ವಾರ ಬಿಟ್ಟ ಮತ್ತ ಬ್ಯಾರೆ ಸೆಟ್ ಆಫ್ ಮೆಸೇಜ್ ಬಂದ್ವು. ನಾ ಬಹುಶಃ ಲಿಸ್ಟ್ ಆಫ್ ಫೆಸ್ಟಿವಲ್ಸ್ ಏನರ ದೇಸಾಯರೂ ತಮ್ಮ ಅನುಕೂಲದ ಪ್ರಕಾರ ರಿವೈಸ್ ಮಾಡಿರಬೇಕ ಇಲ್ಲಾ ನಮಗ ಮತ್ತ ರಿಮೈಂಡ್ ಮಾಡ್ತಿರಬೇಕ ತಡಿ ಅಂತ ನೋಡಿದರ ಆ ಮೇಜ್ ಒಳಗ,

1. ವೈಶಾಖಮಾಸ, ಶುಕ್ಲ ಪಕ್ಷ, ತದಗಿ, ಮಂಗಳವಾರ, ದಿನಾಂಕ 25.04.2012 ಅಪ್ಪನ ಶ್ರಾದ್ಧ
2. ಆಷಾಢಮಾಸ, ಕೃಷ್ಣ ಪಕ್ಷ, ಚತುರ್ಥಿ, ಶನಿವಾರ, ದಿನಾಂಕ 07.07.2012 ಅವ್ವನ ಶ್ರಾದ್ಧ
3. ಅಧಿಕಮಾಸ, ಶುಕ್ಲ ಪಕ್ಷ, ಸಪ್ತಮಿ, ಶುಕ್ರವಾರ ದಿನಾಂಕ 24.08.2012 ದೊಡ್ಡಪ್ಪನ ಶ್ರಾದ್ಧ. ಈ ಶ್ರಾದ್ಧ ಅಧಿಕ ಮಾಸದಾಗ ಬಂದಿರೋದರಿಂದ ಮತ್ತ ಭಾದ್ರಪದ ಮಾಸ, ಶುಕ್ಲ ಪಕ್ಷ, ಸಪ್ತಮಿ, ಶನಿವಾರ ದಿನಾಂಕ 22.09.2012ಕ್ಕ ನಿಜದಾಗ ಶ್ರಾದ್ಧ ಮಾಡಬೇಕು.
4. ಪಕ್ಷಮಾಸದಾಗ, ತದಗಿ, ಸೋಮವಾರ, ದಿನಾಂಕ 03.10.2012 ಅಪ್ಪನ ಪಕ್ಷ ಇದ ಮಾಸದಾಗ ಮುಂದ ಸಪ್ತಮಿ, ಶುಕ್ರವಾರ ದಿನಾಂಕ 07.10.2012 ದೊಡ್ಡಪ್ಪನ ಪಕ್ಷ, ಎರಡು ಬ್ಯಾರೆ ಬ್ಯಾರೆ ಮಾಡಬೇಕು.
5. ಮುಂದ ಇದ ಮಾಸದಾಗ ನವಮಿ ತಿಥಿ, ರವಿವಾರ, ದಿನಾಂಕ 09.10.2012 ದಿವಸ ಅಬಚಿದ ಅವಿಧಾನವಮಿ,
6. ದಿನಾಂಕ 15.10.2012 ಮಹಾಲಯ ಅಮಾವಾಸ್ಯೆ. ಇನ್ನ ಉಳಿದ ಅಳಿದ ಎಲ್ಲ ನಮ್ಮ ಮನೆತನದ ಹಿರಿಯರ ಪಕ್ಷ

ಅಂತ ಅವರ ಪೂರ್ವಜರ ಶ್ರಾದ್ಧ ಕರ್ಮಾದಿಗಳ ಲಿಸ್ಟ್ ಇತ್ತ. ನಾ ಅದನ್ನ ಓದಿ ಗಾಬರಿ ಆದೆ. ಅಲ್ಲ ಅವರ ಅಣ್ಣ-ತಮ್ಮಂದಿರು, ಅವರ ಮಕ್ಕಳು ಅವರ ಪೂರ್ವಜರ ಶ್ರಾದ್ಧ

ಮಾಡ್ತಾರೋ ಇಲ್ಲೊ ನಮಗಂತೂ ಗೊತ್ತಿಲ್ಲ. ಮತ್ತ ನಮಗೆಲ್ಲರ ನೀವೂ ಅವರ ಜೊತಿ ಇಲ್ಲ ಅವರ ಬದ್ಲಿ ಮಾಡ್ರಿ ಅಂತ ಕಳಸ್ಯಾರೇನ ಅನಸ್ತು.

ಅಲ್ಲ, ಇಲ್ಲೇ ನಮಗ ಸತ್ತ ನಮ್ಮ ಅಜ್ಜಾ-ಅಜ್ಜಿದ ಶ್ರಾದ್ಧ ಮಾಡೋದ ರಗಡ ಆಗೇದ, ಅದರಾಗ ನಮ್ಮ ಒಬ್ಬಕಿ ಅಜ್ಜಿ (ನಮ್ಮವ್ವನ ಅವ್ವ) ಅಂತೂ ಸತ್ತರ ಮಕ್ಕಳು-ಮೊಮ್ಮಕ್ಕಳು ಶ್ರಾದ್ಧ ಮಾಡೋದ ಗ್ಯಾರಂಟಿ ಇಲ್ಲ ಅಂತ ತನ್ನ ಜೀವಾ ಮೂರ ವರ್ಷದಿಂದ ಗಟ್ಟೆ ಹಿಡಕೊಂಡ ಕೂತಾಳ, ಇನ್ನ ಹಿಂತಾದರಾಗ ನಾವು ದೇಸಾಯರ ಪೂರ್ವಜರಿಗೂ ನೀರ ಬಿಡಬೇಕಿನಪಾ ಅಂತ ನಂಗ ಖರೇನ ತಲಿಕೆಡತ. ನಾವ ಹಂಗ ಅವರ ಕಳಸಿದ್ದ ಲಿಸ್ಟ್ ಫಾಲೋ ಮಾಡ್ತೇವಿ ಅಂತ ಈ ಪರಿ ಮಾಡೋದ ಅಂತ ನಾ ತಲಿ ಕೆಟ್ಟ ಅವರಿಗೆ ಫೋನ್ ಹಚ್ಚೆ ಬಿಟ್ಟೆ. ಅವರ ಫೋನ್ ಎತ್ತಿದವರ,

'ನಮಸ್ಕಾರ್ರಿಪಾ, ಏನಂತೀರಿ? ಹೃಷಿ ಮನ್ಯಾಗ ಇಲ್ಲ, ಪ್ರೆಸ್‌ಮೀಟ್‌ಗೆ ಊಟಕ್ಕ ಹೋಗ್ಯಾನ್ರಿಪಾ' ಅಂದರು.

'ಏ, ಅಂವಾ ಎಲ್ಲರ ಹಾಳಗುಂಡಿ ಹೋಗವಲ್ನಾಕ ತೊಗೊಳ್ರಿ, ನಂಗ ನಿಮ್ಮ ಕಡೆನ ಮಾತಾಡಬೇಕಿತ್ತು' ಅಂದೆ.

ನಾ ಒಂದ ಸ್ವಲ್ಪ ಗರಮ ಆಗಿದ್ದ ನೋಡಿ ಅವರ,

'ಯಾಕ ನಂದ ಈ ತಿಂಗಳದ್ದ sms ಲಿಸ್ಟ್‌ನಾಗ ಏನರ ತಪ್ಪ ಅದ ಏನ್ರೀಪಾ?' ಅಂದ್ರು. ಲಿಸ್ಟ್‌ನಾಗ ಏನ ತಪ್ಪ ಇಲ್ಲ, ನೀವು ಲಿಸ್ಟ ಕಳಸೋದ ದೊಡ್ಡ ತಪ್ಪ ಅನ್ನೋಂವ ಇದ್ದೆ, ಹೋಗಲಿ ಬಿಡ ಅಂತ,

'ಏ, ಲಿಸ್ಟ ಬಂದದರಿ, ಅದರ ಪ್ರಕಾರನ ನಮ್ಮವ್ವನ್ನು ಮನ್ಯಾಗ ಹಬ್ಬ-ಹುಣ್ಣಿಮಿ ನಡದಾವ. ನೀವೇನ ಈ ಸರತೆ ನಿಮ್ಮ ಪೈಕಿ ಮಂದಿದ ಶ್ರಾದ್ಧದ ಲಿಸ್ಟು ಕಳಸಿರೇಲಾ? ನಂಬದೇನ ಮನಿನೋ ಏನ ರಾಯರ ಮಠಾನೋ ಕಂಡ-ಕಂಡೋರದ ಶ್ರಾದ್ಧ ಮಾಡಲಿಕ್ಕೆ?' ಅಂದೆ. 'ಏ, ಆ sms ನಿಮಗೂ ಬಂದದೇನ? ಸ್ವಾರಿರಿ ಪಾ, ನಾ ನಮ್ಮ ಅಣ್ಣ-ತಮ್ಮಂದಿರಿಗೆ ಯುಗಾದಿ ಆದಮ್ಯಾಲೆ ವರ್ಷಕ್ಕೊಮ್ಮೆ ಆ ವರ್ಷದಾಗಿನ ನಮ್ಮ ಪೂರ್ವಜರ ಶ್ರಾದ್ಧದ್ದ ಲಿಸ್ಟ್ ಕಳಸತಿರತೇನಿ, ಹಂಗ ಕಳಸಬೇಕಾರ ತಪ್ಪಿ ನಿಮಗೂ ಬಂದಿರಬೇಕು, ಅದರಾಗ ಆಡೂರ ಅಂದ ಕೂಡಲೇ ಫೋನ್ ಬುಕ್ಕಿನಾಗ ನಿಮ್ಮ ಹೆಸರ ಫಸ್ಟ್ ಬಂದ ಬಿಡ್ತದ, ತಪ್ಪಿ ಬಂದದ ತೊಗೊಳ್ರಿಪಾ' ಅಂತ ಹಾನಗಲ್ ಸ್ಟೈಲ್‌ದಾಗ ನಕ್ಕರು. ಆದರ ನಾ ಏನ ನಗಲಿಲ್ಲ.

ಮುಂದ ನಾ ಒಂದ ಸ್ವಲ್ಪ ಶಾಂತ ಆಗಿ, ಪಾಪ, ದೇಸಾಯರು ಏನೋ ದಕ್ಷಿಣಿ ಇಲ್ಲದ ತಿಂಗಳಿಗೊಮ್ಮೆ ಎಲ್ಲ ಹಬ್ಬದ್ದ ಡೇಟ್, ತಿಥಿ, ಒಳ್ಳೆ ದಿವಸದ್ದ ಲಿಸ್ಟ್ ಮಾಡಿ ಕಳಸ್ತಾರ. ಯಾಕ ಸುಮ್ಮನ ಇನ್ನ ಸಿಟ್ಟಾಗಿ ಅದನ್ನ ಬಂದ್ ಮಾಡಿಸಿಗೋಳೋದು? ಮತ್ತ ಅದೇನರ ಬಂದ್ ಆದರ ನಮ್ಮವ್ವ ನನ್ನ ಬಿಡಂಗೇಲಾ, ಹೆಂಗಿದ್ದರೂ ಔಟ್ ಗೋಯಿಂಗ್ ಮೆಸೇಜ್ ಅವರದ ಅಲಾ ಅಂತ ಸುಮ್ಮನಾಗಿ,

'ಅಲ್ಲರೀ, ನಿಮ್ಮ ಆ ತಿಂಗಳಾ ಕಳಸೊ sms ನಿಮ್ಮ ಮಗಗೂ ಸ್ವಲ್ಪ ಕಳಸರಿ, ಆ ಮಗಾ ನಿಮ್ಮ ಮನ್ಯಾಗ ಏಕಾದಶಿ ಇದ್ದಾಗ ಮಂದಿ ಮನ್ಯಾಗ ಊಟಾ ಮಾಡಿ ಬಂದಿರತಾನ,

ಒಪ್ಪತ್ತ ಇದ್ದಾಗ ಹೊಟೇಲ್‌ನಾಗ ತಿಂದ ಬಿಟ್ಟಿರತಾನ, ಪಕ್ಷಕ್ಕ ಐದಾನವಮಿಗೆ ಫರಕ ಗೊತ್ತಿಲ್ಲ, ಮೊನ್ನೆ ನಮ್ಮ ಅಜ್ಜನ ಐದಾನವಮಿ ಅದ ಅನ್ನಲಿಕತ್ತಿದ್ದಾ, ಅವಂಗ ಐದಾನವಮಿ ಹೆಣ್ಣ ಮಕ್ಕಳದಿಷ್ಟ ಮಾಡತಾರ ಅಂತ ತಿಳಿಸಿ ಹೇಳ್ರಿ' ಅಂದೆ.

'ಏ, ಏನ್ಮಾಡೋದ್ರಿಪಾ, ಅಂವಾ ಕೆಲಸಾ ಮಾಡೋದ ಇಷ್ಟ 'ಹಿಂದು'ದಾಗ, ಅದನ್ನ ಬಿಟ್ಟರ ಬ್ಯಾರೆ ಯಾ ಹಿಂದೂ ಪದ್ಧತಿನೂ ಅವಂಗ ಗೊತ್ತಿಲ್ಲ. ನಮ್ಮಂದ್ಯಾಗ ತಪ್ಪಿ ಹುಟ್ಟ್ಯಾನ. ಈಗಿನ ಜನರೇಶನ್ ಹುಡುಗರ ಹಿಂಗ. ಹಿಂಗಾಗೆ ನಾ ನಿಮ್ಮಂತಾವರಿಗೆಲ್ಲ ಹಬ್ಬ-ಹುಣ್ಣಿಮಿ, ಶ್ರಾದ್ಧ, ಪಕ್ಷದ್ದ ಡೇಟ್ ಕಳಸೋದು' ಅಂತ ಭಾಳ ಮನಸಿಗೆ ಹಚಗೊಂಡ ಹೇಳಿದ್ರು. ಪಾಪ, ಹಿಂತಾ ರಿಲೀಜಿಯಸ್ ಮನಷ್ಯಾಗ ಹಂತಾ ಸೆಕ್ಯುಲರ್ ಮಗಾ ಹುಟ್ಟಬಾರದಿತ್ತು ಅಂತ ನಾನು ಕೆಟ್ಟ ಅನಿಸಿಕೊಂಡ ಫೋನ್ ಇಟ್ಟೆ.

ಅದೇನ ಆಗಿತ್ತಂದರ ಒಂದ ಸರತೆ ಈ ದೇಸಾಯರ ಅಪ್ಪನ ಶ್ರಾದ್ಧ ಇದ್ದಾಗ, ಅವರ ಗೋವಾ ತಮ್ಮ ಒಂದ ದಿವಸ, ಪುಣಾದ ಅಣ್ಣ ಒಂದ ದಿವಸ, ಇವರ ಒಂದ ದಿವಸ ಅಂತ ಮೂರ ಮಂದಿ ಅಣ್ಣಾ-ತಮ್ಮ ಮೂರ-ಮೂರ ದಿವಸ ಶ್ರಾದ್ಧ ಮಾಡಿದ್ದರಂತ. ಹಿಂಗ ಒಂದ ಶ್ರಾದ್ಧಕ್ಕ ಮೂರ-ಮೂರ ಸರತೆ ತಮ್ಮ ಅಪ್ಪನ್ನ, ಪೂರ್ವಜರನ್ನ ಕರಸೋದ ಸರಿ ಅನಸಂಗಿಲ್ಲ, ಮೊದ್ಲ ತುಟ್ಟಿ ಕಾಲ ಅಂತ ಇವರು ಆವಾಗಿಂದ ತಮ್ಮ ಅಣ್ಣ ತಮ್ಮಂದರಿಗೆ ಶ್ರಾದ್ಧದ್ದ ಡೇಟ್ ಅಡ್ವಾನ್ಸ್ sms ಮಾಡ್ತಿದ್ದರಂತ. ಅದು ತಪ್ಪಿ ನನಗೂ ಬಂದಿತ್ತು. ಪುಣ್ಯಾ ಅದನ್ನ ನಮ್ಮವ್ವ ನೋಡಿದ್ದಿಲ್ಲ, ಇಲ್ಲಾಂದರ 'ಹಿರೇ ಮನಷ್ಯಾರ ತೊಗೊ, ನಾವು ಮಾಡಿದರೂ ತಪ್ಪೇನಿಲ್ಲ' ಅಂತ ಅವರಿಗೆಲ್ಲಾ ನೀರ ಬಿಟ್ಟ ಬಿಡತಿದ್ಲೇನೋ!

ಮುಂದಿನ ತಿಂಗಳ ಮತ್ತ sms ಬಂತ, ಆ ಸರತೆ ಹಬ್ಬ-ಹುಣ್ಣಿಮಿ ಲಿಸ್ಟ್ ಇಷ್ಟ ಇತ್ತ. ಸಮಾಧಾನ ಆತ. ನಾ ತಿರುಗಿ ಅವರಿಗೆ ಫಸ್ಟ್ ಟೈಮ್ ಒಂದ ರಿಪ್ಲೈ ಕೊಟ್ಟೆ thanks ಅಂತ. sms ಕಳಸಿದ್ದಕ್ಕಲಾ, ಶ್ರಾದ್ಧ-ಪಕ್ಷದ್ದ ಲಿಸ್ಟ್ ಅದರ ಜೊತಿಗೆ ಅಟ್ಯಾಚ್ ಮಾಡಲಾರದಕ್ಕ.

ಆದರ ನಂಗ ಒಮ್ಮೊಮ್ಮೆ ಅನಸ್ತದ, ಇನ್ನೊಂದ ಸ್ವಲ್ಪ ವರ್ಷಕ್ಕ ಖರೇನ ನಮಗ ಹಬ್ಬಾ-ಹುಣ್ಣಿಮಿ-ತಿಥಿ ಇವನ್ನೆಲ್ಲ ಯಾರರ ರಿಮೈಂಡ್ ಮಾಡೋ ಕಾಲ ಬರ್ತದ ಏನೋ ಅಂತ. ಈಗ ಹಿಂಗ ಆಗಿರತದಲಾ ನಾ ಮನ್ಯಾಗ ಒಮ್ಮೊಮ್ಮೆ ದಾಡಿ ಮಾಡ್ಕೋಬೇಕ ಅಂತ ರೆಡಿ ಆಗಿ ಗಲ್ಲಕ್ಕ ಸಬಕಾರದ ಬುರಗ ಹಚಗೊಂಡ ಇನ್ನೇನ ಬ್ಲೇಡ್ ಹಚ್ಚ ಬೇಕು ಅನ್ನೋದರಾಗ ನಮ್ಮವ್ವಾ ಅಡರಿಸಿಕೊಂಡ ಅಡಗಿ ಮನ್ಯಾಗಿಂದ ಬಂದ 'ನಿಂಗ ಬುದ್ಧಿ ಗಿದ್ದಿ ಅದ ಇಲ್ಲೋ, ಇವತ್ತ ಹುಣ್ಣಿಮಿ, ದಾಡಿ ಮಾಡ್ಕೋಬಾರದು. ತಿಳಿಯಂಗಿಲ್ಲ' ಅಂತ ಬೈಯೋಕಿ, ಕೆಲವೊಮ್ಮೆ ಅಂತೂ ನಾ ಆಕಿ ಬಂದ ಇವತ್ತ ಹಬ್ಬಾ-ಹುಣ್ಣಿಮಿ ಅಂತ ಹೇಳೋದರಾಗ ಅರ್ಧಾ ಮೀಸಿ ತಕ್ಕೊಂಡ ಬಿಟ್ಟಿರತೇನಿ, ಕಡಿಕೆ ಆಕಿ ತಲಿ ಕೆಟ್ಟ 'ಏನ್ ಸುಡಗಾಡ ಹುಡುಗರೋ ಏನೋ, ಹಬ್ಬಾ-ಹುಣ್ಣಿಮಿ ಅಂತ ಒಂದೂ ಗೊತ್ತಾಗಂಗಿಲ್ಲ, ಬ್ರಾಹ್ಮಣರಾಗ ತಪ್ಪಿ ಹುಟ್ಟ್ಯಾವ' ಅಂತ ನನ್ನ ಮಾರಿಗೆ ದೂರಿಂದ ತಿವಿದು ಹೋಗೋಕಿ. ಹಿಂತಾ ಕಾಲದಾಗ ದೇಸಾಯರಂತಾ ಹಿರೇಮನಷ್ಯಾರ ನಮ್ಮಂತಾ ಜನರೇಶನ್‌ಗೆ sms ಕಳಸಿಗೋತ ಇದ್ದರರ ನಾವ ಅಲರ್ಟ್ ಇರತೇವೇನೋ ಅಂತ ಅನಸ್ತದ.

ಕಾಲ-ಕಾಲಮಾನ ಎಲ್ಲ ಬದಲಾಗಲಿಕತ್ತದ, ಅದರ ಜೊತಿಗೆ ನಮ್ಮ ಸಂಪ್ರದಾಯ, ಪದ್ಧತಿ, ನಮ್ಮ ನಡವಳಿಕೆ ಎಲ್ಲ ಬದಲಾಗಲಿಕತ್ತಾವ. ಯಾವುದನ್ನ ನಾವು ಗ್ರೋಥ್ ಅಂತೇವಿ, ಅದನ್ನ ನಮ್ಮ ಹಿರಿಯರು 'ಹೆಂತಾ ಹಣೆಬರಹಪಾ, ಏನ ಕಾಲ ಬಂತಪಾ' ಅಂತ ಹಣಿ-ಹಣಿ ಬಡ್ಕೋಳಿಕತ್ತಾರ. ಇವತ್ತ ನಾವ ಇರೋ ಜನರೇಶನ್ ಟ್ರಾನ್ಸಿಶನ್ ಪಿರಿಯಡ್ ಒಳಗ ಅದ, ಮುಂದಿನ ಪೀಳಿಗೆಗ ಯಾವ ವ್ಯಾಲ್ಯುಸ್ ಪಾಸ್ ಮಾಡಬೇಕು ಯಾವದ ಇಲ್ಲ ಅನ್ನೋದ ನಮ್ಮ ವಿವೇಚನೆಗೆ ಮತ್ತ ನಮ್ಮ ಜವಾಬ್ದಾರಿಗೆ ಬಿಟ್ಟಿದ್ದ.

ಹಿಂಗಾಗಿ ನಾ ಕಡಿಕೆ ವ್ಯಾಲ್ಯೂಸ್ ಇಲ್ಲಾಂದರೂ ಈ ದೇಸಾಯರ smsರ ಮುಂದಿನ ಜನರೇಶನ್‌ಗೆ ಪಾಸ್ ಮಾಡಿ ಪುಣ್ಯಾ ಕಟಗೋಬೇಕು ಅಂತ ಡಿಸೈಡ್ ಮಾಡೇನಿ. ನಿಮಗೂ ಯಾರಿಗರ sms ಪಂಚಾಂಗ ಬೇಕಾರ ಹೇಳ್ರಿ ನಾ ದೇಸಾಯರ sms forward ಮಾಡ್ತೇನಿ, ಇಲ್ಲ ನಿಮ್ಮ ನಂಬರ್ ದೇಸಾಯರಿಗೆ ಕೊಡ್ತೇನಿ, ಅಂದ್ರ ಅವರ ತಿಂಗಳಾ - ತಿಂಗಳಾ ತಪ್ಪದ ಕಳಸ್ತಾರ. ಏನಂತೀರಿ?

ಕಿರ್ಲೋಸ್ಕರದಾಗ ಕೆಲಸ ಸಿಕ್ಕತ

ಹಂಗ ನಾ ದುಡೀಲಿಕ್ಕೆ ಚಾಲೂ ಮಾಡಿದ್ದ B.Sc. ಫಸ್ಟ್ ಇಯರ್ ಇದ್ದಾಗಿಂದ. ಯಾವಾಗ ನಮ್ಮ ಮನ್ಯಾಗ ನಂಗ ಮೆರಿಟ್ ಮ್ಯಾಲೆ ಸೀಟ್ ಸಿಕ್ಕರೂ ವರ್ಷಕ್ಕ ಹತ್ತ ಸಾವಿರ ರೂಪಾಯಿ ಖರ್ಚ ಮಾಡಿ B.E. ಕಲಸಲಿಕ್ಕೆ ಆಗಂಗಿಲ್ಲಾಂತ ಖಾತರಿ ಆತ, ಆವಾಗ ನನಗ ಬಿ.ಎಸ್.ಸಿ.ನ ಗತಿ ಅಂತ ಗ್ಯಾರಂಟಿ ಅನಸ್ತು. ಇನ್ನ ಈ B.Sc. ಕಲಿಬೇಕಂದರೂ ಸೈಡ್‌ಗೆ ಏನರ ಮಾಡಬೇಕ. ಇಲ್ಲಾಂದರ ಕಾಲೇಜ ಕಲಿಯೋದ ವಜ್ಜ ಆಗ್ತದ ಅಂತ ತಲ್ಯಾಗ ಹೊಕ್ಕತು.

ಇನ್ನ ನನ್ನ ಲೆವೆಲ್ ಪಾರ್ಟ್ ಟೈಮ್ ಕೆಲಸಾ ಹುಡಕೋದ ಒಂದ ದೊಡ್ಡ ತ್ರಾಸ ಇತ್ತ. ಯಾಕಂದರ ನಾ ಹುಟ್ಟಾ ಭಾಳ ಸೂಕ್ಷ್ಮ ಮನಷ್ಯಾ. ಅಪ್ಪಿ ತಪ್ಪಿ ಎಂದರ ಮೂರ ಕೊಡಾ ನೀರಿಗೆ ಬೋರ್ ಹೊಡದರ ಮುಗದ ಹೋತ, ಅವತ್ತ ಊಟಾ ಮಾಡಬೇಕಾರ ಕೈಎತ್ತಿ ಬಾಯಿ ಮಟಾ ಒಯ್ಯಲಿಕ್ಕು ಬರತಿದ್ದಿಲ್ಲ, ಕಡಿಕೆ ನಮ್ಮವ್ವನ 'ಪಾಪ ಕೂಸ ಉಣ್ಣಲಾರದ ಮಲ್ಕೋತದ' ಅಂತ ಬಾಯಿ ತುತ್ತ ಹಾಕತಿದ್ಲು. ನಾ ಮೊದ್ಲಿಂದ brain is mightier than brawn ಅಂತಾರಲಾ ಅದರಾಗ ನಂಬಕಿ ಇಟ್ಟ brawn (ಶಕ್ತಿ) ಬಗ್ಗೆ ಭಾಳ ತಲಿಕೆಡಸಿಗೊಳ್ಳಿಕೆ ಹೋಗಿದ್ದಿಲ್ಲ. ಇನ್ನ ನನ್ನ ಕೆಪ್ಯಾಸಿಟಿ ತಕ್ಕ ಕೆಲಸಾ ಅಂದ್ರ ಪ್ರೈವೇಟ್ ಟ್ಯೂಶನ್ ಹೇಳೋದ ಒಂದ, ಇದರಾಗ ಭಾಳ ವಜ್ಜಾ ಅಂದರ ಡಸ್ಟರ್ ಎತ್ತೋದು ಇಲ್ಲ ಚಾಕ್ ಬಾಕ್ಸ್ ಎತ್ತೋದು ಅಂತ ಅದನ್ನ ಡಿಸೈಡ್ ಮಾಡಿದೆ.

ಹಂಗ ಹಿಂದಕ SSLC ಸುಟಿ ಒಳಗ ನಮ್ಮವ್ವ ತನ್ನ ಜೊತಿ ನನ್ನೂ ಪ್ರೆಸ್ಸಿಗೆ ಕರಕೊಂಡ ಹೋಗಿ ಮಗಗು ಕಂಪೋಸಿಂಗ್ ಕಲಸಿದರಾತು, ಇವನು ಇವತ್ತಿಲ್ಲ ನಾಳೆ ಅವ್ವಾ-ಅಪ್ಪನ ಹಂಗ ಯಾವದರ ಒಂದ ಪ್ರೆಸ್ಸಿನಾಗ ಕಂಪೋಸಿಂಗ್ ಮಾಡೊಂವಾ ಅಂತ ಅನ್ಕೊಂಡಿದ್ಲು. ಆದರ ನಂಗ ಆ ಖಾಲಿ ಕಂಪೋಸಿಂಗ್ ಸ್ಟಿಕ್ ಎತ್ತೋದರಾಗ ರಗಡ ಆಗತಿತ್ತ. ಇನ್ನ ಕನ್ನಡದಾಗ ಐವತ್ಯಾರಡ ಅಕ್ಷರ, ಮ್ಯಾಲೆ ಒತ್ತಕ್ಷರ ಬ್ಯಾರೆ, ಕಂಪೋಸಿಂಗ್ ಸ್ಟಿಕ್ ಇನ್ನೂ ಒಜ್ಜಾ ಆಗ್ತದ ಅಂತ ಬರೇ ಇಂಗ್ಲಿಷ್ ಕಂಪೋಸಿಂಗ್

ಇಷ್ಟ ಕಲತಿದ್ದೆ. ಆದರ ನಂಗ ಮುಂದ PUC II ಸೈನ್ಸ್ ಫಸ್ಟ್ ಕ್ಲಾಸಿನಾಗ ಪಾಸಾಗಿ ಕಂಪೋಸಿಂಗ್ ಮಾಡೋದ ಇಂಟರೆಸ್ಟ್ ಇರಲಿಲ್ಲ. ಹಿಂಗಾಗಿ ಟ್ಯೂಶನ್ ಹೇಳೋದ ಭಾಳ ಛಲೋ ಅನಸ್ತು. ನಾ ಒಂದ್ಯೆರಡ ಮಾರವಾಡಿ ಹುಡುಗರನ ಸೇರಿಸಿ ನನ್ನ ಟ್ಯೂಶನ್ ಸ್ಟಾರ್ಟ್ ಮಾಡಿದೆ. ನಂಗ ಒಟ್ಟ ನನ್ನ ಕಾಲೇಜ ಖರ್ಚ ಹೋದರ ಸಾಕಾಗಿತ್ತ. ಮುಂದ ನಾ ಬಿ.ಎಸ್.ಸಿ. ಮುಗಸೊ ತನಕಾ ಟ್ಯೂಶನ್ ಕಂಟಿನ್ಯು ಇಟ್ಟಿದ್ದೆ, ಲಾಸ್ಟ್-ಲಾಸ್ಟಿಗೆ ಅಂತೂ ನಾ ಅದರಾಗ ಎಷ್ಟ ಗಳಸತಿದ್ದೆ ಅಂದರ ಮನ್ಯಾಗ ಸುಳ್ಳ ಹೇಳಿ ಬರೆ ಅರ್ಧಾ ರೊಕ್ಕಾ ಕೊಟ್ಟ ಉಳದ ರೊಕ್ಕದಾಗ ಚೈನಿ ಹೊಡೀತಿದ್ದೆ. ಆವಾಗೇನ ಹಂತಾ ದೊಡ್ಡ ಚಟಾ ಇರಲಿಲ್ಲ. ವಾರಕ್ಕ ಒಂದ ಇಲ್ಲ ಎರಡ ಪಿಕ್ಚರ್ ನೋಡಿ, ಬ್ರಾಡವೇದಾಗ ಸೇವ್‌ಪುರಿ, ಗಿರಮಿಟ್ಟ ತಿಂದ ಕಡಿಕೆ ಒಂದ ಐಸ್‌ಕ್ರೀಮ್ ತಿಂದರ ಅದ ದೊಡ್ಡ ಮಜಾ.

ಮುಂದ ನಂದ ಡಿಗ್ರೀನೂ ಮುಗೀತ. ನಮ್ಮವ್ವಗ ಅಷ್ಟರಾಗ ವಯಸ್ಸಾಗಿ ಆಕಿಗೂ ಕಂಪೋಸಿಂಗ್ ಸ್ಟಿಕ್ ವಜ್ಜ ಆಗಲಿಕತ್ತ, ಹಂಗ ನಮ್ಮಪ್ಪ ಇನ್ನೂ ಗಟ್ಟಿ ಇದ್ದಾ. ಆದರ ಅವಂದ ಒಂದs ಪಗಾರದ ಮ್ಯಾಲೆ ಮನಿ ನಡೆಯಂಗಿಲ್ಲ. ಅದರಾಗ ನಾ ಹಿಂಗ ಉದ್ದಕ ಕಲಕೋತ ಕೂಡೋದ ಉಪಯೋಗ ಇಲ್ಲ, ಎಲ್ಲರ ಫುಲ್ ಟೈಮ್ ಕೆಲಸ ನೋಡಬೇಕು ಅಂತ ಡಿಸೈಡ್ ಮಾಡೋ ಪುರಸತ್ತ ಇಲ್ಲದ ಒಂದ ಫಿನೈಲ್ ಫ್ಯಾಕ್ಟರಿ ಒಳಗ ಪ್ರೊಡಕ್ಷನ್ ಇನ್ ಚಾರ್ಜ್ ಅಂತ ಕೆಲಸ ಸಿಕ್ಕಬಿಟ್ಟತ. ಹಂಗ ಪಗಾರ ಏನ ಅಲ್ಲೆ ಭಾಳ ಇದ್ದಿದ್ದಿಲ್ಲ, ಆದರ ನಾ ಮ್ಯಾಲೆ ಟ್ಯೂಶನ್ ಬ್ಯಾರೆ ಹೇಳ್ತಿದ್ದೆ. ಹಿಂಗಾಗಿ ನಡೀತಿತ್ತ. ನಾ ಸದ್ಯೇಕ ಫಿನೈಲ್ ಫ್ಯಾಕ್ಟರಿ ಇರಲಿ, ಅಲ್ಲೆ ಕೆಲಸಾ ಮಾಡ್ಕೋತ ಬ್ಯಾರೆ ಛಲೊ ನೌಕರಿ ನೋಡಿದ್ರಾತು ಅಂತ ಡಿಸೈಡ್ ಮಾಡಿದೆ. ಮುಂದ ಒಂದ ತಿಂಗಳಿಗೆ sun pharma ದವರದ medical rep ಜಾಬಿಗೆ walk-in-interview ಕರದಿದ್ದರು. ಆಗಿನ ಕಾಲದಾಗ ಬರೇ B.Sc. ಮಾಡಿದವಂಗ ಭಾಳ ಸರಳ ನೌಕರಿ ಸಿಗೋದಂದರ ಅದ ಒಂದ. ನಾನು ಇಂಟರ್‌ವ್ಯೂಗೆ ಹೋದೆ. ಹಂಗ ನಾ ಅಳ್ಳ ಹುರದಂಗ ಮಾತಾಡೋ ಸ್ಟೈಲ್, ನನ್ನ ಇಂಗ್ಲಿಷ್ ಕಮ್ಯುನಿಕೇಶನ್ ಎಲ್ಲ ನೋಡಿದ್ರ ನಂಗ ಜಾಬ ಸಿಗಬೇಕಾಗಿತ್ತ. ಆದರ ಅವರ ನನಗ ನನ್ನ personality ನೋಡಿ, put on some weight and then come ಅಂತ ಹೇಳಿ ಕಳಸಿಬಿಟ್ಟರು. ಆ field ಒಳಗ brawn is mightier than brain ಅಂತ ನಂಗ ಅವತ್ತs ಗೊತ್ತಾತ. ಇವತ್ತ ಆ field ಒಳಗ ಇರೋ ಒಂದಿಷ್ಟ ಮಂದಿ ನಮ್ಮ ದೋಸ್ತರ ಗಳಸೋ ಪಗಾರ ನೋಡಿದ್ರ ನಂಗ ಇವತ್ತೂ ಹಂಗ ಅನಸ್ತದ.

ಹಂಗ ಅವರ ನನಗ put on some weight ಅಂತ ಹೇಳಿ reject ಮಾಡಿದ್ದರಾಗ ತಪ್ಪೇನ ಇದ್ದಿದ್ದಿಲ್ಲ, ಯಾಕಂದರ ನಂಗ ಆ medical rep ಬ್ಯಾಗ್ ಎತ್ತಲಿಕ್ಕೆ ಆಗ್ತಿದ್ದಿಲ್ಲ. ಅದರಾಗ ನಮ್ಮ ದೋಸ್ತರೆಲ್ಲ ನಂಗ Reynold refill ಇದ್ದಂಗ ಇದ್ದಿ, 7UP ಕಾರ್ಟೂನ್ ಕಂಡಂಗ ಕಾಣತಿ ಅಂತಿದ್ರು. ನಾ ಆ 7UP ಲೊಗೋದಾಗ ಒಬ್ಬ ಕಡ್ಡಿ ಪೈಲವಾನ ಇದ್ದನಲಾ, ಹಂಗ ಇದ್ದನಂತ. ಒಟ್ಟ ನಾ ಒಂದನೇ interviewಕ್ಕ ಈ medical rep fieldಗೆ ನೀರ ಬಿಟ್ಟಬಿಟ್ಟೆ.

ಮುಂದ ನಂದ ಫಿನೈಲ್ ಫ್ಯಾಕ್ಟರಿ, ಪ್ರೈವೇಟ್ ಟ್ಯೂಶನ್ ಚಾಲೂನ ಇತ್ತ. ಮುಂದ ಒಂದ ಏಳ ತಿಂಗಳಕ್ಕ ನಮ್ಮ ಮನಿಗೆ ಒಂದ interview letter ಬಂತ, ಅದು Kirloskar Company ಇಂದ. ನಮ್ಮ ಹುಬ್ಬಳ್ಳಿ ಒಳಗ ಆವಾಗ ಅದ ಅಗದಿ ದೊಡ್ಡ ಕಂಪನಿ, ನಮ್ಮ ನಾಲ್ಕೈದ ಮಂದಿ ದೋಸ್ತರಿಗೂ ಬಂದಿತ್ತ. ಕಿರ್ಲೋಸ್ಕರದವರು ಎಲ್ಲ ಕಾಲೇಜಿಗೆ ಹೋಗಿ chemistry ಒಳಗ ಶಾಣ್ಯಾ ಇದ್ದ ನಾಲ್ಕೈದ ಹುಡುಗರದ ಹೆಸರ ಇಸಗೊಂಡ ಎಲ್ಲಾರಿಗೂ ಲೆಟರ್ ಕಳಸಿದ್ದರು. ಅದರಾಗ ನಂದ chemistry top subject, B.Sc. final yearದಾಗ chemistry theory ಒಳಗ ಹುಬ್ಬಳ್ಳಿಗೆ ಹೈಯೆಸ್ಟ್ ಮಾರ್ಕ್ಸ್ ತೊಗೊಂಡಂವಾ, ಹಿಂಗಾಗಿ ನಂಗೂ ಕಳಸಿದ್ದರು. ಹಂಗ ನಂದ practical chemistryನೂ ಛಲೋ ಅದ ಅಂತ ಗೊತ್ತಾಗಿದ್ದ ಲಗ್ನಾ ಮಾಡ್ಕೊಂಡ ಕರೆಕ್ಟ್ ಒಂದ ಗಂಡು ಒಂದ ಹೆಣ್ಣ ಹಡದ ಮ್ಯಾಲೆ. ಅಷ್ಟರಾಗ ನಮ್ಮ ದೋಸ್ತ ಒಬ್ಬಂವಾ,

'ಲೇ, ಈ ದೊಡ್ಡ ಕಂಪನಿಯವರ ಹಂಗ ಫಾರ್ಮಾಲಿಟಿಗೆ interview ಕರಿತಾರಲೇ, ಎಲ್ಲ ಒಳಗಿಂದ ಒಳಗ ಕ್ಯಾಂಡಿಡೇಟ್ ಫಿಕ್ಸ್ ಮಾಡ್ಕೊಂಡಿರತಾರ ತೊಗೊ' ಅಂತ ಇನ್ನು interviewಗೆ ಹೋಗೋಕಿಂತ ಮೊದ್ಲ ನಂದ ಹವಾ ಠುಸ್ಸ್ ಅನಿಸಿಬಿಟ್ಟಾ. ಇರಲಿ ಹೋಗಿ ಬಂದರಾತ, ಅಲ್ಲೇ ಏನ ಕೇಳ್ತಾರ ಅಂತರ ನೋಡಿದ್ರಾತು ಅಂತ ನಾ ಡಿಸೈಡ್ ಮಾಡಿದೆ. ಅಲ್ಲೆ interview ಒಳಗ B.E. in electrical and mechanical ಮಾಡಿದವರು ಮತ್ತ H.R. Departmentನವರು ಕೂಡಿ ನನ್ನ chemistry interview ತೊಗೊಂಡ, ಮೊದ್ಲ ಎಲ್ಲೆ ಕೆಲಸಾ ಮಾಡ್ತಿದ್ದಿ? ಎಷ್ಟ ಕೊಡತಿದ್ದರು? ಈಗ ನಿಂದ expectation ಎಷ್ಟು? ಅಂತ ಕೇಳಿ ಆತ ಮುಂದ ತಿಳಸ್ತೇವಿ ಅಂತ ಮನಿಗೆ ಕಳಸಿದರು. ನನಗೆಲ್ಲೋ ನಮ್ಮ ದೋಸ್ತ ಹೇಳಿದಂಗ ಅವರ formalityಗೆ interview ತೊಗೊಂಡಂಗ ಅನಸ್ತು.

ಮುಂದ ಒಂದ ನಾಲ್ಕ ತಿಂಗಳ ಅದರದ ಏನ ಸುದ್ದಿನ ಇದ್ದಿದ್ದಿಲ್ಲ, ಆಮ್ಯಾಲೆ ಮಾರ್ಚ್ ಒಳಗ ಮತ್ತೊಂದ interview ಲೆಟರ್ ಬಂತ, ಎರಡನೇ ರೌಂಡ್ interviewಗೆ ಬರ್ರಿ ಅಂತ. ಈ ಸರತೆ ಅಗದಿ ಎರೆಡೆರಡ ರೌಂಡ್ interview. first round ಒಬ್ಬ scientist (in paints) ತೊಗೊಂಡ್ರು. ಅವರ ತೊಗೊಂಡಿದ್ದ pure chemistry interview. ನಂದ chemistry ಛಲೋ ಇತ್ತ, ನಾ ಅಗದಿ ಭಾರಿ detailed interview ಕೊಟ್ಟೆ, ಮುಂದ ಎರಡನೇ ರೌಂಡ್ interviewಗೆ ಕರದರು. ಈ ಸರತೆ ಆ scientist ಜೊತಿ ಕಂಪನಿ CEO, HOD ಎಲ್ಲ ಇದ್ದರು. ಅವರ ನನ್ನ ಫ್ಯಾಮಿಲಿ background, ನಾ ಏನ ಮಾಡ್ತೇನಿ ಎಲ್ಲ ಕೇಳಿ ಲಾಸ್ಟಿಗೆ ಕಂಪನಿ CEO ಒಂದ ಸರತೆ ನನ್ನ ಮಾರಿ ನೋಡಿ,

'Congratulations, you are selected. ನಾಳೆ ಬಂದ ನಿಂಬದ ಮೆಡಿಕಲ್ ಮಾಡಸಸರಿ. ಅನ್ನಂಗ ನೀವು ಯಾವಾಗ join ಆಗ್ತೀರಿ' ಅಂತ ಕೇಳಿದರು. ನಾ ಅವರಿಗೆ ಪ್ರೈವೇಟ್ ಟ್ಯೂಶನ್ಸ್ ಹೇಳೋದರ ಬಗ್ಗೆ ಹೇಳಿದ್ದೆ. ಹಿಂಗಾಗಿ ಸ್ವಲ್ಪ ಧೈರ್ಯಾ ಮಾಡಿ,

'ಸರ್, ಈಗ exams ಹತ್ತರ ಅವ, ಟ್ಯೂಶನ್ಸ್ ಬಿಡೋದ ತ್ರಾಸ ಆಗ್ತದ. ನಾ ಏಪ್ರಿಲ್‌ನಾಗ join ಆಗ್ತೇನಿ' ಅಂತ ಹೇಳಿದೆ.

'Yes, yes. No issues, you can join in April... Congrats once again' ಅಂತ ಕೈ ಕೊಟ್ಟರು. ಅಷ್ಟರಾಗ factory manager,

' ಸರ್, ಈ ಹುಡುಗಂದ ವೇಟ್ ಬರೇ 38 kg, factory act ಪ್ರಕಾರ ಮಿನಿಮಮ್ 45 ಕೆಜಿ ಇರಬೇಕ' ಅಂದಬಿಟ್ಟಾ. ನನ್ನ ಎದಿ ಧಸಕ್ಕಂತ. ಖರೇ ಅಂದ್ರ ನನ್ನ ವೇಟ್ 36.5 ಕೆಜಿ ಇತ್ತ, ಅವರೇನ ವೇಟ್ ಚೆಕ್ ಮಾಡಲಿಕ್ಕಿಲ್ಲ ಅಂತ ನಾ ವೇಟ್ 38 ಅಂತ ಅವರು ಕೊಟ್ಟ ಫಾರ್ಮ್ ಒಳಗ ಬರದಿದ್ದೆ. ನಂಗ ಜೀವನದಾಗ ಮತ್ತೊಮ್ಮೆ brawn is mightier than brain ಅಂತ ಅನಸಲಿಕತ್ತ.

'ಇರವಲ್ಲಾಕ ತೊಗೊಳ್ರಿ, ಇನ್ನ ಮುಂದ ನಮ್ಮ ಕ್ಯಾಂಟೀನ್ ಊಟಾ ಉಂಡ ದಪ್ಪ ಆಗ್ತಾನ, ಹುಡುಗ ಶಾಣ್ಯಾ ಇದ್ದಾನ' ಅಂತ ಕಂಪನಿ CEO ಫ್ಯಾಕ್ಟರಿ ಮ್ಯಾನೇಜರ್‌ದ ಬಾಯಿ ಮುಚ್ಚಿಸಿ ನನಗ,

'Your service will be confirmed only after you cross 45 kgs' ಅಂತ ನಕ್ಕೋತ ಅಂದರು. ನಂಗ ಅಗದಿ ಹೋಗಿದ್ದ ಜೀವ ಬಂದಂಗ ಆತ. ಆದರ ಮರುದಿವಸ ಮೆಡಿಕಲ್‌ಗೆ ಬಾ ಅಂತ ಬ್ಯಾರೆ ಹೇಳಿದ್ದರು, ಅಲ್ಲೇ ಮತ್ತ ನಂದ ಏನೇನ ಕಡಿಮೆ ಅದ ಅಂತಾರ ಅಂತ ಟೆನ್ಶನ್ ಹತ್ತಿತ್ತ.

ನಾ ಅವರಿಗೆಲ್ಲ thanks ಹೇಳಿ ಮನಿಗೆ ಬಂದೆ, ಆದರೂ ಯಾಕೋ ನಂಗ ಒಂದ ದೊಡ್ಡ ನೌಕರಿ ಸಿಕ್ಕದ್ದ ಖುಷಿ ಇರಲಿಲ್ಲ, ಎಲ್ಲೊ ಏನೋ ಗಡ್ಲ ಆಗೋ ಹಂಗ ಕಾಣಲಿಕತ್ತಿತ್ತ. ಹಿಂಗಾಗಿ ನಾ ನನಗ ನೌಕರಿ ಸಿಕ್ಕದ್ದ ಊರ ತುಂಬ ಡಂಗುರಾ ಹೊಡೀಲಿಕ್ಕೆ ಹೋಗಲಿಲ್ಲ.

ಮರದಿವಸ ಮೆಡಿಕಲ್‌ಗೆ ಹೋದೆ. ಒಬ್ಬ ರಿಟೈರ್‌ಮೆಂಟ್ ವಯಸ್ಸಿಗೆ ಬಂದಿದ್ದ ಡಾಕ್ಟರ್ ನಂದ ಎಲ್ಲ ಚೆಕ್ ಮಾಡಲಿಕತ್ತರು. ನನ್ನ ಇರೋ ಒಂದ ಗೇಣ ಚೆಸ್ಟ್, ಇದ್ದದ್ದರಾಗ ಬೆಸ್ಟ್ ಇದ್ದ ಹೈಟ್, ಫ್ಯಾಕ್ಟರಿ ಆ್ಯಕ್ಟ್‌ಕಿಂತಾ ಕಡಿಮಿ ಇದ್ದ ವೇಟ್ ಎಲ್ಲ ಬರಕೊಂಡ. ಒಮ್ಮೆ ಮಲಗಿಸಿ, ಒಮ್ಮೆ ಎಬಿಸಿ ಎಲ್ಲ ಚೆಕ್ ಮಾಡಿ ಲಾಸ್ಟಿಗೆ, 'ತಮ್ಮಾ ಅಂಗಿ ಚೆಡ್ಡಿ ಎಲ್ಲ ತಗಿ' ಅಂದರು. ನಾ ಇದೇನ ಬಂತಪಾ ಅನ್ಕೊಂಡೆ. 'ಏ ಎಲ್ಲ ತಗಿಬೇಕ. ಅದಕ್ಯಾಕ ನಾಚಗೋತಿ?' ಅಂತ ಗಂಟಬಿದ್ದರು. ಹಂಗ ಸಣ್ಣಂವ ಇದ್ದಾಗ ಬರೆಬತ್ತಲೆ ಮಡಿನೀರ ತುಂಬಿ ರೂಢಿ ಇತ್ತ. ಭಡಾ ಭಡಾ ಎಲ್ಲ ತಗದ ಗೊಮಟೇಶ್ವರನ ಗತೆ ನಿಂತೆ. ನಾ ಅಷ್ಟ ತಿಳವಳಕಿ ಬಂದ ಮ್ಯಾಲೆ ಮಂದಿ ಮುಂದ ಹಂಗ ನಿಂತಿದ್ದ ಒಂದನೇ ಸಲಾ. ಡಾಕ್ಟರ್ ಒಮ್ಮೆ ನನ್ನ ಮಾರಿ ನೋಡಿ, ಹಿಂದ ಮುಂದ ಎಲ್ಲ ನೋಡಿ, ಜೋರಾಗಿ ಕೆಮ್ಮ ಅಂದಾ, ನಾ ಕೆಮ್ಮಿದೆ. ಇನ್ನೊಮ್ಮೆ ಕೆಮ್ಮ ಅಂದಾ. ನಾ ಮತ್ತ ಕೆಮ್ಮಿದೆ. ನಾ ಕೆಮ್ಮಿದಾಗ ಒಮ್ಮೆ ಇಡಿ ದೇಹದ ಪಾರ್ಟ್ಸ್ ಎಲ್ಲ ಅಳಗ್ಯಾಡತಿದ್ವು. ಕಡಿಕೆ ಎದ್ದ ನನ್ನ ಹತ್ತರ ಬಂದ,

'ನಿನ್ನ ತೊಡಿ ಆಪರೇಶನ್ ಆಗೇದೇನ?' ಅಂದಾ.

'ಇಲ್ಲ, ನಂದ ಯಾವದೂ ಆಪರೇಶನ್ ಆಗಿಲ್ಲ' ಅಂದೆ.

'ಏ, ಖರೇ ಹೇಳ್, ಇದೇನಿದ?' ಅಂತ ನನ್ನ ತೊಡಿ ಕಡೆ ತೋರಿಸಿದರು. ನನ್ನ ತೊಡಿಗೆ ಒಂದ ಕಡೆ ಗುಳಿ (ತೆಗ್ಗು) ಬಂದಂಗ ಆಗಿತ್ತ. ಅದ ಹುಟ್ಟಾ ಹಂಗ ಇತ್ತ, ಒಂಥರಾ ಹೆಣ್ಣಮಕ್ಕಳಿಗೆ ಗಲ್ಲಕ್ಕ ಗುಳಿ ಅಂದರ ಡಿಂಪಲ್ಸ್ ಬೀಳ್ತದ ಅಲಾ ಹಂಗ ನಂಗ ತೊಡಿಗೆ ಬೀಳ್ತಿತ್ತ. ಅಲ್ಲ ಇನ್ನೂ ಬೀಳ್ತದ. ಆ ಮಾತ ಬ್ಯಾರೆ.

'ಇಲ್ಲರಿ ಇದ ಹುಟ್ಟಾ ಹಿಂಗ ಅದ, ಇದ manufacturing defect' ಅಂತ ನಾ ಹೇಳಿದರೂ ಕೇಳಲಿಲ್ಲ. ಇಲ್ಲ, ನಿಂಗ ತೊಡಿಗೆ ಆಪರೇಶನ್ ಆಗಿರಲಿಕ್ಕೆ ಬೇಕು ಅಂತ ಡಾಕ್ಟರ್ ಗಂಟ ಬಿದ್ದರು. ನಾ ಆಗಿಲ್ಲ ಅಂತ ಎಷ್ಟ ಹೇಳಿದರೂ ಕೇಳಲಿಲ್ಲ.

ನಾ ಹಿಂಗ ಪ್ಯಾಂಟ್ ಏರಿಸಿಗೋಳೊದಕ್ಕು ನಿನ್ನೆ ನನ್ನ ಜೊತಿ ಬಂದಿದ್ದ ಇನ್ನೊಂದ interview ಕ್ಯಾಂಡಿಡೇಟ್ 'ಪಾಟೀಲ' ಅನ್ನೋಂವಾ ಮೆಡಿಕಲ್‌ಗೆ ಬಂದಾ. ಅಲ್ಲಿ ತನಕ ನಾ ನಂದ ಫೈನಲ್ ಆಗೇದ, ಹಂಗs formalityಗೆ ನನ್ನ medical ತೊಗೊಳಿಕತ್ತಾರ ಅಂತ ತಿಳ್ಕೊಂಡಿದ್ದೆ. ಅವನ್ನ ನೋಡಿದ ಮ್ಯಾಲೆ ನಂದೇನ ನೌಕರಿ ಗ್ಯಾರಂಟಿ ಇಲ್ಲ ಅನಸಲಿಕತ್ತ.

ನಾ ಮುಂದ eye testಗೆ ಹೋದೆ. ಅಲ್ಲೇ ನೋಡಿದ್ರ ಇನ್ನೊಂದ ಪ್ರಾಬ್ಲೆಮ್ ಹುಟ್ಟತ. ನಂಗ ದೂರ ದೃಷ್ಟಿನ ಇದ್ದಿದ್ದಿಲ್ಲ. ಅಂದರ ದೂರ ಇದ್ದದ್ದ ಕ್ಲಿಯರ್ ಕಾಣತಿದ್ದಿಲ್ಲ, ನಾ ಇಷ್ಟ ದಿವಸ ಎಲ್ಲ ಹತ್ತರಿಂದ ನೋಡಿದಂವಾ, ಹಂಗ ದೂರದೃಷ್ಟಿ ಬಗ್ಗೆ ತಲಿಕೆಡಸಿಗೊಂಡಿದ್ದಿಲ್ಲ. ಒಟ್ಟ ನನ್ನ ದುರಾದೃಷ್ಟಾ eye test ಒಳಗೂ ಫೇಲ್ ಮಾಡಿದರು. ಆತ ತೊಗೊ ನಂಗ ಕಿರ್ಲೋಸ್ಕರ್ ಕೆಲಸ ಸಿಕ್ಕಂಗ ಆತು ಅನ್ಕೊಂಡೆ. ಅಷ್ಟರಾಗ,

'ಏ, ಇದಕ್ಯಾಕ ತಲಿ ಕೆಡಸಿಗೋತಿರಿ? ಒಂದ ಚಾಳೀಸ ತೊಗೊಳ್ರಿ, ಎಲ್ಲ ಕರೆಕ್ಟ್ ಆಗ್ತದ' ಅಂತ ಧೈರ್ಯಾ ಹೇಳಿ ಟೆಸ್ಟ್ ಮಾಡಿದವರು ಚಸ್ಮಾ ನಂಬರ್ ಬರದ ಕೊಟ್ಟರು. ನಾ ಆತ ಆಗಿದ್ದ ಆಗಲಿ ಅಂತ ಮನಿ ಹಾದಿ ಹಿಡದೆ.

ಎರಡ ದಿವಸ ಆದರೂ ಅವರದೇನ ಫೋನ್ ಬರಲಿಲ್ಲ, ನಾನ ಮತ್ತ ಅಲ್ಲೇ ಹೋಗಿ ಕೇಳಿದರ ನಂದ ಮೆಡಿಕಲ್ ಒಳಗ ಹೋತ ಅಂತ personal department ನವರ ಹೇಳಿದರು. ನನ್ನ ಮೆಡಿಕಲ್ ರಿಪೋರ್ಟ್ ರಿಮಾರ್ಕ್ಸ್ ಒಳಗ he has undergone thigh operation and his weight is less than the required weight as per the factory act ಅಂತ ಬರದ hence failed to pass medical examination ಅಂತ ಬರದ ಬಿಟ್ಟಿದ್ದರು.

ನಂಗ ಖರೇನ ಭಾಳ ತಲಿಕೆಟ್ಟತ, ಒಂದು, ನಂದ ಅವತ್ತಲ್ಲ, ಇವತ್ತಿನ ತನಕ ಒಂದ ಆಪರೇಶನ್ ಆಗಿಲ್ಲ. ನಾಲ್ಕ ವರ್ಷದ ಹಿಂದ ಮಕ್ಕಳಾಗಲಾರದ ಆಪರೇಶನ್ ಮಾಡಿಸಿಗೊಳೊ ಪ್ರಸಂಗ ಬಂದಾಗ ಸಹಿತ ನಾ ಮಾಡಿಸಿಗೊಳ್ಳಲಾರದ ನನ್ನ ಹೆಂಡತಿದ

ಮಾಡಸಿದ ಮಗಾ ನಾ. ಇನ್ನ ಆವಾಗಂತೂ ದಣೇಯಿನ 20.5 ವರ್ಷ. ಆಪರೇಶನ್ ಮಾಡಿಸಿಗೊಳೊ ಪ್ರಶ್ನೆನ ಇದ್ದಿದ್ದಿಲ್ಲ, ಅದು ಎಲ್ಲ ಬಿಟ್ಟ ತೊಡಿ ಆಪರೇಶನ್ ಯಾಕ ಮಾಡಿಸಿಗೊಳ್ಳಲಿ? ಇನ್ನ ವೇಟ್ ಕಡಿಮಿ ಇದ್ದಿದ್ದಕ್ಕ ಕಂಪನಿ CEOನ no issues, you have to put on some weight ಅಂತ ಹೇಳಿದ ಮ್ಯಾಲೆ ಈ ಫ್ಯಾಕ್ಟರಿ ಮ್ಯಾನೇಜರಂದ ಏನ ಅಂತ ಸಿಟ್ಟಬಂತ. ನಾ ಇದನ್ನ ಇಲ್ಲಿಗೆ ಬಿಡಬಾರದು ಈ ವಿಷಯ ಕಂಪನಿ CEO ತನಕ ಒಯ್ಯಬೇಕ ಅಂತ ಡಿಸೈಡ್ ಮಾಡಿದೆ.

ಅದ ಏನ ಆಗಿತ್ತಂದರ ಆ ಫ್ಯಾಕ್ಟರಿ ಮ್ಯಾನೇಜರ್ ವೈಷ್ಣವರೊಂವ ಇದ್ದಾ, ಆ ಪಾಟೀಲ ಅಂತ ಒಂದ ಕ್ಯಾಂಡಿಡೇಟ್ ಇತ್ತಲಾ, ಅವನು ವೈಷ್ಣರೊಂವಾ. ಅಂವಾ ಆ ಮ್ಯಾನೇಜರ್‌ನ ಕ್ಯಾಂಡಿಡೇಟ್. ಹಿಂಗಾಗಿ ನಂಗ ಮೆಡಿಕಲ್ ಒಳಗ ಡಮಕ್ಕ ಅನಿಸಿ ಅವನ ಹೆಸರ ಫೈನಲ್ ಮಾಡಿದ್ದರು. ಇದು ಕಂಪನಿ CEOಗ ಗೊತ್ತ ಇದ್ದಿದ್ದಿಲ್ಲ.

ನಾ ನನ್ನ interview ತೊಗೊಳಿಕ್ಕೆ ಬಂದಿದ್ದ scientistಗೂ ಹೋಗಿ ಭೆಟ್ಟಿ ಆಗಿ ಬಂದೆ. ಅವರು

'Sorry i can't help in this matter. No doubt your chemistry is good but physique seems to be in bad shape and more over I am just outside consultant for Kirloskar. ನಾ ಅವರ ಫ್ಯಾಕ್ಟರಿ ಇಂಟರ್ನಲ್ ವಿಷಯದಾಗ ತಲಿ ಹಾಕಲಿಕ್ಕೆ ಬರಂಗಿಲ್ಲ' ಅಂದರು. ನಾ ಇನ್ನ ಈ ವಿಷಯ CEOಗ ಹೆಂಗ ಮುಟ್ಟಸಬೇಕು ಅಂತ ವಿಚಾರ ಮಾಡಿ ಕಡಿಕೆ ನಮ್ಮ ಮಾರವಾಡಿ ದೋಸ್ತಂದ ಒಂದ ಕಾಪರ್ ಫ್ಯಾಕ್ಟರಿ ಇತ್ತ, ಅವರದ ಸಪ್ಲೈ ಕಿರ್ಲೋಸ್ಕರಕ್ಕ ಇತ್ತ. ನಾ ಸೀದಾ ಅವರ ಫ್ಯಾಕ್ಟರಿಗೆ ಹೋಗಿ ಎಲ್ಲ ವಿಷಯ ಅವರಿಗೆ ಹೇಳಿದೆ. ಅವರ 'ದೇಖೆಂಗೆ, ಕಲ್ ಮೈ ಉನಸೆ ಬಾತ ಕರತಾ ಹೂಂ' (ನಾಳೆ ನಾ ಮಾತಾಡಿ ನೋಡ್ತೇನಿ) ಅಂತ ಹೇಳಿದ್ರು. ಪಾಪ ಅವರಿಗೆ ನನ್ನ ಎಲ್ಲಾ ಪರಿಸ್ಥಿತಿ ಗೊತ್ತ ಇತ್ತ. ಮರುದಿವಸ ಅವರ ಕಿರ್ಲೋಸ್ಕರಕ್ಕ ಹೋಗಿ CEOಗ ಭೆಟ್ಟಿ ಆಗಿ ನಮ್ಮ ಪೈಕಿ ಒಬ್ಬ ಹುಡಗ ನಿಮ್ಮ ಕಂಪನಿ ಒಳಗ ಸೆಲೆಕ್ಟ್ ಆಗಿದ್ದಾ, ಅವಂದ ಮೆಡಿಕಲ್ ಒಳಗ ಹಿಂಗ ಆತ ಅಂತ, ಪಾಪ ಅವಂಗ ಕೆಲಸದ್ದ ಭಾಳ ಜರೂರತ್ ಇತ್ತು ಅಂತ ವಿಷಯ ತಿಳಸಿದರು.

CEOಗ ಆವಾಗ ಗೊತ್ತಾಗಿದ್ದ ನಂದ ಹಿಂಗ ಆಗೇದ ಅಂತ, ಅವರ ಸೀದಾ ಫ್ಯಾಕ್ಟರಿ ಮ್ಯಾನೇಜರ್‌ಗ ಫೋನ್ ಹಚ್ಚಿ,

'ರ್‍ರಿ, ನಂದ ತಲಿ ಒಂದ ಬಿಟ್ಟ ಉಳದದ್ದ ಎಲ್ಲ ಒಂದ ಸಲಾ ಬಿಟ್ಟ ಎರಡ ಸಲಾ ಮುರದಾವ, ಮ್ಯಾಲೆ ಮೂರ ಮೇಜರ್ ಆಪರೇಶನ್ ಆಗ್ಯಾವ, ಹಂತಾವ ಕಂಪನಿ ಹೆಡ್ ಇದ್ದೇನಿ. ಆ ಹುಡಗಂದ ಏನ ದೊಡ್ಡ ವಿಷಯ? Get all the papers to me' ಅಂತ ಒದರಾಡಿ ನನ್ನ ಪರವಾಗಿ ಹೋದವರಿಗೆ, 'I will look into the matter and come back to you' ಅಂತ ಹೇಳಿ ಕಳಸಿದರು. ಮುಂದ ಮೂರ ದಿವಸಕ್ಕ ನನ್ನ ಫಿನೈಲ್ ಫ್ಯಾಕ್ಟರಿಗೆ KEC ಇಂದ immediate ಆಗಿ ಬಂದ ಫ್ಯಾಕ್ಟರಿ ಮ್ಯಾನೇಜರಗೆ ಭೆಟ್ಟಿ

ಆಗರಿ ಅಂತ ಫೋನ್ ಬಂತ. ನಾ ಮಧ್ಯಾಹ್ನ ಅನ್ನೋದರಾಗ ಅಲ್ಲೇ ಹಾಜರ್ ಇದ್ದೆ. ನಂಗ ಫ್ಯಾಕ್ಟರಿ ಮ್ಯಾನೇಜರ್ ಒಂದ ಸರತೆ ದಿಟ್ಟಿಸಿ ನೋಡಿ, 'ಇನ್ನೊಮ್ಮೆ medical ಮಾಡಿಸಿಗೊಂಡ ಬಾ' ಅಂತ ಕಳಸಿದಾ. ಅಲ್ಲೇ ಡಾಕ್ಟರ ಮತ್ತ ನನ್ನ ಮಾರಿ ನೋಡಿ,

'ಏನಪಾ, ಮತ್ತ ನಿಂದ ಅಂಗಿ ಚಡ್ಡಿ ಕಳಸಿಸಿ ಕೆಮ್ಮಿಸಬೇಕಾ?' ಅಂತ ಅಂದ.

'ಇಲ್ಲೆ ಸಹಿ ಮಾಡ' ಅಂತ ಖಾಲಿ ಮೆಡಿಕಲ್ ರಿಪೋರ್ಟ್ ಮ್ಯಾಲೆ ಸಹಿ ತೊಗೊಂಡ ಮತ್ತ personal departmentಗೆ ಕಳಸಿದರು.

ಅಲ್ಲೇ ಆ ಫ್ಯಾಕ್ಟರಿ ಮ್ಯಾನೇಜರ್ ಸೀದಾ ನನ್ನ ಕೈಯಾಗ appointment letter ಕೊಟ್ಟ,

'ನಾಳಿಂದ ಕೆಲಸಕ್ಕ ಬಾ, ಮುಂಜಾನೆ 7.15ಕ್ಕ ಇಲ್ಲೇ ಇರಬೇಕ, ಹಂಗ ಟ್ಯೂಶನ್ ಗಿಶನ್ ಅನ್ನೋತ ಕೂತಿ, ನಾವ ಬ್ಯಾರೆಯವರನ ತೊಗೊತೇವಿ ಇಷ್ಟ' ಅಂತ ಸಿಟ್ಟಲೇ ಹೇಳಿದರು. ನಾ ಅಲ್ಲೆ ಏನು ಮಾತಾಡೋಹಂಗ ಇರಲಿಲ್ಲ, ಸೀದಾ appointment letter ತೊಗೊಂಡ ಮನಿ ಹಾದಿ ಹಿಡದೆ.

ಮುಂದ ಮರುದಿವಸ ಮುಂಜಾನೆ 7 ಗಂಟೆಕ್ಕ KEC ಒಳಗ ಹಾಜರ, ನಂದ ಕಿರ್ಲೋಸ್ಕರದಾಗ ಎರಡ ಪಂಚ್, ಒಂದ ಲಂಚ್ ಶುರು ಆತ. ಮುಂದ ನಾ ಬರೇ ಎರಡ ರೂಪಾಯಿ ಕೊಟ್ಟ ಮನಿ ಅಡಗಿಗಿಂತಾ ಛಲೋ ಊಟಾ ಮಾಡಿದರೂ ನಂದೇನ ಆರ ತಿಂಗಳದಾಗ ವೇಟ್ ಏರಲಿಲ್ಲ, ಆದರೂ ನನ್ನ ಸರ್ವಿಸ್ ಒಂದ ವರ್ಷ ಬಿಟ್ಟ ಕನ್ಫರ್ಮ್ ಆತ. ಅಲ್ಲ, ಒಂದ ವರ್ಷದಾಗ ಅವರಿಗೆ ನನ್ನ brain is mightier than brawn ಅಂತ ನಾ ತೊರಸಿದ್ದೆ. ಆ ಮಾತ ಬ್ಯಾರೆ.

ಅಲ್ಲ, ಹಂಗ ನಂಗ ಜೀವನದಾಗ ಮುಂದ ಒಮ್ಮೆನೂ ನಂದ ವೇಟ್ ಕಡಿಮೆ ಅದ ಅಂತ ಎಲ್ಲೂ ಯಾರೂ ತಕರಾರ ಮಾಡಲಿಲ್ಲ. ನನ್ನ ಹೆಂಡತಿ ಅಂತೂ ನನ್ನ ಒಂದನೇ ಸರತೆ ನೋಡಿದಾಗ 'ಭಾರ ಕಡಿಮೆ ಅದ ತೊಗೊ' ಅಂತ ಅಗದಿ ಖುಶೀಲೇ ಲಗ್ನಕ್ಕ ಹೂಂ ಅಂದಿದ್ಲು. ಖರೇ ಹೇಳ್ಬೇಕಂದರ ನಂದ ತೂಕ ನಲವತ್ತೈದ ಕೆಜಿ ಆಗಿದ್ದ ನಾ ಒಂದ ಹಡದ ಮ್ಯಾಲೆ ಅಂದರ ನನ್ನ ಹೆಂಡತಿ ಒಂದ ಹಡದ ಮ್ಯಾಲೆ. ಮುಂದ ಐವತ್ತ ದಾಟಿದ್ದ ಎರಡನೇದ ಹಡದ ಮ್ಯಾಲೆ. ನಾ ಮುಂದ ಹಿಂಗ ನನ್ನ ಹೆಂಡತಿ ಹಡದಾಗ ಒಮ್ಮೆ (ಆರ ವರ್ಷಕ್ಕೊಮ್ಮೆ) ಐದ-ಐದ ಕೆಜಿ ಏರಸೋದ ನೋಡಿ ನನ್ನ ಹೆಂಡತಿ ತಲಿಕೆಟ್ಟ ಆಪರೇಶನ್ ಮಾಡಿಸಿಗೊಂಡ ಬಿಟ್ಟಳು. ಆವಾಗಿಂದ ಇವತ್ತಿನ ತನಕ ನಾ 52 + or - 2 ಕೆಜಿ ಇದ್ದೇನಿ.

ಇವತ್ತಿಗೂ ಜೀವನದಾಗ ಯಾರಿಗೂ ಭಾರ ಆಗಲಾರದ ಬದುಕಲಿಕತ್ತೇನಿ.

ಸಂತಿಗೆ ಹೋಗಿ ಹೆಂಡ್ತಿ ಮರತ ಬಂದರಂತ...

ಈಗ ಒಂದ ಎರಡ ವರ್ಷದಿಂದ ನಮ್ಮನಿ ಬಾಜು ಇಬ್ಬರ ಅಗದೀ ವಯಸ್ಸಾದ ಗಂಡಾ ಹೆಂಡ್ತಿ ಬಂದಾರ. ಹಂಗ ಅದ ಅವರದ ಸ್ವಂತ ಮನಿ, ಇಷ್ಟ ವರ್ಷ ಬೆಂಗಳೂರಾಗ ಮಗಾ ಸೊಸಿ ಜೊತಿ ಇದ್ದರು. ಹಿಂಗಾಗಿ ಹುಬ್ಬಳ್ಳಿ ಮನಿ ಭಾಡಗಿ ಕೊಟ್ಟಿದ್ದರು. ಎರಡ ವರ್ಷದ ಹಿಂದ ಮಗಾ 'ನಾ ಲಂಡನ್ನಿಗೆ ಶಿಫ್ಟ್ ಆಗ್ತೇನಿ, ಐದ ವರ್ಷದ ಪ್ರಾಜೆಕ್ಟ್ ಅದ' ಅಂತ ಹೇಳಿ ಹೆಂಡ್ತಿ ಮಕ್ಕಳನ್ನ ಕಟಗೊಂಡ ಲಂಡನ್ನಿಗೆ ಹೋದ ಮ್ಯಾಲೆ ಇವರಿಗೆ ಬೆಂಗಳೂರ ಒಲ್ಲೆ ಅನಸ್ತು. ಇತ್ತಲಾಗ ಮಗಳು ಅಳಿಯಾನು ಆಸ್ಟ್ರೇಲಿಯಾದಾಗ ಸೆಟ್ಲ್ ಆಗಿಬಿಟ್ಟಿದ್ದರು. ಅದರಾಗ ಮೊದ್ಲ ವಯಸ್ಸಾದವರು, ಬೆಂಗಳೂರಂಥಾ ಊರಾಗ ಇಬ್ಬರ ಇರೋದ ರಿಸ್ಕ್, ಆವಾಗ ಬೆಂಗಳೂರಾಗ ಬ್ಯಾರೆ ವಯಸ್ಸಾದ ಗಂಡಾ ಹೆಂಡತಿ ಇಬ್ಬರ ಇದ್ದ ಮನಿಗೆ ಕಳ್ಳರ ನುಗ್ಗಿ ಅವರನ ಕೊಂದ ಕಳವು ಮಾಡ್ಕೊಂಡ ಹೋಗೋದ ಭಾಳ ನಡದಿತ್ತ. ಹಿಂಗಾಗಿ ಇವರ ಹೆದರಿ ಎಲ್ಲಿದ ಬಿಡ ಸುಮ್ಮನ ನಮ್ಮ ಊರಿಗೆ ಹೋಗಿ ಆರಾಮ ಸಾಯೋತನಕ ಇರೋಣ ಅಂತ ವಾಪಸ ಹುಬ್ಬಳ್ಳಿಗೆ ಬಂದರು.

ಹಂಗ ಆ ಅಜ್ಜಾಗ ಏನಿಲ್ಲಾಂದ್ರು ಒಂದ ಎಂಬತ್ತ ಎಂಬತ್ತ್ಯಾರಡ ವಯಸ್ಸಿರಬೇಕು ಅಜ್ಜಿಗೆ ಒಂದ ಎಪ್ಪತ್ತೆಂಟ ವಯಸ್ಸ. ಇಬ್ಬರದು ಭಾರಿ ಹೇಳಿ ಮಾಡಸಿದ ಜೋಡಿ. ಅರವತ್ತಕ್ಕ ಅರವು ಮರವು ಅಂತಾರ. ಇವರದಂತೂ ಎಂಬತ್ತರ ಸಂಸಾರ. ಕೇಳ್ತಿರೇನ? ಅಗದಿ ಭಾರಿ ನೋಡೊ ಹಂಗ ಇರತದ ಇವರ ಸಂಸಾರ. ಅಜ್ಜಾಗ ಕಿವಿ ಅಷ್ಟ ಸರಿ ಕೇಳಸಂಗಿಲ್ಲ. ಅಜ್ಜಿಗೆ ಕಣ್ಣ ಸ್ವಲ್ಪ ಮಬ್ಬ ಆಗ್ಯಾವ. ಹಂಗ ಇಬ್ಬರಿಗೂ ನೆನಪಿನ ಶಕ್ತಿ ಅಷ್ಟಕ್ಕ ಅಷ್ಟ. ಇಬ್ಬರ ಬಾಯಾಗು ಹಲ್ ಸೆಟ್ ಇದ್ದರೂ ಮಾತಿಗೆ ಏನ ಕಡಿಮೆ ಇರಲಿಲ್ಲ. ಇನ್ನ ಇಬ್ಬರದು ಮಣಕಾಲ ಹಿಡದಿಲ್ಲ, ಶುಗರ ಅಂತು ಅವರ ಮನೆತನದಾಗ ಇಲ್ಲಂತ. ಒಟ್ಟ ಇಬ್ಬರು ಅಜ್ಜಾ-ಅಜ್ಜಿ ಕೂಡಿ ಆರಾಮ ಸಂಸಾರ ಮಾಡ್ಕೋತ ಹೊಂಟಾರ. ಏನರ

ತಮ್ಮ ಕೈಲೆ ಆಗಲಾರದ್ದ ಕೆಲಸ ಇತ್ತಂದರ ನನಗ, ನನ್ನ ಹೆಂಡತಿಗೆ ಹೇಳ್ತಿರ್ತಾರ. ನಾ ಮರತರೂ ನನ್ನ ಹೆಂಡತಿ ಅವರ ಹೇಳಿದ್ದ ಕೆಲಸ ಅಗದಿ ತಪ್ಪದ ಮಾಡತಿರತಾಳ.

ಆ ಅಜ್ಜಿಗೆ ನಮ್ಮವ್ವ ಖಾಸ ಫ್ರೆಂಡ್. ದಿನಾ ಇಬ್ಬರೂ ಕೂಡಿ ಒಂದ ತಾಸ ಹರಟಿ ಹೊಡದಾಗ ಸಮಾಧಾನ. ನಮ್ಮವ್ವಗ ಮಾತ ಕೇಳಲಾರದ ಗಂಡನ ಬಗ್ಗೆ, ಮುಗ್ಗಲಗೇಡಿ ಮಗನ ಬಗ್ಗೆ, ಸೊಸಿ ಛಾಡಾ, ಮೊಮ್ಮಕ್ಕಳ ಮಂಡತನಾ ಅಂತ ಹೇಳಕೊಳ್ಳಿಕ್ಕೆ ಆಡಕೊಳ್ಳಿಕ್ಕೆ ಸಿಕ್ಕಾಪಟ್ಟೆ ವಿಷಯರ ಅವ, ಪಾಪ ಆ ಅಜ್ಜಿಗೆ ಅವರ ಯಾರೂ ಇದ್ದೂ ಇರ್ಲಾರದಂಗ. ಹಿಂಗಾಗಿ ತಿರಗಿ ಮುರಗಿ ಗಂಡನ ಛಾಡಾ ಹೇಳಕೋತ ಹೊತ್ತ ಕಳೀತಾಳ. ಅಲ್ಲ, ಹಂಗ ಅಜ್ಜಿ ಅರವತ್ತ ವರ್ಷದಿಂದ ಗಂಡನ ಬಗ್ಗೆ ಆಡಕೊಂಡರೂ ಮುಗಿವಲ್ತು ಅಂದರ ಆ ಗಂಡನ ಮಹಾತ್ಮೆ ಎಷ್ಟ ಇರಬೇಕ ವಿಚಾರ ಮಾಡ್ರಿ.

ಇನ್ನ ಅಜ್ಜಾನ ಬಗ್ಗೆ ಹೇಳಬೇಕಂದರ ನನ್ನ ಪ್ರಕಾರ ಅಂವಾ ಅಂತೂ ದೇವರಂತಾ ಮನುಷ್ಯಾ. ತಾ ಆತು ತನ್ನ ಮನಿ ಆತು, ಊರ ಉಸಾಬರಿ ಇಲ್ಲ, ಮನ್ಯಾಗ ಅವನ ಉಸಾಬರಿ ನಡಿಯಂಗಿಲ್ಲ. ಒಬ್ಬರಿಗೂ ತುಟಿ ಬಿಚ್ಚಿ ಒಂದ ಮಾತಾಡಿದ ಮನುಷ್ಯಾ ಅಲ್ಲ. ದಿವಸಾ ಐದ ಗಂಟೇಕ್ಕ ಏಳೋದು, ಒಂದ ತಾಸ ವಾಕಿಂಗ್. ವಾಕಿಂಗ್‌ನಿಂದ ಬರತ ಅರ್ಧಾ ಲೀಟರ್ ಹಾಲಿನ ಪಾಕೇಟ್ ಹಿಡಕೊಂಡ ಮನಿಗೆ ಬರೋದಕ್ಕು ಅಜ್ಜಿ ಎದ್ದ ಸಾರಿಸಿ ರಂಗೋಲಿ ಹಾಕತಿರ್ತಾಳ. ಮುಂದ ತಾವ ಒಲಿ ಮುಂದ ನಿಂತ ಹಾಲ ಕಾಯಿಸಿ ಎರಡ ವಾಟಗಾ ಚಹಾ ಮಾಡಿ ಹೆಂಡ್ತಿನ್ನ ಕರದ ಕೊಡೋರು. ಮುಂದ ಒಂದ ತಾಸ ಪೇಪರ್ ಓದೋದು.

ಆ ಪೇಪರ್ ಹಾಕೋವನ ಜೊತಿಗೆ ಇವರದ ವಾರದಾಗ ಮೂರ ದಿವಸ ಜಗಳಾ. ಇವರು ತಿಂಗಳದಾಗ ಮೂರ ಸರತೆ ಪೇಪರ್ ಚೇಂಜ್ ಮಾಡೋರು. ಒಂದ ವಾರ ಸಂಯುಕ್ತ ಕರ್ನಾಟಕ, ಒಂದ ವಾರ ವಿಜಯ ಕರ್ನಾಟಕ, ಒಂದ ವಾರ ವಿಜಯವಾಣಿ, ಅದನ್ನ ಹಾಕಿದರ ಅದನ್ಯಾಕ ಹಾಕಿದಿ, ಇದನ್ನ ಹಾಕಿದರ ಇದನ್ಯಾಕ ಹಾಕಿದಿ ಅಂತ ಜಗಳ ಶುರು. ಇವರಿಗೆ ತಾವ ಯಾ ಪೇಪರ್ ಹಾಕಂತ ಹೇಳಿದ್ದೆ ಅನ್ನೋದನ್ನ ತಾವ ಮರತ ಬಿಡೋರು. ಮ್ಯಾಲೆ ನಮ್ಮ ಓಣ್ಯಾಗ ಪೇಪರ್ ಹಾಕೋರ ಬ್ಯಾರೆ ಮೂರ ತಿಂಗಳಿಗೆ ಒಮ್ಮೆ ಚೇಂಜ್ ಆಗೋರ. ಮತ್ತ ಅದ ಹಣೆಬರಹ.

ಪೂರ್ತಿ ಪೇಪರ್ ಓದಿ ಮುಗಿಸಿ ಲಾಸ್ಟಿಗೆ ನಿಧನ ವಾರ್ತೆ ಓದೋದ ಇವರ ದಿನದ್ದ ಚಟಾ. ಹಂಗ ತಮ್ಮ ಪೈಕಿ ಯಾರರ ಹಾನಗಲ್, ಸವಣೂರ, ತಿಳವಳ್ಳಿ, ಅಕ್ಕಿ ಆಲೂರ ಕಡೇದವರ ಹೆಸರ ಅವ ಏನ ನೋಡಿ ಹೆಂಡ್ತಿಗೆ ಒದರಿ,

'ಏ, ಆ ಶಾನಭೋಗರ ನಾಣಿ ಹೋದನಂತ ನೋಡ' ಅಂತ ಹೇಳೊರು. ಅದಕ್ಕ ಅಜ್ಜಿ,

'ಅಯ್ಯ ಖೋಡಿ ಓಯ್ದಂದ... ನನ್ನಕಿಂತ ಸಣ್ಣದ. ಈಗ ದಣೇನ ಎಪ್ಪತ್ತೈದ ದಾಟಿರಬೇಕ, ಅದಕ್ಕೇನಾಗಿತ್ತ ಧಾಡಿ' ಅಂತ ಆಕಿ ಅನ್ನೋಕಿ. ಹಿಂಗ ಒಮ್ಮೆ ನಿಧನ ವಾರ್ತೆ ಓದಿದ ಮ್ಯಾಲೆ ಇವರ ಸ್ನಾನಕ್ಕ ಹೋಗೋರು.

ಸ್ನಾನ ಆದ ಮ್ಯಾಲೆ ಒಂದ ತಾಸ ದೇವರ ಪೂಜಿ. ಅಷ್ಟರಾಗ ಅಜ್ಜಿ ಒಂದಿಬ್ಬರ ಮನಿ ಕಾಂಪೌಂಡ್ ನುಗ್ಗಿ ಆ ಮನಿ ಮಂದಿಗೆ ಗೊತ್ತಾಗಲಾರದಂಗ ಹೂ ಹರಕೊಂಡ ಬಂದಿರ್ತಾಳ. ಅದ ಹಿಂಗ ಆಗಿತ್ತಲ್ಲ. ನಮ್ಮ ಲೈನನಾಗ ಯಾರದರ ಮನಿ ಗಿಡದಾಗ ನಾವ ಏಳೋದರಾಗ ಹೂ ಹೋಗಿದ್ವು ಅಂದರ ಅಜ್ಜಿನ ಒಯ್ದಾಳ ಅಂತ ಗ್ಯಾರಂಟಿ ಇರತಿತ್ತ.

ಇನ್ನ ಅಜ್ಜಾನ ಪೂಜಿ ಮುಗಿಯೋದಕ್ಕು ಅಜ್ಜಿ ಸ್ನಾನ ಮುಗಿಸಿ ಮಂಗಳಾರತಿ ತೊಗೊಳ್ಳಿಕ್ಕೆ ರೆಡಿ ಆಗಿರ್ತಾಳ. ಅಷ್ಟರಾಗ ಕುಕ್ಕರ ಎರಡ ಸೀಟಿ ಹೊಡದಿರ್ತದ, ಹತ್ತ ಅನ್ನೋದರಾಗ ಊಟಾ ಮಾಡೇ ಬಿಡ್ತಾರ.

'ಈಗ ಒಂದ್ಯಾರಡ ವರ್ಷ ಆತು. ನಮ್ಮ ಮನೆಯವರ ಹಲ್ ಸೆಟ್ಟಿಗೆ ಭಕ್ಕರಿ ಚಪಾತಿ ಬರವಲ್ವು. ಹಿಂಗಾಗಿ ಬರೇ ಅನ್ನನ ನಮ್ಮ ಮನ್ಯಾಗ' ಅಂತ ಅಜ್ಜಿ ಏನ ತನ್ನ ಹಲ್ಲಿನ ಸೆಟ್ ಕಬ್ಬಣದ ಅನ್ನೊರಗತೆ ಮಾತಾಡೋಕಿ.

ಒಂದ ಮುಂಜಾನೆ ಹತ್ತುವರಿ ಹನ್ನೊಂದಕ್ಕ ಫ್ರೀ ಆದರು ಅಂದರ ಮುಗೀತು. ಸಂಜಿ ಚಹಾ ತನಕ ಇಬ್ಬರಿಗೂ ಕೆಲಸಿಲ್ಲ ಬೊಗಸಿಲ್ಲ. ಅಜ್ಜಿ TV ಮುಂದ ಅಜ್ಜಾ ಮನಿ ಮುಂದ ವರಾಂಡಾದಾಗ ಠಿಕಾಣಿ ಹೂಡಿ ಬಿಡ್ತಾರ.

ಅಜ್ಜಗ ಕಿವಿ ಕೇಳಂಗಿಲ್ಲಾಂತ ಅಜ್ಜಿ ಅವನ ಜೊತಿ ಭಾಳ ಮಾತಾಡಲಿಕ್ಕೆ ಹೋಗಂಗಿಲ್ಲ. ಆಕಿಗೆ ಕಣ್ಣ ಕಾಣಂಗಿಲ್ಲ. ಅದೇನ ತಲಿ tv ನೋಡ್ತಾಳೊ ಅಂತ ಅಜ್ಜ ಅನ್ನೋವಾ. ಅದರಾಗ ಆಕಿಗೆ ಯಾ ಸೀರಿಯಲ್ ಯಾ ಚಾನೆಲ್‌ದಾಗ ಬರ್ತದ ನೆನಪ ಇರಂಗಿಲ್ಲ. ಹಿಂಗಾಗಿ ಗಂಡಗ ಕರದ ಅದನ್ನ ಹಚ್ಚಿ ನೋಡರಿ, ಇದನ್ನ ಹಚ್ಚಿ ನೋಡರಿ ಅಂತ ಜೀವಾ ತಿಂತಿರತಾಳ. ಅದರಾಗ ಒಂದಿಷ್ಟ ಸೀರಿಯಲ್ ದಿವಸಕ್ಕ ಎರೆಡೆರಡ ಸಲಾ ಬಂದರ ಎರಡೂ ಸರತೆನೂ ಅಷ್ಟ ಭಕ್ತಿಯಿಂದ ನೋಡ್ತಾಳ. ಪಾಪ ಹೊತ್ತ ಹೋಗಬೇಕಲಾ.

ಸಂಜಿ ಮುಂದ ಚಹಾ ಕುಡದ ಅಜ್ಜಾಂದ ಮತ್ತೊಂದ ರೌಂಡ್ ವಾಕಿಂಗ್, ಅಜ್ಜಿದ ನಮ್ಮವ್ವನ ಜೊತಿ ಹರಟಿ ಕಾರ್ಯಕ್ರಮ ಶುರು.

ದಿವಸಾ ಅಜ್ಜಗ ವಾಕಿಂಗ್ ಹೋಗಬೇಕಾರ ಅಜ್ಜಿ ಒಂದಿಲ್ಲ ಒಂದ ಸಾಮಾನ ತರಲಿಕ್ಕೆ ಹೇಳೋಕಿ, ಕಡಿಕೆ ಏನು ಇಲ್ಲಾಂದರ ಬಿಪಿ, ಟಾನಿಕ್ ಗುಳಗೆರ ಇದ್ದ ಇರತದ. ಅದ ಹಿಂಗಾ ಆಗ್ತಿತ್ತ ಅಂದರ ಅಜ್ಜಿ ಹೇಳೋದ ಒಂದ ಸಾಮಾನ, ಅಜ್ಜ ತರೋದ ಒಂದ ಸಾಮಾನ ಆಗತಿತ್ತ. ಅಜ್ಜಗ ಅಂಗಡಿ ಮಟಾ ಹೋಗೋದರಾಗ ಆಕಿ ಹೇಳಿದ್ದ ಮರತ ಬಿಡತಿತ್ತ. ಮತ್ತ ಆ ಸಾಮಾನ ವಾಪಸ ಕೊಟ್ಟ ಬ್ಯಾರೆ ಸಾಮಾನ ತರೊಂವಾ. ಅವರೇನ ಮುದ್ದಾಮ್ ವಾಕಿಂಗ್ ಆಗ್ತದ ಅಂತನೋ ಇಲ್ಲಾ ಖರೇನ ಮರಿತಿದ್ದರೋ ಆ ದೇವರಿಗೆ ಗೊತ್ತ.

ಅಲ್ಲಾ, ಹಂಗ ಅಜ್ಜಿನು ಆಕಿನ ಇದ್ದಳ ಬಿಡ್ರಿ. ಮ್ಯಾಲೆ ಟ್ಯಾಂಕಿಗೆ ನೀರ ಏರಸಲಿಕ್ಕೆ ಮೋಟರ್ ಬಟನ್ ಶುರು ಮಾಡಿ ಆಕಿ ಟಿ.ವಿ. ಮುಂದ ಕೂತ ಬಿಡೋಕಿ, ಅದ ಮುಂದ

ಟ್ಯಾಂಕ್ ತುಂಬಿ ಹರದರೂ ಇಬ್ಬರಿಗೂ ನೆನಪ ಇರಂಗಿಲ್ಲ, ಮತ್ತ ನಮ್ಮಂತಾವರ ಯಾರರ ಹೋಗಿ ಹೇಳಿದ ಮ್ಯಾಲೆ ಬಂದ ಮಾಡೋರು. ಹಂತಾದರಾಗ ಅಜ್ಜಿ ಮತ್ತ ಗಂಡಗ ಜೋರ ಮಾಡೋಕಿ.

'ಏನ ಖಬರಗೇಡಿ ಇದ್ದೀರಿ, ನಿಮಗ ಹೇಳಿದ್ನೆ ಇಲ್ಲೊ, ಟ್ಯಾಂಕ್ ತುಂಬಿದ ಮ್ಯಾಲೆ ಬಂದ ಮಾಡ ಅಂತ ಹೇಳಿ, ಇಲ್ಲೇ ಪೇಪರ್ ಓದಕೋತ ಕೂತರಿ, ನೀರ ಬೀಳಲಿಕತ್ತಿದ್ದ ಕೇಳಸಂಗಿಲ್ಲ?' ಅಂತ ಅವನ ಕಿವ್ಯಾಗ ಜೋರ ಒದರೋಕಿ. ಅಲ್ಲ, ಪಾಪ ಅವರಿಗರ ಮೊದ್ಲ ಕಿವಿ ಕೇಳಸಂಗಿಲ್ಲ, ಅದರಾಗ ನೆನಪಿನ ಶಕ್ತಿನೂ ಅಷ್ಟಕ್ಕ ಅಷ್ಟ.

ಇನ್ನ ಒಲಿ ಮ್ಯಾಲೆ ಹಾಲ ಕಾಸಲಿಕ್ಕೆ ಇಟ್ಟಾಗೂ ಹಂಗ ಅಜ್ಜಿ ಹಾಲ ಕಾಸಲಿಕ್ಕೆ ಇಟ್ಟ ಮರತ ಬಿಡೋಕಿ. ಮುಂದ ಅದನ್ನ ಗಂಡSನ ನೋಡಿ ಆರಿಸಿದರ ಆರಸಬೇಕು, ಇಲ್ಲಾಂದರ ಇಲ್ಲ. ಕಡಿಕೆ ಒಂದ ಅರ್ಧಾ ತಾಸಿಗೆ ಅಜ್ಜನ,

'ಯಾರದೋ ಮನ್ಯಾಗ ಹಾಲ ಹೊತ್ತಿದ ವಾಸನಿ ಬರಲಿಕತ್ತದ' ಅಂದಾಗ ಈಕಿಗೆ ನೆನಪಾಗೋದ.

'ಅಯ್ಯ, ಹಣೆಬರಹನ.. ಹಾಲ ಇಟ್ಟಿದ್ದೆ, ನೀವರ ನೆನಪ ಮಾಡಬಾರದೇನ?' ಅನ್ನೋಕಿ.

ಆ ಅಜ್ಜಂದ ಮೂಗ ಭಾರಿ ಚುರಕ ಇತ್ತ. ಅಂವಾ ಯಾರ ಮನ್ಯಾಗ ಏನ ಅಡಗಿ ಮಾಡ್ಯಾರ ಅನ್ನೋದ ಬರೇ ಹೊರಗ ರಸ್ತೇದಾಗ ಬರೋ ವಾಸನಿ ಮ್ಯಾಲೆ ಹೇಳತಿದ್ದಾ. ಅದರಾಗ ನನ್ನ ಹೆಂಡತಿ ಪುದಿನಾ ಪಲಾವ್, ಟೊಮ್ಯಾಟೋ ಬಾತ್ ಅಂತೂ ಕಣ್ಣಮುಚ್ಚಿ ಹೇಳ್ತಿದ್ದಾ. ಅಲ್ಲ ನನ್ನ ಹೆಂಡತಿ ಮಾಡಿದ್ದ ಪುದಿನಾ ಪಲಾವ್ ಬಾಯಗ ಹೆಂಗರ ಇರಲಿ ಆದರ ಅವತ್ತ ಮಾತ್ರ ನಮ್ಮ ಇಡಿ ಓಣಿ ಘಮಾ ಘಮಾ ಅಂತಿರತದ.

ಹಂಗ ಅಜ್ಜಿದ ಮರವು ಭಾಳ ವಿಚಿತ್ರ ಇರತಿದ್ದವು.

'ನಿನ್ನೆ ಹೆಪ್ಪ ಹಾಕೋದ ಮರತಬಿಟ್ಟೆ. ಹೆಪ್ಪಿಗೆ ಒಂದ ಚೂರ ಮೊಸರ ಕೊಡ್ವಾ..'

'ನಮ್ಮ ಮನೆಯವರ ಲಿಂಬೆ ಹಣ್ಣ ತರೊದ ಮರತ ಬಂದಾರ. ಪಾನಕಕ್ಕ ಒಂದ ಲಿಂಬೆ ಹಣ್ಣ ಕೊಡು...'

'ಅಯ್ಯ ಸುಡಗಾಡ, ನಿನ್ನೆ ನಳಾ ಬರತದ ಅಂತ ಲಕ್ಷನ ಇದ್ದಿದ್ದಿಲ್ಲವಾ, ಟ್ಯಾಂಕಿನ ನಳಾ ಚಾಲು ಮಾಡಿದ್ದಿಲ್ಲ, ಮನ್ಯಾಗ ಒಂದ ಹನಿ ನೀರ ಇಲ್ಲ, ಕುಡಿಲಿಕ್ಕೆ ಒಂದ ಕೊಡಾ ನೀರ ಕೊಡ್ವಾ' ... ಹಿಂಗ ಒಂದ ಎರಡ.

ಆಕಿ ಹಿಂಗ ಮಾಡೊದಕ್ಕು ಅಜ್ಜಾ 'ಅಕಿ ಮರಿಲಾರದ್ದ ಅಂದರ ಗಂಡನ್ನ ಒಂದ ನೋಡ್ರಿ' ಅಂತ ಅನ್ನೋದಕ್ಕು ಭಾಳ ಕರೆಕ್ಟ್ ಅನಸ್ತಿತ್ತ. ಆದರ ಅಜ್ಜಿಗೆ ಹಂಗ ಅಂದರ ಭಾಳ ಸಿಟ್ಟ ಬರತಿತ್ತ. 'ಅಯ್ಯ ಅವರೇನ ಭಾಳ ಶಾಣ್ಯಾರ ಇದ್ದಾರ ತೊಗೊ, ಎಲ್ಲೆ ಚಸ್ಮಾ ಇಡತಾರ ಅಲ್ಲೇ ಮರತ ಬಿಟ್ಟಿರತಾರ. ಹಿಂಗಾಗಿ ಇರೋ ಎರಡ ಕಣ್ಣಿಗೆ ಮೂರ ಚಸಮಾ ಮಾಡಿಸ್ಯಾರ...'

ಅದು ಹೋಗಲಿ ಇಬ್ಬರದು ಹಲ್ ಸೆಟ್ ತೊಳದ ಇಟ್ಟಾಗ ತಮ್ಮ ಹಲ್ ಸೆಟ್ ಯಾವದ ಅಂತ ಸಹಿತ ಅವರಿಗೆ ಗೊತ್ತ ಇರಂಗಿಲ್ಲ, ಮತ್ತ ನಾನ ತಂಬಾಕ ತಿಂದ ಹುಳಕ ಹತ್ತಿದ್ದ ಹಲ್ ಸೆಟ್ ನಿಂಬದು ಅಂತ ಹೇಳಿದಾಗ ಗೊತ್ತಾಗೊದು' ಅಂತ ಅಜ್ಜಿ ಹೇಳೋಕಿ.

'ಅಯ್ಯ, ಆಕಿ ಮಾತ ಏನ ಕೇಳ್ತೀರಿ? ಮೊನ್ನೆ ಭಾಂಡೆ ತಿಕ್ಕೋಕಿಗೆ ಮರತ ತನ್ನ ಹಲ್ ಸೆಟ್ ಸಹಿತ ಭಾಂಡಿ ಜೊತಿ ತಿಕ್ಕಲಿಕ್ಕೆ ಇಟ್ಟೋಕಿ ಆಕಿ' ಅಂತ ಅವರ ಅನ್ನೋದು. ದಿವಸಾ ಇಬ್ಬರದು ಹಿಂಗ ನಡದಿರತಿತ್ತ.

ಮೊನ್ನೆ ರವಿವಾರ ಸಂತಿಗೆ ಹೋಗಬೇಕಾರ ಅಜ್ಜಿ, 'ನಾನು ಬರ್ತೇನಿ. ನಾಡದ ನೂಲ ಹುಣ್ವಿಗೆ ಒಂದ ಸ್ವಲ್ಪ ಸಾಮಾನ ತರೋವ ಅವ' ಅಂತ ಅಜ್ಜನ ಜೊತಿ ಸಂತಿಗೆ ಅಜ್ಜಿನೂ ಹೋದ್ಲು. ಅಜ್ಜಾ ಹತ್ತ ಕಡೆ ಕಾಯಿಪಲ್ಲೆ ಆರಿಸಿ, ಮೂಸಿ ಮೂಸಿ ನೋಡಿ, ಹತ್ತ ಸರತೆ ಜಿಕೇರಿ ಮಾಡಿ ತೊಗೊಳೊಂವಾ. ಅಜ್ಜಿಗೆ ಅದ ಬಗಿ ಹರಿಯಂಗಿಲ್ಲ. ಅಜ್ಜ ಒಮ್ಮೆ ಸಂತಿಗೆ ಹೋದನಂದರ ತೊಗೊಳೊದ ಎರಡನೂರ ರೂಪಾಯಿದ್ದ ಕಾಯಿಪಲ್ಲೆ ಆದರೂ ಮಿನಿಮಮ್ ಎರಡ ತಾಸ ಮಾಡೊಂವಾ. ಹಿಂಗ ಇವರ ಜೊತಿ ಹೊಂಟರ ಬೆಳಗ ಹರಿತದ ತಡಿ ಅಂತ ಹೆಂಡತಿ, 'ನೀವ ಒಂದ ಸ್ವಲ್ಪ ಸಾಮಾನ ತೊಗೊಳ್ರಿ. ನಾ ಒಂದ ಸ್ವಲ್ಪ ತೊಗೊತೇನಿ' ಅಂತ ಇಬ್ಬರು ಡಿವೈಡ್ ಆಗಿ ಖರೀದಿಗೆ ಹೋದರು. ಮುಂದ ಇಬ್ಬರು ತಮ್ಮ ತಮ್ಮ ಲಿಸ್ಟ್ ಪ್ರಕಾರ ಸಾಮಾನ ಖರೀದಿ ಮಾಡ್ಕೋತ ಹೊಂಟ್ರು.

ಅಜ್ಜಾಂದ ಖರೀದಿ ಮುಗೀತು. ಅಂವಾ ಸೀದಾ ಸಾಮಾನ ಭಾಳ ಆಗ್ಯಾವ ತಡಿ ಅಂತ ಪ್ರತಿವಾರದ ಗತೆ ಆಟೋ ಮಾಡ್ಕೊಂಡ ಮನಿಗೆ ಬಂದ ಬಿಟ್ಟಾ. ಮನಿಗೆ ಬಂದ ಕಾಯಿಪಲ್ಲೆ ಎಲ್ಲ ಸುರವಿ ಸ್ವಚ್ಛ ಮಾಡಿ ಫ್ರಿಡ್ಜ್ ಒಳಗ ಇಟ್ಟ ಒಂದ ಸ್ವಲ್ಪ ಅಡ್ಡಾದರ ಆತ ಅಂತ ಮಲ್ಕೊಂಡ ಬಿಟ್ಟಾ. ಮುಂದ ನಾಲ್ಕ ಗಂಟೆ ಸುಮಾರ ಎದ್ದ ಹಂಗಽರ ಹಾಲ ಬಿಸಿ ಮಾಡಿ ಚಹಾ ಮಾಡಿದರಾತು ಅಂತ ಹಾಲ ಕಾಯಸಲಿಕ್ಕೆ ಇಟ್ಟ ಅಜ್ಜಿನ್ನ ಎಬಿಸಿದರಾತು ಅಂತ ನೋಡಿದರ TV ಮುಂದ ಅಡ್ಡಾಗತಿದ್ದ ಅಜ್ಜಿ ಗಾಯಬ. ಅಜ್ಜಿ ಇದ್ದಿದ್ದೆಲಾ. ಹಂಗರ ಈಕಿ ಹರಟಿ ಹೊಡಿಲಿಕ್ಕೆ ಹೋಗಿರಬೇಕ ಬಿಡ ಅಂತ ತಾವ ಒಂದ ವಾಟಗಾ ಚಹಾ ಮಾಡ್ಕೊಂಡ ಕುಡದ ಕಟ್ಟಿಗೆ ಬಂದ ಕೂತರು. ಮುಂದ ಒಂದ ತಾಸ ಆದರೂ ಅಜ್ಜಿದ ಪತ್ತೆ ಇಲ್ಲ, ಕಡಿಕೆ ಸಂಜಿ ಮುಂದ ಅವರ ಮನಿ ಮುಂದ ವಾಕಿಂಗ್ ಹೊಂಟಿದ್ದ ನನ್ನ ಹೆಂಡತಿನ್ನ ನಿಲ್ಲಿಸಿ,

'ನಮ್ಮ ಮುದುಕಿ ನಿಮ್ಮ ಮನ್ಯಾಗ ಇದ್ದಾಳೇನ್ವಾ? ಆಕಿನ್ನ ಕಳಸ ಮನಿಗೆ. ಮೂರ ಸಂಜಿ ಆತು. ಹರಟಿ ಸಾಕ ಮಾಡ ಅಂತ ಹೇಳ' ಅಂತ ಹೇಳಿದ್ರು. ಅದಕ್ಕ ನನ್ನ ಹೆಂಡತಿ,

'ಅಜ್ಜಿ ನಮ್ಮನೀಗೆ ಇವತ್ತ ಬಂದೇ ಇಲ್ಲ, ನೀವ ಮಧ್ಯಾಹ್ನ ಇಬ್ಬರು ಕೂಡೆ ಸಂತಿಗೆ ಹೋಗಿದ್ದರಲಾ' ಅಂತ ಹೇಳಿದಾಗ ಅವರಿಗೆ ಥಟಕ್ಕನ ನೆನಪಾತ, ಸಂತಿಗೆ ಹೆಂಡ್ತಿನ್ನ ಕರಕೊಂಡ ಹೋಗಿ ಅಲ್ಲೇ ಬಿಟ್ಟ ಬಂದೇನಿ ಅಂತ. ಅಲ್ಲ ಹಂಗ ಅಜ್ಜಾಂದ

ನೆನಪಿನ ಶಕ್ತಿ ಅಷ್ಟಕ್ಕ ಅಷ್ಟ ಖರೆ. ಅದರಾಗ ಅಜ್ಜಿ ಪ್ರತಿ ರವಿವಾರ ಸಂತಿಗೆ ಹೋಗೋಕಿ ಏನ ಅಲ್ಲ. ಹಿಂಗಾಗಿ ಆಕಿನ್ನ ಸಂತ್ಯಾಗ ಮರತ ಬಂದಿದ್ದನ್ನ ಇವರ ಮರತ ಬಿಟ್ಟಿದ್ದರು. ಆ ಮಾತಿಗೆ ಆಗಲೇ ಮೂರ ತಾಸ ಆಗಲಿಕ್ಕೆ ಬಂದಿತ್ತ. ಪಾಪ, ಅಜ್ಜ ಗಾಬರಿ ಆಗಿ ನೀನು ಬಾರವಾ ತಂಗಿ ಅಂತ ನನ್ನ ಹೆಂಡ್ತಿ ಜೊತಿ ಮಾಡ್ಕೊಂಡ ವಾಪಸ ಸಂತಿಗೆ ಹುಡಕಲಿಕ್ಕೆ ಹೊಂಟರು.

ಇತ್ತಲಾಗ ಅಜ್ಜಿದ ಏನ ಕಥಿ ಆಗಿತ್ತಂದರ ಆಕಿ ಕುಡಿ ಬಾಳೆ ಎಲಿ ಹುಡ್ಕೋತ ಹೊಂಟಾಗ ಗಾಂಧಿನಗರ ಕಮಲಾಬಾಯಿ ಭೆಟ್ಟಿ ಆದರಂತ. ಅವರ ಜೊತಿ ಒಂದ ಸ್ವಲ್ಪ ಮಾತಾಡಿ ಕಡಿಕೆ ಅವರ 'ಭಾಳ ದಿವಸದ ಮ್ಯಾಲೆ ಸಿಕ್ಕೀರಿ, ಮನಿಗೆ ಬಂದ ಒಂದ ಕಪ್ ಚಹಾ ಕುಡದ ಹೋಗರಿ' ಅಂತ ಕರದರಂತ ಸೀದಾ ಅವರ ಮನಿಗೆ ಹೋಗಿ ಚಹಾ ಕುಡದ ಒಂದ ತಾಸ ಹರಟಿ ಹೊಡದ ಅಲ್ಲೇ ಅರ್ಧಾ ತಾಸ ಅಡ್ಡಾಗಿ ಎದ್ದರಂತ. ಮುಂದ ಸಂಜಿ ಆತು. ದೇವರ ಮುಂದ ದೀಪಾ ಹಚ್ಚಬೇಕು ಮನಿಗೆ ಹೋಗ್ತೇನಿ ಅಂತ ಎದ್ದಾಗ ಸಡನ್ ಆಗಿ,

'ಅಯ್ಯ ನನ್ನ ಹಣೇಬರಾ, ನಾ ಸಂತಿಗೆ ನಮ್ಮ ಮನೆಯವರ ಜೊತಿ ಬಂದಿದ್ದೆ, ಅವರನ ಮರತ ನಿಮ್ಮ ಜೊತಿ ಹರಟಿ ಹೊಡ್ಕೋತ ಇತ್ತಲಾಗ ಬಂದ ಬಿಟ್ಟೇನಿ' ಅಂತ ಅಜ್ಜಿಗೆ ಆವಾಗ ನೆನಪಾತಂತ. ಪಾಪ ನಮ್ಮ ಮನೆಯವರು ನನ್ನ ಎಲ್ಲೆಲ್ಲೆ ಹುಡಕ್ಯಾಡ್ಯಾರೋ ಏನೋ ಅಂತ ಅಲ್ಲಿಂದ ಮನಿ ಲ್ಯಾಂಡ್ ಲೈನಿಗೆ ಘೋನ್ ಹಚ್ಚಿದರಂತ. ಅಜ್ಜನ ಉದ್ದನಿ ಮೊಬೈಲ್ ನಂಬರ ಅಜ್ಜಿಗೆ ನೆನಪ ಇದ್ದಿದ್ದಿಲ್ಲ, ಇಲ್ಲೆ ನೋಡಿದರ ಹತ್ತ ರಿಂಗ್ ಆದರೂ ಮನ್ಯಾಗಿನ ಲ್ಯಾಂಡ್ ಲೈನ್ ಘೋನ್ ಯಾರ ಎತ್ತವಲ್ಲರು. ಆಕಿಗೆ ಗಂಡಗ ಕಿವಿ ಬ್ಯಾರೆ ಕೇಳಸಂಗಿಲ್ಲ, ಘೋನರ ಬೆಡ್‌ರೂಮಿನಾಗ ಅದ. ಇವರ ಹೊರಗ ಕೂತರಂದ ಒಳಗಿಂದ ಏನು ಲಕ್ಷ್ಯ ಇರಂಗಿಲ್ಲ, ಇಲ್ಲ ಎಲ್ಲರ ನನ್ನ ಹುಡಕಲಿಕ್ಕೆ ಮನಿ ಕೀಲಿ ಹಾಕಿ ಅಡ್ಡಾಡಲಿಕತ್ತಾರೊ ಅಂತ ವಟಾ– ವಟಾ ಅನ್ಕೋತ ಸೀದಾ ಆಟೊ ತೊಗಂಡ ಮನಿ ಕಡೆ ಬರೋದಕ್ಕು ಕುಮಾರ ಪಾರ್ಕ್ ಹತ್ತರ ಎದುರಿಗೆ ಅಜ್ಜಾ ಮತ್ತ ನನ್ನ ಹೆಂಡತಿ ಕೂಡೆ ಟೆನ್ಶನ್‌ದಾಗ ಹೊಂಟೊರ ಸಿಕ್ಕರು. ಮುಂದ ಅದ ಆಟೋದಾಗ ಅಜ್ಜನ್ನೂ ಹತ್ತಿಸಿಗೊಂಡ ವಾಪಸ ಮನಿಗೆ ಬಂದ್ರು.

ಇತ್ತಲಾಗ ಇಡಿ ಓಣಿ ಮಂದಿ ತಮ್ಮ ತಮ್ಮ ಮನಿ ಮುಂದ ನಿಂತ ಹಿಂಗ ಅಜ್ಜಾ ಮಧ್ಯಾಹ್ನ ಸಂತಿಗೆ ಹೋದಾಗ ಹೆಂಡ್ತಿನ್ನ ಮರತ ಬಂದಾರಂತ ಅಂತ ಮಾತಾಡ್ಕೋತ ನಿಂತಿದ್ದರು. ಅವರಿಬ್ಬರೂ ಆಟೋ ಇಳದರು. ಆದರ ನನ್ನ ಹೆಂಡತಿ ಕಾಣಲಿಲ್ಲ... ಅಯ್ಯ ಇದೇನ ಬಂತ ಹಣೆಬರಹ? ತಮ್ಮ ಹೆಂಡತಿ ಸಿಕ್ಕದ್ದ ಖುಷಿ ಒಳಗ ಈ ಸರತೆ ನನ್ನ ಹೆಂಡತಿನ್ನ ಮರತ ಬಂದರೇನ ಅಂತ ನಾ ಕೇಳಿದರ,

'ಏ, ಆಕಿ ವಾಕಿಂಗ್ ಮುಗಿಸಿ ಬರ್ತೇನಿ ಅಂತ ಹೋದ್ಲೊ... ನಾ ಹಂಗ್ಯಾಕ ಮಂದಿ ಹೆಂಡ್ತಿನ್ನ ಮರತ ಬರಲಿ?' ಅಂತ ಅಜ್ಜಾ ನಕ್ಕೋತ ಅಜ್ಜಿ ಕೈ ಹಿಡ್ಕೊಂಡ ತಮ್ಮ ಮನಿ ಹೊಕ್ಕಾ...

ಈ ಮಾತಿಗೆ ಈಗ ಮೂರ ದಿವಸ ಆಗಲಿಕ್ಕೆ ಬಂತ, ನಮ್ಮ ಓಣ್ಯಾಗ ಎಲ್ಲಾರ ಮನ್ಯಾಗೂ ಅಜ್ಜಾ ಸಂತಿಗೆ ಹೋಗಿ ಹೆಂಡ್ತಿ ಮರತ ಬಂದಿದ್ದರದ ಮಾತ, ಉಳದವರೆಲ್ಲ ಬರೇ ಮಾತಾಡಿದರು. ಆದರ ನಾ ಅದನ್ನ ಬರದೆ.

ಅಲ್ಲಾ ಹಂಗ ವಯಸ್ಸಾದವರು ನಾ ಹಿಂಗ ವಯಸ್ಸಾದವರ ಬಗ್ಗೆ ಬರದಿದ್ದಕ್ಕ ತಪ್ಪ ತಿಳ್ಕೋಬ್ಯಾಡರಿ. ನಂಗೊತ್ತ ಇವತ್ತಿಲ್ಲ ನಾಳೆ ನನಗೂ ವಯಸ್ಸಾಗೇ ಆಗ್ತದ. ಆವಾಗ ನಂಬದು ಇದ ಹಣೆಬರಹ ಅಂತ. ಆದರೂ ಹೆಂಡ್ತಿನ್ನ ಮರತ ಬರೋ ಅಷ್ಟ ಮರುವತನ ಅಂದರ...ನಮ್ಮ ಕಡೆ ಅಂತು ಸಾಧ್ಯ ಇಲ್ಲ ಬಿಡ್ರಿ, ನಮ್ಮ ಹೆಂಡತಿ ನಮಗ ಮರೀಲಿಕ್ಕೆ ಬಿಡಂಗಿಲ್ಲ, ಇನ್ನ ಮರತರ ಆಕಿನ ನಮ್ಮನ್ನ ಮರಿಬೇಕ ಇಷ್ಟ.

ಯಾರದೊ ರೊಕ್ಕಾ ಯಲ್ಲಮ್ಮನ ಜಾತ್ರೆ...

ನಾವ B.Sc. ಕಲಿಬೇಕಾರ ನಮ್ಮ ಜೊತಿ ಒಬ್ಬ ಮಾರವಾಡಿ ದೋಸ್ತ ಇದ್ದಾ. ಹಂಗ ಆವಾಗ ಮಾರವಾಡಿ ಮಂದಿ ಸೈನ್ಸ್ ಕಲಿಯೋದ ಭಾಳ ಕಡಿಮಿ ಇತ್ತ. ಮಾರವಾಡಿ ಮಂದಿ ಟ್ರೇಡಿಂಗ್ ಮಾಡೋದ ಜಾಸ್ತಿ. ಹಿಂಗಾಗಿ ಅವರೆಲ್ಲ ಕಾಮರ್ಸ್ ತೊಗೊಂಡ ಪಿ.ಯು.ಸಿ. ಪಾಸ್ ಆದರ ಡಿಗ್ರಿ ಮಾಡೋರು ಪಾಸ್ ಆಗದಿದ್ದರ ಸೀದಾ ತಮ್ಮ ತಮ್ಮ ಅಂಗಡಿಗೆ ಹೋಗಿ ದಂಧೆ ನೋಡ್ಕೊಳೊರು. ಆದರ ನಮ್ಮ ಮಾರವಾಡಿದ ಫ್ಯಾಕ್ಟರಿ ಇತ್ತ. ಹಿಂಗಾಗಿ ಅಂವಾ ಸೈನ್ಸ್ ತೊಗೊಂಡಿದ್ದಾ. ನಮಗೆಲ್ಲ ಒಬ್ಬ ಮಾರವಾಡಿ ದೋಸ್ತ ಸಿಕ್ಕದ್ದ ಅದ ಮೊದಲನೆ ಸಲಾ.

ನಮ್ಮ ತಲ್ಯಾಗ ಮಾರವಾಡಿ ಅಂದರ ಒಂಥರಾ ಫಾರೆನರ್ ಇದ್ದಂಗ, ಅವರೆಲ್ಲಾ 'ಕಂಜೂಸ್ ಮಾರವಾಡಿ'ನ ಇರ್ತಾರ, ಅವರ ಇಲ್ಲೆ ದುಡದದ್ದನ್ನ ವರ್ಷಕ್ಕ ಎರಡ ಸಲಾ ಮಾರವಾಡಕ್ಕ (ರಾಜಸ್ಥಾನ) ಹೋಗಿ ಅಲ್ಲೆ ಮುಚ್ಚಿ ಇಟ್ಟ ಬರತಾರ ಅಂತ ಇತ್ತ. ಆದರ ನಮಗ ನಮ್ಮ ಮಾರವಾಡಿ ದೋಸ್ತ ಕ್ಲೋಸ್ ಆದಂಗ ಆದಂಗ ನಮ್ಮ ತಲ್ಯಾಗ ಇದ್ದ ಮಾರವಾಡಿ ಕಾನ್ಸೆಪ್ಟ್ ಚೇಂಜ್ ಆಗಲಿಕತ್ತ. ನಮ್ಮ ಮಾರವಾಡಿ ಏನ ಕಂಜೂಸ್ ಇದ್ದಿದ್ದಿಲ್ಲ. ಆದರ ಬೇಕಾಬಿಟ್ಟಿ ನಮ್ಮಗತೆ ಖರ್ಚ ಮಾಡತಿದ್ದಿಲ್ಲ ಇಷ್ಟ.

ಇನ್ನೊಂದ ಮಜಾ ಅಂದರ ಈ ಮಾರವಾಡಿ ಮಂದಿ ಒಳಗ ಗಂಡ ಹುಡುಗರಿಗೂ 19–20 ತುಂಬೊ ಪುರಸತ್ತ ಇಲ್ಲದ ಮದುವಿ ಮಾಡೊ ಪದ್ಧತಿ ಇತ್ತ. ಒಮ್ಮೆ ಇಪ್ಪತ್ತ ವರ್ಷಕ್ಕ ಲಗ್ನ ಆತಂದರ ಆ ಹುಡುಗ ವರ್ಷ ತುಂಬೋದರಾಗ ಒಂದ, ಮುಂದ ಮೂರ ವರ್ಷದಾಗ ಮಿನಿಮಮ್ ಎರಡ ಹಡದ ಒಟ್ಟ ಇಪ್ಪತ್ತೈದ ತುಂಬೋದರಾಗ ಮೂರ ಹಡದ ಬಿಡತಿದ್ದಾ. ಮುಂದ ಅಂವಾ ಮನಿ ಕಡೆ ಹೆಂಡತಿ ಕಡೆ ಹಣಕಿ ಹಾಕೋದ ಬ್ಯಾಡ, ಹೆಂಡ್ತಿಗೆ ಮಕ್ಕಳನ್ನ ನೋಡ್ಕೊಳ್ಳಿಕ್ಕೆ ಹಚ್ಚಿ ತಾ ದಂಧೆಕ್ಕ ನಿಂತನಂದರ ಉಳದಿದ್ದ ಜೀವನ ಪೂರ್ತಿ ದುಡಿಯೋದು, ಗಳಸೋದು. ಹಿಂಗಾಗೆ ಅವರ ಜನರೇಶನ್ ಟು ಜನರೇಶನ್ ಶ್ರೀಮಂತರಾಕೋತ ಹೋಗ್ತಾರ. ನಂಗೂ ಅವರ ಲಾಜಿಕ್ ಕರೆಕ್ಟ್ ಅನಸ್ತಿತ್ತ. ನನ್ನ ಪ್ರಕಾರ ಎಲ್ಲ ಹುಡುಗರಿಗೆ, ಅವರ ಮಾರವಾಡಿನ ಇರಲಿ

ಧಾರವಾಡಿನರ ಇರಲಿ, ವಯಸ್ಸಿಗೆ ಬಂದ ಮ್ಯಾಲೆ ತಲ್ಯಾಗ ಒಂದ ಕಡೆ ಹುಡುಗ್ಯಾರ ಬಗ್ಗೆ ಸಣ್ಣಾಗಿ ಕೊರೀತಿರತದ, ಹುಚ್ಚುಚಾಕಾರ ಫ್ಯಾಂಟಸಿ ಇರ್ತಾವ. ಹಂತಾದರಾಗ ತಲಿಗೆ ವಿದ್ಯಾನೂ ಹತ್ತಂಗಿಲ್ಲ, ದಂಧೆ ಮಾಡೋರಿಗೆ ಅದರ ಕಡೆ ಲಕ್ಷ್ಯನೂ ಇರಂಗಿಲ್ಲ. ಎಲ್ಲ ಹುಡುಗರು ಹುಡುಗ್ಯಾರ ಗುಂಗಿನಾಗ ಇರ್ತಾರ, ಅವರ ಬಗ್ಗೆ ಕ್ಯುರಿಯಾಸಿಟಿ ಭಾಳ ಇರ್ತದ. ಹಿಂಗಾಗೆ ಮಾರವಾಡಿ ಮಂದಿ ಹುಡುಗ ವಯಸ್ಸಿಗೆ ಬಂದ ಹುಡುಗ್ಯಾರದ ಕನಸ ಕಾಣಲಿಕತ್ತಾನ ಅನ್ನೋದ ತಡಾ, ಅವಂಗ ಒಂದ ಹುಡುಗಿ ಗಂಟ ಹಾಕಿ ಅವನ ಕನಸ ನನಸ ಮಾಡೇ ಬಿಡ್ತಾರ. ಆ ಹುಡುಗರು ಮದುವಿ ಆಗೋ ಪುರಸತ್ತ ಇಲ್ಲದ ಒಂದ ಮೂರ ಹಡದ ಎಲ್ಲ ನಶಾ ಇಳಿಸಿಗೊಂಡ ಬಿಡ್ತಾರ. ಮುಂದ ಅವರಿಗೆ ಜೀವನದಾಗ ಎದರ ಬಗ್ಗೆನೂ ಕ್ಯುರಿಯಾಸಿಟಿ ಉಳಿಯಂಗಿಲ್ಲ. ಅಲ್ಲ ಹಂಗ ಮದುವಿ ಆಗಿ ಒಂದ ಎರಡ ವರ್ಷದಾಗ ಮಾರವಾಡಿಗೆ ಇಷ್ಟ ಏನ ಎಲ್ಲಾರಿಗೂ ಅದ ಹಣೆಬರಹ. ಜೀವನದಾಗ ಎದರ ಬಗ್ಗೆನೂ ಕ್ಯುರಿಯಾಸಿಟಿ ಉಳಿಯೋದ ದೂರ ಉಳೀತು. ಕೆಲವೊಮ್ಮೆ ಅಂತೂ ಎಲ್ಲಾದರ ಬಗ್ಗೆ ಜಿಗುಪ್ಸೆ ಬರಲಿಕ್ಕೆ ಹತ್ತಿ ಬಿಡತದ. ಹಿಂಗ ಒಮ್ಮೆ ಮಾರವಾಡಿಗೊಳಿಗೆ ಹೆಂಡತಿ ಕ್ಯುರಿಯಾಸಿಟಿ ಮುಗದ ಮ್ಯಾಲೆ ಮುಂದ ಅವರ ತಲ್ಯಾಗ ದಂಧೆ ಮಾಡಬೇಕು, ರೊಕ್ಕಾ ಗಳಸಬೇಕ ಅನ್ನೋದ ಒಂದs ಉಳಿತದ. ಹಿಂಗಾಗೆ ಅವರ ಹಗಲು ರಾತ್ರಿ ಕೂಡಿ ಗಳಸಲಿಕ್ಕೆ ನಿಲ್ಲತಾರ.

ಇನ್ನ ನಮ್ಮ ಮಂದ್ಯಾಗಂತೂ ನಾವ ಯಾವಾಗ ಒಂದ ಕಾಲೇಜ್ ಟೈಮ್‌ನಾಗ ಕನಸ ಕಾಣಲಿಕತ್ತೋರಿಗೆ ಮುಂದ ಭಲೋ ನೌಕರಿ ಸಿಕ್ಕ ಭಲೋ ಕನ್ಯಾ ಸಿಗೋದರಾಗ ಮುವತ್ತ ದಾಟಿ ಮುವತ್ತಮೂರಕ್ಕ ಬಿದ್ದ ಬಿಟ್ಟಿರತಾವ. ಅಷ್ಟರಾಗ ಆ ಸುಡಗಾಡ ಜವಾನಿ ಒಳಗಿನ ಕನಸ ಕಮರಿ ಹೋಗಿ 'ಬಾಡಿ ಹೋದ ಬಳ್ಳಿಯಿಂದ ಹೂವು ಅರಳಬಲ್ಲದೇ' ಅನ್ನೋ ಹಂಗ ಆಗಿರತದ. ಮುಂದ ಎರಡ ಹಡೆಯೋದರಾಗ 'ಮಸಣದ ಹೂ' ಆಗಿರ್ತೇವಿ.

ಇರಲಿ, ಇನ್ನ ನಮ್ಮ ಮಾರವಾಡಿ ಬಗ್ಗೆ ಹೇಳಬೇಕಂದರ ಹಂಗ ಅವಂದು 19–20 ವಯಸ್ಸಿಗೆ ಲಗ್ನ ಆಗಬೇಕಾಗಿತ್ತ. ಆದರ ಅವನ ದುರ್ದೈವಕ್ಕ ಇಂವಾ B.Sc. ಸೆಕೆಂಡ್ ಕ್ಲಾಸ್‌ನಾಗ ಪಾಸ್ ಆಗಿಬಿಟ್ಟಾ, ಇನ್ನ B.Sc. ಪಾಸ್ ಆಗೇನಿ ಅನ್ನೊ ಸಂಕಟಕ್ಕ ಮತ್ತ ಮುಂದ ರೊಕ್ಕಾ ಕೊಟ್ಟ MBA ಮಾಡಿದಾ. ಹಿಂಗಾಗಿ ಅವನ ಲಗ್ನ ಫಿಕ್ಸ್ ಆಗೋದರಾಗ ಅವಂಗ 25–26 ಆಗಿಬಿಟ್ಟಿತ್ತ. ಅಷ್ಟರಾಗ ಮಾರವಾಡಿ ಮಂದಿ ಒಳಗ ಅವಂದ ಇನ್ನು ಲಗ್ನ ಆಗಿಲ್ಲಾಂದ್ರ ಅವಂದ ಏನರ ಪ್ರಾಬ್ಲೆಮ್ ಇರಬಹುದು ಅಂತ ಮಾತಾಡೊ ಹಂಗ ಆಗಲಿಕತ್ತಿತ್ತ. ಅವನ ಮದುವಿ ಮಾರವಾಡಿ ಮಂದಿ ಪ್ರಕಾರ ಎಷ್ಟ ಲೇಟ್ ಆತ ಅಂದರ ಹೋದ ವಾರ ಅವನ ವಾರ್ಗಿ ಒಬ್ಬ ಮಾರವಾಡಿ ಹುಡುಗನ ಮಗಳದ ನಿಶ್ಚಯ ಆತ. ಇವನ ಮಗಳು ಇನ್ನು ಎಂಟನೇತ್ತಾ ಇದ್ದಾಳ. ಏನ್ಮಾಡ್ತೀರಿ? ಇದರ ಮ್ಯಾಲೆ ಲೆಕ್ಕಾ ಹಾಕರಿ ನೀವು, ಮಾರವಾಡಿ ಒಳಗ ಎಷ್ಟ ಲಗೂನ ಮದುವಿ ಮಾಡ್ತಾರ ಅಂತ.

ನಂಗಂತೂ ಆವಾಗ ನಾನೂ ಮಾರವಾಡಿ ಆಗಿ ಹುಟ್ಟಬೇಕಿತ್ತು ಅಂತ ದಿವಸಕ್ಕ ಒಂದ ಹತ್ತ ಸರತೆ ಅನಸತಿತ್ತ. ಅಲ್ಲ, 19-20 ವರ್ಷಕ್ಕ ಲಗ್ನಾ ಮಾಡ್ತಾರ ಮುಂದ 21 ವರ್ಷಕ್ಕ ಹಡಿತೇವಿ ಅಂದರ ಅನಸಲಾರದ ಏನ ಅಂತೇನಿ.

ಕಡಿಕೂ ನಮ್ಮ ಮಾರವಾಡಿ ದೋಸ್ತಂದ ಮದುವಿ ಫಿಕ್ಸ್ ಆತ. ಅವರ ಮಂದಿ ಒಳಗ ಖಾಸ ದೋಸ್ತರನ ತಾವs ಟಿಕೆಟ್ ತಗಿಸಿ ಮದುವಿಗೆ ರಾಜಸ್ಥಾನಕ್ಕ ಕರಕೊಂಡ ಹೋಗೋ ಪದ್ಧತಿ. ಇದ ನಮ್ಮ ಧಾರವಾಡಿ ಫ್ರೆಂಡ್ಸಗೆಲ್ಲ ಗೊತ್ತಿತ್ತ. ಹಿಂಗಾಗಿ ಕಾಲೇಜ್ ಮುಗಿಸಿ ಐದ ವರ್ಷ ಆಗಿದ್ದರೂ ಅವಂದ ಮದುವಿ ಫಿಕ್ಸ್ ಆತ ಅನ್ನೋದ ತಡಾ, ಒಂದಿಷ್ಟ ಮಂದಿ ಅವನ ಜೊತಿ ಮತ್ತ ದೋಸ್ತಿ ಶುರು ಮಾಡಿದರು. ಕಾಲೇಜಿನಾಗ ಕ್ಲೋಸ್ ಇರಲಾರದವರೂ ಅವನ ಮದುವಿ ಹತ್ತರ ಬಂದಂಗ ಅವಂಗ ಕ್ಲೋಸ್ ಆಗಲಿಕತ್ತರು. ಅದ ಹಿಂಗ ಆಗಿ ಬಿಡ್ತಲಾ, ಅವಂಗ ಮದುವಿಗೆ ಯಾರನ ಕರಕೊಂಡ ಹೋಗಬೇಕು ಯಾರನ ಬಿಡಬೇಕು ಅನ್ನೋದ ಒಂದ ದೊಡ್ಡ ಸಂಕಟ ಆತ. ಅದರಾಗ ಅವರ ಮನ್ಯಾಗ 'ಒಂದಿಬ್ಬರನs ಇಷ್ಟ ಕರಕೊಂಡ ಬಾ ಹುಯ್ಯಿ ಅಂತ ಈ ಕಡೆ ಮಂದಿ ಬ್ಯಾಡ' ಅಂತ ಬ್ಯಾರೆ ಹೇಳಿದ್ದರು.

ಪಾಪ ಅಂವಾ ಕಡಿಕೆ ಭಾಳ ತಲಿಕೆಡಸಿಕೊಂಡ ನನ್ನ ಜೊತಿ ಕನ್ಸಲ್ಟ್ ಮಾಡಿ ಒಂದ ಏಳ ಸೆಕೆಂಡ್ ಕ್ಲಾಸ್ ಟಿಕೆಟ್ ತನ್ನ ರೊಕ್ಕದಲೇ ಒನ್ ವೇ ತಗಸಿದಾ. ಅವರಲ್ಲೇ ಒನ್ ವೇ ಇಷ್ಟ ಕರಕೊಂಡ ಹೋಗೊ ಪದ್ಧತಿ. ವಾಪಸ ಬರಬೇಕಾರ ನಾವ ನಮ್ಮ ರೊಕ್ಕದಲೇ ಬರಬೇಕ. ಹಂಗ ಇನ್ನ ಉಳದವರ ಯಾರರ ಬರೋರಿದ್ದರ ನೀವ ನಿಮ್ಮ ರೊಕ್ಕದಲೇ ಬರ್ರಿ ಅಂತ ನನ್ನ ಕಡೆ ಉಳದ ದೋಸ್ತರಿಗೆ ಹೇಳಸಿಸಿದಾ. ಕಡಿಕೆ ಒಂದ ನಾಲ್ಕ ಮಂದಿ ದೋಸ್ತರ ಪಾಪ ನಾವೆಲ್ಲ ಹೊಂಟೇವಿ ಅನ್ನೋ ಸಂಕಟಕ್ಕ ತಮ್ಮ ರೊಕ್ಕದಲೇ ಬರಲಿಕ್ಕೆ ರೆಡಿ ಆದರು. ಅದರಾಗ ದೋಸ್ತರನ ಕರಕೊಂಡ ಹೋಗೊ ಜವಾಬ್ದಾರಿ ನಂಗ ಕೊಟ್ಟಿದ್ದರು. ಹಿಂಗಾಗಿ ಎಲ್ಲ ದೋಸ್ತರು,

'ಲೇ, ಆಡ್ಯಾ ಮಾರವಾಡಿಗೆ ಹೇಳಿ ನಂದೊಂದ ಟಿಕೆಟ್ ಮಾಡಸಲೇ' ಅಂತ ನಂಗ ಮಸ್ಕಾ ಹೊಡೀತಿದ್ದರು. ನಾ ಅಂತೂ ಅಡ್ಕೋತನಾಗ ಸಿಕ್ಕ ಅಡಕೆ ಆದಂಗ ಆಗಿ ಬಿಟ್ಟಿದ್ದೆ. ಯಾಕಂದರ ಎಲ್ಲಾರಿಗೂ ಗೊತ್ತಿತ್ತ, ಲಾಸ್ಟಿಗೆ ಆಡ್ಯಾ ಹೇಳಿದ್ದ ಮಾರವಾಡಿ ಫೈನಲ್ ಮಾಡ್ತಾನ ಅಂತ. ಕೆಲವೊಬ್ಬರಂತೂ ಅಂವಾ ಬರೇ ಏಳ ಟಿಕೆಟ್ ತಗಸ್ತೇನಿ ಅಂದಾಗ ಇದ ಆಡ್ಯಾಂದ ಕಿಡ್ಡಿ ಅಂತ ನನ್ನ ಮ್ಯಾಲೆ ಸಿಟ್ಟ ಆದರು. ಒಟ್ಟ ಕಡಿಕೆ ಎಲ್ಲ ಸೇರಿ ಹನ್ನೊಂದ ಮಂದಿ ರಾಜಸ್ಥಾನಕ್ಕ ಹೋಗಲಿಕ್ಕೆ ರೆಡಿ ಆದವಿ. ಅದರಾಗ ನಮ್ಮ ಮೂರ ಮಂದಿ ದೋಸ್ತರ ವಿಥ್ ಬರೋರಿದ್ದರು. ಇಬ್ಬರದಂತೂ ಒಂದ ಎರಡ ತಿಂಗಳ ಹಿಂದ ಮದುವಿ ಆಗಿತ್ತ. ಹಿಂಗಾಗಿ ಅವರ ಮಾರವಾಡಿ ರೊಕ್ಕದಾಗ ಹನಿಮೂನ್ ಮಾಡಲಿಕ್ಕೆ ಬರಲಿಕತ್ತಿದ್ದರು.

ಅವರೇನೊ ನನಗ 'ನಾವ ಹೆಂಗಿದ್ದರೂ ಹನಿಮೂನ್‌ಗೆ ಬರಲಿಕತ್ತೇವಿ. ಮಾರವಾಡಿ ತಗಿಸಿದ್ದ ಸಿಂಗಲ್ ಬರ್ಥ್ ಟಿಕೆಟ್ ಒಳಗ ಗಂಡಾ ಹೆಂಡತಿ ಅಡ್ಜಸ್ಟ್

ಮಾಡ್ಕೊಂಡ ಬರತೇವಿ ತೊಗೊ' ಅಂತ ಅಂದರ ಖರೇ ಆದರ ಅದ ಉಳದವರಿಗೆ ಸರಿ ಕಾಣಂಗಿಲ್ಲ. ಮ್ಯಾಲೆ ಇಂಡಿಯನ್ ರೇಲ್ವೇಸ್‌ನವರ ಅದನ್ನ ಒಪ್ಪಂಗಿಲ್ಲ ಅಂತ ಅವರ ಹೆಂಡಂದರದ ಸಪರೇಟ್ ಟಿಕೆಟ್ ತಗಿಸಿದ್ವಿ, ಇನ್ನ ಉಳದ ಐದ ಮಂದಿ ನಾವ ಬ್ಯಾಚುಲರ್ ಇದ್ದವಿ. ಒಟ್ಟ ಎಲ್ಲಾರೂ ಸೇರಿ ಯಾರದೊ ರೊಕ್ಕಾ ಯಲ್ಲಮ್ಮನ ಜಾತ್ರಿ ಅಂತಾರಲಾ ಹಂಗ ರಾಜಸ್ಥಾನಕ್ಕ ಹೊಂಟವಿ.

ನಾವೆಲ್ಲ ರಾಜಸ್ಥಾನ ಮುಟ್ಟೋತನಕ ನಂಬದೆಲ್ಲ ಖರ್ಚ ಮಾರವಾಡಿನ ನೋಡ್ಕೋಬೇಕಂತ, ಹಿಂಗಾಗಿ ನನ್ನ ಕೈಯಾಗ ಖರ್ಚಿಗೆ ನಮ್ಮ ದೋಸ್ತ ಒಂದ ಮೂರ ಸಾವಿರ ರೂಪಾಯಿ ಕೊಟ್ಟ ಎಲ್ಲಾರನೂ ಕರಕೊಂಡ ಬಾ ಅಂತ ಹೇಳಿದ್ದಾ. ಅಲ್ಲ, ಆವಾಗ ಕಾಲ ಸೋವಿ ಇತ್ತ, ಮ್ಯಾಲೆ ನಮಗ್ಯಾರಿಗೂ ಇವಾಗಿನ ಹಂಗ ಯಾವದು ದೊಡ್ಡ ಚಟಾ ಇರಲಿಲ್ಲ, ಅದರಾಗ ನಾವ ಎರಡ ದಿವಸಗಟ್ಟಲೇ ಟ್ರೇನ್‌ದಾಗ ಹೋಗೋರು ಹಿಂಗಾಗಿ ಮೂರ ಸಾವಿರ ರೂಪಾಯಿ ರಗಡ ಆಗತಿತ್ತ. ಹಿಂಗ ನನ್ನ ಕೈಯಾಗ ಖರ್ಚಿಗೆ ರೊಕ್ಕಾ ಕೊಟ್ಟಾರ ಅನ್ನೋದು ಎಲ್ಲ ದೋಸ್ತರಿಗೂ ಗೊತ್ತಿತ್ತ.

ನಾವು ಹುಬ್ಬಳ್ಳಿಯಿಂದ ಮುಂಬಯಿ ಅಲ್ಲಿಂದ ಫಾಲ್ನಾಕ್ಕ ಹೋಗಿ ಮುಂದ ಜೀಪ್ ತೊಗಂಡ ರೇವತಡಾಕ್ಕ (ಜಿಲ್ಲಾ, ಜಾಲೋರ) ಹೋಗಬೇಕಿತ್ತ.

ನಾವ ಇಲ್ಲಿಂದ ಮಧ್ಯಾಹ್ನ ಟ್ರೇನ್ ಹತ್ತಿದ್ವಿ, ಇನ್ನು ಟ್ರೇನ್ ಉಣಕಲ್ ದಾಟಿದ್ದಿಲ್ಲ ಶೆಂಗಾ ಕಡ್ಲಿ ಮಾರೋರು, ಮಸಾಲಿ ಮಂಡಕ್ಕಿ ಮಾರೋರು ಗಾಡ್ಯಾಗ ಬಂದರು.

'ಲೇ, ಎಲ್ಲಾರಿಗೂ ಶೇಂಗಾ ಕೊಡಸ ಮಗನ' ಅಂತ ಒಬ್ಬಂವಾ ಅಂದಾ ಇನ್ನೊಬ್ಬಂವಾ,

'ಏ, ಮಸಾಲಿ ಮಂಡಕ್ಕಿ ತೊಗೊ' ಅಂದಾ.

ನಂಗ ಧರ್ಮ ಸಂಕಟ ಶುರು ಆತ, ಅಲ್ಲ ಹಂಗ ನಮ್ಮ ಮಾರವಾಡಿ ಖರ್ಚಿಗೆ ರೊಕ್ಕಾ ಕೊಟ್ಟಿದ್ದಾ ಖರೆ. ಆದರ ಹಂಗಂತ ಟ್ರೇನ್‌ನಾಗ ಬಂದದ್ದ ಎಲ್ಲಾ ನಮ್ಮ ದೋಸ್ತರ ಕೊಡಸಂದರ ಹೆಂಗ ಅಂತ ಅನಸಲಿಕತ್ತ.

ನಮ್ಮ ದೋಸ್ತರ ಮಾತ್ರ,

'ಕೊಡಸ ಮಗನ, ಮಾರವಾಡಿ ರೊಕ್ಕ ನಿಂದೇನ ಗಂಟ ಹೋತ' ಅಂತ ಗಂಟಬಿದ್ದರು.

ಮುಂದ ಧಾರವಾಡದಾಗ ಒಂದ ಕೆಜಿ ಧಾರವಾಡ ಪೇಡೆ ತೊಗೊಂಡ್ರು, ಬೆಳಗಾಂವನಾಗ ಕುಂದಾ ತೊಗೊಂಡ್ರು, ಗೋಕಾಕ ರೋಡ್‌ನಾಗ ಕರದಂಟ ತೊಗೊಂಡ್ರು. ನಾ ಎಲ್ಲ ಕೊಡಸಿಗೋತ, ಲೆಕ್ಕಾ ಇಟಗೋತ ಹೊಂಟೆ.

ಮುಂದ ಮಿರಜನಾಗ ವಡಾ ಪಾವ್, ಆಮ್ಲೇಟ್ ಹೊಡದರು. ನಂಗರ ಯಾವಾಗ ರಾತ್ರಿ ಆಗಿ ಊಟಾ ಮಾಡಿ ಮಲ್ಕೋತಾರೊ ಅನಸಲಿಕತ್ತ. ಕಡಿಕೆ ರಾತ್ರಿ ಮತ್ತ ಎಲ್ಲಾರಿಗೂ ಪಲಾವ್, ಕರ್ಡ್ ರೈಸ್ ತಿನಿಸಿ ಬಿಸ್ಲೇರಿ ಬಾಟಲಿಲೇ ನೀರ ಬಿಟ್ಟ ಮಲಗಿಸಿದೆ.

ಅಲ್ಲ, ಪಾಪ ನಮ್ಮ ಮಾರವಾಡಿ ಮಂದಿನೂ ಮದುವಿಗೆ ಹೋಗಬೇಕಾರ ಮೂರ ಡಬ್ಬಿ ಖಾಕರಾ, ಡ್ರೈ ಪುರಿ ಮಾಡ್ಕೊಂಡ ಹೋಗ್ತಾರ, ಅವರ ಟ್ರೇನ್‌ನಾಗ ಚಹಾ ಒಂದ ಬಿಟ್ಟ ಬ್ಯಾರೆ ಏನು ದುಡ್ಡ ಕೊಟ್ಟ ಖರೀದಿ ಮಾಡಂಗಿಲ್ಲ. ಇಲ್ಲೆ ನೋಡಿದರ ನಮ್ಮ ದೋಸ್ತರ ಅವರ ರೊಕ್ಕದಾಗ ಕಂಡದ್ದೆಲ್ಲ ಮುಂಡದ್ದೆವ್ವಾ ಅನ್ನೋಹಂಗ ತಿನ್ಕೋತ ಹೊಂಟರ ಹೆಂಗ ಅನಸಲಿಕತ್ತ? ನನಗಂತೂ ಎಲ್ಲೆರ ನಾ ಜಾಸ್ತಿ ಖರ್ಚ ಮಾಡಬೇಕು, ಆಮ್ಯಾಲೆ ಅವರ ನನಗ ಲೆಕ್ಕಾ ಕೇಳಿ ಎದಿ ಒಡ್ಕೋಬಾರದು ಅಂತ ಸಂಕಟ ಆಗಲಿಕತ್ತಿತ್ತ. ನಮ್ಮ ರೊಕ್ಕ ನಾವ ಖರ್ಚ ಮಾಡಲಿಕತ್ತಿದ್ದರ ಅಷ್ಟ ಟೆನ್ಶನ್ ಇರಂಗಿಲ್ಲ. ಆದರ ಮಂದಿ ರೊಕ್ಕಾ ಹಂಗ ಸರಿ ಅನಸಂಗಿಲ್ಲಲಾ.

ಮುಂಜಾನೆ ಬಾಂಬೆ ಮುಟ್ಟಿದ್ವಿ, ಒಂದಿಬ್ಬರಂತು ಕಾಲ್ಗೇಟ್ ಪೇಸ್ಟ್, ಡೆಟಾಲ್ ಸೋಪ್, ತಲಿಗೆ ಹಚಗೊಳ್ಳಿಕ್ಕೆ ಪ್ಯಾರಾಚುಟ್ ಪಾಕಿಟ್‌ಗೆ ಸಹಿತ ನನ್ನ ಕಡೇನ ರೊಕ್ಕಾ ಇಸ್ಗೊಂಡ ರೆಸ್ಟ್ ರೂಮಿಗೆ ಹೋಗಿ ಫ್ರೆಶ್ ಆಗಿ ಬಂದರು. ನಾ ಏನರ ಹಿಂಗ್ಯಾಕರಲೇ ಅಂದರ,

'ಮಾರವಡಿ ರೊಕ್ಕ ಮಗನ, ನೀ ಯಾಕ ತಲಿಕೆಡಿಸ್ಗೋತಿ?' ಅಂತ ಒಬ್ಬಂವ ಅಂದರ ಒಂದಿಬ್ಬರು,

'ಲೇ, ಈ ಮಾರವಾಡಿಗಳ ನಮ್ಮ ಧಾರವಾಡಿ ಮಂದಿ ರೊಕ್ಕ ಹೊಡಕೊಂಡ ಇಷ್ಟ ಗಳಸಿರತಾರ ಮಗನ, ನೀ ಸುಮ್ಮನಿರ' ಅಂತ ನಂಗ ಜೋರ ಮಾಡೋರು.

ಮುಂದ ನಂಬದ ಮುಂಬೈದಾಗ ಮಧ್ಯಾಹ್ನ ರಣಕಪುರ ಎಕ್ಸ್‌ಪ್ರೆಸ್ಸಿಗೆ ಫಾಲ್ನಾ ಟಿಕೆಟ್ ಬುಕ್ ಆಗಿತ್ತ. ಹೆಂಗಿದ್ದರೂ ಐದ ತಾಸ ಟೈಮ್ ಅದ. ಬಾಂಬೆ ನೋಡೋಣು ಅಂತ ಒಂದಿಷ್ಟ ಮಂದಿ ಗಂಟಬಿದ್ದರು. ಅದೂ ಮಾರವಾಡಿ ರೊಕ್ಕದಾಗನ ಮತ್ತ. ಕಡಿಕೆ ಲಗೇಜ್ ರೂಮಿನಾಗ ಸಾಮಾನ ಇಟ್ಟ 'ಝು' ಬೀಚ್ ನೋಡಿದರಾತ ಅಂತ ಹೊಂಟ್ವಿ, ನಾಷ್ಟಾಕ್ಕ ನಮ್ಮ ಊರಕಡೆ ಹೋಟೆಲ್ ಸೋವಿ ಇರತದ ಅಂತ ನಾ ಉಡುಪಿ ಹೋಟೆಲ್‌ಗೆ ಕರಕೊಂಡ ಹೋಗಿ ಬರೇ ಇಡ್ಲಿ, ದೋಸಿ ತಿನಸಿದರ 900 ರೂಪಾಯಿ ಬಿಲ್ ಆತ. ನಂಗ ಎದಿ ಧಸಕ್ಕ ಅಂತ. ಆವಾಗ ಹುಬ್ಬಳ್ಳಿ ಕಾಮತ್ ಹೊಟೇಲ್‌ನಾಗ 8 ರೂಪಾಯಿಕ್ಕ ಒಂದ ಮಸಾಲಿ ದೋಸಿ ಇದ್ದರ ಅಲ್ಲೇ 30 ರೂಪಾಯಕ್ಕ ಒಂದ ದೋಸಿ, ಅದು ಸಣ್ಣ-ಸಣ್ಣವ, ನಮ್ಮ ದೋಸ್ತರ ದೋಸಿ ಕಂಡೆನೋ ಇಲ್ಲೊ ಅನ್ನೊರಂಗ ಎರಡೆರಡ ದೋಸಿ ಹೊಡದರು.

ನಂಗ ಅಂತು ಯಾವಾಗ ರಾಜಸ್ಥಾನ ಬರತದ ಅನ್ನೊ ಹಂಗ ಆಗಿಹೋಗಿತ್ತ. ಮಧ್ಯಾಹ್ನ ಟ್ರೇನ್ ಹತ್ತಿ ರಾಜಸ್ಥಾನಕ್ಕ ಹೊಂಟವಿ. ಮುಂದ ಗುಜರಾತ್ ಬರೋ ಪುರಸತ್ತ ಇಲ್ಲದ ಆಲು ಬೊಂಡಾ, ಮಟಕಿ ಚಾಯ್ ಹೊಡದರು. ಒಟ್ಟ ಟ್ರೇನ್ ಒಳಗ ಏನ ಮಾರಲಿಕ್ಕೆ ಬಂದರೂ ಬಿಡಂಗಿಲ್ಲ ಅಂತ ನಮ್ಮ ದೋಸ್ತರು ಡಿಸೈಡ್ ಮಾಡಿಬಿಟ್ಟಿದ್ದರು. ಹಿಂಗಾಗಿ ಫಾಲ್ನಾ ಮುಟ್ಟೋ ತನಕಾ ಸಿಕ್ಕದ್ದೆಲ್ಲ ತಿಂದಿದ್ದ ತಿಂದಿದ್ದ.

ಕಡಿಕೂ ಮರುದಿವಸ ಮುಂಜಾನೆ ಫಾಲ್ನಾಕ್ಕ ಹೋಗಿ ಮುಟ್ಟಿದ್ವಿ. ಅಲ್ಲೆ ಒಂದ ಧರ್ಮಶಾಲಾದಾಗ ಹೋಗಿ ಫ್ರೆಶಪ್ ಆಗಿ ಮುಂದ ಹೋಗೋಣು ಅಂತ ನಾ ಡಿಸೈಡ್ ಮಾಡಿದೆ.

'ಏ, ಎಲ್ಲಿ ಧರ್ಮಶಾಲಾ ಮಗನ ಲಾಡ್ಜ್ ಹಿಡಿಯೋಣ' ಅಂತ ಒಂದಿಬ್ಬರ ಗಂಟ ಬಿದ್ದರು. ಮತ್ತ ನಾ,

'ಲೇ ಒಂದ ಎರಡ ತಾಸಿನ ಕೆಲಸಕ್ಕ ಎಲ್ಲಿ ಲಾಡ್ಜ್?' ಅಂತ ಕನ್ವಿನ್ಸ್ ಮಾಡಿದೆ.

ಮುಂದ ನಾವ ಅಲ್ಲಿಂದ ಜೀಪ್ ತೊಗೊಂಡ ರೇವತಡಾಕ್ಕ ಹೋಗಬೇಕಿತ್ತ. ಅಷ್ಟರಾಗ ಅಲ್ಲೆ ಯಾರೋ ಪುಣ್ಯಾತ್ಮರ 'ಇಲ್ಲೆ ಹತ್ತರ ರಣಕಪುರ ಟೆಂಪಲ್ ಅದ. ಅದನ್ನ ನೋಡ್ಕೊಂಡ ಹೋಗರಿ, ಅನಾಯಾಸ ಇಲ್ಲಿ ತನಕ ಬಂದೀರಿ' ಅಂತ ನಮ್ಮ ದೋಸ್ತರಿಗೆ ಹೇಳಿಬಿಟ್ಟರು. ತೊಗೊ ಎಲ್ಲಾರು ರಣಕಪುರ ನೋಡ್ಕೊಂಡ ಹೋಗೊದು ಅಂತ ಗಂಟಬಿದ್ದರು. ಮಾರವಾಡಿ ಮನಿ ಮುಟ್ಟೋತನಕ ಮಾರವಾಡಿದ ಖರ್ಚ ಅಲಾ, ಹಿಂಗಾಗಿ ಇವರ ಅವನ ರೊಕ್ಕದಾಗ ದಾರಿ ಒಳಗ ಏನೇನ ಬರತಾವ ಎಲ್ಲ ನೋಡೊದ ಅಂತ ಡಿಸೈಡ್ ಮಾಡಿಬಿಟ್ಟಿದ್ದರು. ಅದ ಹಿಂಗ ಆಗಿತ್ತಲ್ಲ, ಗುಡಿ ಗುಂಡಾರಕ್ಕ ಹೋದಾಗ ಚಪ್ಪಲ್ ಬಿಡಲಿಕ್ಕೆ, ಗುಡಿ ಒಳಗ ಕಾಣಿಕೆ ಹಾಕಲಿಕ್ಕೆ ಸಹಿತ ರೊಕ್ಕಾ ನನ್ನ ಕಡೇನ ಇಸಗೊಂಡರು.

ಮುಂದ ರಣಕಪುರಕ್ಕ ಹೋಗಿ ರೇವತಡಾ ಮುಟ್ಟೋದರಾಗ ಸಂಜಿ ಆತ. ಅಲ್ಲಿಗೆ ನನ್ನ ಜವಾಬ್ದಾರಿ ಮುಗೀತ. ನಮ್ಮ ಮಾರವಾಡಿ ಮನಿ ಬಂದ ಕೂಡಲೇನ,

'ನಾ ಇಲ್ಲಿಗೆ ಖರ್ಚ ಮಾಡೋದ ಮುಗಿತ ಮಕ್ಕಳ. ಇನ್ನ ಆ ಮಾರವಾಡಿ ಬಲಾ, ನೀವ ಬಲಾ' ಅಂತ ನಾ ಕೈ ತೊಳ್ಕೊಂಡೆ. ಹೆಂಗಿದ್ದರೂ ವಾಪಸ ಹೋಗೊದ ಅವರವರ ಖರ್ಚಲೇನ ಇತ್ತ.

ಮುಂದ ಎರಡ ದಿವಸ ನಮ್ಮ ದೋಸ್ತನ ಮದುವಿ ಮುಗಿಸಿ, ಹೆಂಗಿದ್ದರೂ ಅನಾಯಾಸ ರಾಜಸ್ಥಾನ ತನಕಾ ಮಾರವಾಡಿ ರೊಕ್ಕದಲೇ ಬಂದೇವಿ. ಇಲ್ಲಿಂದ ಮೌಂಟ್ ಆಬು, ಉದಯಪುರ, ಅಂಬಾಜಿ ಎಲ್ಲ ನೋಡೊದು ಅಂತ ಡಿಸೈಡ್ ಮಾಡಿದ್ವಿ. ಮುಂದ ಏನೇ ಮಾಡಿದರು, ಏನೇ ತಿಂದರು, ಏನೇ ಕುಡದರು ಕಾಂಟ್ರಿಬ್ಯುಶನ್ ಅಂತ ಕ್ಲಿಯರ್ ಮಾಡ್ಕೊಂಡ ನಾ ಅಲ್ಲಿಂದ ಬಿಟ್ಟೆ.

ಮುಂದಿನ ನಮ್ಮ ರೊಕ್ಕದಲೇ ನಾವ ಹೋಗಿದ್ದ ಟ್ರಿಪ್ಪಿಂದ ದೊಡ್ಡ ಕತಿ, ಅದನ್ನ ಮತ್ತ ಯಾವಾಗರ ಹೇಳ್ತೇನಿ ಆದರ ನಂಗ ಇವತ್ತೂ ನಮ್ಮ ದೋಸ್ತರು,

'ಆಡ್ಯಾ ಮಾರವಾಡಿ ಲಗ್ನಕ್ಕ ಕರಕೊಂಡ ಹೋದಾಗ ಅವರ ಖರ್ಚಿಗೆ ಕೊಟ್ಟಿದ್ದ ರೊಕ್ಕದಾಗ ಉಳಿಸಿಗೊಂಡಿದ್ದಾ' ಅಂತ

'ಅಂವಾ, ಔಟ್ ಹೌಸಿನಿಂದ ಸಿಂಗಲ್ ಬೆಡ್‌ರೂಮ್ ಮನಿಗೆ ಶಿಫ್ಟ್ ಆಗಿದ್ದ ಅದ ರೊಕ್ಕದಾಗ' ಅಂತ ಕಾಡಸ್ತಾರ.

ಅಲ್ಲ, ಮಾರವಾಡಿ ಹನ್ನೊಂದ ಮಂದಿಗೆ ಕರಕೊಂಡ ಬರಲಿಕ್ಕೆ ಅದು ರಾಜಸ್ಥಾನ ಮಟಾ ಮೂರ ಸಾವಿರ ರೂಪಾಯಿ ಕೊಟ್ಟರ ಅದರಾಗ ನಾ ರೊಕ್ಕ ಹೊಡ್ಕೊಂಡೇನಂತ, ಹೆಂತಾ ದೋಸ್ತರ ಅಂತೇನಿ. ಮಕ್ಕಳ ತಾವ ನೋಡಿದರ ಯಾರದೊ ರೊಕ್ಕ ಎಲ್ಲಮ್ಮನ ಜಾತ್ರಿ ಮಾಡಿಬಂದರು. ಮತ್ತ ನನಗ ಅಂತಾರ.

ಅಲ್ಲ ಈ ಧಾರವಾಡ ಮಂದಿ ನಾ ಕರಕೊಂಡ ಹೋಗಿದ್ದಿಲ್ಲ ಅಂದರ ಮಾರವಾಡರ ಎಲ್ಲೆ ನೋಡತಿದ್ದರು ಅಂತೇನಿ.

ಆದರು ನನಗ ಯಾಕರ ಇವರನ್ನೆಲ್ಲ ಕರಕೊಂಡ ಹೋಗೊ ಜವಾಬ್ದಾರಿ ತೊಗೊಂಡೆಪಾ ಅಂತ ಅನಸ್ತ. ಅದ ಲಾಸ್ಟ್ ನಾ ಆವ್ಯಾಲಿಂದ ರಾಜಸ್ಥಾನ ಕಡೆ ಮಾರಿ ಸಹಿತ ಮಾಡಿ ಮಲ್ಕೊಳೊದ ಬಿಟ್ಟ ಬಿಟ್ಟೆ.

ಚಿತ್ರ ಸಂತೆಯಲ್ಲೊಂದು ವಿಚಿತ್ರ ಸಂತೆ...

ಮೊನ್ನೆ ಸಂಡೇ ಮಾರ್ಚ್ 3ಕ್ಕ ನಮ್ಮಜ್ಜಿ ಜನ್ಮಶತಮಾನೋತ್ಸವ ಸಂಬಂಧ ಹುಬ್ಬಳ್ಳಿ ಒಳಗ ಚಿತ್ರಸಂತೆ ಇತ್ತ. ಏನ ಇವರಜ್ಜಿ ಅಷ್ಟ ಫೇಮಸ್ ಇದ್ಲೋ ಇಲ್ಲ ರವಿವರ್ಮನ ಅಬಚಿನೋ ಆಕಿ ಸಂಬಂಧ ಚಿತ್ರಸಂತೆ ಮಾಡಲಿಕ್ಕೆ ಅಂತ ಅನಬ್ಯಾಡರಿ. ನಮ್ಮಜ್ಜಿ ನಂಗಿಷ್ಟ ಅಜ್ಜಿ ಅಲ್ಲ, ಆಕಿ ಇಡಿ ಹುಬ್ಬಳ್ಳಿ ಮಂದಿಗೆ ಅಜ್ಜಿ. ನಮ್ಮಜ್ಜಿ - ಗಂಗೂಬಾಯಿ ಹಾನಗಲ್. ಇನ್ನ ನಮ್ಮಜ್ಜಿ ಸಂಬಂಧ ಈ ಚಿತ್ರಸಂತೆ ಅಂತ ನಾನು ಇದರಾಗ ಭಾಗವಹಿಸಿದ್ದೆ.

ಹಂಗ ನಾ ಒಂದ ಎಂಟ-ಹತ್ತ ವರ್ಷದಿಂದ ಆವಾಗ ಇವಾಗ ತಲ್ಯಾಗ ಬಂದಾಗೊಮ್ಮೆ, ಹೆಂಡತಿ ತವರ ಮನಿಗೆ ಹೋದಾಗೊಮ್ಮೆ ಪೇಂಟಿಂಗ್ ಮಾಡಲಿಕ್ಕೆ ಹತ್ತಿದ್ದೆ. ಅವಂದ 50-60 ಪೇಂಟಿಂಗ್ ಆಗಿದ್ದವು. ಅಲ್ಲ 50-60 ಪೇಂಟಿಂಗ್ ಅಂದರ ನನ್ನ ಹೆಂಡತಿ ಹನ್ನೆರಡ ವರ್ಷದಾಗ ಅಷ್ಟs ಸಲಾ ತವರ ಮನಿಗೆ ಹೋಗಿದ್ಲು ಅಂತೇನಲ್ಲ, ಆಕಿ ಪ್ರತಿ ಸಲಾ ತವರಮನಿಗೆ ಹೋದಾಗೊಮ್ಮೆ ನನಗ ಪೇಂಟಿಂಗ್ ಮಾಡಲಿಕ್ಕೆ ಆಗಿಲ್ಲ.

ನಾ ಮೊದ್ಲನೇ ಸಲಾ ಪೇಂಟಿಂಗ್ ಮಾಡಲಿಕ್ಕೆ ಬ್ರಶ್ ಹಿಡದದ್ದ ನನ್ನ ಹೆಂಡತಿ ಒಂದನೇದ ಕನ್ಸೀವ್ ಆದಮ್ಯಾಲೆ. ಹಂಗ ಆಕಿ ಕನ್ಸೀವ್ ಆದಮ್ಯಾಲೆ ನನ್ನ ತಲ್ಯಾಗ ಆರ್ಟ್ ಏನ ಕನ್ಸೀವ್ ಆಗಿದ್ದಿಲ್ಲ. ಸಣ್ಣಂವ ಇದ್ದಾಗ ಸಾಲ್ಯಾಗ ಛಂದ ಚಿತ್ರಾ ತಗೀತಿದ್ದೆ. ಆದರ ಮುಂದ ಅದನ್ನ ಎಂದೂ ಸೀರಿಯಸ್ ತೊಗಂಡಿದ್ದಿಲ್ಲ. ಆಮ್ಯಾಲೆ ಸಂಸಾರದ ಗದ್ಲದಾಗ ಹಿಂತಾವಕ್ಕೆಲ್ಲ ಟೈಮರ ಎಲ್ಲೆ ಇರತದ ಹೇಳ್ರಿ.

ಯಾವಾಗ ಡಾಕ್ಟರ್ ನನ್ನ ಹೆಂಡತಿಗೆ ಒಂದ ಎರಡ ತಿಂಗಳ ಬೆಡ್ ರೆಸ್ಟ್ ಕೊಡರಿ ಅಂತ ಅಂದರು, ಆವಾಗ ನಂಗ ಹೊತ್ತ ಹೋಗಲಾರದಂಗ ಆಗಿ ಸೈಡಿಗೆ ಪೇಂಟಿಂಗ್ ಶುರು ಹಚಗೊಂಡೆ. ಹಿಂಗ ಒಂದ್ಯಾರಡ ಪೇಂಟಿಂಗ್ ಮಾಡೋದರಾಗ ಹಿಡತ ಸಿಕ್ಕಂಗ ಆತ. ನಾ 'When you got it, flaunt it' ಅಂತ ನನ್ನ ಹೆಂಡತಿ

ಸೀಮಂತದ ದಿವಸ ಮನ್ಯಾಗ ಸಣ್ಣ ಪೇಂಟಿಂಗ್ ಪ್ರದರ್ಶನ ಮಾಡೇ ಬಿಟ್ಟೆ. ಅಲ್ಲಿ ತನಕ ನಾ ಪೇಂಟಿಂಗ್ ಮಾಡ್ತೇನಿ ಅಂತ ಮಂದಿಗೆ ಗೊತ್ತ ಇದ್ದಿದ್ದಿಲ್ಲ. ಹಿಂಗಾಗಿ ಎಲ್ಲಾರಿಗೂ ಆಶ್ಚರ್ಯ ಆತ.

ಬಂದೋರೆಲ್ಲ

'ಅಲಾ, ಮಗನ ಕದ್ದುಮುಚ್ಚಿ ಭಾಳ ಕಲಾಕಾರ ಇದ್ದೀ ನೋಡ, ನಮಗ ಗೊತ್ತ ಇಲ್ಲ. ಆ ಕಲಾ ಏನೋ ಮುಚಗೊಳ್ಳಿಕ್ಕೆ ಬರಂಗಿಲ್ಲ. ಎಲ್ಲಾರಿಗು ಗೊತ್ತಾತ. ಇದ ನಮಗ ಗೊತ್ತ ಇದ್ದಿದ್ದಿಲ್ಲ' ಅಂತ ನನ್ನ ಹೆಂಡತಿ ಹೊಟ್ಟಿ ತೋರಿಸಿ ಅಂದರ.

ಮತ್ತೊಂದಿಬ್ಬರು 'ಏ.. ಏನಲೇ ನೋಡಾಕ ಎರಡ ನಂಬರ್ ಫ್ಲ್ಯಾಟ್ ಪೇಂಟಿಂಗ್ ಬ್ರಶ್ ಇದ್ದಂಗ ಅದಿ, ಆದ್ರು ಭಾರಿ ಮಾಡಿ ಬಿಡ ಮಗನ' ಅಂದರು. ನಾ ಎಷ್ಟ amateur painter ಇದ್ದೇನೋ ಅಷ್ಟ amateur ಜನಾ, ಪಾಪ ಪೇಂಟಿಂಗ್ ಬಗ್ಗೆ ಭಾಳ ತಿಳ್ಕೊಂಡವರಲ್ಲ ಏನಲ್ಲ.

ನಾ ಹಂಗ ಆವಾಗ ಪೇಂಟಿಂಗ್ ಶುರು ಮಾಡಿದಂವಾ ವರ್ಷಕ್ಕ ಒಂದ ಹತ್ತ-ಇಪ್ಪತ್ತ ಪೇಂಟಿಂಗ್ ಮಾಡ್ಕೋತಿದ್ದೆ. ಇತ್ತೀಚಿಗೆ ಬರೆಯೋದ ಶುರು ಆದ ಮ್ಯಾಲೆ ಸ್ವಲ್ಪ ಪೇಂಟಿಂಗ್ ಕಡಿಮೆ ಆಗೇದ. ಅದರಾಗ ನಾ professional ಕಲಾಕಾರ ಅಲ್ಲ, ನಾ ಮಾಡೋದ ಪೋಸ್ಟರ್ ಕಲರ್ ಆನ್ ಪೇಪರ್, ಅದು ನಿಸರ್ಗದ ಪೇಂಟಿಂಗ್ ಮಾತ್ರ. ಒಂಥರಾ amateur nature painter ಇದ್ದಂಗ. ಹಂಗ ನಂಗ ಛಲೋ ಅನಿಸಿದ್ದ ಪೇಂಟಿಂಗ್ಸ್ ನಾ ರೊಕ್ಕಾ ಬಡದ ಫ್ರೇಮ್ ಹಾಕಿಸಿ ಮನ್ಯಾಗ ಹಾಕತಿದ್ದೆ. ಆದರ ಇತ್ತೀಚಿಗೆ ಮನಿ ಮಾಲಕರ ಹಂಗ ಕಂಡ ಕಂಡಲ್ಲೆ ಮಳಿ ಹೊಡಿಬ್ಯಾಡರಿ ಅಂದ ಮ್ಯಾಲೆ ಬಿಟ್ಟೇನಿ. ಇನ್ನ ನಾ ಮಾಡಿದ್ದ ಪೇಂಟಿಂಗ್ ನಾ ಎಂದೂ ಮಾರಿಲ್ಲ. ಅಲ್ಲ ಯಾರೂ ತೊಗೊಂಡಿಲ್ಲ, ಯಾರೂ ಕೇಳಿಲ್ಲ ಅಂದರೂ ತಪ್ಪೇನಿಲ್ಲ ಬಿಡ್ರಿ. ಒಂದಿಷ್ಟ ಗಿಫ್ಟ್ ಕೊಟ್ಟಿದ್ದ ಬಿಟ್ಟರ ಉಳದಿದ್ದು ಅಲ್ಲೇ rackನಾಗ ಮನಿ clean ಮಾಡಬೇಕಾರ ಒಮ್ಮೆ ನನ್ನ ಹೆಂಡತಿ ಕಡೆ ಬಯಸ್ಗೋತಾವ.

ಹಂಗ ಹೋದ ಸರತೆ ಹುಬ್ಬಳ್ಳಿ ಚಿತ್ರಸಂತೆ ಇದ್ದಾಗ ನಾ ಭಾಗವಹಿಸಿದ್ದಿಲ್ಲ, ಬರೇ ನೋಡಲಿಕ್ಕೆ ಹೋಗಿದ್ದೆ. ಅವನ್ನ ನೋಡಿದ ಮ್ಯಾಲೆ ನಾನೂ ಭಾಗವಹಿಸಬೇಕಿತ್ತ ಅನಸಿತ್ತು. ಅಲ್ಲೆ professional paintersದ painting ನೋಡಿದರ ಅವರ ಮುಂದ ನನ್ನವು ಏನು ಅಲ್ಲ ಖರೆ, ಆದರೂ ನನ್ನ ಪೇಂಟಿಂಗ್ ನನ್ನವ. ನಾ ಹೆಂಗ ಮಾಡವಲ್ಲಾಕ, ಹೆಂಡತಿ ತವರ ಮನಿಗೆ ಹೋದಾಗರ ಮಾಡವಲ್ಲಾಕ. ಅದರ ಬಗ್ಗೆ ನನಗ ಹೆಮ್ಮೆ ಇದ್ದ ಅದ. ಅದಕ್ಕ ಈ ಸರತೆ ತಪ್ಪಸಲಾರದ ನಂದೊಂದ ಐವತ್ತ ಪೇಂಟಿಂಗ್ ತೊಗೊಂಡ ಹಿಂದಿನ ದಿವಸ ರಾತ್ರಿನ ಫುಟ್‌ಪಾತ್ ಮ್ಯಾಲೆ ಟಾವೆಲ್ ಒಗದ ಜಗಾ ಹಿಡದಿದ್ದೆ. ಸಂಡೆ ಮುಂಜಾನೆ ಎದ್ದ ಅಲ್ಲೇ ಹೋಗಿ ಟೆಂಟ್ ಹೊಡದ ಬಿಟ್ಟೆ.

ಏನಿಲ್ಲದ ನಮ್ಮಂದಿ ಒಂದ ಸ್ವಲ್ಪ ಮುಗ್ಗಲಗೇಡಿ, ಅದರಾಗ ಸಂಡೆ ಬ್ಯಾರೆ, ಮ್ಯಾಲೆ ಪೇಂಟಿಂಗ್ ಪ್ರದರ್ಶನ. ಹಿಂಗಾಗಿ ಮಂದಿ ಎದ್ದ ತಯಾರಾಗಿ ಬರೋದ

ಲೇಟ್ ಆಗಲಿಕತ್ತ. ಮಂದಿ ಹೋಗಲಿ ಕಲಾವಿದರ ಸಹಿತ ಹನ್ನೊಂದ ಹೊಡದರೂ 7–8 ಮಂದಿ ಇದ್ದರು. ನಾ ಇದೇನಪಾ, 'ನಾ ಪೇಂಟಿಂಗ್ ಇಟ್ಟೇನಿ' ಅಂತ ಬ್ಯಾರೆ ಕಲಾವಿದರ ತಮ್ಮ ಪೇಂಟಿಂಗ್ ತರಲಿಲ್ಲೊ ಇಲ್ಲ ನಾ ಇಟ್ಟದ್ದಕ್ಕ 'ಇದ ನಮ್ಮ ಲೆವೆಲ್ exhibition ಅಲ್ಲ' ಅಂತ ಬರವಲ್ಲರೋ ಗೊತ್ತಾಗವಲ್ಲಾಗಿತ್ತ.

ಹಂಗ ಲೇಟಾಗಿ ಎದ್ದ ಹಾಲು/ಮೊಸರು ತರಲಿಕ್ಕೆ ಬಂದವರು ಒಂದ ರೌಂಡ್ ನೋಡಿ ಆಮ್ಯಾಲೆ ಹಲ್ಲು ಮಾರಿ ತೊಳ್ಕೊಂಡ ನಮ್ಮ ಮನೆಯವರನ ಕರಕೊಂಡ ಬರತೇವಿ ಅಂತ ಅಂದ ಹೋದರು.

ಅದರಾಗ ಇನ್ನೊಂದ ಮಜಾ ಅಂದರ ಚಿತ್ರಸಂತೆ ಉದ್ಘಾಟನೆ ಗೆಸ್ಟ್ ಲಿಸ್ಟ್ ಒಳಗ ನಂದು ಹೆಸರಿತ್ತ, ಅದ 'ಕುಟ್ಟವಲಕ್ಕಿ' ಪ್ರಭಾವ. ಚಿತ್ರಸಂತೆಗೆ ನಂಗ ಸಾಹಿತಿ ಅಂತ ಗೆಸ್ಟ್ ಮಾಡಿದ್ದರು, ನಾ ನೋಡಿದರ ಅಲ್ಲೇ ರಸ್ತೆ ಮ್ಯಾಲೆ ನನ್ನ ಚಿತ್ರಕಲಾ ಪ್ರದರ್ಶನಕ್ಕ ಇಟ್ಟಿದ್ದೆ. ಇನ್ನ ಇರೋ (ಬಂದಿರೋ) 7–8 ಮಂದಿ ಆರ್ಟಿಸ್ಟದ್ದ ಚಿತ್ರಸಂತೆ ಉದ್ಘಾಟನೆಗೆ ನನ್ನ ಹಿಡದ ಹನ್ನೆರಡ ಮಂದಿ ಗೆಸ್ಟ್ ಇದ್ದರು. ಒಟ್ಟ ಅಂತೂ ಇಂತು ಚಿತ್ರಸಂತೆ ಶುರು ಆತ. ಮುಂದ ಹಗರಕ ಪೇಂಟರ್ಸ್ ಬರಲಿಕತ್ತರು. ನಂಗೂ ಸ್ವಲ್ಪ ಸಮಾಧಾನ ಆತ.

ಇತ್ತಲಾಗ ಸಾವಕಾಶ ಜನಾನೂ ಬರಲಿಕತ್ತರು. ಒಂದಿಷ್ಟ ಭಲೊ ಭಲೋ ಆರ್ಟಿಸ್ಟ ಬಂದರು. ಅವರ ವರ್ಕ್ ನೋಡಿದರ ನಾ ಅವರ ಮುಂದ ಇನ್ನು ಬಚ್ಚಾ ಅನಬೇಕ ಹಂಗ ಅವರದ ವರ್ಕ್ಸ್ ಇದ್ದವು. ಆದರ ನಮ್ಮ ಮಂದಿಗೆ ಪೇಂಟಿಂಗ್ ಅಂದರ ಫ್ರೆಂಚ್ & ಗ್ರೀಕ್ ಇದ್ದಂಗ ಬರೆ ನೋಡೊರು 'ಭಾರಿ ಅದ', 'ಎಷ್ಟ ಇದಕ್ಕ' ಅಂತ ಕೇಳಿ ರೈಟ್ ಅನ್ನೊರು. ಇದ ಹಂಗ ನಡದಿತ್ತ.

ನನ್ನ ಬಾಜುದವಂದ oil works ನೋಡಿ ಒಬ್ಬರ 'ಎಷ್ಟಕ್ಕ ಕೊಡ್ತಿ' ಅಂತ ಕೇಳಿದರು. ಅವರು ಹದಿನೈದ ಸಾವಿರ ರೂಪಾಯಿ ಅಂದರ,

'ಏ, ಎಲ್ಲಾ ಸೇರಿಸಿ ಅಲ್ಲ, ಇದ ಒಂದರದ ರೇಟ ಹೇಳ' ಅಂದರು. ಏನ್ಮಾಡ್ತೀರಿ?

ನನ್ನ ಕಡೆನೂ ಒಂದ ನಾಲ್ಕೈದ ಮಂದಿ ಬಂದರು, ನೋಡಿ ಅಡ್ಡಿಯಿಲ್ಲ ಅಂತ ಗೋಣ ಹಾಕಿ ಹೋದರು. ಮುಂದ ಒಂದ ಸ್ವಲ್ಪ ಹೊತ್ತಿಗೆ ಒಬ್ಬ ಯಜಮಾನ ಬಂದ ಮ್ಯಾಲೆ ಕೈಮಾಡಿ ಹಸಿರ ಕಾಡಿನ ಪೇಂಟಿಂಗ್ ತೋರಿಸಿ,

'ಅದನ್ನ ಹೆಂಗ ಕೊಟ್ಟಿ ತಮ್ಮಾ' ಅಂದಾ. ಬಹುಶಃ ಅಂವಾ ಶನಿವಾರದ ಕೇಶ್ವಾಪುರ ಸಂತಿ ಅಂತ ರವಿವಾರ ಇತ್ತಲಾಗ ತಪ್ಪಿ ಬಂದಿದ್ದ ಕಾಣತದ, ನಾ,

'ಸಾವಿರ ರೂಪಾಯಿ' ಅಂದೆ, ಅಂವಾ ನನ್ನ ಮಾರಿ ನೋಡಿ,

'ಕೋಡೊದ ಹೇಳೊ ತಮ್ಮಾ' ಅಂದಾ.

'ದೀಡ ಸಾವಿರಕ್ಕ ಎರಡ ತೊಗೊರಿ' ಅಂದೆ.

ಏ ಭಾಳ ತುಟ್ಟಿ ಆತ ಅಂತಾ ವಟಾ–ವಟಾ ಅನ್ಕೋತ ಮುಂದ ಹೊಂಟಾ, ನಾ ಮತ್ತ ಕರದ 'ಏನ ಕೊಡ್ತೀರಿ' ಅಂದರು ಅಂವಾ 'ನಿ ಭಾಳ ತುಟ್ಟಿ ಆದಿ ಬಿಡ' ಅಂತ ಹೋಗೇ ಬಿಟ್ಟಾ.

ಮುಂದ ಒಂದಿಬ್ಬರ ಎಜುಕೇಟೆಡ್ ಹಂಗ ಕಾಣೋ ಹೆಣ್ಣಮಕ್ಕಳ ಬಂದರು.

'How much for that sunset?' ಅಂದರು, ನಾ ಸಾವಿರ ರೂಪಾಯಿ ಅಂದೆ.

'Oh! Sunset is very costly, you don't have sunrise?' ಅಂತ ಕೇಳಿ ಕಡಿಕೆ ಬ್ರಾಡ್ ವೇದಾಗ ನೂರ ರೂಪಾಯಕ್ಕ ಇದರಕಿಂತ ದೊಡ್ಡದ ಪೋಸ್ಟರ್ ಸಿಗತಾವ ಅಂತ ಗೊಣಗಿ ಹೋದರು.

'ನಮ್ಮವ್ವಾ, ಭಾಳ ಶಾಣ್ಯಾಕಿ ಇದ್ದಿ ನೀ. ದಾರಿ ಹಿಡಿ' ಅಂತ ಕಳಸಿದೆ.

ಈಗ ಗೊತ್ತಾತಲ ನಮ್ಮ ಹುಬ್ಬಳ್ಳಿ ಜನಾ, ಅವರ ಲೆವೆಲ್, ಅವರ ಟೇಸ್ಟ್ ಹೆಂತಾದ ಹಂತ. ಹಿಂಗಾಗೆ ನಮ್ಮಂತಾ ಕಲಾವಿದರಿಗೆ ಹುಬ್ಬಳ್ಳ್ಯಾಗ survive ಆಗೋದ ಭಾಳ ತ್ರಾಸ ಆಗಿದ್ದ. Paintingsದ್ದ, postersದ್ದ ಡಿಫರೆನ್ಸ್ ಗೊತ್ತಿರಲಾರದ ಜನಾ ಇದ್ದಾರ. ಏನ್ಮಾಡ್ತೀರಿ?

ಆದರೂ ಮಧ್ಯಾಹ್ನ ತನಕಾ ಮೂರ ಬಾಟಲಿ ಬಿಸ್ಲೇರಿ ಖಾಲಿ ಆದರೂ ಒಂದ ಬೋಣಗಿನೂ ಆಗಲಿಲ್ಲ.

ಇನ್ನ ನಮ್ಮ ದೋಸ್ತರ ಯಾರರ ಪಾಪ ಆಡ್ಯಾಂದ ಒಂದು ಪೇಂಟಿಂಗ್ ಮಾರಾಟ ಆಗಿಲ್ಲಾಂತ ಮರುಗಿ ತೊಗೋತಾರ ಅಂದ್ರ ಯಾ ನನ್ನ ಮಗನೂ ಆ ಕಡೆ ಹಾಯಲಿಲ್ಲ. ಇನ್ನ ಫೇಸ್‌ಬುಕ್ ಫ್ರೆಂಡ್ಸ್ ಅಂತು ಫೇಸ್‌ಬುಕ್ಕನಾಗ ಇಷ್ಟ. ಅಲ್ಲೇ ನನ್ನ paintings albumಗೆ ಲೈಕ್ ಆದಷ್ಟ ಮಂದಿ ನನ್ನ ಪೇಂಟಿಂಗ್ ತೊಗೋಳೊದ ಹೋತ. ನೋಡಲಿಕ್ಕೂ ಬರಲಿಲ್ಲ. ಅದರಾಗ ಹುಬ್ಬಳ್ಳಿ facebook friends ಎಲ್ಲೇ ಫೇಸ್‌ಬುಕ್ಕಿನಾಗ like ಮಾಡಿದರ ತೊಗೋಬೇಕಾಗ್ತದ ಅಂತ ಲೈಕ್ ಮಾಡಲಿಕ್ಕೂ ಹೋಗಲಿಲ್ಲ. ಏನ್ಮಾಡ್ತೀರಿ ಹಿಂತಾ ದೋಸ್ತರ ಇದ್ದರ? ಕುಡೀಲಿಕ್ಕೆ, ಪಾರ್ಟಿ ಮಾಡಲಿಕ್ಕೆ ಕೇಳರಿ, ಅವನೌನ every weekendಗೆ ಎರಡೆರಡ ಸಾವಿರ ಖರ್ಚ ಮಾಡ್ತಾರ, ಹಿಂತಾ ಪುಣ್ಯಾದ ಕೆಲಸಕ್ಕ ಕೇಳಬ್ಯಾಡರಿ.

ಮುಂದ ಮತ್ತ ಅದ ಹಣೆಬರಹ. ಮಂದಿ ಬರೋರು, 'ಭಾಳ ಛಂದ್ ಮಾಡಿ, ಯದರಾಗ ಮಾಡಿ? ದೊಡ್ಡವು ಯಾಕ ಮಾಡಿಲ್ಲ?' ಅಂತ ತಲಿ ತಿಂದ ಮುಂದ ಹೋಗೊರು. ಹಂತಾದರಾಗ ಒಬ್ಬಂವ ಶಿವಾನೋ/ಕೃಷ್ಣನೊ/ನಾರದನೋ ಗೊತ್ತ ಇಲ್ಲ, ಒಟ್ಟ ದೇವಲೋಕದಿಂದ ಚಿತ್ರ ಸಂತೆ ನೋಡಲಿಕ್ಕೆ ಬಂದಾ. ಸೀದಾ ಪೇನಪಟ್ಟಿಗೆ ಬಾರಿಸಿಗೋತ ನನ್ನ ಕಡೆನ ಬಂದಾ. ನಂಗ ಮೊದ್ಲ ತಲಿಕೆಟ್ಟಿತ್ತ. ಅದರಾಗ ಇಂವಾ ಹಾಡ ಹಾಡಿ ರೊಕ್ಕಾ ಕೇಳಿದಾ. ತೊಗೊ ಮಂದಿ ಮ್ಯಾಲಿನ ಸಿಟ್ಟ ತಗದ ಆ ದೇವರ ಮ್ಯಾಲೆ ಹಾಕಿ, 'ಏ, ನಂದ ಇಲ್ಲೆ ಬೋಣಗಿ ಆಗಿಲ್ಲ. ನಿಂದೆಲ್ಲಿದ ಹಚ್ಚಿ ನಡಿ, ಮುಂದ ಹೋಗ' ಅಂತ ಬೈದ ಕಳಸಿದೆ.

ನಾ ಬೈದದ್ದ ಖರೇನ ಖರೆ-ಖರೆ ದೇವರಿಗೆ ಕೇಳಸ್ತ ಕಾಣತದ. ಒಬ್ಬ ಪುಣ್ಯಾತ್ಮರ ಬಂದ ಕಡಿಕೂ ಒಂದ ಪೇಂಟಿಂಗ್ ಖರೀದಿ ಮಾಡಿದರು. ಅದೂ ನಾ ಹೇಳಿದ್ದ ರೇಟಿಗೆ. ಒಟ್ಟ ಬೋಣಗಿ ಅಂತು ಆದಂಗ ಆತ.

ಅಷ್ಟರಾಗ ನನ್ನ ಹೆಂಡತಿ ಮಧ್ಯಾಹ್ನ ಮ್ಯಾಲೆ ಒಂದ ದೊಡ್ಡ ಕ್ಯಾರಿ ಬ್ಯಾಗ್ ಹಿಡಕೊಂಡ ಬಂದ್ಲು. ನಾ 'ಬುತ್ತಿ–ಗಿತ್ತಿ ಕಟಗೊಂಡ ಬಂದಿ ಏನಲೇ?' ಅಂತ ಕೇಳಿದರ.

'ನೀವೇನ ಇಲ್ಲಿ ಹೊಲದಾಗ ದುಡಿಲಿಕ್ಕೆ ಬಂದೀರ? ಇವು ಉಳದದ್ದ ಕುಟ್ಟವಲಕ್ಕಿ ಬುಕ್ಕ ಇಲ್ಲೇರ ಖರ್ಚ ಆದರ ಮನಿ ಸ್ವಚ್ಛ ಆಗತದ ಅಂತ ತಂದೇನಿ' ಅಂದ್ಲು. ಏನ್ಮಾಡ್ತೀರಿ? ಈಕಿ ಚಿತ್ರಸಂತೆ ಒಳಗ ಕುಟ್ಟವಲಕ್ಕಿ ಮಾರೋಕಿ.

'ಲೇ, ಇದ ಕಿರಾಣಿ ಸಂತಿ ಅಲ್ಲಲೇ' ಅಂತ ಹೇಳಿದರ 'ಒಂದ ಪೇಂಟಿಂಗ್ ಜೊತಿ ಒಂದ ಬುಕ್ಕ ಕೊಟ್ಟ ಖಾಲಿ ಮಾಡರಿ, ಮನ್ಯಾಗ ಮುಗ್ಗ ವಾಸನಿ ಬರಲಿಕತ್ತಾವ' ಅಂದ್ಲು.

ಆಮ್ಯಾಲೆ ಆಕಿಗೆ ನನ್ನ ಪೇಂಟಿಂಗ್ ಮಾರಾಟದ್ದ ಹಣೆಬರಹ ಗೊತ್ತಾದ ಮ್ಯಾಲೆ, ನಾ ಎಲ್ಲೆ ಮತ್ತ ಪೇಂಟಿಂಗ್ಸ್ ಹೊತಗೊಂಡ ವಾಪಸ ಮನಿಗೆ ತರತೇನಿ ಅಂತ ಹೆದರಿ,

'10%, 20% ಡಿಸ್ಕೌಂಟ್ ಅಂತ ಒದರಿ 50% ತನಕಾ ಕೊಟ್ಟರೂ ಅಡ್ಡಿಯಿಲ್ಲ. ಮಾರಿ ಬಿಡರಿ, ಆಟೋ ಭಾಡಗಿ ಮಧ್ಯಾಹ್ನದ ಊಟದ ಖರ್ಚ ಹೋದರ ಸಾಕ' ಅಂದ್ಲು. ಆಕಿ ಏನ ಬಿಡರಿ, ಭಲೊ ಧಾರಣಿ ಬಂದರ ಗಂಡನ್ನ ಮಾರೊ ಪೈಕಿ ಆದರೂ ಆಕಿ ಹೇಳೋದ ಖರೇನ ಇತ್ತ. ಅದರಾಗ ಆಕಿಗೆ ಮನಿ ಸ್ವಚ್ಛ ಮಾಡಬೇಕಾರೊಮ್ಮೆ 'ಸುಡಗಾಡ ಪೇಂಟಿಂಗ್, ಕೆಲಸ ಇಲ್ಲ ಬೊಗಸಿ ಇಲ್ಲ' ಅಂತ ಅವಕ್ಕ ನನಗ ಶಾಪ ಕೊಟ್ಟ ರಗಡ ಆಗಿತ್ತ. ಅವು ಆಕಿ ಶಾಪಕ್ಕರ ಸೇಲ ಆಗಬೇಕಾಗಿತ್ತ.

ಆಕಿ 'ಸುಮ್ಮನ ಒಂದ ತೊಗೊಂಡರ ಒಂದ ಫ್ರೀ.'

'Buy any five get six free'

ಅಂತೇನರ scheme ಮಾಡರಿ ಅಂದ್ಲು. ಅಷ್ಟರಾಗ ನಮ್ಮ real estate ದೋಸ್ತ ಒಬ್ಬಾಂವ,

'ಲೇ sq.ft. ಲೆಕ್ಕದಾಗ ಮಾರ, ಖರ್ಚ ಆದರೂ ಆಗಬಹುದು' ಅಂದಾ.

ಏನ್ಮಾಡ್ತೀರಿ? ಆ ಕಲೆಯನ್ನ ಸಹಿತ ಈ ಕಮರ್ಶಿಯಲ್ ಮಂದಿ sq.feet ಲೆಕ್ಕಕ್ಕ ತೊಗೊಂಡ ಬಂದ್ರು, ಅವರಿಗೆ ಅದರಾಗಿನ ಕಲೆಯ ಮಹತ್ವ ತಿಳದೇಲಾ ಅಂತ ಕೆಟ್ಟ ಅನಸ್ತ.

ಅಲ್ಲ, ಇದ ನನ್ನ ಪೇಂಟಿಂಗದ್ದ ಇಷ್ಟ ಹಣೆಬರಹನೋ ಇಲ್ಲ ಎಲ್ಲಾರದು ಇದ ಹಣೆಬರಹನೋ ಅಂತ ನೋಡಲಿಕ್ಕ ಹೋದರಾತ ಅಂತ ನನ್ನ ಹೆಂಡತಿಗೆ ನನ್ನ ಪೇಂಟಿಂಗ್ ಮುಂದ ನಿಲ್ಲಿಸಿ 'ನೀ ಯಾ ರೇಟಿಗರ ಮಾರಕೊ' ಅಂತ ಹೇಳಿ ಹೊಂಟೆ. ನನ್ನ ಪೇಂಟಿಂಗ್‌ದ ಮುಂದ ನನ್ನ ಹೆಂಡತಿ ನಿಂತಾಗ ಅಗದಿ ಪೇಂಟಿಂಗ್‌ಗೆ ದೃಷ್ಟಿ ಹತ್ತಬಾರದ ಅಂತ ಆಕಿನ್ನ ನಿಲ್ಲಿಸಿದಂಗ ಕಾಣಲಿಕತ್ತಿತ್ತ.

ನಾ ಒಂದಿಷ್ಟ professionalsದ works ನೋಡ್ಕೋತ ಹೊಂಟೆ. ಪಾಪ, ಅವರದು ಅದ ಹಣೆಬರಹ. ಅದರಾಗ ಅವರ ಪ್ರೊಫೆಶನಲ್ಸ್ ಬ್ಯಾರೆ, ಅವರ ರೇಟು ಹಂಗ ಇತ್ತ. ಇಲ್ಲೇ ನನ್ನ ನೂರರವ ಪೇಂಟಿಂಗ್ ಕೇಳೋರ ಇದ್ದಿದ್ದಿಲ್ಲ. ಇನ್ನ ಇವರದ

ಸಾವಿರದ್ವನ್ನ ಯಾರ ಕೇಳೋರ? ಅದರಾಗ ಅವರವ ಎಲ್ಲಾ oil & acrylic on canvas. ಒಂದೊಂದ canvas ಅಂತು life size. ಅಬ್ಬಾ ಪೇಂಟಿಂಗ್ ಅಂದರ ಅವಕ್ಕ ಅನಬೇಕ ಅನ್ನೋಹಂಗ ಇದ್ವು. ಆದರ ಏನ ಮಾಡೋದ ನಮ್ಮಂದಿಗೆ ಅದರ taste ಇಲ್ಲ ಅನಸ್ತು.

ಒಬ್ಬ ಬಳ್ಳಾರಿ ಪೇಂಟರ್ ಗಾಡಿ ಖರ್ಚ ಮೈಮ್ಯಾಲೆ ಹಾಕ್ಕೊಂಡ ಬಂದಂವಾ ತನ್ನ ಪೇಂಟಿಂಗ್ಸ್ ಜೊತಿ ಸಬಕಾರದ ಮ್ಯಾಲೆ ಒಂದ ಇಷ್ಟ ಕಲೆ ಕೆತಗೊಂಡ ಬಂದಿದ್ದಾ. ಅವಂಗೊತ್ತಿತ್ತ ಬರೇ ಪೇಂಟಿಂಗ್ ಮ್ಯಾಲೆ ಡಿಪೆಂಡ್ ಆದರ workout ಆಗಂಗಿಲ್ಲ ಅಂತ. ಇನ್ನ ಆ ಸಬಕಾರ ಹಚಗೊಂಡ ಸ್ನಾನ ಮಾಡಿದಂಗ ಮಾಡಿದಂಗ ಕಲೆ ಮಾಯ ಆಗೋದ ಗ್ಯಾರಂಟಿ ಇತ್ತ. ನಮ್ಮ ಮೈಮ್ಯಾಲಿನ ಕಲೆ ಅಲ್ಲ ಮತ್ತ ಸಬಕಾರದ ಮ್ಯಾಲೆ ಕೆತ್ತಿದ್ದ ಕಲೆ.

ನಾ ಹಿಂಗ ಇತ್ತಲಾಗ ಊರ ಆರ್ಟಿಸ್ಟ್‌ಗೊಳದ ಹಿರೇತನ ಮಾಡ್ಕೋತ ಅಡ್ಡಾಡಕೋತ ನನ್ನ exhibition ಬಗ್ಗೆ ಮರತಬಿಟ್ಟಿದ್ದೆ. ಅದರಾಗ ಅಲ್ಲೆ ನನ್ನ ಹೆಂಡತಿನ ಬ್ಯಾರೆ ನಿಲ್ಲಿಸಿ ಬಂದಿದ್ದೆ. ಆಕಿ ಎಲ್ಲೆ ಪೇಂಟಿಂಗ್ ಸೇಲ್ ಆಗವಲ್ವ ಅಂತ ಕಿಲೋಗಟ್ಟಲೇ ತೂಕಾ ಮಾಡಿ ಕಾಟನ್ ಮಾರ್ಕೆಟ್‌ನಾಗ್ ರದ್ದಿ ಹಾಕಿ ಅದ ರೊಕ್ಕದಲೇ ಆಟೋ ತೊಗೊಂಡ ಹೋದ್ಲೋ ಅಂತ ಹೆದರಿ ವಾಪಸ ನನ್ನ ಸ್ಟಾಲ್‌ಗೆ ಬಂದ ನೋಡಿದ್ರ ನನ್ನ ಸ್ಟಾಲ್ ಮುಂದ ಜನಾ ಮುಕರಿದ್ದರು. ಮಂದಿ ಏನ ನನ್ನ ಪೇಂಟಿಂಗ್ ನೋಡಲಿಕ್ಕೆ ಬಂದಾರೋ ಇಲ್ಲ ನನ್ನ ಹೆಂಡತಿ ನೋಡಲಿಕ್ಕೆ ಬಂದಾರೋ ಅನ್ನೋದ ಡೌಟ್ ಬಂತ. ಮಂದಿನ್ನ ದುಗಿಸಿ, ಸರಿಸಿ ಮುಂದ ಹೋಗಿ ನೋಡಿದ್ರ ನನ್ನ ಹೆಂಡತಿ ಅಗದಿ ರಸ್ತೆದ ಕೂಟಿಗೆ ಗಿರಮಿಟ್ಟ-ಭಜಿ ಮಾರಿದಂಗ ನನ್ನ ಪೇಂಟಿಂಗ್ ಮಾರಲಿಕತ್ತಿದ್ಲು. ಅಯ್ಯ, ಈಕಿ ಎಲ್ಲರ 'ಐವತ್ತ ರೂಪಾಯಕ್ಕ ಒಂದ, ಐವತ್ತ ರೂಪಾಯಕ್ಕ ಒಂದ' ಅಂತ ಮಾರಲಿಕತ್ತಾಳೇನ ಅಂತ ನೋಡಿದರ ಪಾಪ ಆಕಿ ಅಗದಿ ನನ್ನಕಿಂತ ನೂರ ರೂಪಾಯಿ ಜಾಸ್ತಿಗೆ ಅದು ಬಾರ್ಗೇನ್ ಮಾಡಲಾರದ ಮಾರಲಿಕತ್ತಿದ್ಲು. ಅಷ್ಟರಾಗ ಒಂದ ಮೂರ ಸಾವಿರ ರೂಪಾಯಿದ್ದ ಪೇಂಟಿಂಗ್ ಮಾರಿದ್ಲು.

ಅಡ್ಡಿಯಿಲ್ಲ. ನನ್ನ ಹೆಂಡತಿನರ ಇಷ್ಟ ಮಾರಿದ್ಲಲಾ, ಆಕಿ ಕಾಲ್ಗುಣಾ ಇಷ್ಟ ಅಲ್ಲ ಕೈಗುಣಾನೂ ಛಲೋ ಅದ ಅಂತ ಖರೇನ ಖುಷಿ ಆತ. ಅಷ್ಟರಾಗ ನಂದ ನಾಲ್ಕ ಪೇಂಟಿಂಗ್ ಸೇಲ್ ಆಗಿದ್ದ ಸುದ್ದಿ ಮಿಡಿಯಾದಾಗ ಬ್ರೇಕಿಂಗ್ ನ್ಯೂಸ್ ಆಗಿತ್ತೋ ಏನೋ ಗೊತ್ತಿಲ್ಲ, ಒಂದಿಷ್ಟ ಮಂದಿ ಮೀಡಿಯಾದವರ ಬಂದ ನಂದ ತಮ್ಮ tv channelಗೆ bite ತೊಗೊಂಡ ಹೋದರು.

ಮುಂದ ಕತ್ತಲಿ ಆಗಲಿಕತ್ತ. ಹಂಗ ಜನಾ ಬರಲಿಕತ್ತಿದ್ದರು. ಆದರ ಬೆಳಕ ಇಲ್ಲದಂಗ ಆತ, ನನ್ನ ಸನ್‌ಸೆಟ್ ಪೇಂಟಿಂಗ್ಸ್ ಅಂತು ಮಿಡ್‌ನೈಟ್ ಪೇಂಟಿಂಗ್ಸ್ ಕಂಡಂಗ ಕಾಣಲಿಕತ್ವು. ನಾ ಇನ್ನ ಸಾಕ ಬಿಡ ಈ ಚಿತ್ರಸಂತೆ. ಐದ ಪೇಂಟಿಂಗ್ ಮಾರಿ

ನಾಲ್ಕ ಸಾವಿರ ಬಂತಲಾ ಅಂತ ಗುಡಚಾಪಿ ಕಿತ್ತಿದೆ. ಇನ್ನೊಂದ ಮಜಾ ಅಂದರ ನನ್ನ ಹೆಂಡತಿ ತಂದಿದ್ದ ಕುಟ್ಟವಲಕ್ಕಿ ನನ್ನ ಪೇಂಟಿಂಗ್‌ಕಿಂತಾ ಜಾಸ್ತಿ ಸೇಲ್ ಆಗಿದ್ವು.

ನನ್ನ ಬಾಜುದಂವಾ, ನನ್ನವು ನಾಲ್ಕ ಸಾವಿರ ರೂಪಾಯದ್ವು ಪೇಂಟಿಂಗ್ ಸೇಲ್ ಆದ್ವು ಅಂತ ಗೊತ್ತಾದ ಮ್ಯಾಲೆ,

'ನನ್ನವು ಯಾವು ಅಷ್ಟ cheap painting ಇಲ್ಲಾ, ಇಲ್ಲಾಂದರ ನಾ ಒಂದs ಪೇಂಟಿಂಗ್ ಐದ ಸಾವಿರಕ್ಕ ಮಾರತಿದ್ದೆ' ಅಂದ ಹೋದಾ.

Orgnizers ಬಂದ ನಾವು ಪಾರ್ಟಿಸಿಪೇಟ್ ಮಾಡಿದ್ದಕ್ಕ ಸರ್ಟಿಫಿಕೇಟ್ ಕೊಟ್ಟ ಹೋದರು. ನಾವು ಗಂಡ ಹೆಂಡತಿ ಕೂಡೆ certificate ತೊಗೊಂಡಿದ್ದ ಇದ ಫಸ್ಟ್. ಹಂಗ ಮೊದ್ಲ ಸರ್ಕಾರದವರು ಫ್ಯಾಮಿಲಿ ಪ್ಲ್ಯಾನಿಂಗ್ ಆಪರೇಶನ್ ಮಾಡಿಸಿಗೊಂಡರ ಸರ್ಟಿಫಿಕೇಟ್ ಕೊಡತಿದ್ದರಂತ. ಆದರ ನನ್ನ ಟೈಮಿಗೆ ಅದ ಬಂದ ಆಗಿತ್ತ. ನಾ ಆರ್ಗನೈಸರ್ ಪೈಕಿ ಒಬ್ಬರಿಗೆ ಕರದ,

'ನೀವು ಚಿತ್ರಸಂತೆ ಒಳಗ ಭಾಗವಹಿಸಿದವರಕಿಂತಾ ಪೇಂಟಿಂಗ್ ಖರೀದಿ ಮಾಡದವರಿಗೆ ಸರ್ಟಿಫಿಕೇಟ್ ಕೊಡಬೇಕಿತ್ತ, ಯಾಕಂದರ ಇಲ್ಲೇ 18 ಮಂದಿ ಆರ್ಟಿಸ್ಟ ಇದ್ದಾರ. ಅದರಾಗ ಎಲ್ಲಾರದೂ ಸೇರಿ ಆರ-ಏಳ ಪೇಂಟಿಂಗ್ ಸೇಲ್ ಆಗ್ಯಾವ, ಸರ್ಟಿಫಿಕೇಟರ ಸೇವ್ ಆಗ್ತಿದ್ವು' ಅಂತ ಹೇಳಿದರ 'next time ಹಂಗ ಮಾಡ್ತೇವಿ' ಅಂತ ಅಂದ ಹೋದರು.

ನಾ ನನ್ನ ಸರ್ಟಿಫಿಕೇಟ್ ಹಿಡಕೊಂಡ ಕಡಿಕೆ ಒಂದ ಆಟೋದಾಗ ಎಲ್ಲ ತುಂಬಕೊಂಡ ಹೆಂಡ್ತಿನ್ನ ಹತ್ತಿಸಿಗೊಂಡ ಮನಿ ಹಾದಿ ಹಿಡದೆ.

ಆದರ ಒಂದ ಮಾತ ಖರೆ, ನಮ್ಮ ಹುಬ್ಬಳ್ಳಿ ಒಳಗ ಹಿಂತಾ ಕಾರ್ಯಕ್ರಮ ಮ್ಯಾಲಿಂದ ಮ್ಯಾಲೆ ಆಕ್ಕೋತ ಇರಬೇಕು. ಅಂದ್ರ ಜನರಿಗೆ ಇದರ ಬಗ್ಗೆ ಅವೇರ್‌ನೆಸ್ ಬರತದ, ಜನರ ಟೇಸ್ಟ್ ಚೇಂಜ್ ಆಗ್ತದ. ಜನರ ಒಳಗ ಕಲೆಯ ಬಗ್ಗೆ ಇಂಟರೆಸ್ಟ್ ಕ್ರಿಯೇಟ್ ಮಾಡೋದ ಒಂದ ಆರ್ಟ್. ಅದನ್ನ ಕಲಾವಿದರು ತಮ್ಮ ಕರ್ತವ್ಯ ಮತ್ತ ಅನಿವಾರ್ಯತೆ ಅಂತ ತಿಳ್ಕೊಂಡರ ಮಾಡಬೇಕು.

❍

ಹಳೆ ಹನಿಮೂನ್

ಇವತ್ತಿಗೆ ನನ್ನ ಮದುವಿ ಆಗಿ ಕರೆಕ್ಟ್ ಹನ್ನೆರಡ ವರ್ಷ ಆತ. ಹಂಗ ಈ ಹನ್ನೆರಡ ವರ್ಷದಾಗ ನಾ ಎಷ್ಟ ಸಾಧಸೇನಿ, ಎಷ್ಟ ಸವದೇನ ಅನ್ನೋದ ನನಗ ಗೊತ್ತ. ಆದ್ರೂ ಹನ್ನೆರಡ ವರ್ಷ ಹೆಂಗ ಹೋತ ಗೊತ್ತಾಗಲಿಲ್ಲ. ನಾ ವರ್ಷಾ ಆ್ಯನಿವರ್ಸರಿ ಮುಂದ ನನ್ನ ಮದುವಿದ ಮತ್ತ ಹನಿಮೂನದ್ದ ಅಲ್ಬಮ್ ತಗದ ನೋಡಿ ಧೂಳಾ ಝಾಡಿಸಿ ಮತ್ತ ಕಪಾಟನಾಗ ಇಡತೇನಿ. ಹಂಗ ಹನ್ನೆರಡ ವರ್ಷದಿಂದ ಹೆಂಡ್ತಿನ್ನ ಇಷ್ಟ ಅಲ್ಲ, ಆಲ್ಬಮ್ ಸಹಿತ ಕಾಯಕೊಂಡ ಬಂದೇನಿ. ಆ ಮಾತ ಬ್ಯಾರೆ.

ಮೊನ್ನೆ ಹನಿಮೂನ್ ಆಲ್ಬಮ್ ನೋಡಬೇಕಾರ ಹಳೇದ ಎಲ್ಲ ನೆನಪಾದ್ವು, ಹಂಗರ ನಿಮ್ಮ ಜೊತಿ ಹಂಚಗೊಂಡರಾತು, ಹೆಂಗಿದ್ದರೂ ಚಳಿಗಾಲ ಅಂತ ಈ ವಿಷಯ ತಗದೆ ಇಷ್ಟ.

ಹಂಗ ನಾ ಮೊದ್ಲ ಮದವಿಕಿಂತಾ ಜಾಸ್ತಿ ಹನಿಮೂನ್ ಬಗ್ಗೆನ ಭಾಳ ತಲಿಕೆಡಸಿಕೊಂಡಿದ್ದೆ. ಆವಾಗ ಮಿಡಲ್ ಕ್ಲಾಸ್ ಮಂದಿ ಹನಿಮೂನ್ ಅಂದರ ನಿರ್ಮಲಾ ಟ್ರಾವೆಲ್ಸ್ ಹನಿಮೂನ್ ಪ್ಯಾಕೇಜ್ ಫಿಕ್ಸ್ ಮಾಡೋದು ಮೈಸೂರ-ಊಟಿ-ಕೊಡೈಕೆನೆಲ್ ಹೋಗಿ ಬರೋದ ಅಗದಿ ಕಾಮನ್ ಆಗಿತ್ತ. ಹಿಂಗಾಗಿ ನಾ ಹನಿಮೂನ್‌ಗೆ ಹೋದರ ಕೇರಳಾ ಇಲ್ಲ ನಾರ್ಥ್ ಇಂಡಿಯಾಕ್ಕ ಹೋಗಬೇಕು, ಇಲ್ಲಾಂದರ ಇಲ್ಲ ಅಂತ ವಿಚಾರ ಮಾಡಿದ್ದೆ. ಇನ್ನ ನಾರ್ಥ್ ಇಂಡಿಯಾಕ್ಕ ಹೋಗಬೇಕಂದರ ಟ್ರೇನ್‌ನಾಗ ಹೋಗಲಿಕ್ಕೆ-ಬರಲಿಕ್ಕೆ ಮೂರ-ಮೂರದಿವಸ, ಅರ್ಧಾ ಹನಿಮೂನ್ ಒಂದsಬರ್ಥ್‌ನಾಗ ಮುಗೀತಿತ್ತ. ಇನ್ನ ನಮಗಂತೂ ವಿಮಾನದಾಗ ಹೋಗಲಿಕ್ಕೆ ಕೆಪಾಸಿಟಿ ಇಲ್ಲ. ಹಾಸಿಗೆ ಇದ್ದಷ್ಟ ಕಾಲ ಚಾಚಬೇಕು. ಅದರಾಗ ಈಗ ಮದುವಿ ಬ್ಯಾರೆ ಆಗೇದ. ಒಂದ ಹಾಸಾಗ್ಯಾಗ ಇಬ್ಬಿಬ್ಬರ ಕಾಲ ಚಾಚೋರು, ಸುಮ್ಮನ ಇಲ್ಲೇ ಕೇರಳಾಕ್ಕ ಹೋದರಾತು ಅಂತ ಡಿಸೈಡ್ ಮಾಡಿದೆ.

ಹಂಗರ ನನ್ನ ಜೊತಿ ಮತ್ತ್ಯಾರರ ಬರತಾರೇನು ಅಂತ ಹುಡಕ್ಯಾಡಲಿಕತ್ತೆ. ಅಲ್ಲ ಹಂಗ ಹನಿಮೂನ್‌ಗೆ ಹೆಂಡತಿ ಒಬ್ಬಕಿ ಇದ್ದರ ಸಾಕ ಖರೆ ಆದರ ಇನ್ನೊಂದ ಜೋಡಿ ಜೊತಿಗೆ ಇದ್ದರ ಅಷ್ಟ ಅನಕೂಲ ಆಗ್ತದ, ಮೊದ್ಲ ಹೆಂಡತಿ ಅಂದರ ಆವಾಗಿನ್ನೂ ಫಾರೆನ್ ಬಾಡಿ ಇದ್ದಂಗ. ಹೋದಲ್ಲೇ ಬಂದಲ್ಲೇ ಏನರ ಹೆಚ್ಚು ಕಡಿಮಿ ಆಗಲಿ ಬಿಡಲಿ, ಒಂದರ ಬದಲಿ ಎರಡ ಜೋಡಿ ಇದ್ದರ ಛಲೋ ಅಂತ ನನ್ನ ವಿಚಾರ ಇತ್ತು. ಅಷ್ಟರಾಗ ನಮ್ಮ ದೋಸ್ತ ಒಬ್ಬವಂದ ಲಗ್ನ ನವೆಂಬರ್ 30ಕ್ಕ ಫಿಕ್ಸ್ ಆಗಿತ್ತ. ಅಂವಾ ನಮ್ಮ ಮನಿಗೆ ಕಾರ್ಡ್ ಕೊಡಲಿಕ್ಕೆ ಬಂದಾಗ ಹಂಗ ಸಹಜ 'ಮತ್ತ ಹನಿಮೂನ್‌ಗೆ ಎಲ್ಲೇ ಪ್ಲ್ಯಾನ್ ಮಾಡಿಲೆ' ಅಂತ ನಾ ಕೇಳಿದೆ.

'ಏ, ನಾ ಮುನ್ನಾರಿಗೆ ಹೋಗಬೇಕಂತ ಮಾಡೇನಿ' ಅಂದಾ. ನಾ ಈ ಮಗಾನೂ ಮುನ್ನಾರ್ ಪ್ಲ್ಯಾನ್ ಮಾಡ್ಯಾನಲಾ ಅಂತ ಖುಷಿ ಆಗಲಿಲ್ಲ, ಗಾಬರಿ ಆತ. ಯಾಕಂದರ ಅವನ ಜನರಲ್ ನಾಲೆಜ್/ಕಾಮನ್ ಸೆನ್ಸ್ ಭಾಳ ಕಡಿಮೆ ಇತ್ತ. ಹಂತಾವ ಇವತ್ತ ಫಾರೇನ್ ಬಾಡಿ ಕರಕೊಂಡ ಮುನ್ನಾರಿಗೆ ಹನಿಮೂನ್ ಪ್ಲ್ಯಾನ್ ಮಾಡ್ಯಾನ ಅಂದರ ಭಾರಿ ಶ್ಯಾಣಾ ಆಗ್ಯಾನ ಬಿಡ ಅಂತ ನಾ ಅವಂಗ,

'ಲೇ, ಮುನ್ನಾರ ಎಲ್ಲೆ ಅದ ಅದರ ಗೊತ್ತಿನ?' ಅಂತ ಕೇಳಿದೆ.

'ಎಲ್ಲೆ ಅದ ಅಂದರ? ತಮಿಳನಾಡನಾಗ ಹೌದಲ್ಲ?' ಅಂದಾ

'ದನಾ ಕಾಯೋನ, ಮುನ್ನಾರ ಎಲ್ಲೇದ ಗೊತ್ತಿಲ್ಲ. ಮುನ್ನಾರಕ್ಕ ಹೊಂಟಿ. ಲೇ, ಅದ ಇರೋದ ಕೇರಳಾದಾಗ. ನಾನೂ ಅಲ್ಲೇ ಹೊಂಟೇನಿ, ನನ್ನ ಜೊತಿ ಬರ್ತಿದ್ದರ ಡಿಸೆಂಬರ್ 11ಕ್ಕ ಮಂಗಳೂರ ರೇಲ್ವೇ ಸ್ಟೇಶನ್‌ಗೆ ಕೋಚಿನದ ಟಿಕೆಟ್ ತೊಗಂಡ ಬಾ' ಅಂತ ಹೇಳಿದೆ. ಏನೋ ಪುಣ್ಯಾ, ನನ್ನ ಮುಂದ ಹೇಳ್ಯಾನ ಛಲೋ, ಅವನ ಹೆಂಡತಿ ಮುಂದ ಹೇಳಿದ್ದರ ಈ ಮಗಂದ ಜನರಲ್ ನಾಲೇಜ್ ಇಷ್ಟ, ತಮಿಳನಾಡ ಎಲ್ಲೇದ ಕೇರಳಾ ಎಲ್ಲೇದ ಅದ ಗೊತ್ತಿಲ್ಲ, ಇನ್ನ ಲಗ್ನಾ ಆದ ಮ್ಯಾಲೆ ಸಂಸಾರ ಹೆಂಗ ಮಾಡ್ತಾನ ಅಂತ ಆಕಿ ಮದುವಿ ಮುರ್ಕೊಂಡ ಬಿಡ್ತಿದ್ಲು ಅನಸ್ತು. ಸರಿ ಅಂವಾ ನಾ ವಿಚಾರ ಮಾಡಿ ಅಂದರ ಹೆಂಡತಿನ ಕೇಳಿ ಹೇಳ್ತೇನಿ ಅಂತ ಹೋದಾ.

ಇತ್ತಲಾಗ ನಮ್ಮಿಬ್ಬರ ಮಾರವಾಡಿ ದೋಸ್ತರದು ನವೆಂಬರ್‌ದಾಗ ಲಗ್ನ ಆಗಿತ್ತ. ಆದರ ಹನಿಮೂನ್ ವಿಷಯದಾಗ ಒಬ್ಬಾಂವ ಕುಲು-ಮನಾಲಿ ಅಂತ ಇನ್ನೊಬ್ಬಾಂವ ಸಿಲಿಗುರಿ ಅಂತ ಜಗಳಾಡಲಿಕತ್ತಿದ್ದರು. ಹೇಳಿ ಕೇಳಿ ಮಾರಾವಾಡಿ ಮಂದಿ, ರೊಕ್ಕಕ್ಕ ಅಂತೂ ಏನ ಕಡಿಮಿ ಇದ್ದಿದ್ದಿಲ್ಲ, ಅವರದೇನರ ಪಾಸ್‌ಪೋರ್ಟ್ ಇದ್ದ ಒಂದ ಚೂರ ಕಮ-ಕಮ ಅಂತ ಇಂಗ್ಲಿಷ್ ಮಾತಡಲಿಕ್ಕೆ ಬಂದಿದ್ದರ ಸ್ವಿಟ್ಜರ್‌ಲ್ಯಾಂಡಿಗೂ ಹೋಗೊ ಪೈಕಿ. ನಾ ಅವರಿಗೆ ಸುಮ್ಮನ ನನ್ನ ಜೊತಿ ಮುನ್ನಾರಕ್ಕ ಬರ್ರಿ ಅಂದೆ. ಕಡಿಕೆ ಅವರು ನಾವ ಡಿಸೈಡ್ ಮಾಡಿ ಬರೋದಿದ್ದರ ಮಂಗಳೂರ ಸ್ಟೇಶನ್ನಿಗೆ ಬರತೇವಿ ಅಂತ ಹೇಳಿದರು.

ಅಡ್ಡಿಯಿಲ್ಲ. ಒಂದ ಬಿಟ್ಟ ನಾಲ್ಕ ಜೋಡಿ ಬಂದರ ಭಲೋ ಅನಸ್ತು. ಅಲ್ಲ ಹಂಗ ಎಲ್ಲಾರದೂ ಹನಿಮೂನ್ ಫಸ್ಟ್ ಟೈಮ್, ಯಾರೇನ ಭಾಳ ಇದರಾಗ ಶಾಣ್ಯಾರಲ್ಲ, ನಾವೇನ ಒಬ್ಬರಿಗೊಬ್ಬರ ಕಾಪಿ ಹೊಡಿತೇವಿ ಅನ್ನೊಂಗಿಲ್ಲ, ಆದರೂ ಕಂಪನಿ ಇರತದ ಅಂತ ನನ್ನ ವಿಚಾರ ಇತ್ತು.

ನಾ ಹುಬ್ಬಳ್ಳಿಯಿಂದ ಮೊದಲ ಕಾರವಾರಕ್ಕ ಹೋಗಿ ಅಲ್ಲೆ ನಮ್ಮ ದೋಸ್ತನ ಹೆಂಡತಿ ಒಬ್ಬಾಕಿ ಹಡದಿದ್ಲು. ಆಕಿನ್ನ- ಆಕಿ ಮಗಳನ ನೋಡ್ಕೊಂಡ ಅಲ್ಲಿಂದ ಮುಂದ ಮಂಗಳೂರಿಗೆ ಹೋಗೊ ಪ್ಲ್ಯಾನ್ ಮಾಡಿದ್ದೆ. ಹಂಗ ಹನಿಮೂನ್‌ಗೆ ಹೋಗಬೇಕಾರ ಯಾರರ ಹಡದವರದ (ಬಾಣಂತಿ) ಮಾರಿ ನೋಡ್ಕೊಂಡ ಹೋಗಬೇಕಂತ. ಅಂದರ ವರ್ಷ ತುಂಬೊದರಾಗ ನಾವ ಯಾರನ ಹನಿಮೂನ್‌ಗೆ ಕರಕೊಂಡ ಹೋಗಿರ್ತೇವಿ, ಅವರು ಹಡಿತಾರಂತ ಕೇಳಿದ್ದೆ. ಅಲ್ಲೆ ಕಾರವಾರದಾಗ ನನ್ನ ಹೆಂಡತಿಗೆ ನಮ್ಮ ದೋಸ್ತನ ಹೆಂಡತಿದ ಒಂದ ತಿಂಗಳದ ಕೂಸ ತೋರಿಸಿ, ಇವತ್ತಿಲ್ಲ ನಾಳೆ ನೀನು ಹಿಂತಾದ ಹಡಿಯೋಕಿ ಅಂತ ಹೇಳಿ, ಅಲ್ಲಿಂದ ಒಂದ ರೌಂಡ್ ಗೋವಾ ಬಾರ್ಡರ್ ತನಕ ಹೋಗಿ ಬರೋಣ ಅಂತ ಕಾರ್‌ನಾಗ ಹೋದೆ. ದಾರಿ ಒಳಗ ಆಕಿಗೆ ಕಾರವಾರ ಸ್ಯುಸೈಡ್ ಬ್ರಿಡ್ಜ್ ತೋರಿಸಿ 'ಸಂಸಾರದಾಗ ಬ್ಯಾಸರಾದ ಮ್ಯಾಲೆ ಬಿದ್ದ ಸಾಯೋದ ಇದ ಬ್ರಿಡ್ಜ್ ಮ್ಯಾಲಿಂದ' ಅಂತ ಹೇಳಿ ಅಲ್ಲಿಂದ ಗೋವಾ ಚೆಕ್ ಪೋಸ್ಟ್ ದಾಟಿ ಹೋಗಿ ಆಕಿನ್ನ ಅಲ್ಲೇ ಗಾಡ್ಯಾಗ ಕೂಡಿಸಿ ನಾ ಹೊರಗ ಹೋಗಿ ಬಂದೆ. ಆಕಿ ಬಹುಶಃ ನಾ ಕಾಡಿನಾಗ ಒಂದಕ್ಕ ಹೋಗಿರಬೇಕು ಬಿಡ ಅಂತ ಸುಮ್ಮನ ಕಾರ್‌ನಾಗ ಕೂತಿದ್ಲು. ಮುಂದ ನಾ ಒಂದ ಕ್ಯಾರಿ ಬ್ಯಾಗ್‌ನಾಗ ಬಾಟ್ಲಿ ಹಿಡಕೊಂಡ ಬಂದೆ.

'ಅದ ಏನರಿ ಬಾಟಲಿ?' ಅಂತ ಕೇಳಿದ್ಲು.

'ಅದು ವೊಡ್ಕಾ, ಇಲ್ಲೆ ಗೋವಾದಾಗ ಸಸ್ತಾ ಸಿಗತದ ಅಂತ ತೊಗೊಂಡೆ' ಅಂದೆ. 'ವೊಡ್ಕಾ ಅಂದರ?' ಅಂದ್ಲು, ನಂಗೇನ ಹೇಳಬೇಕ ತಿಳಿಲಿಲ್ಲ.

'ಇದು ರಶಿಯನ್ ಡ್ರಿಂಕ್. ಹೆಣ್ಣಮಕ್ಕಳು ಕುಡಿಬಹುದು' ಅಂದೆ. ಆಕಿ ಒಮ್ಮಿಂದೊಮ್ಮಿಲೆ ಗಾಬರಿ ಆಗಿ, 'ಅಂದರ ನೀವು ಕುಡಿತೀರಿ?' ಅಂದ್ಲು. ನಾ,

'ಇಲ್ಲಲೇ, ಇದ ವೊಡ್ಕಾ, ಲೇಡೀಸ್ ಡ್ರಿಂಕ್. ಇದನ್ನ ಕುಡದರ ಏನೂ ಆಗಂಗಿಲ್ಲ. ನೀನೂ ಕುಡಿಬಹುದು' ಅಂದೆ. ಆದರೂ ಆಕಿ ಏನ ಕೇಳಲಿಲ್ಲ. ನೀವ ಕುಡಿತೇನಿ ಅಂತ ಮೊದ್ಲ ಹೇಳಲೇ ಇಲ್ಲ, ಹಂಗ ಹಿಂಗ ಅಂತ ಶುರು ಮಾಡಿದ್ಲು. ನಾ ತಲಿಕೆಟ್ಟಿ, 'ಏನಾತ? ಈಗ ನಾ ಕುಡಿತೇನ ನೋಡ, ನೀ ಏನ ವಾಪಸ ಹುಬ್ಬಳ್ಳಿಗೆ ಹೋಗೊಕೇನ?' ಅಂತ ಅನ್ನೋಣ ಇದ್ದೆ, ಆದರ ಹೋಗಲಿ ಬಿಡ ಮತ್ತೆಲ್ಲರ ಖರೇನ ಹೋಗಿಗಿಗ್ಯಾಳಂತ ಆಕಿಗೆ ಸಮಾಧಾನಲೇ ತಿಳಿಸಿ,

'ನೋಡಿಲ್ಲೆ, ಇದ ಹಂಗಲ್ಲ, ನಾ ಕುಡಿತೇನಿ ಅಂದರ ಕುಡದ ಗಟಾರನಾಗ ಬೀಳೊ ಹಂಗ ಕುಡಿಯಂಗಿಲ್ಲ. ಆವಾಗ ಇವಾಗ ಸ್ವಲ್ಪ ತೊಗೊತೇನಿ, ಅದು ಬರೇ ವೊಡ್ಕಾ ಇಷ್ಟ ಕುಡಿತೇನಿ' ಅಂದೆ. ಆದರ ಆಕಿ ನನ್ನ ಮಾತ ಕೇಳಲಿಲ್ಲ. 'ನೀವು ಈಗ

ಹನಿಮೂನ್‌ಗೆ ಹೋಗಬೇಕಾರ ಯಾಕ ಕುಡಿತೀರಿ? ಅದು ಒಂದ ದೊಡ್ಡ ಬಾಟಲಿನ ತೊಗೊಂಡಿರಿ' ಅಂತ ವಟಾ-ವಟಾ ಹಚ್ಚಿದ್ಲು. ನಾ ಮತ್ತ ಸಮಾಧಾನದಲೇ,

'ಇಲ್ಲ ನೋಡ, ನಾ ಹೇಳೋದನ್ನ ಕರೆಕ್ಟ್ ಕೇಳ. ಜೀವನದಾಗ ಗಂಡ ಹುಡುಗರಿಗೆ ಅಗದಿ ದೊಡ್ಡ ನಶಾ ಅಂದರ ಹುಡುಗ್ಯಾರದ. ಹಂಗ ಒಮ್ಮೆ ಲಗ್ನ ಆದ ಮ್ಯಾಲೆ ಅವಂಗ ಏನೋ ಜೀವನದಾಗ ಸಾಧಿಸಿದಂಗ ಅನಿಸಿ, ಕಂಡೇನೊ ಇಲ್ಲೊ ಅನ್ನೊರಂಗ ಮಾಡೋದು ಈ ಹನಿಮೂನ್ ಪಿರಿಯಡ್‌ನಾಗ. ಇನ್ನ ಹಂತಾ ಹೊತ್ತಿನಾಗ ಉಳದದ್ದ ಸಣ್ಣ-ಪುಟ್ಟ ಅಮಲ ಬರಸೋ ಚಟದ ಬಗ್ಗೆ ತಲಿಕೆಡಸಿಕೊಳ್ಳಬಾರದ. ಲೈಫ್ ಎಂಜಾಯ್ ಮಾಡ್ಬೇಕಲೇ ಹುಚ್ಚಿ, ನಿನ್ನ ನಶಾದ ಮುಂದ ಇದೇನಲೇ' ಅಂತ ಏನೇನೋ ಹೇಳಿ ಕನ್ವಿನ್ಸ್ ಮಾಡಿದೆ.

'ಅದೇನ ಫಿಲಾಸಫಿ ಹೇಳ್ತೀರೊ ಏನೋ. ನಾ ಅಷ್ಟ ಕಲತಿದ್ದರ ನಿಮ್ಮನ್ಯಾಕ ಲಗ್ನಾ ಮಾಡ್ಕೋತಿದ್ದೆ? ಒಟ್ಟ ನೀವು ಏನು ಚಟಾ ಇಲ್ಲ ಚಟಾ ಇಲ್ಲ ಅನ್ಕೋತ ಎಲ್ಲಾ ಮಾಡ್ತಿರ ತೊಗೊರಿ' ಅಂತ ಅಂದ ಸುಮ್ಮನಾದ್ಲು. ನಂಗೂ ಅಷ್ಟ ಧೈರ್ಯ ಬಂತ. ಅದರಾಗ ಆಕಿಗೆ ಎರಡ ದಿವಸದ ಹಿಂದ ನಾ ಪಾನ್ ಪರಾಗ ತಿನ್ನೋದ ಒಂದ ಗೊತ್ತಾಗಿಬಿಟ್ಟಿತ್ತ. ನಂಗ ನಾ ತಿನ್ನೋ ಪಾನ ಪರಾಗದಾಗ ತಂಬಾಕ ಇರಂಗಿಲ್ಲ ಅಂತ ತಿಳಿಸಿ ಹೇಳೋದರಾಗ ಸಾಕ-ಸಾಕಾಗಿತ್ತ. ಹಂಗೇನರ ಆಕಿ,

'ತಂಬಾಕ ಇಲ್ಲಾ ಅಂದರ ನನಗೂ ಕೊಡ್ರಿ' ಅಂತ ಅಂದಿದ್ದರ ನಾ ಸಾಯ್ತಿದ್ದೆ. ಮುಂದ ಅದನ್ನ ತಿಂದ ಆಕಿ ಸಾಯ್ತಿದ್ಲ. ಆ ಮಾತ ಬ್ಯಾರೆ. ಏನೋ ಆ ವಿಷಯ ಅದು-ಇದು ಹೇಳಿ ಅಲ್ಲಿಗೆ ಮುಗಿಸಿದ್ದೆ.

ನಾವು ಮುಂದ ಕಾರವಾರದಿಂದ ಮಂಗಳೂರಿಗೆ ಹೋದ್ವಿ, ಅಲ್ಲೆ ರೇಲ್ವೇ ಸ್ಟೇಶನ್‌ದಾಗ ಇನ್ನ ಉಳದದ್ದ ಮೂರು ಪೇರ್ ಬಂದಿದ್ವು. ಎರಡ ಬ್ರಾಹ್ಮಣರದ ಪೇರ್, ಎರಡ ಮಾರವಾಡಿ ಪೇರ್. ನಾಲ್ಕು ಜೋಡಿ ಸೇರಿ ಹನಿಮೂನ್ ಯಾತ್ರಾ ಶುರು ಮಾಡಿದ್ವಿ.

ನಾವು ಮರುದಿವಸ ಮುಂಜಾನೆ 5.30ರ ಸುಮಾರಿಗೆ ಕೊಚ್ಚಿನ್ ರೇಲ್ವೆ ಸ್ಟೇಶನ್‌ದಾಗ ಇಳದ್ವಿ, ಕೇರಳಾದಾಗ ಕ್ಲೈಮೇಟ್ ಅಗದಿ ಹನಿಮೂನ್‌ಗೆ ಹೇಳಿ ಮಾಡಿಸಿದಂಗ ಇತ್ತ. ನಮ್ಮ ಲಗೇಜ್ ಹೊತಗೊಂಡ ಮ್ಯಾಲೆ ನಮ್ಮ-ನಮ್ಮ ಹೆಂಡತಿದ ಕೈ ಹಿಡಕೊಂಡ ಹೊರಗ ಬಂದ್ವಿ, ಇನ್ನ ನಮಗ ರೂಮ್ ಬೇಕಲಾ, ಅದು ಒಂದಲ್ಲ ಎರಡಲ್ಲ, ನಾಲ್ಕ ಬೇಕ, ಒಂದs ಹೊಟೇಲ್‌ನಾಗ ಬೇಕ, ಒಂದs ಟೈಪ್ ಬೇಕ. ತೊಗೊ ಇನ್ನ ರೂಮ್ ಹುಡಕೋದ ಒಂದ ದೊಡ್ಡ ಸಾಹಸ ಅಂತ ಗ್ಯಾರಂಟಿ ಆತ. ಅದರಾಗ ಈ ಮಾರವಾಡಿಗೊಳಿಗೆ ಹೊಟೇಲ್‌ದಾಗ, ಅದರ ಆಜು ಬಾಜು ಬಾರ್ ಇರಬಾರದು, ನಾನ್ ವೆಜ್ ಇರಬಾರದು ಅಂತ ಕಂಡೀಶನ್ ಬ್ಯಾರೆ. ಹೋದಲ್ಲೆ ಬಂದಲ್ಲೆ ರೊಕ್ಕಾ ಉಳಸಲಿಕ್ಕೆ ಧರ್ಮಶಾಲಾದಾಗ ಇರೊ ಮಂದಿ, ಇನ್ನ ಹನಿಮೂನ್ ಅಂತು ಧರ್ಮಶಾಲಾದಾಗ ಮಾಡಲಿಕ್ಕೆ ಬರಂಗಿಲ್ಲ. ಹಿಂಗಾಗಿ ರೂಮ ಹಿಡಿಯಬೇಕಿತ್ತ. ಹಂಗ

ಚಾನ್ಸ್ ಕೊಟ್ಟರ ಡಾರ್ಮಿಟ್ರಿ ಒಳಗ ಹನಿಮೂನ್ ಮಾಡೋ ಪೈಕಿನ ಬಿಡ್ರಿ ಈ ಮಂದಿ. ನಾ ಕಡಿಕೆ ಇಬ್ಬರ ಗಂಡಂದರನ ನಾಲ್ಕ ಹೆಂಡಂದರ ಜೊತಿ ಅಲ್ಲೇ ಸ್ಟೇಶನದಾಗ ಬಿಟ್ಟ ಇನ್ನೊಬ್ಬವನ ಕರಕೊಂಡ ಆಟೋ ತೊಗಂಡ ಹೊಟೇಲ್- ಹೊಟೇಲ್ ಅಡ್ಯಾಡಲಿಕತ್ತೆ. ಆವಾಗ ಮೊಬೈಲ್ ಬ್ಯಾರೆ ಇರಲಿಲ್ಲ. ಹೊಸಾ ಹೆಂಡ್ತಿನ ಹಂಗ ಹಳಿ ಬಾಜುಕ ಬಿಟ್ಟ ಹೋಗಲಿಕ್ಕೆ ಧೈರ್ಯ ಇರಲಿಲ್ಲ. ಆದರ ಅನಿವಾರ್ಯ ಇತ್ತ. ಕಡಿಕೆ ನಮಗ ಸೆಟ್ ಆಗೊ ಹಂತಾ ಒಂದ ಹೊಟೇಲ್‌ನಾಗ ನಾಲ್ಕ ರೂಮ್ ಹುಡಕೊಂಡ ಬಂದ ನಮ್ಮ ಲಗೇಜ್ ಹೊತಗೊಂಡ ಹೊಟೇಲ್‌ಗೆ ಹೋದ್ವಿ. ನಮ್ಮ ಈ ಹೊಟೇಲ್ ಹುಡುಕೋ ಪ್ರಹಸನ ನಾವ ಪ್ರತಿ ಊರಿಗೆ ಹೋದಾಗೂ ರಿಪೀಟ್ ಆಗ್ತಿತ್ತ.

ಹಿಂಗ ಕೊಚ್ಚಿನ್‌ದಿಂದ ನಮ್ಮ ಆಫೀಶಿಯಲ್ ಹನಿಮೂನ್ ಶುರು ಆತ. ಎರಡ ದಿವಸ ಕೊಚ್ಚಿನ್, ಮುಂದ ಅಲ್ಲಿಂದ ಅಲೇಪ್ಪಿ (ಅಲಪುಝಾ), ಕೊಟ್ಟಾಯಮ್, ಅಲ್ಲಿಂದ ತೆಕ್ಕಡಿ, ಪೆರಿಯಾರ, ಇಡುಕ್ಕಿ, ಮುನ್ನಾರ ಎಲ್ಲ ಮುಗಿಸಿಕೊಂಡ ಹುಬ್ಬಳ್ಳಿಗೆ ವಾಪಸ ಬಂದ್ವಿ. ಹಂಗ ಹನಿಮೂನ್‌ದ ಭಾಳ ಇಂಟೀರಿಯರ್ ಡಿಟೇಲ್ಸ್ ಅಂತು ಬರಿಲಿಕ್ಕೆ ಬರಂಗಿಲ್ಲ. ಎಲ್ಲ ಅನುಭವ ಹಂಚಗೊಳ್ಳಿಕ್ಕೂ ಬರಂಗಿಲ್ಲ. ಇನ್ನ ಮ್ಯಾಲಿಂದ ಮ್ಯಾಲಿಂದ ಇಷ್ಟ ಹೇಳಬೇಕಪಾ ಅಂದರ...

ನನ್ನ ಕಡೆ ವೊಡ್ಕಾ ಬಾಟಲಿ ಇದ್ದದ್ದ ನಮ್ಮ ಉಳದ ಹನಿಮೂನ್ ಮೇಟ್ಸ್‌ಗೆ ಗೊತ್ತಾಗಲಿಕ್ಕೆ ಎರಡ ದಿವಸ ಹಿಡಿತ. ಅದರಾಗ ನಮ್ಮ ದೋಸ್ತರ ನಾ ಬಾಟಲಿ ತಂದೇನಿ ಅಂದಾಗ ನನ್ನ ಹೆಂಡತಿಕಿಂತ ಜಾಸ್ತಿ ಗಾಬರಿ ಆಗಿ,

'ಲೇ, ಇದ ನನ್ನ ಹೆಂಡತಿಗೆ ಗೊತ್ತಾಗಬಾರದು, ನೀ ಕುಡಿತಿ ಅಂತನೂ ಗೊತ್ತಾಗಬಾರದು. ಮತ್ತೆಲ್ಲರ ಆಕಿ ಕುಡುಕರ ಜೊತಿಗೆ ಹನಿಮೂನಗೆ ಕರಕೊಂಡ ಹೋಗಿದ್ದರು ಅಂತಾಳ' ಅಂತ ಹೇಳಿದರು. ಹಂಗ ಇದ್ದ ನಾಲ್ಕ ಗಂಡಸರ ಒಳಗ ನಾನ ಸ್ವಲ್ಪ ಉಡಾಳ ಇದ್ದೆ. ಉಳದವರ ಏನಿಲ್ಲದ ಸಾಚಾ ನನ್ನ ಮಕ್ಕಳು. ಇನ್ನ ಹೊಸಾ ಹೆಂಡತಿ ಮುಂದ ಮತ್ತಿಷ್ಟ ಸಾಚಾನಗತೆ ನಾಟಕ ಮಾಡ್ತಿದ್ದರು. ಸರಿ ನಾ ನನ್ನ ಬಾಟಲಿ ನನ್ನ ರೂಮ್‌ನಾಗ ಇಟಗೊಂಡ ಇದ್ದೆ, ನನಗು ಅದನ್ನ ಎರಡ ಮೂರ ದಿವಸಾದರೂ ಓಪನ್ ಮಾಡಲಿಕ್ಕೆ ಟೈಮ್ ಸಿಕ್ಕಿದ್ದಿಲ್ಲ. ಅಲ್ಲ ಹಂಗ ಹನಿಮೂನ್‌ದಾಗ ಅದ ಪ್ರಿಯಾರಿಟಿನೂ ಅಲ್ಲ ಬಿಡ್ರಿ. ಸುಮ್ಮನ ಇರಲಿ ಅಂತ ಇಟ್ಕೊಂಡ ಹೋಗಿದ್ದೆ. ಮುಂದ ಒಂದ ದಿವಸ ಒಬ್ಬ ಮಾರವಾಡಿ ಹಗರಕ,

'ನಿನ್ನ ಕಡೆ ವೊಡ್ಕಾ ಇತ್ತಲಾ?' ಅಂದಾ.

'ಅದ ಅಲಾ, ಅದನ್ನ ಇನ್ನೂ ನಾ ತಗದಿಲ್ಲ' ಅಂದೆ.

'ಹಂಗರ ಇವತ್ತ ಸಂಜಿಗೆ ಓಪನ್ ಮಾಡಿ ನನ್ನ ರೂಮಿಗೆ ಫೋನ್ ಮಾಡಿ ನನಗ ಸೂಕ್ಷ್ಮ ಕರಿ' ಅಂದಾ. ಅಂವಾ ಧೈರ್ಯಾ ಮಾಡಿದ್ದ ನೋಡಿ ಇನ್ನೊಬ್ಬ ಮಾರವಾಡಿ ತಾನೂ ಬರ್ತೇನಿ ಅಂದಾ. ಸರಿ ನಾ ಅವರಿಗೆ ಕರದ ಒಂದ ಥರ್ಟಿ-ಥರ್ಟಿ ಮಿಕ್ಸ್ ಮಾಡಿ ಮ್ಯಾಲೆ ಸ್ಪ್ರೈಟ್, ಬಿಸ್ಲೇರಿ ಹಾಕಿ ಕೊಟ್ಟೆ. ಅವರ ಗಬಾ-ಗಬಾ ಕುಡದಬಿಟ್ಟರು.

'ಲೇ, ಸಾವಕಾಶ, ಅದು ವೋಡ್ಕಾ, ಆರಾಮ ತಗೊಬೇಕ, ಅದು ಸಾವಕಾಶ ಏರತದ' ಅಂತ ಹೇಳಿದ್ರೂ ಕೇಳಲಿಲ್ಲ. ಅಲ್ಲೇ ರೂಮಿನಾಗ ಹೆಂಡಂದರ ಕಾಯಿತಿರತಾರ ಅಂತ ಹೋಗೇಬಿಟ್ಟರು. ಪಾಪ, ನಮ್ಮ ಬ್ರಾಹ್ಮಣ ದೋಸ್ತಗ ಬರಲಿಕ್ಕೆ ಧೈರ್ಯ ಇರಲಿಲ್ಲ, ಬಿಡಲಿಕ್ಕೆ ಮನಸ್ಸಿರಲಿಲ್ಲ. ರಾತ್ರಿ ಊಟಕ್ಕ ಹೋದಾಗ ಹಗರಕ ನನ್ನ ಹತ್ತರ ಬಂದ,

'ವೋಡ್ಕಾ ಎಲ್ಲಾ ಖಾಲಿ ಆತೇನ?' ಅಂತ ಕೇಳಿದಾ.

'ಏ, ಇನ್ನೂ ರಗಡ ಅದ, ಯಾಕ?' ಅಂದೆ.

'ಹಂಗರ ರಾತ್ರಿ ನೀ ನಂಗ ಸ್ಪ್ರೈಟ್ ಉಳದದ. ಬೇಕಾರ ತೊಗಂಡ ಹೋಗ ಅಂತ ನನ್ನ ಕರಿ, ಆ ಸ್ಪ್ರೈಟ್ ಒಳಗ ಮಿಕ್ಸ್ ಮಾಡಿ ನಂಗ ಕೊಟ್ಟ ಕಳಸು' ಅಂದಾ. ಸರಿ ನಾ ಸ್ಪ್ರೈಟ್ ಒಳಗ ಮಿಕ್ಸ್ ಮಾಡಿ ಇಟ್ಟ ಅವನ ರೂಮಿಗೆ ಫೋನ್ ಮಾಡಿದೆ.

ಅವನ ಹೆಂಡತಿ ಫೋನ್ ಎತ್ತಿ,

'ಯಾಕ್ರಿ ಮತ್ತ ಕೊಬ್ಬರಿ ಎಣ್ಣಿ ಬೇಕಿತ್ತಿನ?' ಅಂತ ಕೇಳಿದ್ಲು.

ಅದರ ಹಿಂದಿನ ದಿವಸ ನಾ ಹೀಟ್ ಭಾಳ ಆಗೇದ. ತಲಿಗೆ ಎಣ್ಣಿ ಹಚಗೊಳ್ಳಲಾರದ ಭಾಳ ದಿವಸಾತು ಅಂತ ಆಕಿ ಕಡೆ ಕೊಬ್ಬರಿ ಎಣ್ಣಿ ಪಾಕೇಟ್ ಒಂದ ಕಡಾ ಇಸಗೊಂಡಿದ್ದೆ, ಅದಕ್ಕ ಹಂಗ ಕೇಳಿದ್ಲು.

'ಏ, ಅದೇನ ಬ್ಯಾಡ. ನನ್ನ ಕಡೆ ಒಂದ ಸ್ಪ್ರೈಟ್ ಉಳದಿತ್ತ, ನಿನ್ನ ಗಂಡಗ ಬೇಕಾರ ಬಂದ ತೊಗಂಡ ಹೋಗಂತ ಹೇಳು' ಅಂತ ನಾ ಫೋನ್ ಇಟ್ಟೆ.

ಮುಂದ ಒಂದ ಹತ್ತ ನಿಮಿಷಕ್ಕ ಈ ಮಗಾ ಬಂದಾ ಬಾಟಲಿ ಒಯ್ಯಲಿಕ್ಕೆ.

'ಲೇ, ಇಲ್ಲೇ ಕುಡದ ಹೋಗ, ಮೊದ್ಲ ನಿನ್ನ ಹೆಂಡತಿ ಖತರನಾಕ ಇದ್ದಾಳ, ಆಮ್ಯಾಲೆ ಒಂದ ಹೋಗಿ ಒಂದ ಆದರ ಏನ ಮಾಡ್ತಿ?' ಅಂದೆ.

ಅಂವಾ 'ಏ, ಇಲ್ಲ ಆಕಿ ಸಿಟ್ಟಾಗತಾಳ' ಅಂತ ಹೆದರಿ ಬಾಟಲಿ ಹಿಡಕೊಂಡ ರೂಮಿಗೆ ಓಡಿ ಹೋದಾ. ಮುಂದ ಅದನ್ನೇನ ಕುಡದ್ನೋ ಇಲ್ಲ ಚೆಲ್ಲಿದ್ನೋ ಅಂತ ನಾನು ತಲಿ ಕೆಡಸಿಗೊಳ್ಳಿಕ್ಕೆ ಹೋಗಲಿಲ್ಲ.

ಮರುದಿವಸ ಮುಂಜಾನೆ ಟಿಫಿನ್ನಿಗೆ ಕೂತಾಗ,

'ಆಡೂರ, ನಿನ್ನೆ ನೀ ಸ್ಪ್ರೈಟ್ ಒಳಗ ಎಷ್ಟ ಮಿಕ್ಸ್ ಮಾಡಿದ್ಯೋ?' ಅಂದಾ.

ನಾ ನನ್ನ ನಶಾದಾಗ ಅವಂಗ ಒಂದ ನೈಂಟಿ ಮಿಕ್ಸ್ ಮಾಡಿಬಿಟ್ಟಿದ್ದೆ ಕಾಣತದ.

'ಯಾಕ್, ಏನಾತು?' ಅಂದೆ.

'ಇಲ್ಲ ನಾ ಸ್ಪ್ರೈಟ್ ಸ್ಲೋ ಕುಡಿಯೋದ ನೋಡಿ ನನ್ನ ಹೆಂಡತಿ 'ಎಷ್ಟೊತ್ತ ಅದ ಒಂದ ಸ್ಪ್ರೈಟ್ ಕುಡಿಲಿಕ್ಕೆ? ಲಗೂನ ಮುಗಿಸಿ ಬರ್ರಿ' ಅಂತ ಜೋರ ಮಾಡಿದ್ಲು, ನಾ ಒಂದ ಹೊಡತಕ್ಕ ಎಲ್ಲ ಕುಡದ ಬಿಟ್ಟೆ' ಅಂದಾ.

'ಮುಂದ' ಅಂದೆ. 'ಮುಂದೇನ ಮಗನ, ನಡರಾತ್ರ್ಯಾಗ ನಾ ಒಂದಕ್ಕ ಎದ್ದಾಗ ಫ್ಯಾನ್ ನಿಂತಿತ್ತು, ಸೀಲಿಂಗ್ ತಿರಗಲಿಕತ್ತಿತ್ತು. ನಾ ಗೋಡೆ ಹಿಡಕೊಂಡ ಬಾಥ್‌ರೂಮಿಗೆ ಹೋಗಿ ಬಂದೆ' ಅಂದಾ.

'ಎಲ್ಲೆ, ವಾಶ್ ಬೇಸಿನದಾಗ ಹೊಯ್ದು ಬಂದಿನ' ಅಂತ ಕೇಳೊಂವ ಇದ್ದೆ. ಹೋಗಲಿ ಬಿಡ ಅಂತ ಬಿಟ್ಟೆ. ನನ್ನ ಪುಣ್ಯಾಕ್ಕ ರಾತ್ರಿ ಒಂದ ಹೋಗಿ ಇನ್ನೊಂದ ಆಗಿದ್ದಿಲ್ಲ.

ಆದ್ರ ಮರುದಿವಸ ತನಕಾ ಅಂದರ ಎಲ್ಲ ಹೆಂಡಂದರಿಗೂ ನಾ ವೋಡ್ಕಾ ಬಾಟಲಿ ತಂದಿದ್ದ ಕನ್ಫರ್ಮ್ ಆಗಿತ್ತ. ಮುಂದ ಹಿಂಗ ಆತಲಾ ನನ್ನ ವೋಡ್ಕಾ ಖಾಲಿ ಆದರೂ ಯಾ ಹೆಂಡಂದರು ತಮ್ಮ ಗಂಡಂದರನ ನನ್ನ ರೂಮಿಗೆ ಕಳಸ್ತಿದ್ದಿಲ್ಲ... ಇದು ಅಲೇಪ್ಪಿ ಒಳಗ ಆಗಿದ್ದ ಮಾತ.

ನಾವ ಅಲ್ಲೇ ಇದ್ದಾಗ ಒಂದ ದಿವಸ ಬೋಟ್ ಮಾಡ್ಕೊಂಡ 'ಪಾಥಿರಮನಲ್' ಅನ್ನೋ ದ್ವೀಪಕ್ಕ ಹೋಗಿದ್ವಿ, ವೆಂಬನಾಡ ಬ್ಯಾಕ್ ವಾಟರ್ ಲೇಕ್ ಒಳಗ ಒಂದ 5 ಕಿಮೀ ಏರಿಯಾದಾಗ ಆ ದ್ವೀಪ ಇತ್ತ, ಅಲ್ಲೇ ಏನೂ ಸಿಗಂಗಿಲ್ಲಾ, ಯಾರೂ ಇದ್ದಿದ್ದಿಲ್ಲ. ನಾವ ಅಲ್ಲಿ ಹೋಗಿ ಮುಟ್ಟಿದಾಗ ಮಧ್ಯಾಹ್ನ ಆಗಿತ್ತ. ಇಡಿ ದ್ವೀಪದಾಗ ನಾವ ಎಂಟ ಮಂದಿ, ಬೋಟ್‌ಮನ್ ಬೋಟ್‌ನಾಗ ಉಳಕೊಂಡಿದ್ದಾ. ನಾವ ಆ ಕಾಡ ದ್ವೀಪದಾಗ ಕಾಲ ದಾರಿ ಹಿಡದ ಎಲ್ಲೆ ಬೇಕಲ್ಲೆ ನಮ್ಮ ಹೆಂಡಂದರನ ಹಿಡ್ಕೊಂಡ ತಿರಗಲಿಕತ್ವಿ, ನಾವ ಇಷ್ಟ ಇರೋದ ಈ ದ್ವೀಪದಾಗ ಅನ್ನೊ ಖಬರ ಸಹಿತ ನಮಗ ಇರಲಿಲ್ಲ, ಹೆದರಕಿನೂ ಇರಲಿಲ್ಲ. ಹಂಗ ಗಿಡಾ-ಮರಾ-ನೀರು ನೋಡ್ಕೋತ ಎಲ್ಲಾರೂ ಒಂದೊಂದ ದಿಕ್ಕಿನಾಗ ಹೊಂಟಿದ್ವಿ.

ನಮ್ಮ ಮಾರವಾಡಿ ದೋಸ್ತ ಒಬ್ಬಂವಾ ಅಲ್ಲಿ ಸುನಸಾನ ಕಾಡು, ವಾತಾವರಣ ನೋಡಿ ಒಮ್ಮಿಂದೊಮ್ಮಿಲೆ,

'ಅದಕ್ಕ ಮಲಯಾಳಿ ಒಳಗ ಸೆಕ್ಸ್ ಪಿಕ್ಚರ್ ಜಾಸ್ತಿ ಆಗ್ತಾವ. ಇಲ್ಲೆ ಯಾರ ಏನ ಮಾಡಿದರು ಯಾರೂ ಹೇಳೋರಿಲ್ಲ, ಕೇಳೋರಿಲ್ಲ, ನೋಡೋರಿಲ್ಲ' ಅಂದಾ.

'ಲೇ, ನಿನೌನ. ಭಾಳ ಶಾಣ್ಯಾ ಇದ್ದೆ, ನೀ ಒಂದ ಪಿಕ್ಚರ್ ಮಾಡಬ್ಯಾಡ. ಸುಮ್ಮನ ಎದಕ್ಕ ಬಂದಿ ಅದನ್ನ ಮುಗಿಸಿಕೊಂಡ ಹೋಗ' ಅಂದೆ.

'ಮತ್ತ ನಾನು ಅದನ್ನ ಹೇಳಿದ್ದಲೇ' ಅಂದಾ. ಹಂಗ ಅಂವಾ ಹೇಳಿದ್ದ ಖರೆ ಇತ್ತ, ನಮ್ಮ ಹುಬ್ಬಳ್ಳಿ ಗಣೇಶ ಟಾಕೀಸ್‌ನಾಗ ಆವಾಗ ಬರೇ ಮಲಯಾಳಿ ಪಿಕ್ಚರ್ ಬರತಿದ್ವು. ಅದಕ್ಕ ಈ ಮಗಾ ಕೇರಳಾಕ್ಕ ಬರಲಿಕ್ಕೆ ಹೂಂ ಅಂದಿರಬೇಕ ಅನಸಲಿಕತ್ತ. ಆದರ ಇಲ್ಲೇ ಮಾತ್ರ ಖರೇನ ಯಾರ ಏನ ಬೇಕಾದ ಮಾಡಿದರೂ ಕೇಳೋರಿದ್ದಿದ್ದಿಲ್ಲ, ನೋಡವರಿದ್ದಿದ್ದಿಲ್ಲ. ಹಂಗ ನಾವ ಜೋಡಿ ಜೋಡಿ ನಮಗೆಲ್ಲ ಬೇಕ ಅಲ್ಲೆ ಅಡ್ಯಾಡಕೋತ ಕಾಡಿನಾಗ ಹೋದ್ವಿ, ಒಂದ ತಾಸಿಗೆ ಎಲ್ಲಾರೂ ಒಂದ ಗಿಡದ ಹತ್ರ ಸೇರೋದು ಅಂತ ಮೊದ್ಲ ಡಿಸೈಡ್ ಮಾಡಿದ್ವಿ. ಮುಂದ ಒಂದ ತಾಸಿಗೆ ಎಲ್ಲಾರೂ ಕರೆಕ್ಟ್ ಬಂದ್ವಿ. ಆದ್ರ ನಮ್ಮ ಆ ಗಣೇಶ ಟಾಕೀಸ್ ಮಾರವಾಡಿ ಬರಲಿಲ್ಲ, ಅವನ ಹೆಂಡತಿನೂ ಬರಲಿಲ್ಲ. ನಾ ಅವನೌನ ಇಂವಾ ಎಲ್ಲೇರ ಖರೇನ ಯಾವದರ ಪಿಕ್ಚರ್ ಶೂಟಿಂಗ್ ನೋಡ್ಕೋತ

ಇಲ್ಲ ಮಾಡ್ಕೋತ ನಿಂತನೇನ ಅಂತ ಅವನ ಹೆಸರಲೇ ಜೋರಾಗಿ ಕಾಡನಾಗ ಒದರಲಿಕತ್ತೆ. ನಂಗ ಖರೇನ ಭಾಳ ಟೆನ್ಶನ್ ಶುರು ಆತ, ಗಂಡಾ ಹೆಂಡತಿ ಇಬ್ಬರ, ಎಲ್ಲೆ ಕಳಕೊಂಡರೋ, ಎಲ್ಲೆ ಏನರ ಆತೋ ಏನೋ? ಏನಪಾ ಇದ ಒಂದ ಹೋಗಿ ಒಂದ ಆದರ ಏನ ಮಾಡೋದ ಮೊದ್ಲ ಕಾಡು, ನೀರು, ಅರೇದ ಊರು ತಿಳಿಲಾರದ ಭಾಷಾ ಅದರಾಗ ಇಲ್ಲಂತೂ ಯಾರು ಇಲ್ಲ ಅಂತ ಏನೇನೋ ಕೆಟ್ಟ ವಿಚಾರ ಬರಲಿಕತ್ವು. ಅಷ್ಟರಾಗ ಆ ದೋಸ್ತ ಒಬ್ಬನ ಬಂದಾ. ಬಂದವನ,

'ಲೇ, ನನ್ನ ಹೆಂಡತಿನ ನೋಡಿದರೇನ್?' ಅಂದಾ.

'ಲೇ, ಆಕಿ ನನ್ನ ಜೊತಿ ಎಲ್ಲೆ, ನಿನ್ನ ಜೊತಿನ ಹೋಗಿದ್ಲಲಾ' ಅಂದೆ.

'ಏ, ನನ್ನ ಜೊತಿ ನಡಕ ಕಾಡಿನಾಗ ಜಗಳಾಡಿ ಯಾಕಡೇನೊ ಹೋದ್ಲು, ನಾ ಅರ್ಧಾ ತಾಸಿನಿಂದ ಹುಡಕಲಿಕತ್ತೇನಿ' ಅಂದಾ. ಅವನೌನ ಆಕಿ ಜಗಳಾಡಿ ಕಾಡಿನಾಗ ಹೋಗೊ ಹಂಗ ಏನ ಮಾಡಲಿಕ್ಕೆ ಹೋಗಿದ್ದನೋ ಏನೋ ದೇವರಿಗೆ ಗೊತ್ತ ಅಂತ ತಲಿಕೆಟ್ಟ ಎಲ್ಲಾರೂ ಕೂಡಿ ಆಕಿನ್ನ ಹುಡುಕಲಿಕತ್ವಿ. ಅವನೌನ ಆಕಿ ತನ್ನ ಗಂಡನ ಮ್ಯಾಲಿನ ಸಿಟ್ಟಲೇ, ನಮ್ಮ ಧ್ವನಿ ಕೇಳಿದರೂ ಕೇಳಲಾರದಂಗ ಕಾಡಿನಾಗ ಇದ್ಲು. ಮುಂದ ಒಂದ ಅರ್ಧಾ ತಾಸಿಗೆ ತಾನ ಕಾಡಿನಾಗಿಂದ ಬಂದ್ಲು, ನಂಗ ಬಿ.ಪಿ. ಏರಿ ಬಿಟ್ಟಿತ್ತು. ನಾ ಆಕಿಗೆ ಹಿಡದ ಝಾಡಿಸಿದೆ, ಹಿಂಗ್ಯಾಕ ಮಾಡಿದಿ ಅಂತ ಕೇಳೋದರಾಗ ಆಕಿ ವಾಂತಿ ಮಾಡ್ಕೊಳಿಕತ್ಲು, ನಮಗೆಲ್ಲ ಮತ್ತಿಷ್ಟ ಗಾಬರಿ ಆತು. ನಂಗಂತೂ ಆಕಿ ಎಲ್ಲೊ ಕಾಡಿನಾಗ ಏನರ ಕಡಿಸಿಗೊಂಡ್ಲೊ ಇಲ್ಲ ಗಂಡ ಕಡದಿದ್ದ ನಂಜ ಇಷ್ಟ ಲಗೂ ಏರಿತ್ತೊ ಗೊತ್ತಾಗಲಿಲ್ಲ. ಕಡಿಕೆ ಏನಾತ ಅಂತ ಕೇಳಿದರ ಆಕಿ ಗಂಡ ಮಾಣಿಕಚಂದ (ಗುಟ್ಕಾ) ತಿಂದದ್ದಕ್ಕ ಅವನ ಜೊತಿ ಜಗಳಾಡಿ ಅವನ ಕೈಯಾಗಿಂದ ಚೀಟ ಕಸಗೊಂಡ ಕಾಡಿನಾಗ ಸಿಟ್ಟಲೇ ಹೋಗಿದ್ಲು, ಮುಂದ ಇದರಾಗ ಹಂತಾದ ಏನದ ನೋಡೋಣು ಅಂತ ಆ ಚೀಟ ಹರದ ಬಾಯಾಗ ಹಾಕ್ಕೊಂಡಿದ್ಲು. ಅದು ತಲಿಗೇರಿ ಆಕಿ ತಲಿ ತಿರುಗಿ ಹೊಟ್ಟ್ಯಾಗ ತಳಮಳಸಿ ಕಡಿಕೆ ನಮ್ಮ ಮುಂದ ಬಂದ ವಾಂತಿ ಮಾಡ್ಕೊಂಡಿದ್ಲು. ಹೆಂತಾ ಹೆಣ್ಣ ಅನಬೇಕ ಆಕಿಗೆ. ಆಕಿ ಮುಂದ ನನ್ನ ಹೆಂಡತಿ ಭಾಳ ಛಲೊ ಅನಿಸಿದ್ಲು. ಒಂದ ಮಾತಿಗೆ 'ನೀವೇನರ ಹಾಳ ಗುಂಡಿ ಬೀಳ್ಕೋರಿ' ಅಂತ ನನ್ನ ಕೈಬಿಟ್ಟ ಆಡಲಿಕತ್ತಿದ್ಲು. ಅಲ್ಲ ಆ ವಿಷಯದಾಗ ಇವತ್ತು ನನ್ನ ಹೆಂಡತಿ ಹಂಗ ಇದ್ದಾಳ ಬಿಡರಿ, ಸುಳ್ಳ ಯಾಕ ಹೇಳ್ಬೇಕು? ನಾ ಕಡಿಕೆ ಗಂಡಾ ಹೆಂಡತಿ ಇಬ್ಬರಿಗೂ ಬೈದ, ಅವನ ಕಡೆ ಇದ್ದಿದ್ದ ಅಷ್ಟು ಮಾಣಿಕಚಂದ ಕಸಗೊಂಡ ಅಲ್ಲಿಂದ ಕರಕೊಂಡ ಬಂದೆ. ಆ ದೋಸ್ತ ಇವತ್ತೂ ನಂಗ ಭೆಟ್ಟಿ ಆದಾಗೊಮ್ಮೆ 'ಅವತ್ತ ನಾವ ಆಕಿನ್ನ ಅಲ್ಲೇ ಕಾಡಿನಾಗ ಬಿಟ್ಟ ಬಂದಿದ್ದರ ಎಷ್ಟ ಛಲೋ ಇತ್ತು' ಅಂತ ನೆನಸ್ತಾನ, ಪಾಪ. ನಂಗ ಮುಂದ ಎಲ್ಲಾರನೂ ಹುಬ್ಬಳ್ಳಿಗೆ ತಂದ ಮುಟ್ಟಸೋ ತನಕ ಟೆನ್ಶನ್ ಇತ್ತ. ಅಂತೂ ಇಂತೂ ಎಲ್ಲಾರೂ ಸುರಕ್ಷಿತವಾಗಿ ಹುಬ್ಬಳ್ಳಿಗೆ ಬಂದ ಮುಟ್ಟಿದ್ವಿ.

ಸದ್ಯೇಕ ಇಷ್ಟ ಹನಿಮೂನ್ ಪ್ರಹಸನ ಸಾಕ, ಮತ್ತ ಪ್ರಸಂಗ ಬಂದಾಗ ಹೇಳ್ತೇನಿ. ಅಲ್ಲ ಹನ್ನೆರಡ ವರ್ಷದ ಹಿಂದಿನ ಹನಿಮೂನ್ ಹೆಂಗ ನೆನಪ ಇಟ್ಟ್ಯಾನ ನೋಡ ಅನಬ್ಯಾಡರಿ, ಹೆಂಡ್ತೀನ ನೆನಪ ಹಾರಬಹುದು. ಆದರ ಒಂದನೇ ಹನಿಮೂನ್ ಅಲ್ಲ. ಹೆಂಡ್ತಿ ಹಳೇಕಿ ಆಗಬಹುದು ಆದ್ರ ಹನಿಮೂನ್ ಅಲ್ಲ.

ಹಳೇಹುಬ್ಬಳ್ಳಿ ಹಸ್‌ಬಂಡ್ಸ್...

ನಾ ನನ್ನ ಜೀವನದಾಗ ಪೂರ್ತಿ ಓದಿದ್ದ ಮೊದ್ಲನೇ ಇಂಗ್ಲಿಷ್ ಫಿಕ್ಶನ್ ಅಂದರ ಜಾಕಿ ಕಾಲಿನ್ಸಂದ 'ಹಾಲಿವುಡ್ ಹಸ್‌ಬಂಡ್ಸ್'. ನಂಗ ಈ ಬುಕ್ ಸಿಕ್ಕದ್ದ ನಮ್ಮ ಚಿಮ್ಮಲಗಿ ಮಾಮನ ಮನ್ಯಾಗ, ಅವರ ಮಗಳ ಚೈತ್ರಿ ನಾನು ಕ್ಲಾಸಮೇಟ್ಸ್. ಹಿಂಗಾಗಿ ನಾ ಯಾಕ ರಿಸ್ಕ್ ತೊಗೋಬೇಕು ಅಂತ ಅವರಪ್ಪಗ ಮಾಮಾ ಮಾಮಾ ಅಂತ ಹಚಗೊಂಡಿದ್ದೆ. ಹಾಲಿವುಡ್ ಹಸ್‌ಬಂಡ್ಸ್ ನಂಥಾ ಬುಕ್ ಅವರ ಮನ್ಯಾಗ ಹೆಂಗ ಬಂತೊ ಆ ಜಾಕಿ ಕಾಲಿನ್ಸ್‌ಗೆ ಗೊತ್ತ. ಯಾಕಂದರ ಅವರ ಮನ್ಯಾಗ ಬರೇ ಮಡಿ-ಮೈಲಗಿ, ಆರತಿ-ಪಾರಾಯಣದ ಬುಕ್ಕ ಇರತಿದ್ವು.

ಹಂಗ ನಮಗೆಲ್ಲ ಆವಾಗ ಜಸ್ಟ್ ಇಂಗ್ಲಿಷ್ ಬುಕ್ ಓದೋ ಚಟಾ ಶುರು ಆಗಿತ್ತ. ಚಟಾ ಅನ್ನೋದಕಿಂತಾ ಶೋ ಆಫ್ ಅನ್ನರಿ. ನಮಗ ತಿಳೀಲಿ, ಬಿಡಲಿ. ಕಾಲೇಜಿಗೆ ಹೊಂಟೇವಿ ಅಂದರ ಮಂದಿಗೆ ತೋರಸಲಿಕ್ಕೆರ ಇಂಗ್ಲಿಷ್ ಬುಕ್ ಹಿಡಕೊಂಡ ಅಡ್ಯಾಡೋದು, ಓದಿದಂಗ ಮಾಡೋದು ಕಂಪಲ್ಸರಿ ಇತ್ತ.

ನಂಗ ಆ ಬುಕ್ ಎಷ್ಟ ಹಿಡಸ್ತ ಅಂದರ ಮುಂದ ನಾ ಜಾಕಿ ಕಾಲಿನ್ಸ್ ಬರದಿದ್ದ 'ಹಾಲಿವುಡ್ ವೈವ್ಸ್', 'ಹಾಲಿವುಡ್ ಕಿಡ್ಸ್', 'ದ ವರ್ಲ್ಡ್ ಈಜ್ ಫುಲ್ ಆಫ್ ಮ್ಯಾರೀಡ್ ಮೆನ್', 'ದ ವರ್ಲ್ಡ್ ಈಜ್ ಫುಲ್ ಆಫ್ ಡೈವರ್ಸ್ಡ್ ವುಮೆನ್' ಎಲ್ಲಾ ತರಿಸಿ ತರಿಸಿ ಓದಿದೆ. ನಾ ಕಾಲೇಜ್ ಬುಕ್ ಬಿಟ್ ಹಾಲಿವುಡ್ ಬುಕ್ಸ್ ಓದಲಿಕ್ಕೆ ಶುರು ಮಾಡಿಬಿಟ್ಟಿದ್ದೆ, ಅಲ್ಲ ಬುಕ್ ಟೈಟಲ್ ನೋಡಿದರ ಗೊತ್ತಾಗಿರಬೇಕ ಅವ ಹೆಂತಾ ಬುಕ್ ಅಂತ. ಅದ ಹಿಂಗ ಆಗಿತ್ತಲಾ. ನಂಗ ಹುಬ್ಬಳ್ಳ್ಯಾಗಿನ ಜನತಾ ಬಜಾರ ಮತ್ತ ಉಳ್ಳಾಗಡ್ಡಿ ಓಣಿ ನಡಕ ಎಷ್ಟ ಸಂಧಿ ಬರ್ತಾವ ಅಂತ ಗೊತ್ತ ಇಲ್ಲದಿದ್ದರೂ ಲಾಸ್ ಏಂಜಲೀಸ್, ವೇಗಾಸ್, ಬೇವರಲಿ ಹಿಲ್ಸ್ ಒಳಗ ಯಾವ್ಯಾವ ಸಂಧಿ ಎಲ್ಲೆ ಅವ, ಯಾ ಹಾಲಿವುಡ್ ಸ್ಟಾರ್ ಎಲ್ಲೇ ಇರ್ತಾನ, ಅವರ ಸ್ಪಾಕ್ಕ ಎಲ್ಲೇ ಹೋಗ್ತಾರ, ವೀಕೆಂಡ್ ಪಾರ್ಟಿ ಎಲ್ಲೆ ಮಾಡ್ತಾರ, ಯಾರ ಗಂಡಂದ ಯಾರ ಹೆಂಡತಿ ಜೊತಿ ಲಫಡಾ ಅದ ಎಲ್ಲ ತಿಳಕೊಂಡ ಬಿಟ್ಟಿದ್ದೆ. ನಾ ಒಂದನೇ ಇಂಗ್ಲಿಷ್ ಪುಸ್ತಕ ಹಾಲಿವುಡ್ ಹಸ್‌ಬಂಡ್ಸ್ ಓದಿದೆ ಅಂತ ಮುಂದ ಜೀವನದಾಗ ಇಂಗ್ಲಿಷ್ ಪುಸ್ತಕ ಓದೋ ಚಟಾ ಕಂಟಿನ್ಯು ಆತ. ಅದರ ಬದ್ಲಿ ಬ್ಯಾರೆ

ಯಾವದರ ಬುಕ್ ಓದಿದ್ದರ ಮುಂದ ಇಂಗ್ಲಿಷ್ ಬುಕ್ಕ ಓದತಿದ್ದಿಲ್ಲ ಅಂತ ಅನಸ್ತದ. ಜಾಕಿ ಕಾಲಿನ್ಸ್ ಬುಕ್ಕಿನ್ಸು ನನ್ನ ಮ್ಯಾಲೆ ಭಾಳ ವರ್ಷದ ತನಕಾ ಇಫೆಕ್ಟ್ ಇತ್ತ. ಮುಂದ ನಾ ಹಾಲಿವುಡ್ ಗುಂಗಿನಿಂದ ಹೊರಗ ಬಂದಿದ್ದ ಓಶೋನ ಸ್ಪಿರಿಚುವಲ್ ಬುಕ್ಸ್ ಓದಿದ ಮ್ಯಾಲೆ.

ನಾ ಆ ಹಾಲಿವುಡ್ ಹಸ್‌ಬಂಡ್ಸ್ ಇಂಗ್ಲಿಷ್ ಬುಕ್ ಓದಿದ್ದ ನೋಡಿ ಚೈತ್ರಿನೂ ದೊಡ್ಡಿಸ್ತನ ಬಡಿಲಿಕ್ಕೆ ಓದಲಿಕ್ಕೆ ಶುರು ಮಾಡಿದ್ಲು. ಮುಂದ ಆಕಿ ಖಾಸ ಗೆಳತ್ಯಾರ ಮೈತ್ರಿ ಮತ್ತ ಪಮ್ಮಿನೂ ಓದಿದರು. ಅವರ ಮೂರು ಮಂದಿ ಹಾಲಿವುಡ್ ಹಸ್‌ಬಂಡ್ಸ್ ಓದಿ ಹುಚ್ಚ ಹಿಡಿಸಿಗೊಂಡ ಬಿಟ್ಟರು. ಆ ಹಾಲಿವುಡ್ ಹಸ್‌ಬಂಡ್ಸ್‌ದ celebrity status, ಅವರ way of life, ಅವರ romance ಒಳಗಿನ richness ಎಲ್ಲ ನೋಡಿ ಮಾಡ್ಕೊಂಡರ ಹಂತಾ ಗಂಡನ್ನ ಮಾಡ್ಕೋಬೇಕ ಅಂತ ಡಿಸೈಡ್ ಮಾಡಿ ಗುರವಾರಕ್ಕೊಮ್ಮೆ ರಾಯರ ಮಠದಾಗ ಎರಡ ಪ್ರದಕ್ಷಿಣಿ ಜಾಸ್ತಿ ಹಾಕಲಿಕತ್ತರು.

ನಾವೆಲ್ಲ ಒಂದs ವಾರಗಿ, ಮ್ಯಾಲೆ ಒಂದ ಏರಿಯಾದವರು. ಅದರಾಗ ಚೈತ್ರಿ-ಮೈತ್ರಿ ಇಬ್ಬರೂ ನನ್ನ ಕ್ಲಾಸ್‌ಮೇಟ್ಸ್. ಪಮ್ಮಿ diploma in fashion designing ಮಾಡತಿದ್ದಳು. ಅವರ ಮೂರು ಮಂದಿ ಅಂತು ಎಷ್ಟ ಗಳಸ್ಯ-ಕಂಠಸ್ಯ ಅಂದರ ಮಂದಿ 'ಅವು ಮೂರು ಕೂಡೆ ಎಲ್ಲರ ಒಬ್ಬವಂಗ ಕಟಗೊಂಡ ಗಿಟಕೊಂಡಾರ ಹುಷಾರ ಇರ್ರಿ' ಅಂತಿದ್ರು. ಅದರಾಗ ಆ ಮೂರು ಮಂದಿಗೆ ಕಾಮನ್ ಫ್ರೆಂಡ್ ಅಂದರ ಆವಾಗ ನಾ ಒಬ್ಬನ ಇದ್ದೆ. ಆ ಮಾತ ಬ್ಯಾರೆ.

ನಾವೆಲ್ಲ ಡಿಗ್ರಿ ಮುಗಸೋದಕ್ಕು ಈ ಹುಡುಗ್ಯಾರ ಅವ್ವಾ ಅಪ್ಪಾ ಸೀರಿಯಸ್ ಆಗಿ ಅವರಿಗೆ ವರಾ ನೋಡಲಿಕ್ಕೆ ತಯಾರಿ ನಡಸಿದರು. ಮಠದಾಗ ಕಂಡ-ಕಂಡೋರಿಗೆ ಕುಂಡ್ಲಿ ಝೆರಾಕ್ಸ್ ಮಾಡಿಸಿ ಕೊಡಲಿಕ್ಕೆ ಶುರು ಮಾಡಿದ್ದರು. ನಮ್ಮಪ್ಪನ ಕಡೇನೂ ಬಂದ ಕುಂಡಲಿ ಕೊಟ್ಟ ಹೋದರು. ನನ್ನ ಸಂಬಂಧ ಅಲ್ಲ ಮತ್ತ.

'ನಮ್ಮ ಮಗಳಿಗೆ ಎಲ್ಲರ ಛಲೋ ವರಾ ಇದ್ದರ ಹೇಳ್ರಿ ದೀಕ್ಷಿತರ' ಅಂತ ಕೊಟ್ಟಿದ್ದರು. ಅಲ್ಲ ಆ ಹುಡಗ್ಯಾರ ನನ್ನ ವಾರ್ಗಿ ಅಂದರ ನನ್ನ ಸಂಬಂಧ ಹೆಂಗ ಕುಂಡ್ಲಿ ಕೊಡ್ತಾರ? ಅದರಾಗ ಆವಾಗಿನ್ನೂ ನಂದ ಹರ ಇಲ್ಲ ಶಿವಾ ಇಲ್ಲ, ದಣೆಯಿನ ಡಿಗ್ರಿ ಮುಗಿಸಿ ಒಂದ ಫಿನೈಲ್ ಫ್ಯಾಕ್ಟರಿ ಒಳಗ chemist ಅಂತ ಕೆಲಸಕ್ಕ ಹೊಂಟಿದ್ದೆ. ಮ್ಯಾಲೆ ಇನ್ನೊಂದ ದುಃಖದ ವಿಷಯ ಅಂದರ ಚೈತ್ರಿ-ಮೈತ್ರಿ ಇಬ್ಬರದು ಗೋತ್ರ ಕಾಶ್ಯಪನ ಅಂತ ಅವರ ಕುಂಡಲಿ ನೋಡಿದ ಮ್ಯಾಲೆ ನಂಗ ಗೊತ್ತಾತ. ನಂದು ಕಾಶ್ಯಪ ಗೋತ್ರನ. ಹಕ್ಕ್, ಸುಳ್ಳ ಇಷ್ಟ ವರ್ಷ ಚೈತ್ರಿ ಅಪ್ಪಗ ಮಾಮಾ ಮಾಮಾ ಅಂತ ಹಚಗೊಂಡರ ಅಂವಾ ಕಾಕಾ ಆದನಲಪಾ ಅಂತ ಖರೇನ ಕೆಟ್ಟ ಅನಸ್ತ. ಅಲ್ಲ, ಲೈನ್ ಹೊಡಿ ಬೇಕಾರ ನಾವೆಲ್ಲ ಗೋತ್ರ-ಪಿತ್ರಾ ಎಲ್ಲೇ ನೋಡ್ತೇವಿ? ಇನ್ನ ಮುಂದsರ ಗೊತ್ರಾ ನಕ್ಷತ್ರಾ ನೋಡಿ ಲೈನ್ ಹೊಡೀಬೇಕ ಅಂತ ಅನ್ಕೊಂಡ ಸುಮ್ಮನಾದೆ. ಅದರಾಗ ಆ ಮೂರು ಹುಡುಗ್ಯಾರ ತಮ್ಮ ಗಂಡಂದರ ಬಗ್ಗೆ ಭಾಳ ದೊಡ್ಡ ದೊಡ್ಡ ಕನಸ

ಕಾಣತಿದ್ದರು. ಅಗದಿ ಹಾಲಿವುಡ್ ಹಸ್‌ಬಂಡ್ಸ್ ಲೆವೆಲ್ ಗಂಡನ ಬೇಕ ಅನ್ನೋರು. ಚೈತ್ರಿಗೆ ಡಾಕ್ಟರ್ ಇಲ್ಲ ಸಿವಿಲ್ ಇಂಜಿನಿಯರ್ ಇದ್ದರ ಇಷ್ಟ ಮಾಡ್ಕೋತೇನಿ ಅನ್ನೋಕಿ. ಮೈತ್ರಿಗೆ ಬ್ಯಾಂಕಿನಾಗ ನೌಕರಿ ಇರೋ ಗಂಡsನ ಬೇಕಿತ್ತ, ಅದು ಕ್ಯಾಶಿಯರ್ ಮತ್ತ. ಆಕಿ ತಲ್ಯಾಗ ಬ್ಯಾಂಕಿನಾಗ ಕ್ಯಾಶಿಯರ್‌ಗೆ ಇಷ್ಟ ಜಾಸ್ತಿ ಪಗಾರ ಅಂತ ಇತ್ತ ಕಾಣತದ. ಪಮ್ಮಿ ತಲ್ಯಾಗ ಫ್ಯಾಷನ್ ಡಿಸೈನರ್‌ನ ಮಾಡ್ಕೋಬೇಕ ಅಂತ ಇತ್ತ. ಒಟ್ಟ ಇವರ ಮೂರು ಮಂದಿಗೂ ಬೆಂಗಳೂರು ಇಲ್ಲ ಬಾಂಬೆದಾಗ ಇರೋ ವರಾನ ಬೇಕಿತ್ತ. ಮಣ್ಯಾ, ಆವಾಗಿನ್ನೂ ಈ ಸಾಫ್ಟ್‌ವೇರ್ ಇಂಜಿನಿಯರ್, ಫಾರೇನ್ನಾಗ ಸೆಟ್ಲ್ ಆಗೋ ಕ್ರೇಜ್ ಅಷ್ಟ ಫೇಮಸ್ ಆಗಿದ್ದಿಲ್ಲ. ಹಿಂಗಾಗಿ ತಮ್ಮ knowledge ಪ್ರಕಾರ ವರಗಳ ಡಿಮಾಂಡ್ ಮಾಡಲಿಕತ್ತಿದ್ದರು. ನಾ ಒಮ್ಮೆ ನಂದ ಸಗೋತ್ರ ಆತು ಅಂತ ಗೊತ್ತಾದ ಮ್ಯಾಲೆ ಅವರಿಗೆ ನೀರ ಬಿಟ್ಟಬಿಟ್ಟಿದ್ದೆ. ಎಲ್ಲರ ಸಿಕ್ಕಾಗ ಒಮ್ಮೆ 'ಎಲ್ಲಿದ್ದಾರವಾ ನಿಮ್ಮ ಹಾಲಿವುಡ್ ಹಸ್‌ಬಂಡ್ಸ್?' ಅಂತ ಚಾಷ್ಟಿ ಮಾಡತಿದ್ದೆ. ಅವರ ನನ್ನ ಮಾತಿಗೆ ಮಾರಿ ಮೂಗು ತಿರವಿಕೊಂಡ,

'ನಿಂಗ್ಯಾಕ ಬೇಕ ನಮ್ಮ ಗಂಡನ ಉಸಾಬರಿ? ನೀ ನಿನ್ನ ಹಾಲಿವುಡ್ ವೈಫ್ ಹುಡ್ಕೋ ಮೊದ್ಲ' ಅಂತ ಅಂದ ಹೋಗೋರು.

ಆದರ ಅವರ ಯಾರ ಮನಿ ಒಳಗೂ ಪರಿಸ್ಥಿತಿ ಅವರ ಅನ್ಕೊಂಡಂಗ ಇದ್ದಿದ್ದಿಲ್ಲ. ಎಲ್ಲಾ ಮಿಡಲ್ ಕ್ಲಾಸ್ ಫ್ಯಾಮಿಲಿಯಿಂದ ಬಂದ ಜನಾ. ಯಾರದೂ ಆಸ್ತಿ ಇಲ್ಲ ಏನ ಸುಡಗಾಡ ಇಲ್ಲ. ಪಾಪ ಅವರ ಅವ್ವಾ ಅಪ್ಪಗ ಒಟ್ಟ ಕಡಿಮಿ ವರದಕ್ಷಿಣಿ ತೊಗೊಳ್ಳೊ, ಇದ್ದೂರಾಗಿಂದ ಒಂದ ಛಲೋ ವರಾ ಸಿಕ್ಕರ ಸಾಕ ಅಂತ ಅವರ ಕಾಯಲಿಕತ್ತಿದ್ದರು. ಆದರ ಮನ್ಯಾಗ ಈ ಮೂರು ಮಂದಿ ಕನ್ಯಾಮಣಿಗಳು ಪ್ರತಿಯೊಂದ ಕುಂಡ್ಲಿ ಕೊಡಬೇಕಾರೂ, 'ನಾ ಅವಂಗ ಒಲ್ಲೆ, ನಾ ಇವನ ಮಾಡ್ಕೊಳಂಗಿಲ್ಲ' ಅಂತ ನಾಟಕ ಶುರು ಮಾಡೇ ಬಿಡ್ತಿದ್ದರು. ಕುಂಡ್ಲಿ ಕೂಡೋಕಿಂತ ಮುಂಚೆ ಇವರದ ರಗಳಿ ಶುರು ಆಗಿದ್ದ ನೋಡಿ ಅವರವ್ವಾ-ಅಪ್ಪಗಂತೂ ಯಾಕರ ಇವರಿಗೆ ಇಷ್ಟ ಕಲಿಸಿದ್ವಿ ಅನ್ನೊ ಹಂಗ ಆಗಿಬಿಟ್ಟಿತ್ತ. ಏನೋ ಒಂದ ಡಿಗ್ರಿ ಆದರ ನಾಳೆ ಅವರ ಸಂಸಾರಕ್ಕ ಅನುಕೂಲ ಆಗ್ತದ ಅಂತ ಕಲಿಸಿದರ ಇವರ ಭಾಳ ದೊಡ್ಡ ದೊಡ್ಡ ಹಗಲಕನಸ ಕಾಣಲಿಕತ್ತರಲಾ ಅಂತ ಅವರಿಗೆ ಸಂಕಟ ಶುರು ಆಗಿತ್ತ. ಪಾಪ ಹೆಣ್ಣ ಹಡದವರ ಸಂಕಟ ಹೆಣ್ಣ ಹಡದವರಿಗೇ ಗೊತ್ತ. ಈ ಹುಡಗ್ಯಾರ ಹಿಂಗ ಲಗ್ನದ ವಿಷಯದಾಗ ಹುಡಗಾಟಕಿ ಮಾಡೋದ ಇಡಿ ಬಳಗದ ಮಂದಿಗೆ ಗೊತ್ತಾಗಿತ್ತ, ಅವರ ಧಿಮಾಕ ಬಡಕೋತ ಅಡ್ಯಾಡೋದು, ಅವರ ದೊಡ್ಡ ದೊಡ್ಡ ಮಾತ ಕೇಳಿ ಮಂದಿ ಅವರ ಕುಂಡ್ಲಿ ಕೇಳೋದ ಬಿಡಲಿಕತ್ತರು. ಲಗ ಬಗ ಒಂದ ಒಂದುವರಿ ವರ್ಷ ಇದ ನಡದಿತ್ತ. ಮೂರು ಮಂದಿಗೂ ಒಂದ ವರಾನೂ ಗೊತ್ತಾಗಿದ್ದಿಲ್ಲ.

ಒಂದ ದಿವಸ ಮುಂಜಾನೆ ನಾ ಓಣ್ಯಾಗ ಹಾಲ ತರಲಿಕ್ಕೆ ಹೋದಾಗ ಪಮ್ಮಿಯವರ ಮನಿ ಕಟ್ಟಿ ಮ್ಯಾಲಿನ ಶಿಂಪಗ್ಯಾನ ಅಂಗಡಿ ಮುಂದ ನಾಲ್ಕೈದ ಮಂದಿ ಸೇರಿ ಗುಸು-ಗುಸು ಮಾತಡಲಿಕತ್ತಿದ್ದರು. ಅದರಾಗ ಯಾಕೊ ಎರಡ ದಿವಸದಿಂದ ಶಿಂಪ್ಯಾಗನ

ಅಂಗಡಿ ಬ್ಯಾರೆ ತಗದಿದ್ದಿಲ್ಲ. ಹಂಗರ ಶಿಂಪಗ್ಯಾರ ಮಾಮಾ ಏನರ ಹೋದ್ನೋ ಏನೋ ಅನಸಲಿಕತ್ತ. ಅವಂಗ ಇತ್ತೀಚಿಗೆ ಆರಾಮ ಬ್ಯಾರೆ ಇರತಿದ್ದಿಲ್ಲ ಪಾಪ. ಯಾವಾಗ ನೋಡಿದ್ರು ಟಿ.ಬಿ. ಅಂತ ಕೆಮ್ಮಕೋತ ಇರತಿದ್ದಾ. ಅಷ್ಟ ಆದರೂ ದಿವಸಕ್ಕ ಮೂರ ಕಟ್ಟ ಮಂಗಳೂರ ಬೀಡಿ ಸೇದೋದ ಬಿಟ್ಟಿದ್ದಿಲ್ಲ. ತನಗೊಬ್ಬಗ ಅಂಗಡಿ ನಡಸಲಿಕ್ಕೆ ಆಗಂಗಿಲ್ಲಾಂತ ಒಂದ ವರ್ಷದಿಂದ ಮಗನ ಬ್ಯಾರೆ ಅಂಗಡ್ಯಾಗ ಕೂಡಸತಿದ್ದಾ. ಪಾಪ ಆ ಹುಡುಗ ಸಾಲಿ ಅಂತು ಕಲತಿದ್ದಿಲ್ಲ. ಹಿಂಗಾಗಿ ಅಪ್ಪನ ಜೊತಿ ಹೆಣ್ಣಮಕ್ಕಳ ಬ್ಲೌಸ್ ಕಟ್ ಮಾಡ್ಕೋತ ಅಂಗಡಿ ದೇಖರಕೀನು ಮಾಡ್ತಿದ್ದಾ.

ಹಂಗರ ಇದೇನ ಲಫಡಾ ಕೇಳೆರೆ ಕೇಳೋಣು ಅಂದರ ಪಮ್ಮಿಯವರ ಮನಿನು ಕೀಲಿ ಹಾಕಿತ್ತ. ಏ ಹಂಗರ ಶಿಂಪಗ್ಯಾರ ಮಾಮಾ ಹೋಗಿದ್ದ ಗ್ಯಾರಂಟಿ ತೊಗೊ. ಅದಕ ಈ ಮಡಿ ಮೈಲಗಿ ಮಾಡೋ ಪಮ್ಮಿ ಅಪ್ಪಾ ಸುಳ್ಳ ಎಲ್ಲ ಏಕಾಕಾರ ಆಗ್ತದ ಅಂತ ತಮ್ಮ ಮನಿಗೆ ಕಿಲಿ ಜಡದ ಎಲ್ಲೊ ಜಿಗದಾರ ಅಂತ ನನಗ ಗ್ಯಾರಂಟಿ ಆತ. ಇನ್ನ ಯಾರನರ ಕೇಳಿ ನಾ ಎಲ್ಲೆ ಈ ಗದ್ಲದಾಗ ಸಿಕ್ಕೋಳೊದ, ಕೆಲಸಕ್ಕ ಬ್ಯಾರೆ ಹೋಗಬೇಕು. ಹೆಂಗಿದ್ದರೂ ಹಿರೇತನ ಮಾಡಲಿಕ್ಕೆ ಮನ್ಯಾಗ ಅವ್ವಾ-ಅಪ್ಪಾ ಇದ್ದಾರ ಅಂತ ನನ್ನ ಪಾಡಿಗೆ ನಾ ಹೋದೆ.

ಮುಂದ ಸಂಜಿಮುಂದ ನಾ ಬರೋ ಹೊತ್ತಿಗೆ ನಮ್ಮನಿ ಮುಂದ ನಾಲ್ಕೈದ ಮಂದಿ ಮುತ್ತೈದರ ನಮ್ಮವ್ವನ ಜೊತಿ ಗುಸು-ಗುಸು ಮಾತಾಡಲಿಕತ್ತಿದ್ದರು. ಇದೇನ್ವಾ ಗದ್ಲಾ ಅಂತ ನಮ್ಮವ್ವಗ ಕೇಳಿದ್ರ, ಆಕಿ ಒಳಗರ ಬಾ. ಆಮ್ಯಾಲೆ ಎಲ್ಲ ಕಥಿ ಹೇಳ್ತಿನಿ ಅಂತ ನಂಗ ಒಳಗ ಕರಕೊಂಡ ಹೋದ್ಲು. ಏನಾತ ಹೇಳ್ವಾ ಅಂತ ಕೇಳಿದರ,

'ಆ ಪಾಂಡುರಂಗಿಯವರ ಮಗಳ ಪಮ್ಮಿ ಶಿಂಪಗ್ಯಾರ ಶಿವ್ಯಾನ ಜೋಡಿ ಓಡಿ ಹೋಗ್ಯಾಳಂತ, ಎರಡ ದಿವಸಾತು. ಇಬ್ಬರದು ಪತ್ತೆ ಇಲ್ಲ' ಅಂತ ಅಗದಿ ಈ ಕಿವ್ಯಾಗ ಹೇಳಿದ್ದ ಮಾತ ಆ ಕಿವಿಗೆ ಕೆಳಸಲಾರದಂಗ ಹೇಳಿದ್ಲು.

ನಂಗ ಎದಿ ಧಸಕ್ಕ ಅಂತ. ಅಗದಿ ಏನ ನಾನ ಓಡಿಸಿಕೊಂಡ ಹೋಗಿ ಸಿಕ್ಕ ಬಿದ್ದೋರಗತೆ ಅನಸ್ತ. ಈ ಪಮ್ಮಿದ ಶಿವ್ಯಾನ ಜೋಡಿ ಲಫಡಾ ಇದ್ದದ್ದ ನನಗ ಗೊತ್ತ ಇದ್ದಿದ್ದಿಲ್ಲ. ಅದ ಹೋಗಲಿ, ಪಮ್ಮಿ ನನಗ ಹಂತಾ ಗಂಡ ಬೇಕ ಹಿಂತಾ ಗಂಡ ಬೇಕ ಅಂತ ದೊಡ್ಡ ದೊಡ್ಡ ಮಾತಾಡೋಕಿ. ಅವಂಗ ಹೆಂಗ ಒಳಗ ಬಿದ್ದಿದ್ಲೋ ಆ ನರಹರಿಗೆ ಗೊತ್ತ.

ಪಾಪ ಪಾಂಡುರಂಗಿಯವರ ನೋಡಿದರ ಇಡಿ ಓಣಿ ಬ್ರಾಹ್ಮಣರಿಗೆ ಮಡಿ-ಮೈಲಗಿ ಹೇಳಿ ಕೊಡೋರು. ಈಗ ಅವರ ಮಗಳ ಹಿಂಗ ಮಾಡಿದರ ಅವರದ ಏನ ಮಡಿವಂತಿಕಿ ಉಳೀತು? ಇನ್ನ ಯಾರ ಅವರನ ಮುಟ್ಟತಾರ ಹೇಳ್ರಿ?

ಮುಂದ ಪಾಂಡುರಂಗಿಯವರು ಭಾಳ ನೊಂದಕೊಂಡ ಒಂದ ತಿಂಗಳ ಸಹ ಕುಟುಂಬ ಪರಿವಾರ ಸಹಿತ ಊರ ಬಿಟ್ಟ ಸ್ವಾದಿ ಒಳಗ ಇದ್ದ ಬಂದ್ರು. ಇತ್ತಲಾಗ ಶಿಂಪಗ್ಯಾರ ಮಾಮಾ ಅವನ ಮಗಾ ಮಾಡಿದ್ದ ಕರಾಮತ್ತಿಗೆ ಭಾಳ ಕೆಟ್ಟ ಅನಿಸಿಗೊಂಡ

ಬ್ರಾಹ್ಮರ ಹೆಣ್ಣಮಕ್ಕಳದ ಜಂಪರದ ಉಸಾಬರಿನ ಬ್ಯಾಡ ನಡಿ ಅಂತ ಅಂಗಡಿ ಕಿತಗೊಂಡ ತಮ್ಮ ಮನಿ ಕಡೆನ ಅಂಗಡಿ ಮಾಡಿದಾ. ಅವನ ಮಗಾ ಪಮ್ಮಿನ ಓಡಿಸಿಗೊಂಡ ಧರ್ಮಸ್ಥಳಕ್ಕ ಹೋಗಿ ಲಗ್ನ ಮಾಡ್ಕೊಂಡ ವಾಪಸ ತಮ್ಮ ಮನಿಗೆ ಬಂದ ಅವರಪ್ಪನ ಜೊತಿ ಜಂಪರ್ ಕಟ್ ಮಾಡಲಿಕ್ಕೆ ನಿಂತಾ. ಫ್ಯಾಷನ್ ಡಿಸೈನರ್ ಗಂಡsನ ಬೇಕ ಅಂತಿದ್ದ ಪಮ್ಮಿ ಶಿಂಪಗ್ಯಾರ ಶಿವ್ಯಾನ ಕಟಗೊಂಡ ಅಂವಾ ಹೊಲದಿದ್ದ ಜಂಪರ್‌ಗೆ ಕಾಜು ಮನಿ- ಹುಕ್ಕ್ ಹಚ್ಚಿ ಕೊಡೊ ಕೆಲಸ ಮಾಡ್ಕೋತ ಗಂಡನ ಮನಿ ಹಿಡದ್ಲು. ನಾ ಬಹುಶಃ ಅದಕ್ಕ ಲವ್ ಇಸ್ ಬ್ಲೈಂಡ್ ಅಂತಾರ ಅಂತ ಅನ್ಕೊಂಡ ಮುಂದ ಜೀವನದಾಗ ಲವ್ ಮಾಡೋ ವಿಚಾರನ ತಲ್ಯಾಗಿಂದ ತಗದ ಬಿಟ್ಟೆ.

ಇತ್ಲಾಗ ನಮ್ಮ ಓಣ್ಯಾಗ ಹಿಂಗ ಒಂದ ಬ್ರಾಹ್ಮರ ಹುಡುಗಿ ಇತರೆ ಜಾತಿ ಹುಡುಗನ ಜೊತಿ ಓಡಿ ಹೋಗಿದ್ದ ಸುದ್ದಿ ಊರಾಗ ಹರಡೋದ ತಡಾ, ತೊರವಿಗಲ್ಲಿ, ದೇಸಾಯರ ಓಣಿ, ಸಿಬಿಟಿ ಕಿಲ್ಲಾದೊಳಗ ಎಲ್ಲ ಕಡೇನೂ ಬ್ರಾಹ್ಮಣರ ಹುಡುಗ್ಯಾರಿಗೆ ಮನ್ಯಾಗ ಕರ್ಫ್ಯೂ ಆದಂಗ ಆಗಿಬಿಡ್ತು. ಮುಂಜಾನೆ ಎದ್ದ ರಾಯರ ಮಠಕ್ಕ ಹೋಗೋದರಿಂದ ಹಿಡದ ರಾತ್ರಿ ಎಂಜಲ ಎಲಿ, ಮುಸರಿ ತಿಪ್ಪಿಗುಂಡ್ಯಾಗ ಒಗೀಲಿಕ್ಕೆ ಸಹಿತ ಈ ಹುಡುಗ್ಯಾರನ ಒಬ್ಬರನ ಕಳಸಲಾರದಂಗ ಆಗಿಬಿಡ್ತು, ಇನ್ನ ನಮ್ಮ ಓಣ್ಯಾಗ ಯಾರ ಯಾರ ಮನ್ಯಾಗ ಲಗ್ನ ವಯಸ್ಸಿನ ಕನ್ಯಾ ಇದ್ದವು, ಅವರಂತೂ ಇಲ್ಲೇ ಇದ್ದರ ನಮ್ಮ ಮನಿ ಕನ್ಯಾಕ್ಕ ವರ ಸಿಗಂಗಿಲ್ಲ ಅಂತ ನಮ್ಮ ಓಣಿ ಬಿಡೋ ವಿಚಾರ ಮಾಡಲಿಕತ್ತರು.

ಇತ್ತಲಾಗ ನಮ್ಮ ಚೈತ್ರಿ-ಮೈತ್ರಿ ಮನ್ಯಾಗಂತು ಕೇಳೋಹಂಗ ಇಲ್ಲ.

'ಖರೇ ಹೇಳ ನಿಂಗೊತ್ತ ಇತ್ತ ಹೌದಲ್ಲ ಪಮ್ಮಿ ಲಫಡಾ' ಅಂತ ಚೈತ್ರಿ ಅಪ್ಪಾ ಚಿಮ್ಮಲಗಿ ಮಾಮಾ sorry ಕಾಕಾ ದಿವಸಕ್ಕ ಒಂದ ಹತ್ತ ಸರತೆ ಕೇಳೇ ಕೇಳೊಂವಾ. ಪಾಪ ಆ ಪಾಂಡುರಂಗಿಯವರ ನಮ್ಮ ಹಣೆಬರಹದಾಗ ಹರಿ ಸರ್ವೋತ್ತಮ ಇದನ್ನ ಬರದಿದ್ದರ ಏನ ಮಾಡೋದು ಅಂತ ಸುಮ್ಮನಿದ್ದರು ಚೈತ್ರಿಗೆ ತನ್ನ ಮನ್ಯಾಗಿನವರದ ಕಾಟ ಜೋರ ಆಗಿಬಿಟ್ಟಿತ್ತ. ಅದರಾಗ ಓಣಿ ಮಂದಿ,

'ಈ ಚೈತ್ರಿ-ಮೈತ್ರಿನೂ ಹಂಗ ಹೋಗೋವ ತೊಗಳ್ರಿ, ಇವೇನ ಸಂಪನ್ನ ಇಲ್ಲ, ಮೂರು ಕೂಡೆ ಅಡ್ಡಾಡತಿದ್ವು ಒಂದ ಹೋತ, ಇವ ಎರಡ ಯಾವಾಗ ಎಲ್ಲೆ ಹಾರತಾವ ಹೇಳಲಿಕ್ಕೆ ಬರಂಗಿಲ್ಲ' ಅಂತ ಬೆಂಕ್ಯಾಗ ತುಪ್ಪಾ ಹಾಕೋರು.

ಅದರಾಗ ಮೊದ್ಲs ಬಂದ ವರಕ್ಕ ಚೈತ್ರಿ ಜೋಳದಾಗಿನ ನುಸಿ ಆರಿಸಿದಂಗ ಆರಸೋಕಿ. ಹಂತಾದರಾಗ ಇದೊಂದ ಗದ್ಲಾ, ಅವರಪ್ಪಗರ ಕುತಗಿಗೆ ಬಂದಬಿಟ್ಟಿತ್ತ. ಭಡಾ ಭಡಾ ಮುಂದ ಆಷಾಢ ಮಾಸ ಮುಗಿಯೋದ ತಡಾ. ಅಂವಾ ಒಂದ ಇದ್ದೂದರಾಗ ವರಾ ನೋಡಿ ಆಕಿ ಮರ್ಜಿನೂ ಕೇಳದ ಫಿಕ್ಸ್ ಮಾಡಿಬಿಟ್ಟಾ, ಆಕಿ ಡಬರಿಗಟ್ಟಲೇ ಕಣ್ಣೀರ ಹಾಕಿದರೂ ಅಂವಾ ಏನ ಆಕಿ ಮಾತ ಕೇಳಲಿಲ್ಲ. ವರಾ ಆಕಿಕಿಂತ ಎಂಟ ವರ್ಷ ದೊಡ್ಡಂವ ಇದ್ದರೂ ದುಂಡ ದುಂಡಗ ಲಕ್ಷಣ ಇದ್ದಾ. ಸಂಪ್ರದಾಯಸ್ಥ ಮನೆತನದಿಂದ ಬಂದೊಂವಾ. ಹಳೇ ಹುಬ್ಬಳ್ಳಿ ಸತ್ಯಬೋಧ ಸ್ವಾಮಿಗಳ

ಮಠದ ಲೈನ್‌ದಾಗ ಸ್ವಂತ ಮನಿ ಇತ್ತ. ಅವ್ವ ಒಬ್ಬೋಕಿನ, ಹಿಂದ-ಮುಂದ ಯಾರ ಇದ್ದಿದ್ದಿಲ್ಲ. ಮುಂದ ಎರಡ ತಿಂಗಳಕ್ಕ ಕೃಷ್ಣೇಂದ್ರ ಸ್ವಾಮಿಗಳ ಮಠದಾಗ ಆಕಿ ಲಗ್ನ ಆಗೇಬಿಡ್ತು. ಪಾಪ ಇಂಜಿನಿಯರ್ ಬೇಕ, ಡಾಕ್ಟರ್ ಬೇಕ ಅಂತ ಕನಸ ಕಾಣೋಕಿಗೆ ಕಣ್ಣ ಮುಚ್ಚಿ ಕಣ್ಣ ತಗೆಯೋದರಾಗ ಕೈಯಾಗ ಮುಚ್ಚುಕಾಯಿ ಹಿಡಕೊಂಡ ಗಂಡ ಪ್ರತ್ಯಕ್ಷ ಆಗಿಬಿಟ್ಟಾ. ಕೈಯಾಗ ಮುಚ್ಚುಕಾಯಿ ಯಾಕಂದರ ಆ ಹುಡುಗಾ ಅಡಗಿ ಕೆಲಸಕ್ಕ ಹೋಗ್ತಿದ್ದಾ. ಆ ಹುಡುಗನ ಕಾಕಾ ಅಡಗಿ ಕಂಟ್ರಾಕ್ಟ್ ಹಿಡೀತಿದ್ದಾ. ಇಂವಾ ಅವನ ಕೆಳಗ ಮ್ಯಾನೇಜ್‌ಮೆಂಟ್ ಮಾಡ್ಕೋತ ಇರತಿದ್ದಾ. ಹಂಗ ಅಂವಾ ಸಾಕಷ್ಟ ಗಳಸ್ತಿದ್ದಾ. ಪಾಪ ಚೈತ್ರಿ ಕನಸೆಲ್ಲ ಒಮ್ಮಿಂದೊಮ್ಮಿಲೇ ಚಿತ್ರಾನ್ನ ಆಗಿಬಿಟ್ಟವು. ಅದಕ ಅಲಾ ಹಣೆಬರಹ ಅನ್ನೋದು?

ಇತ್ತಲಾಗ ಪಮ್ಮಿ ಓಡಿಹೋದ್ಲು, ಚೈತ್ರಿ ಮದುವಿ ಆತ. ಇನ್ನ ಮೈತ್ರಿ ಮನ್ಯಾಗ ಬಿಡ್ತಾರ? ಅವರವ್ವ,

'ಎಲ್ಲಿ ಬ್ಯಾಂಕ್ ವರಾ? ಹುಚ್ಚಿ. ನೀ ಹಿಂಗ ಬಿಟ್ಟರ ಯಾವದರ ಕಂಡಕ್ಟರ್ ಇಲ್ಲಾ ಡ್ರೈವರ್ ಜೋಡಿ ಓಡಿ ಹೋಗೊ ಪೈಕಿ ತೊಗೊ' ಅಂತ ಭಡಾ ಭಡಾ ಒಂದ ಭಲೋ ಮುಹೂರ್ತ ನೋಡಿ ತನ್ನ ತಮ್ಮಗ ಮೈತ್ರಿನ ಕೊಟ್ಟ ಲಗ್ನಾ ಮಾಡಿಬಿಟ್ಟಳು. ಆವಾಗ ಹುಬ್ಬಳ್ಳ್ಯಾಗ ಈ ಡ್ರೈವರ್, ಕಂಡಕ್ಟರ್ ಜೋಡಿ ಹುಡುಗ್ಯಾರ ಓಡಿ ಹೋಗೋದ ಒಂದ ಶುರು ಆಗಿತ್ತ, ಅದರಾಗ ಏನಿಲ್ಲದ ಮೈತ್ರಿಗೆ ಸಿ.ಬಿ.ಟಿ. ಒಳಗಿನ ಎಲ್ಲ ಕಂಡಕ್ಟರ್ ಜೊತಿ ದೋಸ್ತಿ ಇತ್ತ. ವಟ್ಟ ಆಕಿಗೇ ಏನೊ ಗೊತ್ತಿಲ್ಲ. ಮೊದ್ಲಿಂದ ರೊಕ್ಕದ ಚೀಲ ಇದ್ದೋರಿಗೆ ಬೆನ್ನ ಹತ್ತೋ ಸ್ವಭಾವ ಇತ್ತ.

ಮೈತ್ರಿ ನಾ ಮಾಮಾನ್ನ ಒಲ್ಲೆ ಅಂತ ಹೊಚ್ಚಲ ಮ್ಯಾಲೆ ಕೂತ ಕಾಲ ಹೊಸ್ತ ಅತ್ತರೂ ಅವರವ್ವ ಏನ ಕೇಳಲಿಲ್ಲ. ಪಾಪ ಆಕಿ ಬ್ಯಾಂಕ್ ಒಳಗ ರೊಕ್ಕಾ ಎಣಸೋ ಕ್ಯಾಶಿಯರ್‌ನ ಮಾಡ್ಕೋಬೇಕು ಅಂತ ಅನ್ಕೊಂಡಿದ್ಲು. ಆದರ ಆಕಿ ಹಣೆಬರಕ್ಕ ದಿವಸಾ ರಾತ್ರಿ ಚಿಲ್ಲರ ಎಣಸೋ ಗಂಡ ಸಿಕ್ಕಿದ್ದಾ. ಆಕಿ ಗಂಡ ನಗರೇಶ್ವರ ಗುಡಿ ಪೂಜಾ ಮಾಡ್ತಿದ್ದಾ. ಮುಲ್ಕಿ ಪರೀಕ್ಷಾ ಪಾಸ್ ಆಗಿ ಮೂರ ವರ್ಷ ತಡಸ ಮಲ್ಹಾರ ಭಟ್ಟರ ಕಡೆ ಮಂತ್ರಾ ಕಲತಿದ್ದಾ. ಅಂವಾ ಗುಡಿ ಪೂಜಾದಿಂದ ತನ್ನ ಉಪಜೀವನಕ್ಕ ಸಾಕಾಗೋ ಅಷ್ಟ ಗಳಸ್ತಿದ್ದಾ. ಅಲ್ಲೇ ಹಳೆಹುಬ್ಬಳ್ಳಿ ಚೆನ್ನಪೇಟ ಒಳಗ ಒಂದ ಮನಿ ಭಾಡಗಿ ಹಿಡಕೊಂಡ ಸಂಸಾರ ಶುರು ಮಾಡಿಬಿಟ್ಟಾ.

ಹಿಂಗ ಚೈತ್ರಿ-ಮೈತ್ರಿ ಇಬ್ಬರದು ಸಂಸಾರ ಹಳೇ ಹುಬ್ಬಳ್ಳ್ಯಾಗ ಶುರು ಆತ. ಇನ್ನೊಂದ ಮಜಾ ಅಂದರ ಶಿಂಪ್ಯಾಗನ ಹಿಂದ ಓಡಿ ಹೋದ ಪಾಂಡುರಂಗಿಯವರ ಪಮ್ಮಿನು ಅಲ್ಲೇ ಹಳೇ ಹುಬ್ಬಳ್ಳಿ ಕಸಬಾ ಪೇಟದಾಗ ಮನಿ ಮಾಡಿದ್ಲು. ಹಾಲಿವುಡ್ ಹಸ್‌ಬಂಡ್ಸ್‌ದ ಕನಸ ಕಾಣತಿದ್ದ ಮೂರು ಮಂದಿಗೂ ಹಳೇ ಹುಬ್ಬಳ್ಳಿ ಹಸ್‌ಬಂಡ್ಸ್ ಸಿಕ್ಕಿದ್ದರು.

ಮುಂದ ಆ ಮೂರು ಮಂದಿ ಸಂಸಾರನೂ ಛಲೋ ನಡಕೋತ ಹೋದ್ವು. ಈಗ ಎಲ್ಲಾರು ಸುಖವಾಗಿ ಎರಡೆರಡ ಹಡದ ಒಂದೊಂದ ಆಪರೇಶನ್ ಮಾಡಿಸಿಕೊಂಡ ಆರಾಮ ಇದ್ದಾರ. ಚೈತ್ರಿ ಗಂಡ ಇವತ್ತ ಇಡಿ ಹುಬ್ಬಳ್ಳಿಗೆ ಬ್ರಾಹ್ಮಣರ ದೊಡ್ಡ ಕ್ಯಾಟರರ್, ಎರಡ ಕಾರ್ ಇಟಗೊಂಡಾನ. ಮೊನ್ನೆ ನನ್ನ ಮಗನ ಮುಂಜವಿಗೆ ನಾ ಅವಂಗ ಕಂಟ್ರ್ಯಾಕ್ಟ್ ಕೊಟ್ಟಿದ್ದೆ. ಅಡಗಿ ಛಲೋ ಮಾಡ್ತಾನ. ಆದರ ಭಾಳ ತುಟ್ಟಿ ಇದ್ದಾನ.

ಇನ್ನ ಮೈತ್ರಿ ಗಂಡ ಚೆನ್ನಪೇಟದಾಗ ದೊಡ್ಡ ಮನಿ ಕಟ್ಟಿಸಿ ಮ್ಯಾಲೆ ತಾವ ಇದ್ದ ಕೆಳಗಿನ ಮನಿ ಭಾಡಗಿ ಕೊಟ್ಟಾನ. ಗುಡಿ ಪೂಜಾರಿಗೆ ಒಲ್ಲೆ ಅಂತ ಅಂದ ಮೈತ್ರಿ ಇವತ್ತ ವಾರದಾಗ ಮೂರ ಸರತೆ ಭಟ್ಟರ ಜೊತಿ ಮುತ್ತೈದಿ ಫ್ರೀ ಅನ್ನೋರಗತೆ ಒಂಬತ್ತ ವಾರಿ ಸೀರಿ ಉಟಕೊಂಡ ಊರೆಲ್ಲಾ ಎಡವಿಕೋತ ಅಡ್ಡಾಡತಿರ್ತಾಳ. ವರ್ಷಾ ನಮ್ಮನಿಗೆ ಅಷ್ಟಮಿ ಮುತ್ತೈದಿ ಅಂತ ನಮ್ಮವ್ವ ಆಕಿಗೆ ಹೇಳಿರತಾಳ.

ಹಂಗ ಇದ್ದದ್ದರಾಗ ಆರಕ್ಕ ಏರಲಿಲ್ಲ ಮೂರಕ್ಕ ಇಳೀಲಿಲ್ಲಾ ಅನ್ನೊಹಂಗ ಬದಕಲಿಕತ್ತವರ ಪೈಕಿ ಅಂದರ ಒಂದ ಪಮ್ಮಿ, ಇನ್ನೊಂದ ನಾನು. ಇವತ್ತು ಪಾಂಡುರಂಗಿ ಮನ್ಯಾಗಿನವರು ಯಾರೂ ಪಮ್ಮಿ ಜೊತಿ ಸಂಪರ್ಕ ಇಟಗೊಂಡಿಲ್ಲ. ಆಕಿನೂ ಅದರ ಬಗ್ಗೆ ತಲಿಕೆಡಸಿಗೊಂಡಿಲ್ಲ. ತಾ ಆತೂ ತನ್ನ ಸಂಸಾರ ಆತು. ಆರಾಮ ಇದ್ದಾಳ. ಇವತ್ತು ಚೈತ್ರಿ–ಮೈತ್ರಿ–ಪಮ್ಮಿ ತಮ್ಮ ದೋಸ್ತಿ ಹಂಗ ಇಟಗೊಂಡಾರ. ನಾ ಮೊದ್ಲ 'ಏನಂತಾರ ನಿಮ್ಮ ಹಾಲಿವುಡ್ ಹಸ್‌ಬಂಡ್ಸ್' ಅಂತ ಕಾಡಸ್ತಿದ್ದೆ, ಈಗ 'ಏನಂತಾರ ನಿಮ್ಮ ಹಳೇಹುಬ್ಬಳ್ಳಿ ಹಸ್‌ಬಂಡ್ಸ್' ಅಂತ ಕಾಡಸ್ತಿರ್ತೇನಿ.

ನಾ ಹಂಗ ಅಂದರ ಅವರು ನನಗ 'ನಿನ್ನ ಹಳೇ ಹುಬ್ಬಳ್ಳಿ ವೈಫ್ ಏನಾಂತಳ?' ಅಂತ ಅಂತಾರ. ಯಾಕಂದರ ನಿಮಗ್ಗೊತ್ತಲಾ, ನಾ ಮಾಡ್ಕೊಂಡಿದ್ದು ಹಳೇಹುಬ್ಬಳ್ಳಿ ನೇಕಾರ ನಗರ ಹುಡುಗಿನ್ನ...ಹಾಲಿವುಡ್ ವೈವ್ಸ್ ಕನಸ ಕಾಣತಿದ್ದ ನನಗ ಹಳೇಹುಬ್ಬಳ್ಳಿ ವೈಫ್ ಸಿಕ್ಕಳು. ಈಗ ನಾವಿಬ್ಬರೂ ಕೂಡಿ ಮಕ್ಕಳನ್ನ ಹಾಲಿವುಡ್ ಕಿಡ್ಸ್ ಬೆಳಸಿದಂಗ ಬೆಳಸಲಿಕತ್ತೇವಿ.

ಆದರ ಒಂದ ಅಂತೂ ಖರೆ. ನಮ್ಮ ಹೆಣ್ಣಮಕ್ಕಳು ಎಷ್ಟ ಹಾಲಿವುಡ್, ಬಾಲಿವುಡ್‌ದ ಸುಡಗಾಡ ಕನಸ ಕಂಡರೂ ಒಮ್ಮೆ ಲಗ್ನಾ ಆತು ಅಂದರ ಪಾಲಿಗೆ ಬಂದದ್ದ ಪಂಚಾಮೃತಾ ಅಂತ ಅದು ಪಂಚಗವ್ಯನ ಯಾಕ ಆಗವಲ್ತಾಕ, ಸುಖವಾಗಿ ಸಂಸಾರ ಮಾಡ್ತಾರ. ಹಿಂಗಾಗೆ ನಮ್ಮ ಜಗತ್ತ 'World is full of divorced women' ಆಗಿಲ್ಲ. ಅಲ್ಲ ಹಂಗ world is full of married menನೂ ಆಗಿಲ್ಲ ಬಿಡ್ರಿ, ಪಾಪ ಇತ್ತೀಚಿಗೆ ನಮ್ಮ ಹುಡುಗರಿಗೆ ಕನ್ಯಾನ ಸಿಗವಲ್ವು.

ಜಾಕಿ ಕಾಲಿನ್ಸ್ ಈಗೇನರ ನಮ್ಮ ಕಿಲ್ಲೇದಾಗ ಇದ್ಲು ಅಂದರ The world is full of unmarried men ಅಂತ ಗ್ಯಾರಂಟಿ ಬುಕ್ ಬರಿತಿದ್ಲು ಅಂತ ಅನಸ್ತದ.

ನಿಮ್ಮ ಆಶೀರ್ವಾದಕ್ಕೆ ನಮ್ಮ ಉಡುಗೊರೆ

ನಿಮ್ಮ ಆಗಮನವೇ ಉಡುಗೊರೆ, your presence is presents. ನಿಮ್ಮ ಆಶೀರ್ವಾದವೇ ಉಡುಗೊರೆ, presents in blessings only ಅಂತೆಲ್ಲಾ ಕಾರ್ಡ್ ಮ್ಯಾಲೆ ಪ್ರಿಂಟ್ ಮಾಡಿ ಮತ್ತು ಕಾರ್ಯಕ್ರಮದ ದಿವಸ ಎರಡು ಕೈಲೆ ಪ್ರೆಸೆಂಟ್ಸ್ ತೊಗೊಂಡ ಫೋಟೊ ಹೊಡಸಿಗೊಳೊ ಮಂದಿನ್ನ ನೀವ ನೋಡಿರಬಹುದು. ಅಲ್ಲ ಹಂಗ ಕೆಲವೊಬ್ಬರ strictly presents are prohibited ಅಂತ ಮಂದಿಮುಂದ ತೊಗೊಳಂಗೇಲಾ. ಆ ಮಾತ ಬ್ಯಾರೆ.

ಆದರ ನಾ ಈಗ ಇಲ್ಲೇ ಹೇಳ್ತಿರೋದು ಮಂದಿ ನಮಗ ಪ್ರೆಸೆಂಟ್ಸ್ ಕೊಡೊದರ ಬಗ್ಗೆ ಅಲ್ಲ, ಹಂಗ ಪ್ರೀತಿಲೆ ಕೊಡ್ತೇನಿ ಅಂದಾಗ ಸೊಕ್ಕ ಮಾಡಬಾರದ, ಸುಮ್ಮನ ಇಸಗೊಬೇಕು. ಹಿಂಗಾಗಿ ಮಂದಿ ಪ್ರೆಸೆಂಟ್ಸ್ ಕೊಟ್ಟಾಗ ನಾ ಯಾವಾಗಲೂ ಇಲ್ಲ ಅಂದವನ ಅಲ್ಲ. ನಾ ಇಲ್ಲೇ ಹೇಳ್ತಿರೋದು ನಮ್ಮ ಮನ್ಯಾಗ ಮದುವಿ-ಮುಂಜವಿ-ಮನಿ ಓಪನಿಂಗ್ ಕಾರ್ಯಕ್ರಮ ಇದ್ದಾಗ ನಾವ ಬಂದ ಮಂದಿಗೆ, ಬಂಧು-ಬಳಗದವರಿಗೆ ಉಡುಗೊರೆ (return gifts) ಕೊಡೋದರ ಬಗ್ಗೆ.

ಅಲ್ಲ, ಒಂದ ನಂಗ ಅರ್ಥ ಆಗವಲ್ತ. ನಾವs ಸಾಲಾ ಶೂಲಾ ಮಾಡಿ ಕಾರ್ಯಕ್ರಮ ಮಾಡ್ತಿರ್ತೇವಿ. ಇನ್ನ ಹಂತಾದರಾಗ ಬಂದ ಮಂದಿಗೆ ಒಂದ ಹೊತ್ತ ಊಟಕ್ಕ ಹಾಕೋದ ಅಲ್ಲದ ಮತ್ತ ಗಿಫ್ಟ್ ಬ್ಯಾರೆ ಕೊಟ್ಟ ಕಳಸಬೇಕಂದರ ಇದ ಹೆಂತಾ ಪದ್ಧತಿ ಅಂತೇನಿ. ಹಿಂಗಾಗೆ ಬ್ರಾಹ್ಮಣರಾಗ ಭಾಳ ಮಂದಿ ಇನ್ನೂ ಬಡ ಬ್ರಾಹ್ಮಣರಾಗೆ ಉಳದಿದ್ದ. ಅಲ್ಲ ಹಂಗ ಮದುವಿ ವಿಷಯದಾಗ ನಾವ ಗಂಡನೆವರ ಇದ್ದವಿ ಅಂದರ ಒಂದ ಹೊತ್ತ ಏನರ ರಿಟರ್ನ್ ಗಿಫ್ಟ್ ಕೊಡಬಹುದು. ಯಾಕಂದರ ಮದುವಿ ಖರ್ಚ ನಂಬದ ಇರಂಗಿಲ್ಲ, ಮ್ಯಾಲೆ ವರದಕ್ಷಿಣಿ ಬ್ಯಾರೆ ತೊಗೊಂಡಿರ್ತೇವಿ. ಆ ಮಾತ ಬ್ಯಾರೆ. ಆದರ ಅಕಸ್ಮಾತ್ ನಾವ ಹೆಣ್ಣಿನವರ ಇದ್ದರ ಏನ ಮಾಡಬೇಕ ಹೇಳ್ರಿ? ಮೊದ್ಲs ಸಾಲಾ ಮಾಡಿ ಮನ್ಯಾಗ ಮಗಳದೊ, ತಂಗಿದೋ, ಅಕ್ಕಂದೋ ಲಗ್ನಾ ಮಾಡತಿರ್ತೇವಿ. ಹಂತಾದರಾಗ ಬಂದ ಮಂದಿಗೆ ಗಿಫ್ಟ್ ಕೊಡಬೇಕು ಅಂದರ ಹೆಂತಾ ಪದ್ಧತಿ ಅಂತೇನಿ?

ಅಲ್ಲ ಮಂದಿ ಮನ್ಯಾಗ ಫಂಕ್ಶನ್ ಇದ್ದಾಗ ಅವರು ನಮಗ ಗಿಫ್ಟ್ ಕೊಟ್ಟಿರತಾರ ಖರೆ. ಆದರೂ ಈ ಪದ್ಧತಿನs ನಂಗಂತೂ ಸರಿ ಅನಸಂಗಿಲ್ಲ, ನೀವ ಏನ ಅನ್ನರಿ.

ಮೊನ್ನೆ ನನ್ನ ಮಗನ ಮುಂಜವಿ ಟೈಮ್ ಒಳಗು ಹಿಂಗ ಆತ. ನಮ್ಮವ್ವ ನಾ ಬರೆ ಮುಂಜವಿ ಮಾಡಬೇಕು ಅನ್ನೋದ ತಡಾ ಯಾರಿಗ್ಯಾರಿಗೆ ಏನೇನ ಕೊಡಬೇಕು ಅಂತ ಒಂದ ದೊಡ್ಡ ಲಿಸ್ಟ್ ಮಾಡಲಿಕತ್ತಳು. ನಾ ನಮ್ಮವ್ವಗ,

'ನೋಡ್ವಾ, ನಾ 'ನೀವ ಮುಂಜವಿ ಮಾಡ' ಅಂತ ಬಡ್ಕೊಂಡಿದ್ದಕ್ಕ ಮಗನ ಮುಂಜವಿ ಮಾಡಲಿಕತ್ತೇನಿ. ಅಂವಾ ಏನ ಮುಂಜವಿ ಆದ ಮ್ಯಾಲೆ ಸಂಧ್ಯಾವಂದನಿ ಮಾಡೋದು ಅಷ್ಟರಾಗ, ಸುಧಾರಸೋದು, ಶಾಣ್ಯಾ ಆಗೋದು ಅಷ್ಟರಾಗ ಅದ. ಸುಳ್ಳ ಮುಂಜವಿಗೆ ಹೂಯ್ಯಿ ಅಂತ ಖರ್ಚ ಮಾಡಸಿ ನೀ ನನ್ನ ಸಾಲಕ್ಕ ಮೂಲ ಮಾಡಬ್ಯಾಡ' ಅಂತ ಎಷ್ಟ ಬಡಕೊಂಡೆ.

ಆದರೂ ನಮ್ಮವ್ವ ಏನ ಕೇಳಲಿಲ್ಲ.

'ಇರೋಂವಾ ಒಬ್ಬ ಮಗಾ ಇದ್ದಾನ, ಹಂಗ ಅಂದರ ಹೆಂಗ? ಯಾ ಹೊತ್ತಿಗೆ ಏನ ಆಗಬೇಕ ಅದ ಆಗಬೇಕ' ಅಂತ ಗಂಟಬಿದ್ದಳು.

ಖರೆ ಅಂದರ ನಾ ನನ್ನ ಮಗನ ಮುಂಜವಿ ಯಾವದರ ಮಠದಾಗ ಇಲ್ಲ ಗಾಯತ್ರಿ ತಪೋಭೂಮಿ ಒಳಗ ಸಾರ್ವಜನಿಕ ಮುಂಜವಿ ಒಳಗ ಮಾಡಬೇಕು ಅಂತ ಅಂದಾಗನು ಆಕಿ,

'ಇರೋಂವ ಒಬ್ಬ ಮಗಾ, ಕಲ್ಯಾಣ ಮಂಟಪ ಹಿಡದ ಇಲ್ಲ ಪೆಂಡಾಲ ಹಾಕಿಸಿ ಛಂದಾಗಿ ನಾಲ್ಕ ಮಂದಿ ನೋಡೋಹಂಗ ಮಾಡಲಿಕ್ಕೆ ಏನ ಧಾಡಿ ನಿನಗ?' ಅಂದಿದ್ಲು. ನಾ,

'ಬೇಕಾರ ನನ್ನ ಮಗನ ಸಾರ್ವಜನಿಕ ಮುಂಜವಿ ಜೊತಿ ಇನ್ನ ಐದ ಬಡು ಹುಡುಗರದ ಮುಂಜವಿನೂ ಮಾಡಸ್ತೇನಿ ನನ್ನ ಖರ್ಚನಾಗ' ಅಂತ ಅಂದರೂ ಆಕಿ ಏನ ಕೇಳಲಿಲ್ಲ. ನಾ ಜಾಸ್ತಿ ಮಾತಡಲಿಕತ್ತ ಕೂಡಲೇ,

'ನೋಡಪಾ, ಮುಂಜವಿ ಒಂದ ನೋಡಿ ಸಾಯಬೇಕ ಅನ್ಕೊಂಡೇನಿ, ಮುಂದ ನಿನ್ನ ಮಗನ ಲಗ್ನದ ಹೊತ್ತಿಗೇನ ಇರ್ತೇನಂತ ಗ್ಯಾರಂಟಿ ಇಲ್ಲ' ಅಂತ ಎಮೋಶನಲ್ ಬ್ಲ್ಯಾಕ್ ಮೇಲ್ ಚಾಲು ಮಾಡಿದ್ಲು. ಅಲ್ಲ, ಹಂಗ ಆಕಿ ನನ್ನ ಲಗ್ನ ಆದಾಗಿಂದ ಪ್ರತಿ ಕಾರ್ಯಕ್ರಮಕ್ಕೂ ಹಿಂಗ ಅನ್ನಲಿಕತ್ತಾಳ. ಆ ಮಾತ ಬ್ಯಾರೆ.

ಸರಿ, ಇನ್ನ ಇಷ್ಟ ನಮ್ಮವ್ವ ತಂದ ಇದ ಲಾಸ್ಟ್ ಫಂಕ್ಶನ್ ಅಂತ ಗ್ಯಾರಂಟಿ ಕೊಡಲಿಕತ್ತಾಳ ಅಂದ ಮ್ಯಾಲೆ ನಾನರ ಯಾಕ ಆಕಿ ಮನಸ್ಸ ನೋಯಿಸಬೇಕ ಅಂತ ಮುಂಜವಿ ತಯಾರಿ ಶುರು ಮಾಡಿದೆ. ಇನ್ನ ಮಂದಿಗೆ ಏನ ಗಿಫ್ಟ್ ಕೊಡಬೇಕು ಅನ್ನೋದ ಒಂದ ದೊಡ್ಡ ಸಮಸ್ಯೆ ಆತ. ಹಂಗ ಎಲ್ಲಾರು ಒಂದ ಪ್ಯಾಂಟ್-ಶರ್ಟ್ ಪೀಸ್, ಸೀರಿ ಮ್ಯಾಲೆ ಒಂದ ಜಂಪರ್ ಪೀಸ್ ಕೊಡೋದ ಕಾಮನ್, ಅದನ್ನ ಬಿಟ್ಟ ಬ್ಯಾರೆ ಏನರ ಕೊಟ್ಟರಾತು ಅಂತ ನಾ ನನ್ನ ಕ್ರಿಯೇಟಿವ್ ತಲಿ ಯೂಜ್ ಮಾಡಿ

ಬಾಂಬೆದಿಂದ ಏರ್ ಟೈಟ್ ಸ್ಟೇನ್‌ಲೆಸ್ ಸ್ಟೀಲ್ ಡಬ್ಬಿ ಸೆಟ್ ಅದು ಮೂರ ನಾಲ್ಕ ನಮನಿವ ಹೋಲ್‌ಸೇಲ್‌ನಾಗ ಫ್ಯಾಕ್ಟರಿ ಇಂದ ತರಿಸಿದೆ.

ಇನ್ನ ಈ ಸುಡಗಾಡ ಸ್ಟೀಲಿನ ಡಬ್ಬಿ ಕೊಡೋದರಾಗ ಹೆಂತಾ ಕ್ರಿಯೇಟಿವಿಟಿಲೇ ಅನಬ್ಯಾಡರಿ. ಸ್ಟೀಲಿನ ಡಬ್ಬಿ ಕೊಡೊದು ನಮ್ಮ ಬ್ರಾಹ್ಮಣರ ಪರಂಪರೆ ಒಳಗ ಮೊದ್ಲಿಂದ ಬಂದಿದ್ದ. ಏನ ಕಾರ್ಯಕ್ರಮ ಇರಲಿ, ಒಂದ ಡಬ್ಬಿ ಇಲ್ಲಾ ಕೊಳಗಾ, ಪಾತೇಲಿ, ಇಲ್ಲಾ ಪ್ಲೇಟ್, ಕಡಿಕೆ ಒಂದ ಝೂಕಣಿ ಕೊಡೋದ ಪದ್ಧತಿ. ಹಿಂಗಾಗಿ ನಾ ಆ ಪುರಾತನ ಸ್ಟೀಲಿನ ಡಬ್ಬಿನ ಮಾಡರ್ನ್ ಟಚ್ ಒಳಗ ಇರಲಿ ಅಂತ ಏರ್ ಟೈಟ್ ಸ್ಟೇನ್‌ಲೆಸ್ ಸ್ಟೀಲ್ ಡಬ್ಬಿ ತರಿಸಿದ್ದೆ. ತರಸೋಕಿಂತಾ ಮೊದ್ಲ ನಮ್ಮವ್ವಗ ಭಾಳ ಕ್ಲೀಯರ್ ಆಗಿ ಹೇಳಿದ್ದೆ.

'ನೀ, ಆಮ್ಯಾಲೆ ಮತ್ತ ಅವರಿಗೆ ಸೀರಿ ಕೊಡು, ಇವರಿಗೆ ಶರ್ಟ್ ಪೀಸ್ ಕೊಡು ಅಂತ ಅನಬ್ಯಾಡಾ, ಎಲ್ಲಾರಿಗೂ ಡಬ್ಬಿನ' ಅಂತ. ಆವಾಗ ಹೂಂ ಅಂದ್ಲು, ಆಮ್ಯಾಲೆ ಸಣ್ಣಕ ಶುರು ಮಾಡಿದ್ಲಲಾ,

'ಹಂಗ ಹಿರೇ ಮನಷ್ಯಾರಿಗೆ ಸ್ಟೀಲಿನ ಡಬ್ಬಿ ಕೊಟ್ಟರ ಹೆಂಗ ನಮ್ಮವ್ವಾ, ಒಂದ ಪತ್ಲಾ ಕೊಡಃಬೇಕಾಗ್ತದ'

'ಅಲ್ಲಃ.. ಬೀಗರಿಗರ ಸೀರಿ ಕೊಡಬೇಕವಾ, ಅವರಿಗೆಲ್ಲ ಸ್ಟೀಲಿನ ಡಬ್ಬಿ ಕೊಟ್ಟರ ಹೆಂಗ ನಡಿತದ ಹೇಳು.'

'ಅಜ್ಜಿಂದರಿಗೆಲ್ಲ ಕಾಟನ್ ಪತ್ಲಾನ ಕೊಡಬೇಕು, ಬೇಕಾರ ಆರ ವಾರಿದ ಯಾಕ ಆಗವಲ್ತಾಕ. ಹಂಗ ನೀವು ಡಬ್ಬಿ ಅವರ ಮಕ್ಕಳಿಗೆ ಕೊಡ್ರಿ ಯಾರ ಬ್ಯಾಡ ಅಂತಾರ.' ಅಂತ ಹಗರಕ ನನ್ನ ಹೆಂಡತಿ ಮುಂದ ಕೊರಿಲಿಕತ್ಲು.

ಅಲ್ಲ, ನಾ ಸ್ಟೀಲ್ ಡಬ್ಬಿ ಅಂದರ ಏನ ಐವತ್ತ, ನೂರ ರೂಪಾಯಿದ್ದ ಕೊಡಲಿಕತ್ತಿದ್ದಿಲ್ಲ. ಮೂರ ಟೈಪ್ ಸೆಟ್ ಆಫ್ ಡಬ್ಬಿ, ಒಂದ ನಾಲ್ಕನೂರರ ರೇಂಜ್, ಇನ್ನೊಂದ ಎರಡುವರಿ ನೂರರ ರೇಂಜ್, ಇನ್ನೊಂದ ನೂರಾ ಐವತ್ತರ ರೇಂಜ್, ಎಲ್ಲ ಗೆಸ್ಟ್ ಲೆವೆಲ್ ಪ್ರಕಾರ. ಇದೇನ ಕಡಿಮೆ ಆತ? ನಮ್ಮವ್ವಗ ತಿಳಿಸಿ ಹೇಳಿದರೂ ತಿಳೀಲಿಲ್ಲ. ಡಬ್ಬಿ- ಡಬ್ಬಿನ ಅಂದ್ಲು. ಇನ್ನ ಏನರ ಜಾಸ್ತಿ ಹೇಳಲಿಕ್ಕೆ ಹೋದರ ಮತ್ತ ಅದ ಡೈಲಾಗ,

'ಮುಂದ ನಿನ್ನ ಮಗನ ಲಗ್ನ ತನಕಾ ಎಲ್ಲೆ ಇರ್ತೇನಪಾ, ಮುಂಜವಿ ಒಂದ ಛಂದ ಮಾಡ.'

ನಾ ಖರೇ ಹೇಳ್ತೇನಿ ಹಿಂದ ಅಂದರ ಒಂದ ಹನ್ನೆರಡ ವರ್ಷದ ಹಿಂದ ನನ್ನ ಮದುವಿ ಟೈಮ್‌ನಾಗೂ ಹಿಂಗ ಮಾಡಿದ್ಲು. ಆವಾಗಂತೂ ನಂದ ಫೈನಾನ್ಸಿಯಲ್ ಕಂಡೀಶನ್ ಇನ್ನೂ ಕೆಟ್ಟ ಇತ್ತ. ನಾನ ಸಾಲಾ ಮಾಡಿ, ಅರ್ಧಾ ವರದಕ್ಷಿಣಿ ರೊಕ್ಕಾ ಅಡ್ವಾನ್ಸ್ ತೊಗೊಂಡ ಮುಂದಿಂದ ಅರ್ಧಾ ಮದುವ್ಯಾಗ ಕೊಡ್ತಾರ ಅನ್ನೋ ಖಾತ್ರಿ ಮ್ಯಾಲೆ ಲಗ್ನ ಮಾಡ್ಕೋಳಿಕತ್ತಿದ್ದೆ. ಈಕಿ ಮದುವಿ ಒಳಗ ಅವರಿಗೆ ಇದನ್ನ ಕೊಡಬೇಕು, ಇವರಿಗೆ ಅದನ್ನ ಕೊಡಬೇಕು ಅಂತು ಶುರು ಮಾಡಿದ್ಲು. ನಾ ಏನರ ತಿಳಿಸಿ ಹೇಳಲಿಕ್ಕೆ ಹೋದರ,

'ಅಯ್ಯ, ಗಂಡಸ ಮಗನ ಮದುವಿಪಾ, ಕೊಡಲಿಲ್ಲಾಂದರ ಹೆಂಗ, ನಾಳೆ ನಿಮ್ಮ ತಂಗಿ ಲಗ್ನಕ್ಕ ಬೇಕಾರ ನೀ ಕೊಟ್ಕೊ, ಇಲ್ಲ ಬಿಟ್ಕೊ. ಈಗಂತೂ ಕೊಡೊದ' ಅಂತ ಗಂಟಬಿದ್ಲು. ನಂದು ಒಂದನೇ ಮದುವಿ, ಹೊಸಾ ಹುರುಪಿನಾಗ, ಆತ ತೊಗೊ ನಂದs ಮದುವಿ, ನಮ್ಮವ್ವನ ಜೊತಿ ಜಗಳಾಡ್ಕೋತ ಕೂಡೋದರಾಗ ಅರ್ಥ ಇಲ್ಲ, ಸುಮ್ಮನ ನಂಗ ವರದಕ್ಷಿಣಿ ಕೊಟ್ಟಿಲ್ಲಾಂತ ತಿಳ್ಕೊಂಡರಾತು ಅಂತ ವರದಕ್ಷಿಣಿ ರೊಕ್ಕದಷ್ಟ ನಾ ಮಂದಿಗೆ ಉಡುಗೊರೆ ಕೊಟ್ಟೆ.

ಮುಂದ ಮೂರ ವರ್ಷಕ್ಕ ನನ್ನ ಹೆಂಡತಿ ಕಾಲ್ಗುಣದ್ಲೆ ನಮ್ಮ ತಂಗಿ ಲಗ್ನ ಫಿಕ್ಸ್ ಆತ. ಆವಾಗ ಮತ್ತ ನಮ್ಮವ್ವ ರಾಗ ತಗದ್ಲು.

'ಇರೋಕಿ ಒಬ್ಬಕಿ ತಂಗಿ, ನಿಂಗೇನ ಹತ್ತ ಮಂದಿ ಇದ್ದಾರೇನ, ಮುಂದ ನಾಳೆ ನಿನ್ನ ಮಗನ ಮುಂಜವಿ – ಮದುವಿಗೆ ನೀ ಬೇಕಾರ ಕೊಟ್ಕೊ ಇಲ್ಲ ಬಿಟ್ಕೊ, ನೋಡಲಿಕ್ಕೆ ನಾವರ ಎಲ್ಲೆ ಇರ್ತೇವಿ? ಛಂದದ ಕಾರ್ಯ ಯಾರಿಗ್ಯಾರಿಗೆ ಏನೇಕ ಕೊಡಬೇಕ ಅದನ್ನ ಕೊಟ್ಟಬಿಡ' ಅಂತ ಶುರು ಮಾಡಿದ್ಲು.

ಅಲ್ಲ, ಇರೋಕಿ ಒಬ್ಬೋಕಿ ತಂಗಿ ಅನ್ನಲಿಕ್ಕೆ ನಾ ಏನ ಈಕಿಗೆ ಹತ್ತ ಹಡಿಬ್ಯಾಡ ಅಂದಿದ್ನೆ? ಎರಡ ಸಾಕೋದರಾಗ ಆಕಿಗೆ ರಗಡ ಆಗಿಹೋಗಿತ್ತ. ಹತ್ತ ಹಡಿಯೋದರ ಬಗ್ಗೆ ಮಾತಾಡ್ತಾಳ. ಇನ್ನ ಆ ಮಾತ ಮಾತಿಗೆ ಮುಂದ ನಾವೆಲ್ಲೆ ನೋಡಲಿಕ್ಕೆ ಇರ್ತೇವಿ? ನೀ ಏನರ ಮಾಡ್ಕೊ ಅನ್ನೋದ ಅಂತು ಕಾಯಮ್ ಡೈಲಾಗ್. ನಾ ಮೊದ್ಲ ಹೇಳಿದೆನಲಾ, ನನ್ನ ಮದುವಿ ಆದಾಗಿಂದ ಪ್ರತಿ ಕಾರ್ಯಕ್ರಮಕ್ಕು ಹಿಂಗ ಅನ್ನಲಿಕತ್ತಾಳಂತ.

ನಾ ಬೇಕಾರ ನಿಮಗ ಈಗ ಹೇಳ್ತೇನಿ. ಈಗೇನ 'ಮುಂಜವಿ ಒಂದ ನೋಡಿ ಸಾಯಬೇಕ ಅನ್ಕೊಂಡೇನಿ, ಮುಂದ ಲಗ್ನದ ಹೊತ್ತಿಗೇನ ಇರ್ತೇನಿನ' ಅಂದಾಳಲಾ ನಮ್ಮವ್ವಾ, ನಾಳೆ ನನ್ನ ಮಗನ ಲಗ್ನಕ್ಕೂ ಮತ್ತ ಹಿಂಗ ಒಂದ ಏನರ ರಾಗಾ ತಗೀತಾಳ ನೀವ ನೋಡ್ತಿರ್ರಿ. ಅಲ್ಲ ಅಲ್ಲಿ ಮಟಾ ಆಕಿ ಇರಲಿ ಬಿಡರಿ ಯಾರ ಏನ ಬ್ಯಾಡ ಅಂದಿಲ್ಲ, ಬೇಕಾರ ಕಾಯಮ್ ಇರಲಿ, ಆದರ ಸುಮ್ಮನ ಇರಬೇಕು. ಹಿಂಗ ಪ್ರತಿ ಫಂಕ್ಶನ್ನಗೂ ಅವರಿಗೆ ಅದನ್ನ ಕೊಡು ಇವರಿಗೆ ಇದನ್ನ ಕೊಡು ಅಂದರ ತುಟ್ಟಿ ಕಾಲದಾಗ ನಾನರ ಹೆಂಗ ಮಾಡಬೇಕ ಹೇಳರಿ?

ಒಟ್ಟಿ ಕಡಿಕೂ ನಾ ತಲಿಕೆಟ್ಟ ನಮ್ಮವ್ವನ ಮನಸಿನಂಗ ಮಾಡಿದೆ. ಸೀರಿ ಕೊಡೋರಿಗೆ ಸೀರಿ ಕೊಟ್ಟೆ, ಜಂಪರ ತೊಡೋರಿಗೆ ಜಂಪರ್ ಪೀಸ್ ಕೊಟ್ಟೆ, ಗಂಡಸರಿಗೆ ಪ್ಯಾಂಟ್ ಶರ್ಟ್ ಪೀಸ್ ಬ್ಯಾರೆ. ಮತ್ತ ನನ್ನ ವಾರ್ಗಿಯವರಿಗೆ ಮೂರ ತರಹದ್ದ ಸ್ಟೇನ್‌ಲೆಸ್ ಸ್ಟೀಲ್ ಏರ್ ಟೈಟ್ ಡಬ್ಬಿ ಕೊಟ್ಟ ಈಗ ಮನ್ಯಾಗ ಖಾಲಿ ರಟ್ಟಿನ ಡಬ್ಬಿ ಡಬ್ಬ ಹಾಕ್ಕೊಂಡ ರದ್ದಿಯಂವಾ ಬರೋದನ್ನ ದಾರಿ ಕಾಯಿಲಿಕತ್ತೇನಿ.

ಇನ್ನ ಇಷ್ಟ ಕಷ್ಟ ಪಟ್ಟ ಕಾರ್ಯಕ್ರಮ ಮಾಡೇನಿ ಅಂದ ಮ್ಯಾಲೆ ನಾ ಇನ್ವಿಟೇಶನ್ ಕಾರ್ಡ್‌ನಾಗ 'ನಿಮ್ಮ ಆಶೀರ್ವಾದವೇ ಉಡುಗೋರೆ' ಅಂತ ಹಾಕಸಲಿಕ್ಕೆ ನಂಗೇನ

ಹುಚ್ಚ ಹಿಡದಿದ್ದಿಲ್ಲ? ಅಲ್ಲ ಅದು ನಾನs ಮೂರ-ನಾಲ್ಕ ನೂರ ರೂಪಾಯಿದ್ದ ಗಿಫ್ಟ್ ಕೊಟ್ಟ ಮುಂಜವಿಗೆ ಕರದ ಬರೇ ಆಶೀರ್ವಾದ ತೊಗೊಂಡರ ಹೆಂಗ? ಹಿಂಗಾಗಿ ನಾ ಕಾರ್ಡ್‌ನಾಗ presents in blessings only ಅಂತ ಹಾಕಸಲಿಲ್ಲ.

ಆದರೂ ನೀವ ಏನ ಅನ್ನರಿ, ಈ 'ನಿಮ್ಮ ಆಶೀರ್ವಾದಕ್ಕಾಗಿ ನಮ್ಮ ಉಡುಗೊರೆ' ಪದ್ಧತಿ ನಂಗೇನ ಲೈಕ್ ಆಗಲಿಲ್ಲ ಬಿಡ್ರಿ. ಅಲ್ಲ ಹಂಗ ನೋಡಿದರ ನನ್ನ ಮನ್ಯಾಗೇನ ಇನ್ನ ಮುಂದ ಹದಿನೈದ ಇಪ್ಪತ್ತ ವರ್ಷ ಯಾವ ಫಂಕ್ಶನ್ ಇಲ್ಲ, ಇನ್ನೇನ ನಾ ಯಾರಿಗೂ ಕೊಡೊದ ಬರಂಗಿಲ್ಲ. ಇನ್ನ ಏನಿದ್ದರೂ ಬರೇ ಇಸಗೊಳೋದ ಇಷ್ಟ ಖರೆ ಆದರೂ ಯಾವದ ತಪ್ಪ, ಅದ ತಪ್ಪ ಬಿಡ್ರಿ. ಹಂಗ ನಮ್ಮ ಮನಿ ಮುಂಜವಿಗೆ ಯಾರ ಬಂದಿಲ್ಲ ಅವರ ಬಂದ ಆಶೀರ್ವಾದ ಮಾಡಿ ಹೋಗರಿ ಮತ್ತ. ಅಲ್ಲ, ಹಂಗ ಡಬ್ಬಿ ಖಾಲಿ ಆದರೂ ಶರ್ಟ್ ಪೀಸ್, ಬ್ಲೌಸ್ ಪೀಸ್ ಉಳದಾವ, ಮತ್ತ ಮ್ಯಾಲೆ ಒಂದಿಷ್ಟ ಬಂದಾವ. ಆಶೀರ್ವಾದ ಮಾಡಿದ್ದಕ್ಕ ನಮ್ಮವ್ವಾ ಏನರ ಕೊಟ್ಟ ಕಳಸ್ತಾಳ. ಹಂಗ ಖಾಲಿ ಕೈಲೆ ಬರೆ ಅರಷಣ ಕುಂಕಮ ಕೊಟ್ಟ ಕಳಸೋ ಪೈಕಿ ಏನಲ್ಲ ನಮ್ಮವ್ವಾ, ನೀವೇನ ಕಾಳಜಿ ಮಾಡ ಬ್ಯಾಡರಿ.

ಮತ್ತೆಲ್ಲರ ನೀವ ಖಾಲಿ ಕೈಲೆ ಬಂದ ಗಿಂದಿರಿ ಇಷ್ಟ...

○

ಹನಮ್ಯಾ ಹೊಚ್ಚಲಾ ದಾಟಿದಾ

ನಿನ್ನೆ ಬೆಳಿಗ್ಗೆ ಏಳೋ ಪುರಸತ್ತ ಇಲ್ಲದ ನಮ್ಮ ಕೌಸ್ತ್ಯಾನ ಫೋನ್ ಬಂತ, ಇಂವಾ ಹಂಗ ಇಷ್ಟ ಲಗೂ ಎದ್ದ ಫೋನ್ ಮಾಡೋಂವ ಅಲ್ಲ. ಯಾಕ ಮಾಡಿದಾ ಪಾ, ಯಾರರ ಗೊಟಕ್-ಗಿಟಕ್ ಅಂದ-ಗಿಂದಾರಿನ ಅಂತ ವಿಚಾರ ಮಾಡ್ಕೋತ ಫೋನ್ ಎತ್ತಿದೆ. ಅಂವಾ ಒಂದ ನಾಲ್ಕ ಮಾತಾಡಿ, 'ನಿಮ್ಮ ಒಬ್ಬ ಹಳೆ ದೋಸ್ತ ಬಂದಾನ ಮಾತಾಡ್ತಾನಂತ ನೋಡ' ಅಂತ ಫೋನ್ ಯಾರೊ ಒಂದ ಅನ್ನೌನ ಮನುಷ್ಯಾನ ಕೈಯಾಗ ಕೊಟ್ಟಾ.

ಅತ್ತಲಾಗಿಂದ 'ಏನಪಾ, ರಾಜಾ ಹೆಂಗಿದ್ದಿ? ಗೊರ್ತ ಹಿಡದಿ ಏನ್ ನನಗ?' ಅಂತ ಆ ಅನ್ನೌನ ಧ್ವನಿ ಕೇಳತ. ಧ್ವನಿ ನೋಡಿದರ ಗೊಗ್ಗರ ಇತ್ತ, ಅಗದಿ ರಾತ್ರಿದ ಇನ್ನೂ ಇಳದಿಲ್ಲೆನೋ ಅನ್ನೋ ಹಂಗ ಧ್ವನಿ ಒಳಗ ಹ್ಯಾಂಗ್ ಓವರ್ ತುಂಬಿ ತುಳಕ್ಯಾಡಲಿಕತ್ತಿತ್ತು. ಧಾಟಿ ನೋಡಿದರ ಎಲ್ಲೋ ಕೇಳಿದಂಗ, ಯಾರೋ ಹೀರೇ ಮನಷ್ಯಾರ ಮಾತಾಡಿದಂಗ ಇತ್ತ. ನಾ 'ಇಲ್ಲ ಗೊತ್ತ ಹಿಡೀಲಿಲ್ಲ, ತಾವು ಯಾರ ಮಾತಾಡೋದ?' ಅಂತ ಅಗದಿ ರಿಸ್ಪೆಕ್ಟಲೆ ಅಂದೆ.

'ಲೇ ನಿನ್ನೌನ, ಭಾಳ ದೊಡ್ಡ ಮನುಷ್ಯಾ ಆಗಿ ಬಿಡ ಮಗನ, ಒಂದ ಬುಕ್ ಬರದಿ ಅಂತ ಎಲ್ಲಾರನೂ ಮರತ ಬಿಟ್ಟಿ ಏನ್?' ಅಂತ ನನಗ ಅನ್ನೌನ ಇದ್ದಾಂವ ಸೀದಾ ನಿನ್ನೌನಕ್ಕ ಬಂದಾ. ಹಿಂಗ ಅವನೌನ ಇಂವಾ ನಿನ್ನೌನ ಅಂತ ನನ್ನ ಮಾತೃ ಭಾಷಾದಾಗ ಮಾತಾಡ್ತಾನ ಅಂದ್ರ ಇಂವಾ ನಮ್ಮ ಪೈಕಿನ, ಇದ ಯಾವದೊ ನಂಗ ಕ್ಲೋಸ್ ಇರೋ ಗಿರಾಕಿನ ಅಂತ ನನಗ ಗ್ಯಾರಂಟಿ ಆಗಿ ನಾ ಸೀದಾ,

'ಲೇ, ಹು.ಸೂ. ಮಗನ, ಯಾರಂತ ಲಗೂ ಹೇಳಲೇ, ಮುಂಜ-ಮುಂಜಾನೆ ಎದ್ದ ಜೀವಾ ತಿನ್ನಬ್ಯಾಡಾ. ಮಗನ ನಾ ಸ್ನಾನಾ ಮಾಡಿ ಕೆಲಸಕ್ಕ ಹೋಗಬೇಕ' ಅಂತ ಜೋರ ಮಾಡಿದೆ. ಇನ್ನ ಲಗೂನ ಹೆಸರ ಹೇಳಲಿಲ್ಲ ಅಂದ್ರ ನನ್ನ ಬಾಯಾಗ ನುಡಿಮುತ್ತ ಬರತಾವ ಅಂತ ಗೊತ್ತಾಗಿ ಅಂವಾ, 'ಲೇ, ನಾನಲೇ ಕೇರೂರ ಮಾತಾಡೋದ, ಹನುಮಂತರಾವ್ ಭೀಮರಾವ್ ಕೇರೂರ' ಅಂದಾ.

ಆದ್ರ ನನಗ ಹೊಳೀಲಿಲ್ಲ, ಹಂಗ ನಾವ ಯಾವ ದೋಸ್ತರಿಗೂ ಪೂರ್ತಿ ಹೆಸರ ಹಿಡದ ಕರದ ಗೊತ್ತನೂ ಇಲ್ಲ. ಕೆಲವೊಮ್ಮೆ ಅಂತೂ ಅವರ ಅವ್ವ-ಅಪ್ಪ ಇಟ್ಟಿದ್ದ ಖರೆ ಹೆಸರ ಗೊತ್ತ ಇರತಿದ್ದಿಲ್ಲ, ಎಲ್ಲಾರಿಗೂ ಬರೆ ಅಡ್ಡ ಹೆಸರಲೇನ ಕರಿತಿದ್ವಿ. ನಾ ಹಿಂಗ ವಿಚಾರ ಮಾಡೋದರಾಗ ಅವನ ಹೇಳಿದಾ, 'ಲೇ, ದನಾ ಕಾಯೋನ ಕೇರೂರ ಹನಮ್ಯಾಲೇ, ಹುಬ್ಬಳ್ಳ್ಯಾಗ ದೇವಾಂಗಪೇಟದಾಗ ಇದ್ದನೆಲ್ಲ' ಅಂದಾ.

'ಹಿಂಗ ಹೇಳೋ ಮಗನ. ಏನ ಅಗದಿ ಹನಮಂತರಾವ್ ಭೀಮರಾವ್ ಕೇರೂರ ಅಂತ ಸ್ವಾತಂತ್ರ್ಯ ಹೋರಾಟಗಾರರ ಗತೆ ಹೇಳಿದರ ಯಾವಂಗ ತಿಳಿಬೇಕಲೇ? ಅನ್ನಂಗ ಎಲ್ಲಿ ಸತ್ತಿದ್ದಿ ಇಷ್ಟ ದಿವ್ಸ?' ಅಂತ ನಾ ಹರಟಿ ಶುರುಮಾಡಿದೆ. ಹಿಂಗ 'ನಿಂಗೆಷ್ಟ ಮಕ್ಕಳು-ನಂಗ ಇಷ್ಟ ಮಕ್ಕಳು, ನಿನ್ನ ಹೆಂಡತಿ ಹೆಂಗ – ನನ್ನ ಹೆಂಡತಿ ಹಿಂಗ, ನಿಮ್ಮ ಅವ್ವಾ-ಅಪ್ಪಾ ಇನ್ನೂ (ಗಟ್ಟಿ) ಇದ್ದಾರೇನು?' ಅದು- ಇದು ಅಂತ ಒಂದೆರಡ ಮಾತಾಡಿ, ಹಂಗರ ಸಂಜಿಮುಂದ ಎಲ್ಲೇರ ಸಿಗೋಣಂತ ಅಂತ ಡಿಸೈಡ್ ಮಾಡಿ ಆಫೀಸ್‌ಗೆ ಹೊತ್ತಾಗತದ ಅಂತ ಫೋನ್ ಇಟ್ಟೆ.

ಈ ಮಗಂದ ನಾ ಧ್ವನಿ ಕೇಳಲಾರದ ಒಂದ 17-18 ವರ್ಷದ ಮ್ಯಾಲೆ ಆಗಿರಬೇಕು, ನನಗ ನೆನಪ ಇದ್ದಂಗ ನಾ ಆ ಮಗಂದ 'ಬಾಲ್ಯ ವಿವಾಹಕ್ಕ' ಹೋದಾಗ ಲಾಸ್ಟ್ ಭೆಟ್ಟಿ ಆಗಿದ್ದ. (ಬ್ರಾಹ್ಮಣರಾಗ 24-25 ವರ್ಷಕ್ಕ ಗಂಡ ಹುಡುಗರದು ಮದುವಿ ಆದರ ಅದ ಬಾಲ್ಯ ವಿವಾಹ ಇದ್ದಂಗ ಅಲಾ ಅದಕ್ಕ ಹೇಳಿದೆ). ಅದ ಆದ ಮ್ಯಾಲೆ ಆ ಮಗನ ಧ್ವನಿ ಕೇಳಿದ್ದ ಇವತ್ತ. ಇಷ್ಟ ದಿವಸ ಎಲ್ಲಿ ಇದ್ದನೋ ಏನೋ ನಾ ಅಂತೂ ಮರತಬಿಟ್ಟಿದ್ದೆ. ಆದ್ರೂ ಒಬ್ಬ ಹಳೆ ಗೆಳೆಯ, ಆತ್ಮೀಯ ಇದ್ದಂವಾ ಫೋನ್ ಮಾಡಿ ಮಾತಾಡಿದ್ನಲಾ ಅಂತ ಖುಷಿ ಆತ.

ಹಂಗ ಈ ಹನಮ್ಯಾ ನನಗ ಮೊದ್ಲನೇ ಸಲಾ ಭೆಟ್ಟಿ ಆಗಿದ್ದ ನಾ ಪಿ.ಯು.ಸಿ. ಫಸ್ಟ್ ಇಯರ್ ಇದ್ದಾಗ. ಇಂವಾ ಹಾನಗಲ್ ಹತ್ರ ಒಂದ ಯಾವದೋ ಹಳ್ಳಿಯಿಂದ ಹುಬ್ಬಳ್ಳಿಗೆ ಬಂದಿದ್ದಾ. ಎಸ್.ಎಸ್.ಎಲ್.ಸಿ. ಒಳಗ ನಾಲ್ಕ ಮಾರ್ಕ್ಸ್‌ಲೇ ರಾಜ್ಯಕ್ಕ 20ನೇ rank ತಪ್ಪಿತ್ತಂತ ಹೇಳಕೊತ್ತ ಅಡ್ಡ್ಯಾಡತಿದ್ದಾ. ಕಲತದ್ದ ಕನ್ನಡ ಮಿಡಿಯಮ್‌ದಾಗ ಆದ್ರೂ ನಮ್ಮ ಕಾಲೇಜನಾಗಿನ ಇಂಗ್ಲಿಷ್ ಕಲಸೊ ನಮ್ಮ ಪಾಟೀಲ್ ಮೇಡಮ್‌ಕಿಂತಾ ಛಲೋ ಇಂಗ್ಲಿಷ್ ಮಾತಾಡ್ತಿದ್ದಾ. ನೋಡಲಿಕ್ಕೆ ಇತ್ತಲಾಗ ಹುಡುಗರ ಪೈಕಿನೂ ಅಲ್ಲ, ಹುಡಿಗ್ಯಾರ ಪೈಕಿನೂ ಅಲ್ಲ. ಅಗದಿ ಶಾಣ್ಯಾರ ಪೈಕಿ ಕಂಡಂಗ ಕಾಣತಿದ್ದಾ. ದಿವಸಾ ತಲಿಗೆ ಕೊಬ್ಬರಿ ಎಣ್ಣಿ ಹಚಗೊಂಡ, ಅವರವ್ವನ ಕಡೆ ಬೈತಲಾ ತಗಿಸಿ ಹಿಕ್ಕಿಸಿಕೊಂಡ ಬರ್ತಿದ್ದಾ, ಹಿಂದ ಮಾಟ ಅಂದ ತುರಬಾ ಕಟಗೊಳೊ ಅಷ್ಟ ಜುಟ್ಲಾ ಬಿಟ್ಟ, ಹಣಿ ಮ್ಯಾಲೆ ಒಂದ ದೊಡ್ಡ ಉದ್ದನೀ ನಾಮ, ಕಿವ್ಯಾಗ ಹೂವು, ಕೊಳ್ಳಾಗ ತುಳಸಿಮಣಿ ಸರಾ, ಅದಕ್ಕ ಎರಡ ಹಿತ್ತಾಳಿ ತಾಳಿ ಹಾಕ್ಕೊಂಡಿದ್ದರ ಮಾಡರ್ನ್ ಮಂಗಳಸೂತ್ರ ಕಂಡಂಗರ ಕಾಣತಿತ್ತ. ಕಣ್ಣಾಗ ಚಸಮಾ ಬ್ಯಾರೆ, ಶ್ಯಾಣ್ಯಾ ಅಂದ ಮ್ಯಾಲೆ ಚಸಮಾ ಇಲ್ಲಾಂದ್ರ ಹೆಂಗ ಮತ್ತ? ಅಗದಿ ನೋಡಿದ್ರ ಬ್ಯಾರೆಯವರಿಗೆ ಭಯ-ಭಕ್ತಿ, ವಿದ್ಯಾ-

ಬುದ್ಧಿ ಎಲ್ಲ ಬಂದಿರಬೇಕು, ಹಂಗ ಸಾಕ್ಷಾತ್ ಸರಸ್ವತಿ ಪುತ್ರ ಇದ್ದಂಗ ಇದ್ದಾ. ತಾ ಆತು ತನ್ನ ಕಾಲೇಜು ಆತು, ಕಾಲೇಜ್‌ನಾಗ ಪಿರಿಯಡ್ ತಪ್ಪಿದರ ಲೈಬ್ರರಿ, ಲೈಬ್ರರಿ ತಪ್ಪಿದರ ಪಿರಿಯಡ್. ಅಂವಾ ಅಕಸ್ಮಾತ್ ಲೈಬ್ರರಿಗೆ ಹೋಗಲಿಲ್ಲ ಅಂದ್ರ ನಮ್ಮ ಲೈಬ್ರರಿಯನ್ ಮಾಳವಾಡ ಸರ್‌ಗೆ ಏನೊ ಭಣಾ-ಭಣಾ ಅನಸ್ತಿತ್ತು. ಅಷ್ಟ ಅಂವಾ ಪುಸ್ತಕ, ಲೈಬ್ರರಿ, ಲೈಬ್ರರಿಯನ್ ಎಲ್ಲಾರನೂ ಹಚಗೊಂಡಿದ್ದಾ. ಈ ಮಗಾ ಲೈಬ್ರರಿ ಒಳಗ ನಾಲ್ಕ ಪುಸ್ತಕ ಸೈಡಿಗೆ ಇಟ್ಟ ಅದರ ಮ್ಯಾಲೆ ಒಂದ ನಾಲ್ಕ ಮಂತ್ರಾಕ್ಷತಿ ಕಾಳ ಹಾಕಿ, ಒಂದ ಬಾಟಲಿ ತುಂಬ ಅವರವ್ವ ಕಾಯಿಸಿ ಆರಿಸಿ ಕೊಟ್ಟಿದ್ದ ನೀರ ಇಟಗೊಂಡ ಕೂತನಂದ್ರ ಇಡಿ ಲೈಬ್ರರಿಗೆ ಒಂದ ಕಳೆ ಬರ್ತಿತ್ತ. ಪ್ರತಿ ಸಬ್ಜೆಕ್ಟ್ ಓದೋಕ್ಕಿಂತ ಮುಂಚೆ ಕಣ್ಣಮುಚ್ಚಿ ಏನೋ ಸಂಸ್ಕೃತ ಒಳಗ ಮಂತ್ರಾ ಹೇಳಿ ಬುಕ್ ತಗೀತಿದ್ದಾ. ಉಳದ ಹುಡುಗರು ಅಂವಾ ಹಂಗ ಮಾಡೋದ ನೋಡಿ ಬಹುಶಃ ಅಂವಾ ಲೈಬ್ರರಿ ಒಳಗ ಸಂಧ್ಯಾವಂದನಿ ಮಾಡಿ ಗಾಯತ್ರಿ ಜಪಾ ಮಾಡ್ತೀರಬೇಕ ಅಂತ ತಿಳ್ಕೊಳ್ಳೊರು.

ಹಂಗ ನೋಡಿದ್ರ ಇವನ ಮಡಿ-ಮೈಲಗಿ ಕಾಲೇಜನಾಗೂ ಚಾಲು ಇರ್ತಿತ್ತ. ಕಾಲೇಜನಾಗ ಡೆಸ್ಕ್ ಮ್ಯಾಲೆ ಊಟಾ ಮಾಡಬೇಕಾರ ಚಿತ್ರಾವತಿ ಇಟ್ಟ ಆಮ್ಯಾಲೆ ಗ್ವಾಮಾ ಹಚ್ಚತಿದ್ದಾ. ಅದು ಬ್ಯಾರೆಯವರ ಡೆಸ್ಕ್ ಮ್ಯಾಲೆ, ಆ ಡೆಸ್ಕಿಗೆ ಆಮ್ಯಾಲೆ ಇರಬಿ ಹತ್ತತ್ತಿದ್ದವು. ಆ ಮಾತ ಬ್ಯಾರೆ. ಹುಡುಗ್ಯಾರನ ಯಾವಾಗಲೂ ಮೂರ ಫೂಟ್ ದೂರದಿಂದನ ಮಾತಾಡಸ್ತಿದ್ದಾ. ನೋಡಿದವರು ಬಹುಶಃ ಆ ಹುಡುಗಿ ಕಡಿಗ್ಯಾಗಿರಬೇಕು ಇಲ್ಲ ಅವರ ಮನ್ಯಾಗ ರಿದ್ದಿ ಇಲ್ಲ ಮೈಲಗಿ ಇರಬೇಕು ಅಂತ ತಿಳ್ಕೋಬೇಕು, ಹಂಗ ಮಾಡತಿದ್ದಾ. ಟಾಯ್ಲೆಟ್ ಬ್ಲಾಕ್‌ಗೆ ಹೋದ್ರ ಕಿವ್ಯಾಗ ಜನಿವಾರ ಹಾಕ್ಕೊಂಡ ಮೂತ್ರ ವಿಸರ್ಜನೆ ಮಾಡ್ತಿದ್ದಾ. ಒಂದ ಸರತೆ ಕ್ಲಾಸಿಗೆ ಲೇಟ್ ಆಗ್ತದ ಅಂತ ಗಡಿಬಿಡಿ ಒಳಗ ಮರತ ಕಿವ್ಯಾಗಿನ ಜನಿವಾರ ಹಂಗ ಇಟಗೊಂಡ ಬಂದಿದ್ದಾ. ಇಡೀ ಕ್ಲಾಸ್ ಮಂದಿ ಎಲ್ಲ ಅವನ ಮಾರಿ ನೋಡಿ ನಕ್ಕಿದ್ದರು. ಆವಾಗ ನಾ ಅಂವಾ ಜಿಪ್ಪರ ಹಾಕ್ಕೊಂಡಾನೋ ಇಲ್ಲಂತ ಕೆಳಗ ನೋಡಿದ್ದೆ. ಕಾಲೇಜ್ ಕ್ಯಾಂಟೀನ್ ಒಳಗ ಚಹಾ ಬಿಟ್ಟರ ಏನೂ ಕುಡಿತಿದ್ದಿಲ್ಲ, ತಿಂತಿದ್ದಿಲ್ಲ. ಹಂಗ ಅಕಸ್ಮಾತ್ ಏನರ ಅಪ್ಪಿ-ತಪ್ಪಿ ಮಂದಿ ತಿನಿಸಿದಾಗ ತಿಂದರೂ ಮನಿಗೆ ಹೋಗಿ ಪಂಚಗವ್ಯಾ ತಿನ್ನೋ ಮಗಾ. ಅವನೌನ ಅಂವಾ ಬಾಯಿ ತಗದರ ಒಮ್ಮೊಮ್ಮೆ ಪಂಚಗವ್ಯದ್ದ ವಾಸನಿನ ಬರ್ತಿತ್ತು.

ಒಂದ ದಿವಸನೂ ಸಂಜಿ ಆದ ಮ್ಯಾಲೆ ನಮ್ಮ ಜೊತಿ ಬ್ರಾಡ್‌ವೆಕ್ಕ ಸೇವ್‌ಪುರಿ - ಪಾವ್‌ಭಾಜಿ, ಗಿರಮಿಟ್ಟ ತಿನ್ನಲಿಕ್ಕೆ ಬರಲಿಲ್ಲ, ಹೋಗಲಿ ಲೈನ್ ಹೊಡಿಲಿಕ್ಕೆರ ಬಾರಲೆ ಅಂದ್ರ ಅದಕ್ಕೂ ಬರತಿದ್ದಿಲ್ಲ. ಅದಾ ಹೆಂತಾ ಗಂಡಸೊ ಏನೋ? 'ಏ ನಾ ಮನಿಗೆ ಹೋಗಿ ಸಂಧ್ಯಾವಂದನಿ ಮಾಡಬೇಕ. ಇಲ್ಲಾಂದ್ರ ನಮ್ಮವ್ವ ಬೈತಾಳ' ಅಂತಿದ್ದಾ. 'ನಮ್ಮವ್ವ ಆರ ಗಂಟೆ ಒಳಗ ಮನಿಗೆ ಬಾ ಅಂತ ಹೇಳ್ಯಾಳ, ರಾತ್ರಿ ಹೊಚ್ಚಲಾ ದಾಟಿದರ ಬೈತಾಳ' ಅಂತಿದ್ದಾ. ಅವಂಗ ನಾವೆಲ್ಲ ಈ ಮಗಾ ಇನ್ನೂ ದೊಡ್ಡಂವಾಗಿಲ್ಲ, ಹೊಚ್ಚಲಾ ದಾಟಿಲ್ಲ ಅಂತ ಕಾಡಸ್ತಿದ್ದಿವಿ. ಅಷ್ಟ ಕಟ್ಟಾ ಅವರವ್ವ ಹೇಳಿದ್ದನ್ನ ಪಾಲಿಸ್ತಿದ್ದಾ, ಅಲ್ಲ

ಎಲ್ಲಾದಕ್ಕೂ ಒಂದ ವಯಸ್ಸ ಇರತದ ಬಿಡ್ರಿ, ಯಾ ವಯಸ್ಸಿನಾಗ ಅವ್ವನ ಸೀರಿ ಹಿಡಕೊಂಡ ಅಡ್ಯಾಡಬೇಕು, ಯಾವ ವಯಸ್ಸನಾಗ ಹುಡುಗ್ಯಾರ ಮಿಡಿ ಹಿಡಕೊಂಡ ಅಡ್ಯಾಡಬೇಕು ಅನ್ನೋದ ಗೊತ್ತಾಗಂಗಿಲ್ಲಾಂದ್ರ ಹೇಂಗ್ರಿ? ಕಾಲೇಜಿಗೆ ಬರಬೇಕಾರ ಎದುರಿಗೆ ಯಾವದರ ಗಿಡದ ಬುಡಕ ಗುಡಿ ಕಂಡ್ರ, ಪಾಲಕಿ ಹೊಂಟಿದ್ರ ಸಾಕು, ಚಪ್ಪಲ್ ತಗದ ನಮಸ್ಕಾರ ಮಾಡೋದು, ರಸ್ತೇದಾಗಿನ್ ಬಿಡಾಡಿ ಆಕಳದ್ದ ಮಾರಿ ಮುಟ್ಟಿ ನಮಸ್ಕಾರ ಮಾಡೋದ, ಅವನೌನ ಅವನ ಜೊತಿ ಹೋಗೋದ ಅಂದ್ರ ನಮಗ ತಲಿ ಕೆಟ್ಟ ಹೋಗ್ತಿತ್ತು. ಒಂದ ಸರತೆ ಬಸ್ಸಿನಾಗ ನಿಂತ ಹೋಗಬೇಕಾರ ಹೊಸೂರ ಹತ್ತರ ರಸ್ತೆದಾಗಿನ ಗಾಳಿ ದುರ್ಗಮ್ಮನ ಗುಡಿಗೆ ಬಸ್ಸಿನ ಸಳಿ ಹಿಡದದ್ದ ಕೈ ಬಿಟ್ಟ ಬಗ್ಗಿ ನಮಸ್ಕಾರ ಮಾಡಲಿಕ್ಕೆ ಹೋಗಿ ಬ್ಯಾಲೆನ್ಸ್ ತಪ್ಪಿ ಸೀಟ ಮ್ಯಾಲೆ ಕೂತಿದ್ದ ಜಾಬಿನ್ ಕಾಲೇಜ್ ಹುಡುಗಿ ಮ್ಯಾಲೆ ಬಿದ್ದ ಮೂಗ ಜಜ್ಜಿಸಿಕೊಂಡಿದ್ದಾ. ಆಕಿ, 'ಏ. ಸ್ಟುಪಿಡ್ ಮ್ಯಾಲೆ ಏಳ' ಅಂತ ಸಾಕ್ಷಾತ್ ದುರ್ಗಿ ರೂಪದಾಗ ದುಗಿಸಿದ್ಲು. ನಾವೆಲ್ಲ ಅವತ್ತ ಅವನ ಕಡೆ ಕಿಟ್ಟಿ ಪಾರ್ಟಿ ತೊಗೊಂಡ್ವಿ, ಆ ಮಾತ ಬ್ಯಾರೆ. ಮತ್ತೊಂದ ಸರತೆ ಕಾಮರ್ಸ್ ಕಾಲೇಜ್ ಮುಂದ ಮೂರ-ನಾಲ್ಕ ಆಕಳ ಮಲ್ಕೊಂಡಿದ್ವು, ಈ ಮಗಾ ಬಗ್ಗಿ ಆ ದನದ್ದ ಕೋಡ ಮುಟ್ಟಿ, ಹಣಿ ಮುಟ್ಟಿ, ಅದರ ಹಣಿ ಮ್ಯಾಲಿನ ಕುಂಕಮಾ ತನ್ನ ಹಣಿಗೆ ಹಚಗೊಂಡ ನಮಸ್ಕಾರ ಮಾಡ್ಲಿಕ್ಕೆ ಹೋಗಿ ಅದರ ಕಡೆಯಿಂದ ತಿವಿಸಿಗೊಂಡಾ.

'ಲೇ, ದನಾ ಕಾಯೋನ, ಹಂಗ ಕಂಡ ಕಂಡದ್ದ ದನಾ ಮುಟ್ಟಿ ನಮಸ್ಕಾರ ಮಾಡೋದ ಬಿಡ ಮಗನ' ಅಂತ ಅಂದಿದ್ದೆ, ಅಂವಾ ಮುಂದ ಹಂಗ ಆಕಳಾ ಮುಟ್ಟಿ ನಮಸ್ಕಾರ ಮಾಡೋದ ನಾ ನೋಡಲಿಲ್ಲ. ಬಹುಶಃ ನನ್ನ ಜೊತಿ ಇದ್ದಾಗ ಮಾಡ್ತಿದ್ದಿಲ್ಲೊ, ಇಲ್ಲ ಖರೇನ ಹೆದರಿ ನಮಸ್ಕಾರ ಮಾಡೋದ ಬಿಟ್ಟ ಬಿಟ್ಟನೋ ಆ ಗೋಮಾತಾಗ ಗೊತ್ತ.

ಹಂಗ ನಂದು ಅವಂದು ದೋಸ್ತಿ ಭಲೋ ಇತ್ತು. ಇಬ್ಬರೂ ಗಾಳಿ ಬಂದರ ಹಾರಿ ಹೋಗೊ ಹಂಗ ಇದ್ದವಿ, ಇಬ್ಬರಿಗೂ ಉಡಾಳಗಿರಿ ಮಾಡೋ ದಮ್ಮ ಇರಲಿಲ್ಲ. ಹುಡಗ್ಯಾರನ ನಾವ ಪಟಾಯಿಸೋದ ದೂರ ಉಳಿತ. ಅವರ ನಮ್ಮನ್ನ ಪಟಾಯಿಸಿದರೂ ನಾವ ಬೀಳೋ ಹಂಗ ಇದ್ದಿದ್ದಿಲ್ಲ. ಮ್ಯಾಲೆ ಇಬ್ಬರೂ ಇದ್ದಿದ್ದರಾಗ ಸ್ವಲ್ಪ ಶಾಣ್ಯಾರಿದ್ವಿ, ನಾ ಎಲ್ಲಾದರಾಗು ಒಂದ ಗುಂಜಿ ಜಾಸ್ತಿ ಇದ್ದೆ ಅನ್ರಿ. ಮುಂದ ಐದ ವರ್ಷ ಇಬ್ಬರೂ ಕೂಡೇನ ಕಲತ ಡಿಗ್ರಿ ಮುಗಿಸಿದ್ವಿ, ಕಾಲೇಜ್ ಮುಗದ ಮ್ಯಾಲೆ ನಮ್ಮ-ನಮ್ಮ ದಾರಿ ಹಿಡದ್ವಿ, ಮುಂದ ಅವನ ಸಂಪರ್ಕ ಕಡಿಮೆ ಆಕ್ಕೋತ ಹೋತ.

ಅವನ ನಸೀಬ ಭಲೋ ಇತ್ತು, ಅವಂಗ ಮುಂದ ಲಗೂನ ಅವರಪ್ಪಂದ ಕರ್ನಾಟಕ ಬ್ಯಾಂಕ್ ನೌಕರಿ ಬಂತು. ಹಿಂಗಾಗಿ ಅಂವಾ ನೌಕ್ರಿ ಬೆನ್ನಹತ್ತಿ ಎಲ್ಲೊ ಭೂಪಾಲಕ್ಕ ಹೋದಾಂತ ಗೊತ್ತಾತ. ಅವಾಗ ಇನ್ನೂ ಈ ಸಾಫ್ಟ್‌ವೇರ್ ಹುಟ್ಟಿದ್ದಿಲ್ಲ. ಹಿಂಗಾಗಿ ಹಾರ್ಡ್‌ವೇರ್ ಮಂದಿಗೆ ಸ್ವಲ್ಪ ಕಿಮ್ಮತ್ತ ಇತ್ತ. ಅದ್ರಾಗ ನಮ್ಮ ಮಂದಿ ಒಳಗ ಬ್ಯಾಂಕ್ ನೌಕರಿ ಇತ್ತಂದ್ರ ಮುಗದ ಹೋತ. ಈಗಿನ ಸಾಫ್ಟ್‌ವೇರ್ ಮಂದಿಗೆ

ಹೆಂಗ ಕನ್ಯಾ ಹಡದವರ ಮುಕರತಾರಲಾ ಹಂಗ ಮುಕರತಿದ್ದರು. ಆ ಹುಡುಗಾ ದೊಡ್ಡಂವಾಗಿಲ್ಲಾಂದ್ರೂ ಅಡ್ಡಿಯಿಲ್ಲ. ತಮ್ಮ ಕನ್ಯಾ ಕೊಡಲಿಕ್ಕೆ ಬಿದ್ದ ಸಾಯ್ತಿದ್ದರು. ಹಿಂಗಾಗಿ ಆ ಮಗಾ ನಾವೆಲ್ಲ ಇನ್ನೂ ನೌಕರಿ ಹುಡಕ್ಯಾಡಿತಿರಬೇಕಾರ ಕನ್ಯಾ ಹುಡಕ್ಯಾಡಿ ಲಗ್ನಾ ಮಾಡ್ಕೊಂಡಾ, ನಾವೆಲ್ಲ 'ಲೇ, ನಿನಗ ಏನ ತಿಳೀತದಂತ ಲಗ್ನ ಮಾಡ್ಕೊಳ್ಳಿಕತ್ತೀಲೇ? ನೀ ಇನ್ನೂ ಸಣ್ಣಂವಾ. 'ಬಾಲ್ಯ ವಿವಾಹ' ಮಾಡ್ಕೊಂಡರ ಪೊಲೀಸರ ಹಿಡಿತಾರ ಅಂತ ಕಾಡಸಿದ್ದಿವಿ. ಆ ಹುಡುಗಿನೂ ಅವನ ತಕ್ಕ ಮಡಿ ಹೆಂಗಸ ಇದ್ಲು, ಅಗದಿ ಒಂಬತ್ತವಾರಿ ಕಚ್ಚಿ ಪೈಕಿ 'ಕಟ್ಟಿ' ಅನ್ನೋ ಹುಡುಗಿ. ಮುಗೀತ. ಅದ ಲಾಸ್ಟ್, ಮುಂದ ಅವಂದ ಏನ ಸುದ್ದಿನೂ ಇದ್ದಿದ್ದಿಲ್ಲ.

ಹಿಂಗ ನಮ್ಮ ಕೇರೂರ ಹನಮ್ಯಾನ್ನ ನಾವು ಮರೀಲಿಕ್ಕೆ ಸಾಧ್ಯ ಇಲ್ಲ. ಆದ್ರ ಇವತ್ತ ಇಷ್ಟ ವರ್ಷ ಆದ ಮ್ಯಾಲೆ ಬಂದ ವಕ್ಕರಿಸಿದಾ ಅಂತ ಎಲ್ಲಾ ನೆನಪು ತಾಜಾ ಆದವು. ಹಂಗ ನಾವು ಅವನ್ನ ಭಾಳಷ್ಟ ವಿಷಯದಾಗ ಆದರ್ಶ ಅನ್ಕೋಬೇಕ, ಮಗಾ ಅಷ್ಟ ಛಲೋ ಇದ್ದಾ. ನಮ್ಮೆಲ್ಲಾರ ಮನ್ಯಾಗೂ 'ಆ ಕೇರೂರ ಹುಡುಗನ್ನ ನೋಡಿ ನಾಚರಿ. ಅವನ ಜೊತಿ ಅಡ್ಯಾಡತೀರಿ. ಒಂದ ಸ್ವಲ್ಪನೂ ಸುಧಾರಿಸಲಿಲ್ಲ, ಅವನ ಉಚ್ಚಿನರ ದಾಟರಿ' ಅಂತ ಬೈಸ್ಕೋತಿದ್ವಿ. ನಾ ಅಂತೂ ತಲಿಕೆಟ್ಟ ಅವನೌನ ಇವನ ಸಂಬಂಧ ನಾವ ಯಾಕ ಮನ್ಯಾಗ ಬೈಸಿಗೋಬೇಕ ಅಂತ ಅವಂಗ ಮನಿಗೆ ಕರಕೊಂಡ ಹೋಗೋದ ಬಿಟ್ಟಬಿಟ್ಟಿದ್ದೆ.

ಇನ್ನ ಇವತ್ತ ಇಷ್ಟ ವರ್ಷದ ಮ್ಯಾಲೆ ಸಿಕ್ಕಾನ ಹಂಗರ ಇವತ್ತ ರಾತ್ರಿ ಅವನ ಜೊತಿ ಸ್ವಲ್ಪ ಹರಟಿ ಹೊಡೀಬಹುದು ಅಂತ ಡಿಸೈಡ್ ಮಾಡಿ ಸಂಜಿ ಮುಂದ ಕೌಸ್ತ್ಯಾನ ಮನಿಗೆ ಹೋದೆ. ಒಂದ ಅರ್ಧ ತಾಸ ಬಿಟ್ಟ ಅಂವಾ ಬಂದಾ, ಖರೇ ಹೇಳ್ತೀನಿ ನಾ ಗೊತ್ತ ಹಿಡಿಲಾರದಂಗ ಆಗಿ ಬಿಟ್ಟಿದ್ದಾ, ಸೋಡಾ ಗ್ಲಾಸ್ ಚಸಮಾ ಹೋಗಿ 3 ಪೀಸ್ ಚಸಮಾ ಬಂದಿತ್ತ, ಜುಟ್ಟಲೇನ ಕೂದ್ಲನೂ ನಾಪತ್ತೆ ಆಗಿದ್ವು, ಕೊಳ್ಳಾಗ ಮಂಗಳಸೂತ್ರ ಮಾಯ ಆಗಿ ಸೊಕೆಸ್ಯಾರ ಚೈನ್ (ಅವಲಕ್ಕಿ ಸರಾ) ಬಂದಿತ್ತ. ಹಣಿ ಭಣಾ-ಭಣಾ ಅನ್ನಲಿಕತ್ತಿತ್ತ. ಒಂಥರಾ more face to wash less hair to comb ಅನ್ನೋಹಂಗ ಆಗಿತ್ತ. ಒಂದ 'I am STUD' ಅಂತ ಬರದಿದ್ದ ಟೀ-ಶರ್ಟ, denim ಜೀನ್ಸ್ ಮ್ಯಾಲೆ ಹಾಕ್ಕೊಂಡ,

'ಮತ್ತೇನಲೇ ಅಡ್ಯಾ, ಹೆಂಗ ಇದ್ದಿ? ಹಂಗ ಇದ್ದಿ ಅಲ್ಲಲೇ ಮಗನ, ಲಗ್ನ ಆದರೂ ಮೈ ಹಿಡೀಲಿಲ್ಲ ಅಲಾ' ಅಂತ ನನಗ ಕೈಕೊಟ್ಟ ಅಪಗೊಳ್ಳಿಕ್ಕೆ ಹೋದಾ, ಆದ್ರ ಅವನ ದಿಂದಾಗ ಇರೋ ಹೊಟ್ಟಿ ಅಡ್ಡ ಬಂತ. ಮೊದ್ಲ ಒಂದ ಹೋಳ ಅಡಿಕೆ ಹಾಕಲಾರದಾಂವ ಬಹುಶಃ ಗುಟಕಾ ತಿನ್ನಲಿಕ್ಕೆ ಶುರು ಮಾಡಿದ್ದಾ ಕಾಣತದ. ಬಾಯಾಗ ಖಿಮ್ಮ ಅಂತ ಮಾಣಿಕಚಂದದ ವಾಸನಿ ಬರಲಿಕತ್ತ. ಹಲ್ಲ ಅನ್ನೋವು ಶಗಣ್ಯಾಗಿನ ಬಳ್ಳೊಳ್ಳಿ ಆಗಿದ್ವು, ಅಲ್ಲ ಅವು ಅಂತೂ ಇವತ್ತಿಲ್ಲ ನಾಳೆ ಹಂಗ ಆಗೋವ ಇದ್ವು ಬಿಡ್ರಿ. ದಿವಸಾ ಪಂಚಗವ್ಯ ತಿಂದಿದ್ರೂ ಹಂಗ ಆಗತಿದ್ವು, ಆ ಮಾತ ಬ್ಯಾರೆ, ವಾಸನೆರ ಛಲೋ

ಬಂತಲಾ ಅಂತ ಖುಷಿ ಆತ. ಹನಮ್ಯಾ ಒಂಥರಾ ನಮ್ಮ ಕಾಕಾನ ವಾರ್ಗಿ ಕಂಡಂಗ ಕಾಣತಿದ್ದಾ.

'ಏ ನಡ್ರಿಲೇ, ಎಲ್ಲೇರ ಸಾವಜಿ ಊಟಕ್ಕ ಹೋಗೊಣ, ಭಾಳ ದಿವಸಾತ ಖೀಮಾ ಬಾಲ್ಸ್ ತಿನ್ನಲಾರದ' ಅಂತ ಅಂದಾ. ನನಗ ಒಮ್ಮಿಂದೊಮ್ಮೆಲೇ ಎದಿ ಧಸಕ್ ಅಂತ. ಇವತ್ತ ಮಂಗಳವಾರ. ಗಣಪತಿ ಗುಡಿಗೆ ಕರಿತಾನ ಅಂದ್ರ ಈ ಮಗಾ ಸೀದಾ ಸಾವಜಿ ಖಾನಾವಳಿ ಅಂದಾ. ಅಲ್ಲ, ಕಾಲೇಜನಾಗ ಜೀವಶಾಸ್ತ್ರ ತೊಗೊಂಡ್ರ ಜೊಂಡಿಗ್ಯಾ ಕೊಲ್ಲ ಬೇಕಾಗತದ ಅಂತ ಸ್ಟ್ಯಾಟ್ಸ್ ತೊಗೊಂಡಿದ್ದಾ, ಈಗ ನೋಡಿದ್ರ ಮಟನ್ ಖೀಮಾ ಬಾಲ್ಸ್ ಅಂತಾನಲ್ಲೆ ಅನಸ್ತು.

'ಲೇ, ಏನ್ ಮಾತಾಡತಿ ಮಗನ, ನೀ ಯಾವಗಿಂದ ಸಾವಜಿ ಹಚಗೊಂಡಿಲೇ, ಅದು ಖೀಮಾ ಬಾಲ್ಸ್ ಅಂತಿ ಅಲಾ?' ಅಂದೆ. 'ಅದರಾಗ ಏನ ಆತಲೇ? ಯಾಕ ನಾ ಮನುಷ್ಯಾ ಅಲ್ಲೇನ?' ಅಂತ ನನ್ನ ಡುಬ್ಬಾ ಹೊಡದ ಕರಕೊಂಡ ಹೋದಾ. 'ಇನ್ನೇನೈತಲೇ ಜೀವನದಾಗ? ಭಲೋ ನೌಕರಿ ಸಿಕ್ಕತು, ಒಂದ ಹೆಂಡತಿ, ಒಬ್ಬಕಿನ ಮಗಳು. ಈಗ ಎಂಜಾಯ್ ಮಾಡಲಾರದ ಮತ್ತ ಯಾವಾಗ ಮಾಡಬೇಕ ಮಗನ?' ಅಂತ ನನಗ ತಿರಗಿ ಕೇಳಿದಾ. ಮುಂದ ಅಂವಾ ಸಾವಜಿ ಖಾನಾವಳಿ ಒಳಗ ಎರಡ ಕೆ.ಎಫ್. ಸ್ಟ್ರಾಂಗ್, ಹಾಫ್ ಪ್ಯಾಕ್ ಕಿಂಗ್, ಅಂಡಾ ಕರಿ, ಚಿಕನ್ 65 ಬೋನ್‌ಲೆಸ್, ಒಂದ ಪ್ಲೇಟ್ ಖೀಮಾ ಬಾಲ್ಸ್ ಹೊಡದ. ಅಂವಾ ಉಂಡದ್ದ ನೋಡಿ ನಾ ಗಾಬರಿ ಆದೆ. ಮನಿಗೆ ಹೋಗಿ ನಾನ ಪಂಚಗವ್ಯ ತೊಗೋಬೇಕ, ಹಂಗ ಅನಸಲಿಕತ್ತ. ಕಾಲೇಜ್‌ನಾಗ ಇದ್ದಾಗ boiled egg ತಿಂದರ ಮೈ ಹಿಡಿತಿ ಅಂತ ಯಾರೊ ಹೇಳಿದಾಗ, ನಾ ಸಾಯ್ತೇನಿ ಆದ್ರ ತತ್ತಿ ಮುಟ್ಟಂಗಿಲ್ಲ ಅಂದೋವಾ ಇವತ್ತ ಆ ತತ್ತಿ ಅವ್ವಗ ಕೈ ಹಚ್ಚಿದ್ದಾ. ಅವನ ಮುಂದ ನಾನ ಭಾಳ ಸುಧಾರಿಸದಂವಾ ಅನಸಲಿಕತ್ತ. ಅಂತೂ ನಮ್ಮ ಹನಮ್ಯಾ ಹೊಚ್ಚಲ ದಾಟಿದಾ ತೊಗೊ ಅಂತ ಹಂಗ ಸಮಾಧಾನನು ಆತು. 'ಮತ್ತ ಹುಬ್ಬಳ್ಳಿಗೆ ಬಂದಾಗ ಭೆಟ್ಟಿ ಆಗಲೆ ಮಗನ' ಅಂತ ನಾ ಎರಡ ಹೋಳ ಮಾಣಿಕಚಂದನಾಗಿಂದ ಅಡಕಿ ಹಾಕ್ಕೊಂಡ ನಮ್ಮನಿ ಹಾದಿ ಹಿಡದೆ.

ಇದ ನಮ್ಮ ಹನಮ್ಯಾಂದ ಒಂದs ಕಥೆ ಅಲ್ಲ. ಹಂಗ ನಮ್ಮ ಸರ್ಕಲ್‌ದಾಗ ಹೊಚ್ಚಲಾ ದಾಟಿದ್ದ ಹನಮ್ಯಾಗೋಳ ಭಾಳ ಮಂದಿ ಇದ್ದಾರ. ನಾವಂತೂ ಜೀವನದಾಗ ನೈಂಟಿ ದಾಟಲಿಲ್ಲ, ಥರ್ಟಿಕ್ಕಿಂತ ಕೆಳಗ ಇಳೀಲಿಲ್ಲ. ಈ ಮಗಾ ನೋಡಿದ್ರ ಡೈರೆಕ್ಟ್ ಬಾಟಲಿ ಲೆವಲ್‌ಗೆ ಬಂದಾನಲಾ ಅಂತ ಆಶ್ಚರ್ಯ ಆತ, ಹಂಗ ಖುಷಿನೂ ಆತ. ಹಿಂಗ ಕಾಲೇಜನಾಗ ಭಾಳ ಸಂಭಾವಿತ ಇದ್ದ, ಒಂದ ಚಟಾ ಇರಲಾರದವರು ಇವತ್ತ ಚಟ ಚಕ್ರವರ್ತಿಗಳ ಆಗ್ಯಾರ. ಒಂದಿಷ್ಟ ಮಂದಿ ಅತಿ ಚಟಾ ಮಾಡಿ ಚಟ್ಟಾ ಕಟ್ಗೊಂಡ ಮ್ಯಾಲೆನೂ ಹೋಗ್ಯಾರ. ಇವತ್ತ ಹಿಂಗ ಜೀವನದಾಗ ಎಲ್ಲಾ ಚಟಾನೂ ಮಾಡೋದ ಒಂದ ಟ್ರೆಂಡ್- ಲೈಫ್ ಸ್ಟೈಲ್ ಆಗೇದ. ಹಿಂದಿನ ಸಂಪ್ರದಾಯ, ಸಂಸ್ಕೃತಿ ಎಲ್ಲ ಔಟಡೇಟೆಡ್ ಆಗ್ಯಾವ, ಇಲ್ಲ ಮನಿ ಮೂರ್ತೇಕ ಉಳದಾವ. ಇವತ್ತ ಜೀವನ

ಹೊರಗೊಂದು ಒಳಗೊಂದು ಅಂತಾರಲಾ ಹಂಗ ಆಗೇದ. ಇನ್ನೊಂದ ಸ್ವಲ್ಪ ದಿವಸಕ್ಕ, ಅಂದ್ರ ನಾವು, ನಮ್ಮ ಹನಮ್ಯಾನ ಹಂತಾವರು ಮುದಕರಾದಾಗ ಹೊರಗಿನ ಸಂಸ್ಕೃತಿನ ಒಳಗ ಬಂದರೂ ಬರಬಹುದು. ಜನಾ ಈಗ ಯಾರರ ಸಂಧ್ಯಾವಂದನಿ ಮಾಡ್ತಾನ ಅಂದ್ರ ಹುಬ್ಬ ಏರಸ್ತಾರ, ಇನ್ನ ಪಂಚಗವ್ಯ ಅಂದ್ರ ಏನು ಅಂತ ಹೇಳಲಿಕ್ಕೂ ನಮಗ ನೆನಪ ಇರಂಗಿಲ್ಲ.

ಇದನ್ನ ನಾವು ನಮ್ಮ ಗ್ರೋಥ್ ಅನ್ನಬೇಕೂ ಇಲ್ಲ ಗ್ಲೋಬಲೈಸೇಶನ್ ಪರಿಣಾಮ ಅನ್ನಬೇಕೊ, ಇಲ್ಲ 'ಕಾಲಾಯ ತಸ್ಮೈ ನಮಃ' ಅಂತ ಸುಮ್ಮನ ನಮ್ಮ ಹಳೇ ಸಂಪ್ರದಾಯಕ್ಕ 'ಎಳ್ಳೂ ನೀರ ಬಿಟ್ಟ ಬಿಡಬೇಕೋ' ಅದನ್ನ ನಾವ ಡಿಸೈಡ್ ಮಾಡಬೇಕು... ಹಂಗ ನಾ ಏನ್ ಸಂಪನ್ನ ಅಂತ ನಮ್ಮ ಹನಮ್ಯಾನ ಬಗ್ಗೆ ಬರದಿಲ್ಲ. ನನಗು ಒಂದಿಷ್ಟ ಮಂದಿ 'ಆಡ ಮುಟ್ಟಲಾರದ ತೊಪ್ಪಲ ಇಲ್ಲ, ಆಡ್ಯಾ ಮಾಡಲಾರದ ಚಟಾ ಇಲ್ಲ' ಅಂತ ಮಾತಾಡ್ತಾರ. ಇರಲಿ ಅದರ ಬಗ್ಗೆ ಮತ್ತ ಯಾವಾಗರ ಬರೆಯೋಣಂತ.

ನಿಂದ ಘೋಲೋ ಬಿಡ್ವಾ... ನಿಂಗ ಪೆನ್ಶನ್ ಬರತದ

ಮೊನ್ನೆ ಹಾನಗಲ್ಲದಿಂದ ನನ್ನ ಹೆಂಡತಿ ಶಕ್ಕು ಮೌಶಿ ಬಂದಿದ್ಲು, ಹಂಗ ಆಕಿ ಹುಬ್ಬಳ್ಳಿಗೆ ಬಂದು ಹೋಗಿ ಮಾಡೇ ಮಾಡತಿರ್ತಾಳ. ಆದ್ರ ಇತ್ತೀಚಿಗೆ ಸ್ವಲ್ಪ ಬರೋದ ಕಡಿಮೆ ಆಗಿತ್ತ. ಬಂದೋಕಿನ ಸೀದಾ ನನ್ನ ಹೆಂಡತಿಗೆ,

'ಏನ್ವಾ, ಮಗನ ಮುಂಜ್ವಿ ತಗದಿ ಅಂತ, ಏನ ಹೇಳೇ ಇಲ್ಲ' ಅಂತ ಶುರು ಮಾಡೇಬಿಟ್ಟಳು. ಆತ ತೊಗೊ. ಇನ್ನ ಈಕಿಗೆ ಸುದ್ದಿ ಮುಟ್ಟೇದ ಅಂದ್ರ ನಾವ ಒಂದ ಐವತ್ತ ಕಾರ್ಡ್ ಕಡಮಿ ಮಾಡಸಲಿಕ್ಕೆ ಅಡ್ಡಿಯಿಲ್ಲ ಅನಸ್ತ. ಏನಿಲ್ಲದ ಬಾಯಿ ಬಡಾಯಿ ಹೆಣ್ಣ ಮಗಳ, ಹಿಂಗ ಏನರ ಒಂದ ಸುದ್ದಿ ಸಿಕ್ಕ ಬಿಟ್ಟರ ಮುಗದ ಹೋತ, ಹತ್ತ ಊರಿಗೆ ಸುದ್ದಿ ಹಬ್ಬಸ್ತಾಳ ಅಂತ ಗ್ಯಾರಂಟಿ ಆತ.

ಹಂಗ ಈಕಿ ಇಲ್ಲೆ ಧಾರವಾಡ ಕಾಮನಕಟ್ಟಿ ಒಳಗ ಹುಟ್ಟಿ ಬೆಳದೋಕಿ. ಅದರಾಗ ಇತ್ತೀಚಿಗೆ ಆಕಿ ಅತ್ತಿ ಮನಿ ಬಳಗ, ತವರ ಮನಿ ಬಳಗಾ ಎಲ್ಲ ಇರೋದ ಇಲ್ಲೆ ಧಾರವಾಡ ಹುಬ್ಬಳ್ಳಿ ಸುತ್ತ-ಮುತ್ತಲನ. ಹಿಂಗಾಗಿ ಹುಬ್ಬಳ್ಳಿ-ಧಾರವಾಡ ಅಂದ್ರ ವಾರಕ್ಕೊಮ್ಮೆ ಹಾಜರ.

ಆಕಿದ ಮದುವಿ ಹಾನಗಲ್ ರಾಮಣ್ಣ ಮಾಸ್ತರ ಮಗನ ಜೊತಿಗೆ ಗೊತ್ತ ಮಾಡಿದಾಗ 'ನಾ ಆ ಹುಡುಗನ್ನ ಒಲ್ಲೆ, ಹುಬ್ಬಳ್ಳಿ ಧಾರವಾಡ ಹುಡುಗ ಇದ್ದರ ಇಷ್ಟ ಮಾಡ್ಕೋತೇನಿ' ಅಂತ ಹೇಳಿ ಹಟಾ ಹಿಡದ ಅವರಪ್ಪನ ಜೊತಿ ಜಗಳಾ ಮಾಡಿ ಒಂದ ವಾರ ಮಾತ ಬಿಟ್ಟಿದ್ಲಂತ. ಆದರ ಅವರಪ್ಪ ಆಕಿ ಹೆದರಕಿಗೆ ಬಗ್ಗಲಿಲ್ಲ.

'ಸುಮ್ಮನ ಬಾಯಿಮುಚಗೊಂಡ ಲಗ್ನಾ ಮಾಡ್ಕೋ, ರಾಮಣ್ಣನ ಮಗಾ ಸಿಂಡಿಕೇಟ್ ಬ್ಯಾಂಕಿನಾಗ ಕೆಲಸಾ ಮಾಡ್ತಾನ, ಮ್ಯಾಲೆ ಹಾನಗಲ್ಲಾಗ ಸ್ವಂತ ಮನಿ, ಆನವಟ್ಟಿ ರೋಡಿಗೆ ನಾಲ್ಕ ಎಕರೆ ಹೊಲಾ, ಇತ್ತಲಾಗ ಅವರವ್ವನ ತವರ ಮನಿ ಕಡೆ ಗಂಡಸ ಮಕ್ಕಳ ಬ್ಯಾರೆ ಇಲ್ಲ. ಹಿಂಗಾಗಿ ಬೊಮ್ಮನಳ್ಳ್ಯಾಗಿಂದ ಒಂದ ಐದ ಎಕರೆ ಹೊಲಾನೂ ಇವನ ಹೆಸರಿಗೆ ಬಂದರೂ ಬರಬಹುದು. ಅದರಾಗ ಅಂವಾ ನೌಕರಿ

ಮನುಷ್ಯಾ, ಇವತ್ತ ಅಕ್ಕಿ ಆಲೂರಾಗ ಇದ್ದರ ಏನಾತು? ನಾಳೆ ಎಲ್ಲರ ದೊಡ್ಡ ಊರಿಗೆ ಟ್ರಾನ್ಸ್‌ಫರ್ ತೊಗೊಂಡ ತೊಗೋತಾನ, ಅವರ ಅವ್ವಾ ಅಪ್ಪನೂ ವಯಸ್ಸಾದವರ ಇದ್ದಾರ, ಅವರರ ಇನ್ನೆಷ್ಟ ದಿವಸ ಇರತಾರ?' ಅಂತ ಹತ್ತ ಸರತೆ ತಿಳಿಸಿ ಹೇಳಿದ ಮ್ಯಾಲೆ ಸೊಟ್ಟ ಮಾರಿ ಮಾಡ್ಕೊಂಡ ಮದುವಿ ಮಾಡ್ಕೊಂಡಿದ್ಲಂತ.

ಹಂಗ ಆಕಿ ಪ್ರತಿ ಸರತೆ ಹುಬ್ಬಳ್ಳಿಗೆ ಬಂದಾಗ ಒಮ್ಮೆ ನಮ್ಮ ಅವ್ವಕ್ಕ ಏನ ಅಂತಾಳ, ಆಕಿ ಗಂಡ ಏನ ನಡಸ್ಯಾನ ಅಂತ ಕಾರಬಾರ (ಹೀರೇತನ) ಮಾಡಲಿಕ್ಕೆ ನಮ್ಮ ಮನಿ ಹೊಕ್ಕ ಒಂದ ಹೊತ್ತ ಊಟಾ ಹೊಡದ ಊರ ಮಂದಿ ಉಸಾಬರಿ ನನ್ನ ಹೆಂಡತಿ ಮುಂದ ಹೇಳಿ ಕಡಿಕೆ ನಮ್ಮವ್ವ 'ಅಯ್ಯ, ಚಹಾ ಕುಡದs ಹೋಗರಿ' ಅಂತ ಹೇಳಿ ಸಂಜಿ ಚಹಾ ಮಧ್ಯಾಹ್ನನ ಮಾಡಿ ಕೊಟ್ಟ ಅಟ್ಟೊ ತನಕ ಆಕಿ ಏನ ಹೋಗೋದರ ಬಗ್ಗೆ ಚಕಾರ ಎತ್ತೋಕೆಲ್ಲ.

ಹಂಗ ಆಕಿ ನನ್ನ ಹೆಂಡತಿಗೆ ದೂರಿಂದ ಮೌಶಿ ಆಗಬೇಕ. ವಯಸ್ಸಿನಾಗ ಆಕಿಗಿಂತಾ ಒಂದ ಹದಿಮೂರ-ಹದಿನಾಲ್ಕ ವರ್ಷ ದೊಡ್ಡೋಕಿ, ಬುದ್ಧಿಮಟ್ಟದಾಗ ಇಬ್ಬರದು ಒಂದ ಲೆವೆಲ್, ಹಿಂಗಾಗಿ ನನ್ನ ಹೆಂಡತಿ ಜೊತಿ ಭಾಳ ಹಚಗೊಂಡಿದ್ಲು. ಶಕ್ಕು ಮೌಶಿ ಮೈನಾರದಾಗ ನನ್ನ ಹೆಂಡತಿ ಹುಟ್ಟಿದ್ಲಂತ. ಅದಕ್ಕ ಆಕಿ ಹಗಲಗಲಾ ನನ್ನ ಹೆಂಡತಿಗೆ 'ನಾ ದೊಡ್ಡೋಕಿ ಆದಾಗ ನೀ ಹುಟ್ಟಿ' ಅಂತಿದ್ಲು. ಏನ ಇಕಿ ಮೈನಾರದಿದ್ದಿಲ್ಲ ಅಂದರ ನನ್ನ ಹೆಂಡತಿ ಹುಟ್ಟsತಿದ್ದಿಲ್ಲೋ ಅನ್ನೋರಗತೆ.

ನನ್ನ ಹೆಂಡತಿನು ಆಕಿನ್ನ ಭಾಳ ಹಚಗೊಂಡಿದ್ಲು, ಆಕಿ ಜೊತಿ ಭಿಡೆ ಬಿಟ್ಟ ತನ್ನ ಮನಸ್ಸಿನಾಗಿಂದ ಎಲ್ಲ ಹೇಳ್ಕೋತಿದ್ಲು. ಹಿಂಗಾಗಿ ನಮ್ಮ ಮನ್ಯಾಗ ನಾವ ಹೆಪ್ಪ ಹಾಕಲಿಕ್ಕೆ ನಮ್ಮಜ್ಜಿ ಮನ್ಯಾಗಿಂದ ಮಸರ ಇಸಗೊಂಡ ಬಂದಿದ್ದ ಸುದ್ದಿ ಇಡಿ ಜಗತ್ತಿಗೆ ಗೊತ್ತಾತು ಅಂದರ ಅದ ಶಕ್ಕು ಮೌಶಿ ಬ್ರಾಡ್ ಕಾಸ್ಟಿಂಗ್ ಕಾರ್ಪೋರೇಶನ್ ಅಂತ ನಂಗ ಗೊತ್ತಿತ್ತ. ಅದರಾಗ ಈ ಸುಡಗಾಡ ಮೊಬೈಲ್ ಬಂದಾಗಿಂದ ನನ್ನ ಹೆಂಡತಿ ಆಕಿ ದಿವಸಾ ಒಂದ ತಾಸ ಹರಟಿ ಹೊಡೆಯೋರು. ಇಬ್ಬರಿಗೂ ಹೇಳೋರಿಲ್ಲ ಕೇಳೋರಿಲ್ಲ ಅನ್ನೊ ಹಂಗ ಆಗಿಹೋಗಿತ್ತ. ಶಕ್ಕು ಮೌಶಿ ಅತ್ತಿ ಮಾವಾ ಅಂತೂ ಆಕಿ ಕಾಲ್ಗುಣದ್ಲೇ ಭಾಳ ಲಗೂನ ಕಣ್ಣ ಮುಚ್ಚಿ ಬಿಟ್ಟಿದ್ದರು. ಇನ್ನ ನನ್ನ ಹೆಂಡತಿ ಅಂತೂ ಅತ್ತಿ-ಮಾವಾ ಇದ್ದರೂ ಆಕಿ ಅವರ ಬಗ್ಗೆ ತಲಿ ಕೆಡಸಿಗೊಳ್ಳೋದ ಅಷ್ಟರಾಗ ಇತ್ತ.

ಈಗ ಒಂದ ಐದ ವರ್ಷದ ಹಿಂದ ಶಕ್ಕು ಮೌಶಿ ಗಂಡ ಪಾಪ ಸಣ್ಣ ವಯಸ್ಸಿನಾಗ ಸತ್ತ ಹೋದಾ. ಸಾಯೋತನಕ ಅವಂಗ ಶುಗರ್ ಇತ್ತಂತ ಗೊತ್ತ ಇದ್ದಿಲ್ಲ, ಒಮ್ಮಿಂದೊಮ್ಮೆಲೆ ಹಾನಗಲ್ಲಿಂದ ವಿವೇಕಾನಂದ ಹಾಸ್ಪಿಟಲ್‌ಕ್ಕ ತಂದಾಗ ಅವಂಗ ಶುಗರ್ ಅದ ಅಂತ ಗೊತ್ತಾಗಿದ್ದ. ದವಾಖಾನಿಗೆ ತಂದ ಎರಡ-ಮೂರ ಲಕ್ಷ ರೂಪಾಯಿ ಖರ್ಚ ಮಾಡಿದರೂ ಅವನ ಜೀವ ಏನ ಉಳೀಲಿಲ್ಲ. ಡಾಕ್ಟರ್ ಮಲ್ಟಿ ಆರ್ಗನ್ಸ್ ಫೇಲ್ಯೂರ್ ಅಂತ ಹೇಳಿಬಿಟ್ಟರು. ಏನೋ ಪುಣ್ಯಾ ಅಷ್ಟರಾಗ ಮಗಾ ಬೆಂಗಳೂರಾಗ ಇಂಜಿನಿಯರಿಂಗ್ ಸೇರಿದ್ದಾ. ಆವಾಗಿಂದ ಶಕ್ಕು ಮೌಶಿ ಒಬ್ಬಕೀನ ಆಗಿಬಿಟ್ಟಳು.

ಇನ್ನ ಹಾನಗಲ್ಲಾಗ ಈಕಿ ಗಂಡನ ಪೈಕಿ ಯಾವ ತಲಿನೂ ಉಳದಿದ್ದಿಲ್ಲ, ಆದರೂ ಆಕಿ ಗಂಡ ಸತ್ತ ಮ್ಯಾಲೆ ಹಾನಗಲ್ ಬಿಟ್ಟ ಬರಲಿಲ್ಲ. 'ನನ್ನ ಗಂಡನ ಹಳೇ ಮನಿ ಇಲ್ಲೇ ಅದ, ಅದನ್ನ ಬೀಳಿಸಿ ಹೊಸಾ ಮನಿ ಕಟಗೊಂಡ ಇಲ್ಲೇ ಇರತೇನಿ' ಅಂತ ಡಿಸೈಡ್ ಮಾಡಿದ್ಲು. ಆಕಿಗೆ ಎಲ್ಲೆ ಊರ ಬಿಟ್ಟರ ಗಂಡನ್ನ ಹೆಸರಿನ ಹೊಲಾ ಯಾರರ ಹೊಡ್ಕೋತಾರ ಅಂತ ಹೆದರಕಿ ಬ್ಯಾರೆ ಇತ್ತ.

ಹಂಗ ಒಂದ ರೀತಿಯಿಂದ ಆಕಿ ಗಂಡಾ ಸಾಯೋದ ತಡಾ, ಫುಲ್ ಫ್ರೀ ಆಗಿದ್ಲು. ಏನಿಲ್ಲದ ಹೇಳೋರಿಲ್ಲ ಕೇಳೋರಿಲ್ಲ. ಇರೋ ಒಬ್ಬ ಗಂಡನೂ ಹೋದಮ್ಯಾಲೆ ಆಕಿ ಒಮ್ಮೆ ಹುಬ್ಬಳ್ಳಿ ಕಡೆ ಬಂದಳು ಅಂದರ ವಾರಗಟ್ಟಲೇ ಅವರ ಮನಿ ಇವರ ಮನಿ ಅಂತ ಸುತ್ತಾಡಿ ತನಗ ತಿಳದಾಗ ವಾಪಸ ಹಾನಗಲ್ಲಿಗೆ ಹೋಗೋಕಿ. ಅದರಾಗ ಯಾರದರ ಮನ್ಯಾಗ ಫಂಕ್ಶನ್ ಇದ್ದರ ಮುಗದ ಹೋತ ಒಂದ ವಾರ ಮೊದ್ಲ ಹಾಜರ, ಮುಂದ ಫಂಕ್ಶನ್ ಮುಗದ ಒಂದ ವಾರಕ್ಕ ಅಲ್ಲಿಂದ ಗುಡಚಾಪಿ ಕಿತ್ತೋಕಿ. ಅದರಾಗ ಆಕಿದ ಮಾತ ಒಂದ ಮುಂದ ಇದ್ದಿದ್ದಿಲ್ಲ, ಕೆಲಸದಾಗೂ ಹಂಗ ಇದ್ದಳು. ಹಿಂಗಾಗಿ ಮಂದಿ ಆಕಿಗೆ ಹಿರೇತನ ಕೊಟ್ಟ ಬಿಟ್ಟರ ಅರ್ಧಾ ಕೆಲಸ ಮುಗದಂಗ ಅಂತ ಆಕಿನ್ನ ಮುದ್ದಾಂ ಕರೀತಿದ್ದರು.

ಗಂಡ ಸತ್ತ ಎರಡ ವರ್ಷಕ್ಕ ತಾರಕೇಶ್ವರ ಗುಡಿ ಹಿಂದಿಂದ ಹಳೇ ಮನಿ ಬೀಳಿಸಿ ಹೊಸಾ ಮನಿ ಕಟ್ಟಸಲಿಕ್ಕೆ ಶುರು ಮಾಡಿದ್ಲು. ತಾನ ನಿಂತ ಸಾಮಾನ ತಂದ ಕೊಟ್ಟ ಮನಿ ಕಟ್ಟಸಿದ್ಲು. ಹಂಗ ಮನಿ ಸಾಮಾನ ತೊಗೊಳ್ಳಿಕ್ಕೆ ಹುಬ್ಬಳ್ಳಿಗೆ ಬಂದಾಗ ನಮ್ಮ ಮನಿ ಹೊಕ್ಕ ಹೋಗ್ತಿದ್ಲು. ಒಂದ ಸರತೆ ಬಂದಾಗ ನನ್ನ ಹೆಂಡತಿ ತಲ್ಯಾಗ,

'ನಿನ್ನ ಗಂಡಗ ಮನಿ ಕಟ್ಟಸಂತ ಹೇಳ, ಕಾಲ ತುಟ್ಟಿ ಅದ, ಮುಂದ ಇನ್ನೂ ತುಟ್ಟಿ ಆಗತದ' ಅಂತ ತಲ್ಯಾಗ ತುಂಬಿದ್ಲು. ಆಕಿಗೆ ಆಕಿ ಗಂಡಂದು ಸತ್ತ ಮ್ಯಾಲೆ ಭಲೋ ರೊಕ್ಕ ಬಂದಿತ್ತು, ಮನಿ ಕಟ್ಟಸಲಿಕ್ಕೆ ಶುರು ಮಾಡಿದ್ಲು, ಹಿಂಗಾಗಿ ಅದು ಭಾಳ ತ್ರಾಸ ಆಗಲಿಲ್ಲಾ. ಮ್ಯಾಲೆ ಆಕಿಗೆ ಕೈತುಂಬ ಗಂಡನ್ನ ಪೆನ್ಶನ್ ಬ್ಯಾರೆ ಬರತಿತ್ತು. ಆದರ ನಮ್ಮ ಪರಿಸ್ಥಿತಿ ಹಂಗ ಇರಲಿಲ್ಲ. ಅದು ನನ್ನ ಹೆಂಡತಿಗೆ ತಿಳಿತಿದ್ದಿಲ್ಲ. ಮಾತ ಮಾತಿಗೆ,

'ರ್‍ರಿ, ಶಕ್ಕು ಮೌಶಿ ಹೇಳ್ಯಾಳ. ನಾವು ಮನಿ ಕಟ್ಟೋಣರಿ' ಅಂತ ಶುರು ಮಾಡೇ ಬಿಡ್ತಿದ್ದಳು. ನನ್ನ ಹೆಂಡತಿಗೆ ನಾ,

'ನೀ ಆಕಿ ಹೇಳಿದಂಗ ಕುಣೀಬ್ಯಾಡ, ಆಕಿಗೇನ ಪೆನ್ಶನ್ ಬರತದ. ಮ್ಯಾಲೆ ಗಂಡಾ ಮಾಡಿಟ್ಟ ಹೋಗ್ಯಾನ. ನಂದ ಹಂಗಲ್ಲ, ಮೊದ್ಲ ಸಣ್ಣ ಪಗಾರ. ನಾಳೆ ನಾ ಮನಿ ಕಟ್ಟಲಿಕ್ಕೆ ಲೋನ್ ಮಾಡಿದರ ಕಂತ ತುಂಬಲೋ ಇಲ್ಲ ಮನಿ ನಡಸಲೋ?' ಅಂತ ತಿಳಿಸಿ ಹೇಳಿ ಹೇಳಿ ಸಾಕಾಗಿಬಿಟ್ಟಿತ್ತ.

ಮುಂದಿನ ಸರತೆ ಶಕ್ಕು ಮೌಶಿ,

'ನಿನ್ನ ಗಂಡಾ ಮನಿ ಕಟ್ಟೋದರ ಬಗ್ಗೆ ಏನ ವಿಚಾರ ಮಾಡಿದಾ?' ಅಂದರ ನನ್ನ ಹೆಂಡತಿ ಆಕಿಗೆ,

“ಎಲ್ಲಿದ್ವಾ, ನಮ್ಮ ಹಣೆಬರಹದಾಗ ಭಾಡಗಿ ಮನ್ಯಾಗ ಸಾಯೋದ ಬರದದ, ನಮ್ಮ ಮೌಶಿ ಹೆಣ್ಣಾಗಿ ಮನಿ ಕಟ್ಟಲಿಕತ್ತಾಳ ನಿಮಗೇನ ಧಾಡಿರಿ ಅಂದರ ನನ್ನ ಗಂಡ ‘ನಿಮ್ಮ ಮೌಶಿಗೆ ಪೆನ್ಶನ್ ಬರತದ, ಮನಿನು ಕಟ್ಟಸ್ತಾಳ ಮಠಾನು ಕಟ್ಟಸ್ತಾಳ. ಆಕಿಗೆ ಸಂಸಾರದ ಚಿಂತಿ ಇಲ್ಲ, ಸುಡಗಾಡ ಇಲ್ಲ’ ಅಂದರು” ಅಂತ ಹೇಳಿಬಿಟ್ಟಳು.

ಅವರಿಬ್ಬರದು ಹಂಗ ಎಲ್ಲಾ ಮನ್ಯಾಗಿನ ಸಣ್ಣ- ಸಣ್ಣ ವಿಷಯಕ್ಕೂ ಡಿಸ್ಕಶನ್ ಇದ್ದ ಇರತಿದ್ವು, ನಾ ಅದನ್ನ ತೊಗೊಂಡೆ, ಇದನ್ನ ತೊಗೊಂಡೆ ಅಂತ ಆಕಿ ಫೋನ್ ಮಾಡಿ ಮಾಡಿ ಹೇಳ್ಕೋತ ಹೋಗೊಕಿ. ಆಕಿ ಹಂಗ ಹೇಳಿದಾಗ ಒಮ್ಮೆ ನನ್ನ ಹೆಂಡತಿ, ‘ನಿಂದ ಭಲೊ ಬಿಡ್ವಾ, ನಿಂಗ ಪೆನ್ಶನ್ ಬರತದ’ ಅನ್ನಲಿಕ್ಕೆ ಶುರುಮಾಡಿದ್ಲು.

ಒಂದ ಸರತೆ ಹಳೇ ಬಿಲ್ವಾರ ಪಾಟಲಿ ಕೊಟ್ಟ ಹೊಸಾ ಪ್ಯಾಟರ್ನ್‌ದ್ದ ಮಾಡಸಲಿಕ್ಕೆ ಹುಬ್ಬಳ್ಳಿ ಕರಿ ಅಂಗಡಿಗೆ ಬಂದಾಗ ನನ್ನ ಹೆಂಡತಿನ್ನ ಕರಕೊಂಡ ಹೋಗಿದ್ಲು. ಎಲ್ಲಾ ಹಳೇ ಬಂಗಾರ, ಅವರತ್ತಿ ಅವಲಕ್ಕಿ ಸರಾ ಹಾಕಿ ಮ್ಯಾಲೆ ಒಂದ ಲಕ್ಷ ಇಪ್ಪತ್ತ ಸಾವಿರ ಬಡದ ತನಗ ಹೆಂತಾದ ಬೇಕ ಅದನ್ನ ಮಾಡಿಸಲಿಕ್ಕೆ ಹಾಕಿದ್ಲು. ತನಗೇನ ಬೇಕ ಅಷ್ಟ ಮಾಡಿಸಿಗೊಂಡ ಸುಮ್ಮನ ಕೂಡೋದ ಬಿಟ್ಟ ನನ್ನ ಹೆಂಡತಿಗೆ,

‘ಅಲ್ಲ, ನಮ್ಮವ್ವಾ ನಿಂದ ಲಗ್ನಾಗಿ ಹನ್ನೆರಡ ವರ್ಷ ಆಗಲಿಕ್ಕೆ ಬಂತ. ನಿನ್ನ ಗಂಡ ನಿಂಗ ಏನೂ ಮಾಡಸಿಲ್ಲ? ಅಲ್ಲ, ನೀನರ ಹೆಂತಾಕಿ ಇದ್ದೀಯ? ಹೆಂಗ ಸುಮ್ಮನಿದ್ದೀಯ ನಮ್ಮವ್ವಾ’ ಅಂತ ನನ್ನ ಹೆಂಡತಿ ತಲ್ಯಾಗ ತುಂಬಿದ್ಲು.

ನನ್ನ ಹೆಂಡತಿ,

‘ಅಯ್ಯ, ಅದಕ್ಕ ನಮ್ಮವ್ವಾ ಮುಂದ ಗಂಡನ ಮನ್ಯಾಗ ಮಗಳು ಬಂಗಾರ ಕಾಣಲಿ ಬಿಡಲಿ ಅಂತ ಲಗ್ನದಾಗ ಎಲ್ಲಾ ಮಾಡಸೆ ಅಟ್ಟ್ಯಾಳ’ ಅಂತ ಅಂದಳು.

‘ಆದರೂ ಗಂಡಾ ಅನ್ನೋ ಪ್ರಾಣಿ ಒಂದ ಗುಂಜಿ ಬಂಗಾರ ಮಾಡಸಲಿಲ್ಲ ಅಂದರ ಅದ ಹೆಂತಾ ಗಂಡಸ ನಮ್ಮವ್ವಾ? ಒಪ್ಪತ್ತ ಗಂಜಿ ಕುಡದರೂ ಅಡ್ಡಿಯಿಲ್ಲ. ಮೈಮ್ಯಾಲೆ ಗುಂಜಿ ಬಂಗಾರ ಬೇಕs ಬಿಡ್ವಾ’ ಅಂತ ಅಂದ್ಲಂತ.

ಮತ್ತ ನನ್ನ ಹೆಂಡತಿ ಯಥಾಪ್ರಕಾರ ‘ನಿಂದೇನ್ವಾ ಪೆನ್ಶನ್ ಬರತದ’ ಅಂತ ಅಂದ ಸುಮ್ಮನ ಕೂತ್ಲು. ಅದನ್ನ ರಾತ್ರಿ ಮತ್ತ ನನ್ನ ಮುಂದ ಹೇಳಿದ್ಲು. ರ್ರಿ ಶಕ್ಕು ಮೌಶಿ ಹಿಂಗ ಅಂದ್ಲು, ನಾ ಆಕಿಗೆ ಹಿಂಗ ಅಂದೆ ಅಂತ. ನಾ,

‘ಲೇ, ನಿಮ್ಮ ಶಕ್ಕು ಮೌಶಿ ಮಾತ ಏನ ಕೇಳತಿ? ಹೇಳಿ ಕೇಳಿ ಆಕಿ ಬಂಗಾರ ಭಾಗಕ್ಕನ ಮೊಮ್ಮಗಳು. ಆಕಿ ಕಾಪರ್-ಟೀ ನೂ ಬಂಗಾರದ ಮಾಡಿಸಿ ಹಾಕೋ ಅನ್ನೋಕಿ, ಆಕಿ ಮಾತ ಕೇಳಿ ನನ್ನ ಜೀವಾ ತಿನ್ನಬ್ಯಾಡಾ, ಬಂಗಾರದಂಥಾ ಗಂಡ ಇದ್ದೇನಿ, ಗುಂಜಿ ಬಂಗಾರ ಮಾಡಸಲಿಲ್ಲ ಅಂದ್ರು ಗುಂಡ-ಗುಂಡನ್ನುವ ಎರಡ ಮಕ್ಕಳನ ಹಡದ ಕೊಟ್ಟೇನಿ. ಸುಮ್ಮನ ಕೂಡ’ ಅಂತ ಹೇಳಿ ಆಕಿನ್ನ ಸಮಾಧಾನ ಮಾಡೋದರಾಗ ನಂಗ ಸಾಕ ಸಾಕಾಗಿ ಹೋತ. ಪ್ರತಿಯೊಂದ ವಿಷಯಕ್ಕೂ ಹಿಂಗ ಆಕಿ ತಾ ಮಾಡಿದ್ದ ತೊರಿಸ್ಗೋತ ಹೋಗೊಕಿ. ನನ್ನ ಹೆಂಡತಿ ತಲಿ ಕೆಟ್ಟ,

'ನಿಂದ ಛಲೋ ಬಿಡ, ನಿಂಗ ಪೆನ್ಶನ್ ಬರತದ' ಅಂತ ಅನ್ನೋಕಿ. ಆಮ್ಯಾಲೆ ರಾತ್ರಿ ಆದ ಕೂಡಲೇನ ನನ್ನ ತಲಿ ತಿನ್ನೋಕಿ.

ಒಂದ ಆರ ತಿಂಗಳ ಹಿಂದ ಶಕ್ಕು ಮೌಶಿ ಕಾಶಿ, ಬದರಿ, ಹರಿದ್ವಾರ ಎಲ್ಲ ಹೋಗಿ ಬಂದಳು. ನಾನು ನನ್ನ ಹೆಂಡತಿ ಹಚ್ಚಿದ ಅವಲಕ್ಕಿ ಗಂಟ ಕಟ್ಟಿಕೊಟ್ಟ ಆಕಿಗೆ ಸ್ಟೇಶನ್ನಾಗ ಗಾಡಿ ಹತ್ತಿಸಿ ಕಳಸಿ, ಆಕಿ ಜೊತಿ ಹೊಂಟಿದ್ದ ಇನ್ನ ಉಳದ ಭಜನಿ ಮಂಡಳದ ಮಂದಿಗೆ ನಮ್ಮ ಮೌಶಿದ ಕಾಳಜಿ ತೊಗೊಳ್ರಿ ಅಂತ ಹೇಳಿ ಬಂದಿದ್ವಿ, ವಾಪಸ ಕಾಶಿಯಿಂದ ಬಂದ ಮ್ಯಾಲೆ ಮೂರ ದಿವಸ ನಮ್ಮ ಮನ್ಯಾಗ ಇದ್ದ ಅಲ್ಲಿ ಸಡಗರ ಎಲ್ಲ ಹೇಳಿ,

'ನಾ ಬದರಿಗೆ 5000 ಸಾವಿರ ರೂಪಾಯಿ ಕೊಟ್ಟ ಹೆಲಿಕಾಪ್ಟರ್‌ನಾಗ ಹೋಗಿದ್ದೇವಾ, ನನ್ನ ಜೀವನದಾಗ ವಿಮಾನ ಹತ್ತತೇನೋ ಇಲ್ಲೊ ಅಂತ ತಿಳ್ಕೊಂಡಿದ್ದೆ. ಆದರ ನಾರಾಯಣ ಹೆಲಿಕಾಪ್ಟರ್ ಹತ್ತಸಿದಾ' ಅಂತ್ ಎರಡು ಕಣ್ಣಮುಚ್ಚಿ ಮ್ಯಾಲೆ ನೋಡಿದ್ಲು. ನನ್ನ ಹೆಂಡತಿ ಅದಕ್ಕೂ ಪ್ರತಿ ಸಲಾ ಅನ್ನೊಹಂಗ,

'ನಿಂದ ಛಲೋ ಬಿಡ್ವಾ, ನಿಂಗ ಪೆನ್ಶನ್ ಬರತದ' ಅಂದ್ಲು.

ಇದ ಒಂದ ಅಂತ ಅಲ್ಲ, ಆಕಿ ಮನ್ಯಾಗ ಒಂದ LCD ತೊಗೊಂಡ್ರ, ಫರ್ನಿಚರ್ ಮಾಡಸಿದರ, ಹೊಸಾ ವಾಶಿಂಗ್ ಮಶೀನ್ ತೊಗಂಡ್ರ ಒಟ್ಟ ಏನ ತೊಗೊಂಡ್ರು ನನ್ನ ಹೆಂಡತಿಗೆ ಫೋನ್ ಮಾಡೋದು, ತನ್ನ ದೊಡ್ಡಿಸ್ತನ ಬಡೆಯೋದು ಕಾಯಮ್ ಆಗಿತ್ತ. ಲಾಸ್ಟಿಗೆ ನನ್ನ ಹೆಂಡತಿ ಆಕಿ ಮಾತ ಎಲ್ಲ ಕೇಳಿ,

'ನಿಂದ ಛಲೋ ಬಿಡ, ನಿಂಗ ಪೆನ್ಶನ್ ಬರತದ' ಅಂತ ಲೊಚಗುಟ್ಟಿ ಎಲ್ಲ ಅವರವರ ಹಣೆಬರಹ ಅಂತ ನನ್ನ ಸುತ್ತ ವಟಗುಡಕೋತ ಇರೋಕಿ. ಬರಬರತ ಅದ ಅತಿ ಆಗಲಿಕತ್ತ. ಒಂದ ಸರತೆ ನನ್ನ ಮುಂದ,

'ನೋಡ್ರಿ ಆಕಿ ಒಂದ ಪೆನ್ಶನ್ನಾಗ ಹೆಂತಾ ಮನಿ ಕಟ್ಟಿದ್ಲು, ಮನಿಗೆ ಏನೆಲ್ಲ ಸಾಮಾನ ಮಾಡಿದ್ಲು, ಕಾಶಿ ಯಾತ್ರಾಕ್ಕ ಸಹಿತ ಹೋಗಿಬಂದ್ಲು. ಎಲ್ಲಾ ಒಂದ ಪೆನ್ಶನ್ನಾಗ' ಅಂದಬಿಟ್ಟಳು.

ನಾನು ನೋಡೇ ನೋಡಿದ್ದೆ, ಆಕಿ ಹಿಂಗ ಅನ್ನೋದ ತಡಾ ತಲಿಕೆಟ್ಟ,

'ಲೇ, ನಿನ್ನೌನ, ಆಕಿ ಗಂಡ ಸತ್ತಿದ್ದಕ್ಕ ಆಕಿಗೆ ಪೆನ್ಶನ್ ಬರತದ. ಹಂಗ ಆಕಿ ಗಂಡ ಏನ ಸ್ವಾತಂತ್ರ್ಯಹೋರಾಟಗಾರ ಇದ್ದಿದ್ದಿಲ್ಲ. ನೀ ಎಲ್ಲಾದಕ್ಕೂ ಆಕಿನ್ನ ಕಂಪೇರ್ ಮಾಡ್ಕೋಬ್ಯಾಡ. ಹಂಗ ನಿಂಗೂ ಪೆನ್ಶನ್ ಬರಬೇಕಂದರ ನಾ ಸಾಯಬೇಕ. ನಿಂಗ ಗಂಡ ಹೆಚ್ಚೊ ಪೆನ್ಶನ್ನ ಹೆಚ್ಚೊ...ಬುದ್ಧಿ ಎಲ್ಲೆ ಇಟ್ಟಿ?' ಅಂದೆ.

ಮತ್ತೆಲ್ಲರ ಈಕಿ ಪೆನ್ಶನ್ ಆಶಾಕ್ಕ ಪೆನ್ಶನ್ ಹೆಚ್ಚ ಅಂದ ಗಿಂದಾಳಂತ ಆಕಿ ಮುಂದ ಮಾತೋಡಕಿಂತಾ ಮುಂಚೇನ,

'ಹಂಗ ನಾ ಸತ್ತರೂ ನಿಂಗೇನ ಭಾಳ ಪೆನ್ಶನ್ ಬರಂಗಿಲ್ಲ ಮತ್ತ, ವರ್ಷಕ್ಕ ಸಾವಿರ ದೀಡ ಸಾವಿರ ಬಂದರ ರಗಡ. ಮ್ಯಾಲೆ ನಾ ಪ್ರೈವೇಟ್ ಒಳಗ ಕೆಲಸಾ

ಮಾಡೋಂವಾ ಪಿ.ಎಫ್. ಅಮೌಂಟ್ ಸಹಿತ ಎರಡ ಲಕ್ಷ ಬಂದರ ರಗಡ. ಇನ್ನ ಇರೋ ಇನ್ಶೂರೆನ್ಸ್ ಎಲ್ಲ ಸೇರಿ ಅವಂದೊ ಎರಡ ಮೂರ ಲಕ್ಷ ಬಂದರ ಭಾಳ, ಅದರಾಗ ಆ ಇನ್ಶೂರೆನ್ಸ್ ಮ್ಯಾಲೆ ಸಾಲಾ ತಗಿಸಿದ್ದ ನಿನಗ ಗೊತ್ತ ಅದ. ಈಗ ಹೇಳ ನಿಂಗೂ ಪೆನ್ಶನ್ ಬೇಕಿನ?' ಅಂದೆ.

'ಅಯ್ಯ ನನ್ನ ಹಣೆಬರಹನ, ಇಷ್ಟ ದಿವಸ ನೀವ ನನ್ನ ಹೆಸರಿಲೆ ಮಾಡಿದ್ದ ಇಷ್ಟಽನ, ಹೋಗಲಿ ಬಿಡ್ರಿ ಆ ಪೆನ್ಶನಕಿಂತಾ ನೀವ ತಿಂಗಳಾ ತಂದ ಕೊಡೊ ಪಗಾರನ ಜಾಸ್ತಿ ಅದ, ಪೆನ್ಶನ್ ಬಗ್ಗೆ ಮುಂದ ವಿಚಾರ ಮಾಡಿದ್ರಾತು' ಅಂತ ಅವತ್ತಿಗೆ ನನ್ನ ಇದ್ದ ಹಕೀಕತ್ ತಿಳ್ಕೊಂಡ ಆ ಟಾಪಿಕ್ ಮುಗಿಸಿದ್ಲು.

ಮುಂದ ಎರಡ ದಿವಸಕ್ಕ ಅವರ ಮೌಶಿ ಫೋನ್ ಬಂತ. ಆಕಿ ಮತ್ತ ಯಥಾಪ್ರಕಾರ ತನ್ನ ಪುರಾಣ ಹೇಳಲಿಕ್ಕೆ ಶುರು ಮಾಡಿದ್ಲು, ನನ್ನ ಹೆಂಡತಿ ಕೇಳೊ ಅಷ್ಟ ಕೇಳಿದ್ಲು. ನಾ ಎಲ್ಲೆ ಈಕಿ ಮತ್ತ 'ನಿಂದ ಛಲೋ ಬಿಡ, ನಿಂಗ ಪೆನ್ಶನ್ ಬರತದ' ಅಂತಾಳ ಅಂತ ಎರಡು ಕಿವಿ ನೆಟ್ಟಗ ಮಾಡ್ಕೊಂಡ ಕೇಳಲಿಕತ್ತಿದ್ದೆ, ಅಷ್ಟರಾಗ ನನ್ನ ಹೆಂಡತಿ ಆಕಿಗೆ,

'ಸಾಕ ಮುಗಸ ಮೌಶಿ ನಿನ್ನ ಪುರಾಣ, ನನಗ ಮನ್ಯಾಗ ಗಂಡಾ, ಮಕ್ಕಳು ಇದ್ದಾರ, ಹಿಂಗ ತಾಸಗಟ್ಟಲೇ ನಿನ್ನ ಜೊತಿ ಹರಟಿ ಹೊಡಿಲಿಕ್ಕೆ ನಂಗ ಟೈಮ್ ಇಲ್ಲ. ಮತ್ತ ನಾನ ಫೋನ್ ಮಾಡ್ತೇನಿ' ಅಂತ ಫೋನ್ ಇಟ್ಟ ಬಿಟ್ಟಳು.

ಮಜಾ ಅಂದರ ಮುಂದ ಆಕಿ ಫೋನ್ ಮಾಡಿದಾಗ ಒಮ್ಮೆ ಈಕಿ 'ನನಗ ಗಂಡಾ ಮಕ್ಕಳು ಇದ್ದಾರ', ಆಕಿ ಏನರ ಹೇಳಿದರ 'ನಮ್ಮ ಮನೆಯವರನ ಒಂದ ಮಾತ ಕೇಳ್ತೇನಿ', ಎಲ್ಲೇರ ಕರದರ 'ನಮ್ಮ ಅತ್ತಿ ಮಾವನ್ನ ಬಿಟ್ಟ ಹೆಂಗ ಬರಲೇ ನಮ್ಮವ್ವಾ' ಅಂತ ಅನ್ನಲಿಕ್ಕೆ ಶುರು ಮಾಡಿದ್ಲು. ಆಕಿ ತನ್ನ ಪೆನ್ಶನ್ ಸುದ್ದಿ ತಗದಾಗೊಮ್ಮೆ ನನ್ನ ಹೆಂಡತಿ ತನ್ನ ಗಂಡನ ಸುದ್ದಿ ಅಂದರ ನನ್ನ ಸುದ್ದಿ ತಗಿಲಿಕತ್ಲು. ಆಕಿ ಪೆನ್ಶನ್ ಮ್ಯಾಲೆ ಗಮಂಡ ತೋರಿಸಿದರ ಈಕಿ ಗಂಡನ ಮ್ಯಾಲೆ ಧಿಮಾಕ ಬಡಿಲಿಕತ್ಲು. ಅವರಿಬ್ಬರ ನಡಕ ಗಂಡ ಹೆಚ್ಚೋ ಪೆನ್ಶನ್ ಹೆಚ್ಚೋ ಅಂತ ಅನ್ನೊ ಹಂಗ ಆತ. ಆವಾಗಿಂದ ನಮ್ಮ ಶಕ್ಕು ಮೌಶಿ ಫೋನ್ ಕಡಿಮೆ ಆಕ್ಕೋತ ಬಂದ್ವು, ಈಗ ಹಬ್ಬ ಹುಣ್ಣಿಮಿ ಇದ್ದಾಗೊಮ್ಮೆ ಫೋನ್. ಯಾವದರ, ಯಾರದರ ಫಂಕ್ಷನ್ ಇದ್ದಾಗ ಇಷ್ಟ ಆಕಿದ ಭೆಟ್ಟಿ. ಈಗ ನಮ್ಮ ಮನ್ಯಾಗ ಮುಂಜವಿ ಅದ ಅಂತ ಎಲ್ಲೋ ವಾಸನಿ ಬಡದದ, ಅದಕ್ಕ ಬಂದಾಳ.

ನಾ ಆದರೂ ನನ್ನ ಹೆಂಡತಿಗೆ ಆವಾಗ ಇವಾಗ ಕಾಡಸ್ತಿರ್ತೇನಿ, 'ನಿಂಗೂ ಪೆನ್ಶನ್ ಬೇಕೇನ?' ಅಂತ. ಆಕಿ ಸಿಟ್ಟಿಗೆದ್ದ,

'ಅದಕ್ಕೂ ಪಡದ ಬರಬೇಕ ತೊಗೊಳ್ರಿ' ಅಂತ ಪ್ರೀತಿಲೇ ಗಲ್ಲಾ ತಿವಿತಾಳ.

ಛಂದ ಪುಸ್ತಕ ಬಹುಮಾನ

ಪುಟ್ಟ ಪಾದದ ಗುರುತು – ಸುನಂದಾ ಪ್ರಕಾಶ ಕಡಮೆ – ₹ 120
ಈ ಕತೆಗಳ ಸಹವಾಸವೇ ಸಾಕು – ಅಲಕ ತೀರ್ಥಹಳ್ಳಿ – ₹ 60
ಹಟ್ಟಿಯೆಂಬ ಭೂಮಿಯ ತುಣುಕು – ಲೋಕೇಶ ಅಗಸನಕಟ್ಟೆ – ₹ 180
ಗೋಡೆಗೆ ಬರೆದ ನವಿಲು – ಸಂದೀಪ ನಾಯಕ – ₹ 60
ಮೊದಲ ಮಳೆಯ ಮಣ್ಣು – ಕಣಾದ ರಾಘವ – ₹ 140
ಆಟಿಕೆ – ಬಸವಣ್ಣೆಪ್ಪಾ ಕಂಬಾರ – ₹ 100
ಮಾಯಾಕೋಲಾಹಲ – ಮೌನೇಶ ಬಡಿಗೇರ – ₹ 165
ಕೇಪಿನ ಡಬ್ಬಿ – ಪದ್ಮನಾಭ ಭಟ್, ಶೇವ್ಕಾರ – ₹ 150
ಮನಸು ಅಭಿಸಾರಿಕೆ – ಶಾಂತಿ ಕೆ ಅಪ್ಪಣ್ಣ – ₹ 230
ದೇವರು ಕಚ್ಚಿದ ಸೇಬು – ದಯಾನಂದ – ₹ 140
ಧೂಪದ ಮಕ್ಕಳು – ಸ್ವಾಮಿ ಪೊನ್ನಾಚಿ – ₹ 130
ಡುಮಿಂಗ – ಶಶಿ ತರೀಕೆರೆ – ₹ 130
ಬಯಲರಸಿ ಹೊರಟವಳು – ಛಾಯಾ ಭಟ್ – ₹ 120
ಮಾಕೋನ ಏಕಾಂತ – ಕಾವ್ಯಾ ಕಡಮೆ – ₹ 130

ಕಥಾಸಂಕಲನ

ಶಕುಂತಳಾ – ಗುರುಪ್ರಸಾದ್ ಕಾಗಿನೆಲೆ – ₹ 80
ಜುಮುರು ಮಳೆ – ಸುಮಂಗಲಾ – ₹ 220
ಶಾಲಭಂಜಿಕೆ – ಡಾ. ಕೆ. ಎನ್. ಗಣೇಶಯ್ಯ – ₹ 180 (7ನೆಯ ಮುದ್ರಣ)
ಕಾರಂತಜ್ಜನಿಗೊಂದು ಪತ್ರ – ಸಚ್ಚಿದಾನಂದ ಹೆಗಡೆ – ₹ 150
ಹಕೂನ ಮಟಾಟ – ನಾಗರಾಜ ವಸ್ತಾರೆ – ₹ 80
ಕಾಲಿಟ್ಟಲ್ಲಿ ಕಾಲುದಾರಿ – ಸುಮಂಗಲಾ – ₹ 80
ಹುಲಿರಾಯ – ಕೀರ್ತಿರಾಜ್ – ₹ 80
ನಿರವಯವ – ನಾಗರಾಜ ವಸ್ತಾರೆ – ₹ 125
ಹನ್ನೊಂದನೇ ಅಡ್ಡರಸ್ತೆ – ಸುಮಂಗಲಾ – ₹ 170
ಗಾಳಿಗೆ ಮೆತ್ತಿದ ಬಣ್ಣ – ಕರ್ಕಿ ಕೃಷ್ಣಮೂರ್ತಿ – ₹ 120
ಕನ್ನಡಿ ಹರಳು – ಪದ್ಮನಾಭ ಭಟ್, ಶೇವ್ಕಾರ – ₹ 130
ಒಂದು ಚಿಟಿಕೆ ಮಣ್ಣು – ಲಕ್ಷ್ಮಣ ಬಾದಾಮಿ – ₹ 130
ಬಂಡಲ್ ಕತೆಗಳು – ಎಸ್ ಸುರೇಂದ್ರನಾಥ್ – ₹ 160
ದೇವರ ರಜಾ – ಗುರುಪ್ರಸಾದ್ ಕಾಗಿನೆಲೆ – ₹ 150
ಕಟ್ಟು ಕತೆಗಳು – ಎಸ್ ಸುರೇಂದ್ರನಾಥ್ – ₹ 210
ಮಡಿಲು (ನೀಳ್ಗತೆ) – ನಾಗರಾಜ ವಸ್ತಾರೆ – ₹ 15
ತಿರಾಮಿಸು – ಶಶಿ ತರೀಕೆರೆ – ₹ 210

ಪ್ರಬಂಧ

ಪೂರ್ವ ಪಶ್ಚಿಮ – ಎಂ. ಆರ್. ದತ್ತಾತ್ರಿ – ₹ 80
ರಾಗಿಮುದ್ದೆ – ರಘುನಾಥ ಚ. ಹ. – ₹ 120
ಕುಟ್ಟವಲಕ್ಕಿ / ಗೊಜ್ಜವಲಕ್ಕಿ – ಪ್ರಶಾಂತ ಆಡೂರ – ₹ 170 / ₹ 170
ಕಿಲಿಮಂಜಾರೋ – ಪ್ರಶಾಂತ್ ಬೀಚಿ – ₹ 80
ಮಿಸಳ್ ಭಾಜಿ – ಭಾರತಿ ಬಿ ವಿ – ₹ 190
ನೀ ಮಾಯೆಯೊಳಗೋ... – ವಿಕ್ರಮ ಹತ್ವಾರ – ₹ 120
ಸಾವೆಂಬ ಲಹರಿ – ಗುರುಪ್ರಸಾದ ಕಾಗಿನೆಲೆ – ₹ 140
ವೈದ್ಯ, ಮತ್ತೊಬ್ಬ – ಗುರುಪ್ರಸಾದ ಕಾಗಿನೆಲೆ – ₹ 120
ಅಪ್ಪನ ರ್‍ಯಾಲೀಸ್ ಸೈಕಲ್ – ದರ್ಶನ್ ಜಯಣ್ಣ – ₹ 110

ಅನುವಾದ

ದಿ ಚಾಯ್ಸ್ – ಈಡಿತ್ ಎವಾ ಎಗರ್ (ಜಯಶ್ರೀ ಭಟ್) – ₹ 280
ದೇಹವೇ ದೇಶ – ಗರಿಮಾ ಶ್ರೀವಾಸ್ತವ (ವಿಕ್ರಮ ವಿಸಾಜಿ) – ₹ 250
ಪರ್ಸೆಪೊಲಿಸ್– ಮಾರ್ಜಾನ್ ಸತ್ರಪಿ (ಪ್ರೀತಿ ನಾಗರಾಜ) – ₹ 395
ಗಾಳಿ ಪಳಗಿಸಿದ ಬಾಲಕ – ವಿಲಿಯಂ ಕಾಂಕ್ವಾಂಬಾ (ಕರುಣಾ ಬಿ ಎಸ್) – ₹ 180
ಅಮೋಸ್ ಫಾರ್ಚೂನ್ – ಎಲಿಝಬೆತ್ ಯೇಟ್ಸ್ (ಜಯಶ್ರೀ ಭಟ್) – ₹ 100
ನವ ಜೀವಗಳು – ವಿಲಿಯಂ ಡಾಲ್ರಿಂಪಲ್ (ನವೀನ ಗಂಗೋತ್ರಿ) – ₹ 250
ಮೈಕೆಲ್ ಕೆ – ಜೆ.ಎಂ. ಕುಟ್‌ಸೀ (ಸುನಿಲ್ ರಾವ್) – ₹ 170
ಲೇರಿಯೊಂಕ – ಹೆನ್ರಿ ಆರ್. ಓಲೆ ಕುಲೆಟ್ (ಪ್ರಶಾಂತ ಬೀಚಿ) – ₹ 140
ಅರೆಶತಮಾನದ ಮೌನ – ಯಾನ್ ರಫ್–ಓ'ಹರ್ನ್ (ಅರುಣ್) – ₹ 310
ಪರ್ವತದಲ್ಲಿ ಪವಾಡ – ನ್ಯಾಂಡೊ ಪರಾಡೊ (ಸಂಯುಕ್ತಾ ಪುಲಿಗಲ್) – ₹ 340
ಚಂದಿರ ಬೇಕೆಂದವನು – ಮಿಮಿ ಬೇರ್ಡ್ (ಪ್ರಜ್ಞಾ ಶಾಸ್ತ್ರಿ) – ₹ 180
ಬಂಡೂಲ – ವಿಕಿ ಕಾನ್‌ಸ್ಟಂಟೀನ್ ಕ್ರುಕ್ (ರಾಜ್ಯಶ್ರೀ ಕುಳಮರ್ವ) – ₹ 425
ರೆಬೆಲ್ ಸುಲ್ತಾನರು – ಮನು ಎಸ್ ಪಿಳ್ಳೈ (ಸಂಯುಕ್ತಾ ಪುಲಿಗಲ್) – ₹ 420
ಫಾಲೋಯಿಂಗ್ ಫಿಶ್ – ಸಮಂತ್ ಸುಬ್ರಮಣಿಯನ್ (ಸಹನಾ ಹೆಗಡೆ) – ₹ 280
ಜಗವ ಚುಂಬಿಸು – ಸುಬ್ರೊತೋ ಬಾಗ್ಚಿ (ವಂದನಾ ಪಿ ಸಿ) – ₹ 240
ಪರ್ದಾ ಅಂಡ್ ಪಾಲಿಗಮಿ – ಇಕ್ಬಾಲುನ್ನೀಸಾ ಹುಸೇನ್ (ದಾದಾಪೀರ್) – ₹ 380
ವಾಡಿವಾಸಲ್ – ಚಿ. ಸು. ಚೆಲ್ಲಪ್ಪ (ಸತ್ಯಕಿ) – ₹ 70
ನಾಲ್ಕನೇ ಎಕರೆ – ಶ್ರೀರಮಣ (ಅಜಯ್ ವರ್ಮಾ ಅಲ್ಲೂರಿ) – ₹ 100
ಮಾವೋನ ಕೊನೆಯ ನರ್ತಕ – ಲೀ ಕ್ವಿನ್‌ಶಿಂಗ್ (ಜಯಶ್ರೀ ಭಟ್) – ₹ 340
ಕೋಬಾಲ್ಟ್ ಬ್ಲೂ – ಸಚಿನ್ ಕುಂಡಲ್‌ಕರ್ (ಸಪ್ನಾ ಕಟ್ಟಿ) – ₹ 150
ವಿದ್ಯಾವಂತ ವೇಶ್ಯೆಯ ಆತ್ಮಕಥೆ – ಮಾನದಾ ದೇವಿ (ನಾಗ ಹುಬ್ಳಿ) – ₹ 240
ದಿ ಲೈಟ್‌ಹೌಸ್ ಫ್ಯಾಮಿಲಿ – ಫಿರಾತ್ ಸುನೇಲ್ (ಮಾಧುರಿ ಕುಲಕರ್ಣೀ) – ₹ 230

ವಸುಧೇಂದ್ರ

ಮನೀಷೆ – ಕತೆಗಳು – ₹ 120 (8ನೆಯ ಮುದ್ರಣ)
ಯುಗಾದಿ – ಕತೆಗಳು – ₹ 190 (9ನೆಯ ಮುದ್ರಣ)
ಚೇಳು – ಕತೆಗಳು – ₹ 120 (8ನೆಯ ಮುದ್ರಣ)
ಹಂಪಿ ಎಕ್ಸ್‌ಪ್ರೆಸ್ – ಕತೆಗಳು – ₹ 195 (9ನೆಯ ಮುದ್ರಣ)
ಮೋಹನಸ್ವಾಮಿ – ಕತೆಗಳು – ₹ 270 (7ನೆಯ ಮುದ್ರಣ)
ವಿಷಮ ಭಿನ್ನರಾಶಿ – ಕತೆಗಳು – ₹ 280 (4ನೆಯ ಮುದ್ರಣ)
ಕೋತಿಗಳು – ಪ್ರಬಂಧ – ₹ 120 (8ನೆಯ ಮುದ್ರಣ)
ನಮ್ಮಮ್ಮ ಅಂದ್ರೆ ನಂಗಿಷ್ಟ – ಪ್ರಬಂಧ – ₹ 75 (25ನೆಯ ಮುದ್ರಣ)
ರಕ್ಷಕ ಅನಾಥ – ಪ್ರಬಂಧ – ₹ 110 (5ನೆಯ ಮುದ್ರಣ)
ವರ್ಣಮಯ – ಪ್ರಬಂಧ – ₹ 225 (5ನೆಯ ಮುದ್ರಣ)
ಐದು ಪೈಸೆ ವರದಕ್ಷಿಣೆ – ಪ್ರಬಂಧ – ₹ 280 (5ನೆಯ ಮುದ್ರಣ)
ಹರಿಚಿತ್ತ ಸತ್ಯ – ಕಾದಂಬರಿ – ₹ 200 (6ನೆಯ ಮುದ್ರಣ)
ತೇಜೋ–ತುಂಗಭದ್ರಾ – ಕಾದಂಬರಿ – ₹ 450 (13ನೆಯ ಮುದ್ರಣ)
ಮಿಥುನ – ಶ್ರೀರಮಣರ ಕತೆಗಳು – ₹ 135 (8ನೆಯ ಮುದ್ರಣ)
ಎವರೆಸ್ಟ್ – ಜಾನ್ ಕ್ರಾಕೌರ್ – ₹ 420 (4ನೆಯ ಮುದ್ರಣ)

ಕಾದಂಬರಿ

ಎನ್ನ ಭವದ ಕೇಡು – ಎಸ್ ಸುರೇಂದ್ರನಾಥ್ – ₹ 75
ನ್ಯಾಸ – ಹರೀಶ ಹಾಗಲವಾಡಿ – ₹ 250
ಗುಣ – ಗುರುಪ್ರಸಾದ್ ಕಾಗಿನೆಲೆ – ₹ 150
ದ್ವೀಪವ ಬಯಸಿ – ಎಂ. ಆರ್. ದತ್ತಾತ್ರಿ – ₹ 320
ತಾರಾಬಾಯಿಯ ಪತ್ರ – ದತ್ತಾತ್ರಿ ಎಂ ಆರ್ – ₹ 160
ಅಗೆದಷ್ಟೂ ನಕ್ಷತ್ರ – ಸುಮಂಗಲಾ – ₹ 230
ಪ್ರಿಯೇ ಚಾರುಶೀಲೆ – ನಾಗರಾಜ ವಸ್ತಾರೆ – ₹ 380
ಋಷ್ಯಶೃಂಗ – ಹರೀಶ ಹಾಗಲವಾಡಿ – ₹ 125
ಅಂತು – ಪ್ರಕಾಶ ನಾಯಕ್ – ₹ 200
ಚುಕ್ಕಿ ಬೆಳಕಿನ ಜಾಡು – ಕರ್ಕಿ ಕೃಷ್ಣಮೂರ್ತಿ – ₹ 200
ಬರೀ ಎರಡು ರೆಕ್ಕೆ – ಸುನಂದಾ ಪ್ರಕಾಶ ಕಡಮೆ – ₹ 220
ದೀಪವಿರದ ದಾರಿಯಲ್ಲಿ – ಸುಶಾಂತ್ ಕೋಟ್ಯಾನ್ – ₹ 160
ದಾರಿ – ಕುಸುಮಾ ಆಯರಹಳ್ಳಿ – ₹ 395
ಬರೀ ಎರಡು ರೆಕ್ಕೆ – ಸುನಂದಾ ಪ್ರಕಾಶ ಕಡಮೆ – ₹ 260

ಕವಿತೆ

ಮದ್ಯಸಾರ – ಅಪಾರ – ₹ 90

ಪೂರ್ಣನ ಗರಿಗಳು – ಪೂರ್ಣಪ್ರಜ್ಞ – ₹ 70

ಹಲೋ ಹಲೋ ಚಂದಮಾಮ – ರಾಧೇಶ ತೋಳ್ಪಾಡಿ – ₹ 50

ಪದಚರಿತೆ

ಸರಿಗನ್ನಡಂ ಗೆಲ್ಗೆ – ಅಪಾರ – ₹ 390

- ನಮ್ಮ ಪ್ರಕಟಣೆಯ ಎಲ್ಲ ಪುಸ್ತಕಗಳ ಪ್ರತಿಗಳೂ ಲಭ್ಯ
- ಪುಸ್ತಕದ ಪ್ರತಿಗಾಗಿ ವಾಟ್ಸಾಪ್ ಮಾಡಿ 98444 22782

www.ingramcontent.com/pod-product-compliance
Lightning Source LLC
LaVergne TN
LVHW090409051026
849518LV00006B/2292

* 9 7 8 8 1 9 6 7 2 4 8 8 7 *